రామ విహారం

అస్సామీ మూలం:
డా|| ఇందిరా గోస్వామి

అనువాదం:
పాలకోడేటి కృష్ణమూర్తి

 నవచేతన పబ్లిషింగ్ హౌస్

Footprints of Dasarath's Son

A novel written by India Goswami
Translated into English by Prashanta Goswami

ప్రచురణ నెం. : 2015/122

ప్రతులు : 1000

ప్రథమ ముద్రణ : ఫిబ్రవరి, 2016

© పాలకోడేటి కృష్ణమూర్తి

వెల : ₹ 200/-

ప్రతులకు : **నవచేతన పబ్లిషింగ్ హౌస్**
గిరిప్రసాద్ భవన్, జి.యస్.ఐ పోస్టు, బండ్లగూడ(నాగోల్),
హైదరాబాద్ - 068. తెలంగాణ. ఫోన్: 24224453/54.
E-mail: navachethanaph@gmail.com

నవచేతన బుక్ హౌస్
అబిడ్స్ & సుల్తాన్‌బజార్, యూసఫ్‌గూడ, కూకట్‌పల్లి,
బండ్లగూడ - హైదరాబాద్, హన్మకొండ, కరీంనగర్,
నల్లగొండ, ఖమ్మం.

ప్రజాశక్తి బుక్ హౌస్(అన్ని బ్రాంచీలలో)

నవ తెలంగాణ బుక్ హౌస్ (అన్ని బ్రాంచీలలో)

ముద్రణ: **నవచేతన ప్రింటింగ్ ప్రెస్,** హైదరాబాద్- 68.

రామాయణ పరిమళాల్ని పరిశీలించిన నవల

జ్ఞానపీఠ అవార్డు గ్రహీత ఇందిరా గోస్వామి నవల దాశరథీర్‌ఖోజ్. రామాయణం భారతీయ కుటుంబ జీవనానికి ఆదర్శప్రాయం. అట్లాంటి రామాయణ ప్రభావం మన సరిహద్దుల్ని దాటి ప్రసరించింది. ఈ నవల మారిషస్‌లో జరిగే రామాయణ సదస్సుకు ఒక ప్రతినిధి బృందం బయలుదేరడంతో ఆరంభమవుతుంది. ఆ ప్రతినిధి బృందానికి శాస్త్రి మహరాజ్ అనబడే శ్రీ భువనేశ్వర శాస్త్రి నాయకుడు. వివిధ ప్రాంతాలనించి, వివిధ దేశాల నించీ యితర బృందాలు, చిత్ర, నాట్య తదితర కళా ప్రదర్శకులు ఆ సమావేశానికి వచ్చారు.

ఈ ప్రతినిధుల్లో విభిన్న మనస్తత్వాలున్న ఎందరో వున్నారు. రచయిత్రి వాళ్ళ సంబంధాలను, సంఘర్షణల్ని, సమన్వయాన్ని ప్రతిభావంతంగా రూపొందించారు. ఈ క్రమంలో వివిధ రామాయణాలపై ఆమె సాధికారికత, సందర్భానుసారంగా వాటి వివరణ మనల్ని ఆకట్టుకుంటుంది.

మారిషస్‌లోని వివిధ ప్రాంతాల్ని బృందం సందర్శించడం, చర్చోప చర్చలు ఆసక్తికరంగా సాగుతాయి. విభిన్నవ్యక్తుల అనుభవాల్ని వివరిస్తూనే అంతస్సూత్రంగా రామాయణం సాగుతుంది. అందరి సమాగమానికి, చర్చలకు, పర్యటనలకు రామాయణమే కేంద్రం.

ఇట్లాంటి క్లిష్టమయిన విషయాన్ని రచయిత్రి అనాయాసంగా, సహజంగా ఆవిష్కరించారు. ఎక్కడా ఈ నిర్వహణలో కృత్రిమత్వం

కనిపించదు. వాల్మీకి రామాయణం, తులసీరామాయణం, కంబ రామాయణం యిట్లా ఎన్నో రామాయణాల్ని రచయిత్రి సోదాహరణంగా వివరిస్తారు. కథనానికి ఎక్కడా అవి ఆటంకంకావు. ప్రత్యేకించి తులసీరామాయణం నించీ విరివిగా వుదాహరణలున్నాయి. ఇవన్నీ సమావేశాల్లో, వివిధ ప్రాంతాల సందర్శనలో ప్రతినిధులు సందర్భోచితంగా వివరిస్తూ వుంటారు.

వుదాహరణకి ప్రతినిధి బృందం మారిషస్ దీవుల్లోని మహేశ్వరనాధ శివజ్యోతిర్లింగం దేవాలయాన్ని సందర్శించడానికి బయలుదేరతారు. అప్పుడు అందరూ శివస్తుతులు ఆలపిస్తారు. ఆ సందర్భంగా తులసీదాసు రామాయణంలోని ఒక సన్నివేశం.

శివద్రోహి మమ భగత రహోవా
సోనర సపనెహు మోహిన పావా
శంకర బిముఖ భగతి చహమోరీ
సో నారకీ మూఢ మతి ధోరీ
మద్భక్త శంకర ద్వేషీ
మద్వేషీ శంకరప్రియః
యోభౌ నరకం యాంతి
యావశ్చంద్ర దివాకరౌ

(శివుడికి ద్రోహం తలపెట్టి నాకు భక్తులని పలికేవాళ్ళు కలలో కూడా నాకు భక్తులు కాలేరు. శివునికి విముఖుడై నాపట్ల భక్తిని ప్రకటించడం కేవలం మూర్ఖత్వం)

ఈ రకంగా రామాయణం నవలంతా పూసల్లో దారంలా సాగుతుంది.

ఈ క్రమంలో ప్రతినిధి బృందం నేపాల్‌ని కూడా సందర్శిస్తుంది. అక్కడి అరణ్యాలు సంచరిస్తుంది. ఆలయాల్ని సందర్శిస్తుంది. శాస్త్రిమహారాజ్ అందరికీ ఎన్నో విభిన్న రామాయణ విశేషాలు

వివరిస్తారు. అంకోర్‌వాట్ తదితర ప్రాంతాల్లో విస్తరించిన రామాయణ ప్రభావాన్ని గురించి ఆకర్షణీయంగా చెబుతారు.

ఈ క్రమంలో సభ్యుల జీవన విధానం, ఆలోచనాసరళి మనల్ని ఆకట్టుకుంటుంది.

రామాయణాల పరిచయం, పరిశీలన ఆధారంగా కలిగిన గ్రంథం ఆహ్లాదకరమయిన నవలగా కొనసాగించడం కత్తిమీద సాము. ఆ ప్రయత్నంలో రచయిత్రి ప్రతిభ బహుముఖ్యమైంది.

అస్సామీ భాషలో రచింపబడిన ఈ ఉత్తమ నవలను ఉదాత్తంగా తెలుగువారి సొంతం చేసిన పాలకోడేటి కృష్ణమూర్తిగారు అభినంద నీయులు. కొన్ని నవలలు తెలుగులో వున్నా అవి యితర భాషలవి అన్న స్పృహ పాఠకులకు వుంటుంది. బొందపాటి శివరామకృష్ణగారి శరత్ నవలలు బెంగాలీనించీ అనువాదాలయినా వాటిని మనం మన తెలుగు నవలలే అనుకుంటాం. కృష్ణమూర్తి గారు ఈ అస్సామీ నవలని ఆ స్థాయిలో తెలుగువారిదే అన్నంత ఆత్మీయంగా అనువదించారు.

జనవరి, 2016   (తనికెళ్ళ భరణి)

5

ముందుమాట

డా॥ ఇందిరా గోస్వామి (మామోనీ రాయసం గోస్వామి) 'దాశరథీర్ ఖోజ్' ఓ విలక్షణమైన నవల – సంప్రదాయక నిర్వచనం ఈ నవలకు వర్తిస్తుందా అనే సందేహానికి నా దగ్గర సమాధానం లేదు.

ఆమె కోరిక మేరకు నేను ఈ నవలని అనువదించే పని చేపట్టాను. నవల అసాధారణ స్వభావంవల్ల ఈ పని చేయడానికి నాకు కొద్దిగా ఎక్కువ సమయమే పట్టింది. ఒకపక్క మారిషస్ దీవి. ఇంకా నేపాల్‌లోని కొంత భాగంలో విస్తృత యాత్రా వివరణలతోను మరో పక్క తులసీదాసు రామచరితమానస్, ఇంకా వాల్మీకి రామాయణాల గురించి ఇందులో కొంత విస్తారంగా పేర్కొనడంతో ఓ విధంగా రామాయణ సాహిత్యంగా దీనిని అభివర్ణించవచ్చు. ఆమె ప్రపంచంలోని ప్రఖ్యాత రామాయణ సాహిత్యాల స్వరూపాన్నీ, భారతీయేతర రామాయణ పండితుల ప్రతిభావిశేషాలను దర్శింపజేశారు. డా॥ ఇందిరా గోస్వామి రామాయణ స్కాలర్‌గా అంతర్జాతీయ ఖ్యాతినార్జించారు. ఇటువంటి వాస్తవాల మధ్య, ఆమె మానవ జీవితాలలోని బాధల్ని, భావావేశాలని, మూర్ఖత్వాలని ఇంకా అనేక పార్శ్వాలని తనదైన శైలిలో ఈ రచనలో చిత్రీకరించారు.

సాహితీ ప్రమాణాలకు అనుగుణంగా ఉంటూనే, వ్యవహారికంలో రచన సాగించే డాక్టర్ ఇందిరా గోస్వామి శైలికి సాధ్యమైనంత దగ్గరగా ఉండే ప్రయత్నం చేశాను. డా॥ ఇందిరా గోస్వామి రచనలలో నేను అనువదించినవాటిలో ఇది రెండవది. మొదటి నవల 'ఛిన్న మస్తర్ మనుతో' (ది మేన్ ఫ్రం ఛిన్నమస్త). ఓ నవలని అనువదించడంలో నా

మొదటి ప్రయత్నం 'ది మేన్ ఫ్రం ఛిన్న మస్త' అనువదించడానికి చాలా కష్టసాధ్యమైన గ్రంథం ఇది. ఎందుకంటే కామాఖ్యలో జరిగే తాంత్రిక కర్మకాండ సమస్తం ఇందులో వర్ణించారావిడ. నా మొదటి ప్రయత్నం 2005 వ సంవత్సరంలో హచ్ క్రాస్‌వర్డ్ అవార్డుకి, అనువాద విభాగంలో ఎంపికైంది. ఆ సమయంలో అంత కఠినమైన గ్రంథాన్ని తొలి ప్రయోగంగా ఎందుకు ఎంచుకున్నావని ప్రతి ఒక్కరూ అడిగారు. ఇప్పుడు 'దాశరథీర్ ఖోజ్' పూర్తి చేసిన తర్వాత ఇది కూడా అంత సులభమైన విషయం కాదని నేను చెప్పగలను. ఏమైతేనేమి, డా॥ ఇందిరా గోస్వామి తదేకంగా చదివించే ప్రక్రియకి నాకు చేతనైనంత వరకు న్యాయం చేసే ప్రయత్నం చేశాను. నా ప్రయత్నంలో నేను విజయం సాధించానో లేదో పాఠకులే నిర్ణయించాలి.

22 డిసెంబరు, 2009 ప్రశాంత గోస్వామి
గౌహతి, అస్సాం.

ఒక మాట

"చరితం రఘునాదస్య శతకోటి ప్రవిస్తరమ్ ।
ఏకైక మక్షరం పుంసాం మహాపాతక నాశనమ్ ॥

వేదవేద్యుడైన భగవంతుడు అయోధ్యా నగరంలో శ్రీరామచంద్రుడిగా అవతరించాడు. వేదం అటువంటి భగవత్ తత్వ సారాంశాన్ని వివరించే శ్రీమద్రాయణ గాథకు ఆత్మగా రూపుదాల్చిందని పురాణవచనం.

డా॥ ఇందిరా గోస్వామి అస్సామీనవల దాశరథీర్ ఖోజ్ ఆంగ్లానువాదం 'ఫుట్ ప్రింట్స్ ఆఫ్ దశరథ్స్ సన్' నవలని మొదట సరదాగా చదివాను. రామాయణంలోని రహస్యాలు చూడగలిగాను. ఆనందించాను. తెలుగులో అనువదించాలని సంకల్పించాను. నేను అనువదించటంలో కొంత శ్రమ పడవలసి వచ్చింది. డా॥ శ్రీమత్తిరుమల వేంకట రాజగోపాలాచార్యులు ఆత్మీయతతో, ఆదరాభిమానాలతో కొన్ని సూచనలు చేసి నా కృషికి ప్రోత్సాహమిచ్చారు. వారికి నా కృతజ్ఞతలు. ఈ అనువాదం చేయడం కేవలం నా సాహసమే తప్ప సామర్థ్యం ఉండికాదు.

అనువాదం పూర్తయిన తర్వాత 'శ్రీ తనికెళ్ల భరణి'గారిని పరిచయ వాక్యాలు వ్రాసి యిమ్మని కోరాను. ఆయన పరమ సంతోషంతో అంగీకరించి అమూల్యమైన ప్రవేశిక వ్రాశారు. ఆయనకు నా కృతజ్ఞతలు.

ప్రచురణకర్తలు **'నవచేతన పబ్లిషింగ్ హౌస్'** వారు నాకు ఈ అనువాద గ్రంథ రచనలో ప్రేరణ, ప్రోత్సాహం అందించి పాఠకలోకానికి నన్ను అతి సన్నిహితుని చేసినందుకు వారికి నా ప్రత్యేక ధన్యవాదాలు.

ఈ అనువాదం చేస్తుండగా నా వెన్నుతట్టి నన్ను మరింత ప్రోత్సహించి డా॥ ఇందిరా గోస్వామి గురించి సంక్షిప్తంగా పాఠకులకు అందించే నేపథ్యంలో ఈ గ్రంథం చివరిలో అనుబంధంగా ప్రచురించుకోడానికి సహకరించిన డా॥ ఎస్వీ. సత్యనారాయణ గారిని నేను మరువలేను.

ఈ అనువాద గ్రంథప్రచురణకి అనుమతించిన డా॥ ఇందిరా గోస్వామి సోదరి శ్రీమతి సబితా శర్మగారికి, ఇంకా పైన పేర్కొన్న నా శ్రేయోభిలాషులందరికీ నా కృతజ్ఞతాపూర్వక సహస్రాధిక వందనాలు.

ఈ గ్రంథం పాఠకులను కూడా అమితంగా ఆనందం కలిగిస్తుందనడంలో సందేహంలేదు. ఇదే నా ఆకాంక్షకూడా. అందుకు డా॥ ఇందిరా గోస్వామి రచనా వైశిష్ట్యమే కారణం.

శ్రీమద్రామాయణం నవరసభరితం, సర్వాంగ సుందరం.

వాల్మీకి మహర్షికి జేజేలు.

హైదరాబాద్. - పాలకోడేటి కృష్ణమూర్తి

జనవరి, 2016

అంకిత వందనం

నాన్నా పేర్రాజు అమ్మ సుశీల

మీ ఇరువురికీ

నేనేమి ఇవ్వగలను!

ఈ గుప్పెడు అక్షరాలు తప్ప!!

- మీ

క్రిష్ణ

ఇందులో....

మొదటి అధ్యాయం

మారిషస్ సమ్మేళనంలో ప్రతినిధులు

ఉదయ సంధ్యా సమయంలో చీకట్లు ఇంకా పూర్తిగా తొలగలేదు. ఆ కనుచీకటి వేళ మనుషుల మొహాలు సరిగ్గా కనపడట్లేదు. తూర్పు దిగంతం పండిన బొప్పాయి రంగు సంతరించుకుని సంజవేళ తెల్లవారడానికి తన మధురమైన సమయాన్ని తీసుకుంటున్నట్టుగా అన్పిస్తోంది.

వాస్తవానికి ప్రతినిధులందరూ తలనుంచి షాల్స్, దుప్పట్లు కప్పుకున్నారు. బృందంలోని కొందరు గుడీగావ్ నగర శివారు ప్రాంతంలో వున్న స్వామి పరమానంద సన్యాసాశ్రమంలో రాత్రి గడిపారు.

మాధవానంద అస్సాం-పశ్చిమబెంగాల్ సరిహద్దు ప్రాంతమైన 'శ్రీభూమి'కి చెందినవాడు. చక్కని సౌష్ఠవమైన దేహం కలవాడు. సంపన్నుల కుటుంబానికి చెందినవాడు. మగధ యూనివర్శిటీనుంచి తత్వశాస్త్రంలో డిగ్రీ చేసిన తర్వాత అతనిలో జీవితంపట్ల ఒక విధమైన అయిష్టత ఏర్పడింది. అతను రామాయణ మండలిలో సభ్యత్వం ఎప్పుడు తీసుకున్నాడో ఎవరికీ తెలియదు. సన్యాసంతో సమానమైన అతని ఉదాసీన వైఖరితో సరిహద్దు ప్రాంతంలోని అతని స్థిరాస్తులనేకం ఆక్రమణకు గురయ్యేలా ఉన్నాయి. అంతేకాదు, అవి దుర్మార్గులకి, దుష్టులకి, విద్రోహులకి రహస్య స్థావరాలుగా మారాయి. మహర్షి వాల్మీకి వర్ణించిన రాముని శారీరక లక్షణాలకి మాధవానంద శారీరక లక్షణాలకి విశేషమయిన పోలికలున్నాయి. ఎర్రని అతని పెదాలు ఎల్లప్పుడు దేవగురువైన బృహస్పతిలా మధురవచనాలు ఉచ్ఛరిస్తున్నట్లుగా అనిపిస్తాయి. వేకువజామున కొత్త ఉత్సాహం కలగడానికి ధ్యానంలో నిమగ్నమైవున్నట్లు కనిపిస్తాడతను. అతను రామాయణమండలిలో చేరేముందు దేశవిదేశాలు తిరిగినప్పుడు ప్రజలకోసం సంక్షేమ కార్యక్రమాలు చేపట్టాల్సిందిగా

స్నేహితులు అతనికి సలహాఇచ్చారు. ఈ దేశంలోనే ఉన్న సీతామర్హి, మతియాల్ కొండ ప్రాంతాల్లో చాలా చేయాల్సివుంది. అవిద్య, నిరుద్యోగం, దారిద్ర్యం, తీవ్రమైన నీటికొరత మొదలైన వాటికోసం చేయాల్సింది చాలావుంది. దుర్బలురు, దు:ఖితులు, పీడితులకోసం ప్రతీమంచివ్యక్తి త్యాగాలు చేయాల్సివుంది. “ఆ దురదృష్టవంతుల దగ్గరికి వెళ్లండి. నేను వాళ్ల హృదయాలలో సజీవంగా ఉన్నాను” అన్నాడు శ్రీరామచంద్రుడు.

మాధవానంద కుర్తా పైజామా ధరించాడు. చేతిలో చిన్న సూట్‌కేసుతో వచ్చాడు. అతడు విమానాశ్రయం ద్వారం దగ్గర నిరీక్షిస్తున్నాడు.

ఇంతలో రామాయణమండలికి చెందిన మరో సభ్యుడు వచ్చాడు. అతను బెల్జియం దేశానికి చెందిన జెస్యూట్ స్కాలర్ పోలిత్. అతన్ని అందరూ ‘క్రిస్టియన్ ఫాదర్’ అని పిలుస్తారు. అతను చాలా కాలంగా రామాయణ మండలి సభ్యుడు. అతను రామాయణంలో గొప్ప పండితుడైన ఫాదర్ బుల్కె సహవాసి. తులసీదాసు రామచరిత మానస్ ఫిలాసఫీని అధ్యయనం చేస్తున్నాడు. వయస్సు సుమారు డెబ్బై సంవత్సరాలు ఉండొచ్చు. నిరంతరం రామాయణమండలితో కలిసి ప్రయాణాలు చేస్తుండడంతో తన మతాచారాలని, రోజువారీ క్రియాకర్మలని అతను ఆచరించలేక పోతున్నాడు. అతని ఆరోగ్యంకూడా నానాటికీ క్షీణిస్తోంది. అతను పొట్టిగా ఉంటాడు. గూని మొదలైంది. నెరసిన జుట్టు. తెల్లని ముఖం. పెరిగిన గడ్డం. కళ్లకి మందపాటి కళ్లజోడు! పొడవాటి కుర్తాలు, వదులుగా వున్న పైజామాలు ధరిస్తాడు. అతని చేతిలో పెద్ద తోలుసంచీ ఉంది. దానిలో విలువైన వస్తువులేవో వున్నట్లుగా అతను దాన్ని ఒడిసి పట్టుకున్నాడు. రామాయణ వాఙ్మయాన్ని విశేషంగా ఇష్టపడే ఫాదర్ కమీల్ బుల్కెకి అతను సన్నిహితుడు, స్నేహితుడు అన్న విషయం అందరికీ తెలుసు. అతను ఫాదర్ బుల్కెతో చిత్రకూటం, వింధ్య ఇంకా ఎన్నో ఇతర ప్రదేశాలు తిరిగాడు. శ్రీరాముని అనుయాయి అయిన అతను ఫాదర్ బుల్కె అలహాబాదు యూనివర్సిటీలో రామకథమీద డి.ఫిల్ చేసినపుడు వేసవికాలంలో అతను పడుకునేందుకు ఏర్పాట్లు చేశాడు. అంతే కాదు, తేనె కలిపిన బ్రాందీ ఇవ్వడం నుంచి భారీ రాతప్రతుల్ని ఓ క్రమంలో అమర్చడం, వాటికి పట్టిక తయారు చేయడంలాంటి పనులు మొత్తం చేసిపెట్టాడు.

విమానాశ్రయం చేరుకోగానే ఆ క్రిస్టియన్ ఫాదర్ మాధవానందవైపు వెళ్లాడు. రోజ్‌మేరీ కూడా వచ్చింది. ఆమె కురులు పసిడికాంతి వెదజల్లుతూ అందంగా ఉన్నాయి. కోటేరులాంటి ముక్కు. శరీరం సుందరమైన చలువరాతి రంగులో వుంది. ఎత్తు ఐదు అడుగుల ఆరు అంగుళాలకన్నా ఎక్కువే. ఆమె హంగేరియన్ -వయసు సుమారు ముఫై-ముఫైరెండేళ్లు ఉండొచ్చు. ఆమె శ్రీరాముని బొమ్మలు చిత్రీకరిస్తుంది. సభాప్రాంగణంలో ఆమె తన చిత్రాలని ప్రదర్శనకి వుంచుతుంది. ఈరోజు ఆమె పొడవాటి పసుపురంగు దుస్తులు ధరించింది. రోజ్‌మేరీ ఫ్రాన్స్‌లో చదివింది. ఆమె ఉదయ్‌పూర్‌లోని 'నట్‌వారా' చిత్రకళాపద్ధతిలో అనేకమంది కవులు వర్ణించిన విధంగా సీత చిత్రాలని చిత్రీకరించింది. 'నట్‌వారా' చిత్ర కళారీతుల్ని ఫ్రాన్స్‌లో తాను సంపాదించిన పరిజ్ఞానంతో మిళితం చేసి ఆమె కొత్త కొత్త రూపాలని సృష్టించింది. అశోకవనంలో రాక్షసస్త్రీల మధ్య సీత, సీతాస్వయంవరం, బంగారులేడి-సీత, సీతాపహరణం, సీత అగ్నిప్రవేశం మొదలైన ఆమె చిత్రాలనేకం అంతర్జాతీయ సదస్సులలో ప్రదర్శించబడ్డాయి. ఆమె వ్యక్తిగత జీవితం అద్వితీయం.

విమానాశ్రయం దగ్గర గుంపులు గుంపులుగా జనం చేరడంతో అంతా సందడిగా వుంది. అప్పుడే సంక్షిప్తంగా మోహిని అనబడే నర్తకి భువనమోహిని తన శిష్యబృందంతో వచ్చింది. ఆమె పొడవైన రంగురంగుల గాగ్రా ధరించింది. ఆమె సుదీర్ఘమైన ఒత్తైన నిడుపాటి కురులని జడగా అల్లుకుంది. హనుమాన్ లంకానగరంలో సీతని అన్వేషించే సందర్భంలో రావణాసురుడి పడకగదిలో నిద్రిస్తున్న స్త్రీల జడలని కొలిచాడని, ఎనిమిది మూరల పొడవైన కురులున్న స్త్రీ కనిపిస్తే తన అన్వేషణ పూర్తవుతుందని రామాయణంలో చెప్పబడింది. అందువల్ల భువనమోహిని ఎప్పుడు కనిపించినా జనం సీతమ్మను స్మరించుకుంటారు.

భువనమోహిని వెంట వున్న కళాకారుల బృందమంతా అపూర్వమైన దుస్తులు ధరించారు.

తబలా వాద్యకారుడి మెడలో ఖరీదైన బంగారపు గొలుసు ఉంది. అతను ఎంబ్రాయిడరీ చేయబడ్డ కుర్తా ధరించాడు. పాదాలకి కొల్హాపురి చెప్పులున్నాయి. బహుశా నిరంతరంగా తాంబూలం నములుతూ వుండడంవల్ల కావచ్చు పెదాలు ఎర్రగా ఉన్నాయి. అతనికి పొడవాటి వెంట్రుకలున్నాయి. తబలా వాయించేటప్పుడు

వాయిద్యానికి అనుగుణంగా తలని వూపడంవల్ల ఆ వెంట్రుకలు విడిపోయి లయబద్ధమైన సంగీతానికి అనుగుణంగా కదుల్తూ నాట్యం చేస్తాయి.

గాయకుడి నొసటన విభూతి రేఖలున్నాయి. బహుశా అతను శైవుడు కావచ్చు. అతనికి కూడా పొడవాటి వెంట్రుకలున్నాయి. అతను పరిశుభ్రమైన ధోతీ కుర్తా ధరించాడు. వాటితోపాటు భుజాలపైన స్వచ్ఛమైన చద్దర్ ఉంది. మెడలో రుద్రాక్షమాల ఉంది. అతనుకూడా పాదాలకి కొల్హాపురి చెప్పులు వేసుకున్నాడు. భారీకాయం కావడంతో తిన్నగా లాంజ్‌లోకి వెళ్లి కూర్చున్నాడు.

అతి పొడవైన రాజస్థానీ తలపాగా ధరించిన మృదంగ వాద్యకారుడు ముందుగానే వచ్చి లాంజ్‌లో కూర్చున్నాడు. అతను ధోతీ కుర్తా ధరించాడు. అతని పాదాలు పాటియాలా నగ్రాలతో అలంకరించబడ్డాయి. అప్పుడప్పుడు వెండి తమలపాకుల డబ్బాలోంచి తాంబూలం తీసి నోట్లో వేసుకుంటూ లాంజ్‌లో వున్న జనాలని తీక్షణంగా చూస్తున్నాడతను. పలుచని కనుబొమల కింద వున్న అతని కళ్లు ఉబ్బినట్టుగా కనిపిస్తున్నాయి. బహుశా రాత్రంతా పూటుగా మద్యం తాగాడేమో. సారంగి విద్వాంసుడు బలహీనంగా వున్నాడు. అతను జోధ్‌పూరీ దుస్తులు ధరించాడు.

శిష్యబృందం అంతా భువనమోహినిని అనుసరిస్తున్నారు. వాళ్లని ఐ.సి.సి.ఆర్. (ఇంటర్నేషనల్ కాన్ఫరెన్స్ ఆఫ్ కాంటెంపొరరీ రామాయణ) పంపింది. వాళ్లు ఎగ్జిక్యూటివ్ క్లాస్‌లో ప్రయాణించి వుండొచ్చు. వాళ్లంతా తబలాలు, తంబూరాలు, సారంగి, మృదంగం మొదలైన వాటిని ఒక బట్టలో చాలా జాగ్రత్తగా చుట్టివుంచారు.

శాస్త్రిమహారాజ్ అనబడే శ్రీ భువనేశ్వర శాస్త్రి ఈ ప్రతినిధి వర్గానికి నాయకుడు. ఆయన ముందుగానే వచ్చి విమానాశ్రయంలోకి ప్రవేశించాడు. ఆయన మంచి శరీర సౌష్ఠవం గలవాడు. ఆయన తెల్లటి ధోతీపైన కాషాయరంగు సిల్కు కుర్తా ధరించాడు. కళ్లకి మందపాటి అద్దాలు. ఎర్రటి శరీరం. భుజాలమీదకి వేలాడుతున్న జుట్టు. నుదుటిపైన చందనపూత రేఖలున్నాయి. భుజాలపైన చద్దర్ ధరించాడు.

ఆయన విమానాశ్రయంలోంచి వేగంగా బయటకి వచ్చి జనాలు ఎంతమంది చేరుకున్నారోనని చూశాడు. ఆయన్ని చూడ్డంతోటే మాధవానంద, రోజ్‌మేరీ ఇంకా పోలిత్ శిరస్సువంచి నమస్కరించారు.

శాస్త్రిమహారాజ్ తన జేబులోంచి ఓ జాబితాని తీసి జాగ్రత్తగా చదవసాగాడు. ఉత్తరకాశీకి చెందిన జడలు కట్టిన తలతో వున్న సన్యాసి జటాధారి, బృందావనానికి చెందిన సభాగాయకుడు, ఆశ్రమస్వామి హరినారాయణ్ – గతరాత్రి గుడ్‌గావ్‌లోని స్వామి పరమానంద ఆశ్రమంలో గడిపిన వీళ్లందరూ వచ్చి శాస్త్రిమహారాజ్‌కి నమస్కరించారు.

మహారాజ్ చాలా సంతోషంతో వున్నట్టు కనిపించాడు. "స్వామి ప్రభుపాద వస్తే నాకు కొంత ఉపశమనంగా వుంటుంది. కాస్తంత ఊపిరిపీల్చుకోవచ్చు. మారిషస్ నుంచి వచ్చిన భక్తులు ఆయనకోసం ఎదురుచూస్తున్నారు" అన్నాడు శాస్త్రిమహారాజ్.

నెమ్మదినెమ్మదిగా తొలిసంజ వెలుగులు విచ్చుకుంటున్నాయి. సన్యాసులు ధరించిన కాషాయ వస్త్రాల రంగులో వున్న ఆకాశం స్వచ్ఛంగా మారుతోంది. విమానాశ్రయంలో రద్దీ పెరిగింది. వివిధ దేశాలకి వెళ్లే ప్రయాణికులతో విమానాశ్రయం కిటకిటలాడుతోంది.

సరిగ్గా అదేసమయంలో లగేజీతో ఆటోలోంచి దిగింది కమలాదేవి. బహుశా ప్రయాణ హడావిడి కావచ్చు, ఆమె జుట్టు ముడివేసుకోలేదు. ఆమె ఓ ట్రాలీని లాగి లగేజీని అందులో వుంచి టిక్కెట్టుతీసి చేతిలో పట్టుకుని ట్రాలీని తోసుకుంటూ విమానాశ్రయంలోపలికి వేగంగా ప్రవేశించింది. ఈరోజు అక్కడ తుపాకులతో సెక్యూరిటీ గార్డులు ఎక్కువగా వున్నారు. దాంతో ఆమె తన టిక్కెట్‌ని చాలా చోట్ల చూపించాల్సివచ్చింది.

శాస్త్రిమహారాజ్ ఇండియన్ ఎయిర్‌లైన్స్ కౌంటర్‌దగ్గరికి వెళ్లి నిలబడ్డాడు. మెటల్ డిటెక్టర్ స్క్రీన్ గుండా లోపలికి వచ్చి బ్యాగేజీ సెక్యూరిటీ క్లియర్ చేసుకోవాల్సిందిగా అందరినీ ఆదేశించాడాయన. కమలాదేవి ముందుకు వెళ్లి ఆయన పాదాలకి నమస్కరించింది. ఆయన ఆశీర్వదిస్తున్నట్టుగా ఆమె శిరస్సుమీద చేతులుంచుతూ "రిపోర్టింగ్‌కి రెడీగా పాస్‌పోర్టు, టిక్కెట్టు అన్నీ దగ్గరుంచుకున్నావా? అదిగో అక్కడ వున్న గుంపులో కలిసివెళ్లు. మెటల్ డిటెక్టర్ ద్వారా లగేజీ చెక్ చేయించుకో" అన్నాడాయన.

సరిగ్గా ఇదే సమయంలో విమానాశ్రయంలో ధ్వని తీవ్రత పెరిగింది. వివిధ కౌంటర్ల దగ్గర క్యూలు చాలా పొడుగ్గా వున్నాయి. ఈసారి రామాయణ మండలికి చెందిన ప్రతినిధులు చాలామందే వచ్చారు.

గుంపులో వున్నవాళ్లలో మండల్ దంపతులు కూడా ఉన్నారు... ఈ మధ్యనే టెర్రరిస్టులెవరో వాళ్ల కొడుకుని అపహరించారు. ఆ మండల్ దంపతులు సాంత్వన పొందడానికి అంతటా తిరుగుతున్నారు. వాళ్లు కొడుకు పైన ఆశలు పూర్తిగా వదులుకోలేదు.

మండల్ దంపతులు రావడం గమనించిన శాస్త్రిమహారాజ్ మండల్ భుజాలమీద చేతులు వేసి వాళ్లని ఆహ్వానించాడు. శాస్త్రిమహారాజ్ అందరికీ వినిపించేలా "దయచేసి ఎయిర్‌పోర్టు టాక్సు కట్టడానికి డబ్బులు సిద్ధం చేసుకోండి. ఇక్కడ కూడా మీకు కొంత ఫారిన్ ఎక్ఛేంజి లభించే అవకాశం ఉంది" అన్నాడు బిగ్గరగా.

కౌంటర్ దగ్గర రద్దీ బాగా పెరగడంతో అందరికీ వినిపించాలన్న ఉద్దేశంతో శాస్త్రిమహారాజ్ గొంతు పెద్దదిచేసి "దయచేసి మీ పాస్‌పోర్టులు, టిక్కెట్లు బయటకి తీయండి. మీ లగేజీని మెటల్ డిటెక్టర్ ద్వారా చెక్ చేయించుకుని ఇక్కడ సిద్ధంగా వుండండి... ఇక్కడ సిద్ధంగా వుండండి." అన్నాడు.

లగేజీతో ప్రవేశించడానికి కౌంటర్ దగ్గర చాలా రద్దీగా వుంది. ఇక్కడకూడా జనం లగేజీవున్న ట్రాలీలతో క్యూకట్టసాగారు.

సరిగ్గా అప్పుడే ఆచార్య విష్ణుదయాళ్, అతని భార్య వేగంగా లోపలికి వచ్చారు. వాళ్లని జాగ్రత్తగా సాగనంపడానికి వాళ్ల చిన్న కొడుకు కైలాష్ వచ్చాడు. అక్కడి దృశ్యాన్ని చూసి ప్రయాణికులు ఆశ్చర్యపోయారు. విష్ణుదయాళ్ దగ్గర పెద్దపెద్ద పుస్తకాల కట్టలున్నాయి. శాస్త్రిమహారాజ్ ముందుకు వెళ్లి "పర్వతంలా వున్న ఈ పుస్తకాల మూటని తీసుకువెళ్లడం సాధ్యం కాదు" అన్నాడు బిగ్గరగా.

విష్ణుదయాళ్ చేతులు జోడిస్తూ "ఏంటి మీరంటున్నది ! మీరేమంటున్నారు మహారాజ్. పోయినసారి జరిగిన సమ్మేళనంలో మనస్ఫూర్తిగా నా భావాలని వ్యక్తపరిచాను. నేను దివ్యమైన రామచరిత మానస్ బోధనలని నా స్వంత డబ్బుతో ముద్రించాను. మన ప్రతినిధులందరికీ వీటిని ఇవ్వాలనుకుంటున్నాను. వీటిని సంతోషంగా అందరికీ పంచుతాను. ఎవ్వరినుంచి కూడా పైసా తీసుకోను" అన్నాడు వినయం వుట్టిపడేలా.

అంత రద్దీలోనూ ఓ ప్రతిని పైపైన తిరగేయసాగాడు శాస్త్రిమహారాజ్.

తేనెలొలికే రామచరితమానస్‌లోని బోధనలు వ్యవహార భాషలో రాసివున్నాయి, ఎవరికీ ఇబ్బంది లేకుండా పండితులకీ పామరులకీ సులభంగా అర్థమయ్యేందుకు వీలుగా. మొట్టమొదట్లోనే ధర్మరథం లేక పవిత్రరథాన్ని గురించిన శ్లోకం వుంది: ఈ దయలేని సంకటమయ సమాజంలో నువ్వు విజేతగా ఎలా బయటపడగలవు? మానవ రక్తం ఏరులై పారుతున్న ఈ ప్రపంచాన్ని నువ్వు ఎలా జయించగలవు?

వినండి: నా ధర్మరథం కథ వినండి...

పరాక్రమం, ఒర్పు నా రథచక్రాలు. ధర్మాచరణ, సత్ప్రవర్తన, పట్టుదల; సత్యాసత్యాలు నిర్ణయించే సామర్థ్యం, ఆత్మసాక్షి రెపరెపలాడుతున్న ధ్వజపతాకం సూచిస్తుంది. మనోనిగ్రహం, పరోపకారం నా రథానికున్న బలమైన గుర్రాలు. క్షమ, దయ, సమతాసూత్రాలు నా గుఱ్ఱాల కళ్లేలు. భగవద్భక్తి ఈ రథానికి సమర్థుడైన సారథి. వైరాగ్యమే దీని అజేయమైన డాలు. సంతృప్తి క్షురకుడి కత్తిలాంటి పదునైన కరవాలం. దానమే దాని శస్త్రం. ఉత్తమ విజ్ఞానమే దాని భారీ విల్లు. స్థిరమైన మనస్సే దాని అమ్ములపొది. శాంతం, జ్ఞానం గల ఇంద్రియాలు అమ్ములపొదిలోని వివిధ రకాల బాణాలు. విశ్వాసమే దాని అజేయమైన కవచం... ధర్మమయమైన ఈ రథం ఎక్కడానికి ఎవరైతే యోగ్యులో వారికి విజయం తథ్యం".

ఇది చదవగానే శాస్త్రిమహారాజ్ ఓ క్షణంపాటు ఆలోచనలో మునిగి పోయాడు. లేదు, లేదు, చదవడానికి ఇది సమయం కాదు. అక్కడ అందరూ గుమిగూడారు. రెండు, మూడు ఎయిరిండియా కౌంటర్లు తెరిచారు. అందరూ అక్కడ క్యూలో నిలబడ్డారు. ఒక్కపలుచగా వున్న ఎయిర్ హోస్టెస్‌లు హడావిడిగా తిరుగుతున్నారు.

"అందరూ క్యూలో నిలుచోండి. మనమందరం బొంబాయినుంచి మారిషస్ వెళ్లే విమానం ఎక్కాలి. రండి, ప్రతి ఒక్కరూ వచ్చి క్యూలో నిలబడండి." అన్నాడు శాస్త్రిమహారాజ్ మరోసారి బిగ్గరగా. కౌంటర్‌దగ్గరున్న క్యూ మరింత పెరిగింది.

ఆ రద్దీలో విష్ణుదయాళ్ గురించి ఎవరూ పెద్దగా పట్టించుకోలేదు. అతను చుట్టూ తిరుగుతూ పుస్తకాలని ట్రాలీలలో వుంచుతున్నాడు. సమయం తక్కువగా వుండడంతో అతను వేగంగా ప్రయాణికుల ట్రాలీలలో పుస్తకాల ప్యాకెట్లని వేస్తున్నాడు.

అతని గురించి తెలియనివారు పెద్దగా సంతోషం కనబర్చలేదు. కానీ ఎవరూ కూడా ఆయనని ఆపే ప్రయత్నం చేయలేదు. ఏది ఏమైనప్పటికీ, అక్కడున్న వాళ్లంతా అంతర్జాతీయ రామాయణ సమ్మేళనానికి వెళ్తున్నవాళ్లే. మనిషికి శాంతి సహనం తప్పనిసరి. అన్ని సమయాల్లోనూ నిర్మల మనస్కులై వుండాలి. సుమారు డెభై ఏళ్ల వయసున్న విష్ణుదయాళ్ ఉల్లాసం, ప్రయాసని చూసి అక్కడ ఆశ్చర్యపోనివాళ్లు లేరు. కొత్త ఉత్సాహం, బలంతో అతను ప్రయాణికుల ట్రాలీలలో ప్యాకెట్లు వేయడం కొనసాగిస్తూనే వున్నాడు. పైగా రద్దీగా వున్న జనం మధ్యలోంచి దూరుకుంటూ ప్యాకెట్లు ట్రాలీలలో వేస్తున్నాడు. ఇంత రద్దీలో కూడా అందరి కళ్లు అతని కాళ్లకి వున్న సాండిల్స్‌పైనే ఉన్నాయి. అతను పుస్తకాలని ట్రాలీలలో వేసే క్రమంలో సాండిల్స్ ఈడుస్తూ నడుస్తున్నాడు. సాండిల్స్ చివర లెదర్ ముక్కలు వేలాడుతుండడంతో అతని మడమలు నేలని తాకుతున్నాయి. ఆ చివికిపోయిన సాండిల్స్‌ని బట్టి అతని ఆర్థిక స్థితి అందరికీ స్పష్టంగా తెలుస్తూనే వుంది. అలాంటప్పుడు అతను చేస్తున్న ఈ పని తలకి మించిన భారమే అవుతుంది.

ఇంతలో అకస్మాత్తుగా “వీటిని తీసుకురాకండి; వీటిల్లో ఏదీకూడా తీసుకురావద్దు. పెయింటింగుసామాను, కాన్వాస్‌లతోటే నాకు ఇబ్బందిగా ఉంది” అంటూ బిగ్గరగా అరుస్తున్న రోజ్‌మేరీ కంఠం వినిపించింది.

రోజ్‌మేరీ అభ్యంతరం చెప్పగానే ఉత్తరకాశీకి చెందిన జటాధారి కూడా అరిచాడు, “ఓ ప్లీజ్! ఓ ప్లీజ్!! దయచేసి వాటిని నా బ్యాగుల్లో పెట్టకండి. విదేశాల్లో ప్రయాణించేటప్పుడు మేము వంటసామాను తీసుకువెళ్లాలి. మేమంతా వెజిటేరియన్. గతంలో థాయిలాండ్‌లో ఏం జరిగిందో మీకు తెలియదా?”

“లేదు, లేదు - థాయిలాండ్‌లో ఏం జరిగిందో తెలుసుకోవడానికి మాకు టైం దొరకలేదు.” అంటూ విష్ణుదయాళ్ తన పుస్తకాల ప్యాకెట్లతో గుంపులోంచి తప్పించుకుంటూ తిరగసాగాడు.

కొడుకు కైలాష్ కలవరపడుతూ “మొన్ననే ఆయనకి సర్జరీ చేశారు. ఎందుకని అలా?” అంటూ అరిచాడు.

అతని భార్యకూడా జోక్యం చేసుకుంటూ “చాలు, అవి చాలు. మిగతా పుస్తకాలు కైలాష్ వెనక్కి తీసుకుంటాడు” అంది.

కానీ పండిట్ విష్ణుదయాళ్ అవేమీ పట్టనట్టు వడివడిగా తిరుగుతున్నాడు. అతను ప్యాకెట్టుమీద ప్యాకెట్టుతో గుంపులో తిరగసాగాడు.

సుమారు డెభై సంవత్సరాల వయస్సులో వృద్ధుడైన విష్ణుదయాళ్‌లో ఓ అపూర్వమైన ఉత్తేజం కలుగుతున్నట్టుగా వుంది. వేలాడుతున్న లెదర్ ముక్కలతో సాండిల్స్ ఈడుస్తూ నడుస్తున్న అతని కాళ్ల చప్పుడు విమానాశ్రయంలోని శబ్దాలని మరిపించేలా వుంది.

విష్ణుదయాళ్‌ని ఎవ్వరూకూడా ఆపలేకపోయారు. అతను ప్రయాణికుల మొహాలకేసి చూస్తూ వాళ్ల ట్రాలీలలో ప్యాకెట్లు వేయసాగాడు.

మెటల్ డిటెక్టర్ దగ్గర ప్రయాణికులు చాలామంది వాళ్ల వాళ్ల ట్రాలీలలోంచి ఆ ప్యాకెట్లని తీసి పక్కనే గుట్టలాగా పేర్చడం విష్ణుదయాళ్ గమనించలేదు.

నర్తకి భువనమోహిని బృందం మాత్రం ఆ పుస్తకాల ప్యాకెట్లని ఆదరంతోనూ భక్తిపూర్వకంగానూ స్వీకరించారు. వాళ్లది మరో ప్రపంచం.

విష్ణుదయాళ్ అక్కడ వేగంగా తిరుగుతూనే ఉన్నాడు. వదులుగావున్న అతని బుష్‌ర్ట్ చెమటతో తడిసి ముద్దయింది.

విదేశీయుడైన రాబర్ట్ వచ్చాడు. రాబర్ట్ ఓ అసాధారణమైన పొడగరి-దంతం రంగు శరీరం. భుజాలపైన అటునుంచి ఇటు రామనామీని ధరించాడు. అతను పైజామా, వదులుగా వున్న షర్టు, పాదాలకి బరువైన బూట్లు ధరించాడు.

విష్ణుదయాళ్ ముందుకు వురికి అతని ట్రాలీలో ఓ ప్యాకెట్టుని వుంచాడు.

విష్ణుదయాళ్ విసుగూ అలుపూ లేకుండా వేగంగా తిరుగుతూనే ఉన్నాడు. అతని నుదుటిమీదనుండి చెమట్లు ధారాపాతంగా కారుతున్నాయి. చెమటతో అతని బుష్‌ర్ట్ పూర్తిగా తడిసిపోయింది. విమానాశ్రయంలోకి వస్తున్న ప్రయాణికులని గమనించి గబగబా పరుగులాంటి నడకతో వాళ్ల ట్రాలీలలో కూడా ప్యాకెట్లు వేసే ప్రయత్నం చేస్తున్నాడు... మొత్తం పనంతా అదే.

విష్ణుదయాళ్ పరుగులెడుతూ ముందుకు సాగుతున్నాడు. సరిగ్గా అప్పుడే పెద్దగా కేకలు వినిపించాయి.

విష్ణుదయాళ్ అక్కడే కుప్పగా కూలిపోయాడు. దగ్గర్లో వున్న కొందరు పక్కకి తప్పుకున్నారు.

ప్రయాణికులు కొందరు అతని చుట్టూ గుమిగూడారు. డాక్టర్! డాక్టర్! అంటూ గట్టిగా పిలిచాడు శాస్త్రిమహారాజ్.

అక్కడంతా ఒక్కసారిగా కలకలం రేగింది. డాక్టర్! డాక్టర్! అంటూ అరుస్తూనే వున్నాడు శాస్త్రిమహారాజ్.

జటాధారితో పాటు వచ్చిన ఒక శిష్యుడు మోకాళ్లమీద కూర్చుని విష్ణుదయాళ్ నోటి దగ్గర నోరుపెట్టి ఊపిరులూదసాగాడు. కైలాష్ తన తండ్రి ఛాతీమీద గట్టిగా రుద్దసాగాడు నిస్సహాయంగా.

లేదు. ఎవరికీ సమయంలేదు. ప్రతీ ఒక్కరూ వివిధ కౌంటర్లదగ్గర నిలబడాలి. ఓ మనిషి పడిపోయి మరణించే స్థితిలో వున్నా కనీసం దృష్టి సారించడానికి కూడా ఎవరికీ సమయంలేదు. విచిత్రం! విచిత్రం!

డాక్టర్! డాక్టర్! శాస్త్రిమహారాజ్ మరోసారి బిగ్గరగా అరిచాడు.

తీవ్ర నిరాశతో ఆయన కౌంటర్లదగ్గరకి వెళ్ళి సహాయంకోసం డ్యూటీలో వున్న ఆఫీసర్లని పిలవసాగాడు.

పదిహేను నిమిషాలు దాటాయి ఆవ్యక్తి కిందపడి. కానీ డాక్టర్ వస్తున్న సంకేతాలేవీ లేవు. నిజంగా ఎంతటి విచిత్రం. కౌంటర్లలోని ఆఫీసర్లు వాళ్ల వాళ్ల పనుల్లో వుండిపోయారు - ఏమీ జరగనట్టుగా.

విష్ణుదయాళ్ వెల్లకిలా నేలమీద పడివున్నాడు చలనరహితంగా. కొడుకు కైలాష్ పక్కనే కూర్చుని రెండు చేతులతో తండ్రి ఛాతీమీద గట్టిగా రుద్దసాగాడు, శ్వాస ఆడి కోలుకుంటాడన్న ఆశతో.

అకస్మాత్తుగా విష్ణుదయాళ్ కొడుకులో భయం చోటుచేసుకుంది. అతను ఓ గాయపడ్డ మృగంలా గర్జిస్తూ ఊగిపోతున్నాడు. “ఒరేయ్ బాస్టర్డ్స్! నేను ఇవన్నీ ఇప్పుడే బయటికి విసిరేస్తాను. మీ మెడికల్ డిపార్ట్‌మెంట్ ఎక్కడ? వెళ్లండి. వెళ్లి తీసుకురండి వాళ్లని. ఇంత పెద్ద విమానాశ్రయంలో ఒక్క డాక్టర్ కూడా లేడా! పందుల్లారా, మనిషి చస్తుంటే మీకు కనబడ్డంలేదా...!

అతను కౌంటర్ల దగ్గరకి వెళ్లి గాలించసాగాడు. అతను మరోసారి బిగ్గరగా అరిచాడు “పిలవండి, మీ డాక్టర్‌ని వెంటనే పిలవండి”.

అంతటా నిశ్శబ్దం ఆవరించింది. కౌంటర్ దగ్గరున్న ఆఫీసర్లు అటూ ఇటూ పరుగులెట్టారు. మళ్లీ కలకలం మొదలయ్యింది. పోలీసులు సంఘటనాస్థలికి చేరుకున్నారు.

డాక్టర్! డాక్టర్! విష్ణుదయాళ్ కొడుకు అందరిముందు భయంకరంగా కనిపిస్తున్నాడు. అతను జటాధారి చేతిలో వున్న కఱ్ఱని తీసుకుని గాల్లోకి ఎత్తి గిరగిరా తిప్పాడు. దాంతో కొందరికి దెబ్బలు తగిలాయి. నల్లటి దుస్తుల్లో వున్న ఓ సెక్యూరిటీ ఆఫీసరు అతన్ని గట్టిగా ఒడిసిపట్టుకున్నాడు.

ఇంతలో అంబులెన్స్ వచ్చింది. డాక్టర్లు వచ్చారు. విష్ణుదయాళ్‌ని స్ట్రెచర్‌మీద తీసుకువెళ్లారు. కానీ అప్పటికే అతని శరీరం నిర్జీవమైంది.

సుధలొలికే రామాయణ బోధనలున్న పుస్తకాల ప్యాకెట్లు అక్కడంతా చెల్లాచెదురుగా పడివున్నాయి.

విమానాశ్రయం మళ్లీ యధాప్రకారంగా పనిలో పడిపోయింది. రామాయణ సమ్మేళనానికి చెందిన ప్రతినిధులు బయలుదేరడానికి సెక్యూరిటీ చెకింగ్‌కోసం గేటు దగ్గర క్యూకట్టారు.

రెండవ అధ్యాయం

ఆకాశమార్గాన

ప్రయాణికులు తగిలించుకున్న సీటు బెల్టుల్ని ఇంకా విప్పలేదు. “ఎయిర్ మారిషస్ ప్రయాణికులకు స్వాగతం పలుకుతోంది. మా విమానం ఎక్కినందుకు ధన్యవాదాలు. ఈ ప్రయాణం మీలో ప్రతి ఒక్కరికి ఆహ్లాదకరంగానూ సుఖమైన అనుభూతిని కలగజేస్తుందని ఆశిస్తున్నాం, ఎయిర్ మారిషస్ మరియు ఎయిర్ ఇండియా సంయుక్త ఆధ్వర్యంలో నిర్వహిస్తున్న విమానం ఇది” అంటూ ఎయిర్‌హోస్టెస్ తన శ్రావ్యమైన కంఠంతో అనౌన్స్ చేసింది.

భువనేశ్వర శాస్త్రి అనబడే శాస్త్రిమహారాజ్ ప్రతీ ప్రయాణికుడి దగ్గరకి వెళ్లి వారి వారి యోగక్షేమాలని విచారించాడు. “మీ పాస్‌పోర్టులని దగ్గరుంచుకోండి. దిగేటప్పుడు అవసరమవుతాయి. డిస్‌ఎంబార్కేషన్ కార్డు సరిగ్గా నింపండి.” అంటూ ప్రతీ ప్రయాణికుడి చెవిలో నెమ్మదిగా అన్నాడాయన.

రోజ్‌మేరీని సమీపించగానే ఒక్కసారిగా షాకయ్యాడు శాస్త్రిమహారాజ్. ఆమె కళ్లు ఎర్రగా వున్నాయి. మాటమాటకీ కొటేరులాంటి ముక్కును జేబురుమాలుతో తుడుచుకుంటోందామె.

శాస్త్రిమహారాజ్ ఆమెనెత్తిమీద ఆప్యాయంగా చెయ్యేసి “ఎందుకలా వున్నావు? బహుశానువ్వు ఆ దృశ్యాన్ని మర్చిపోలేదనుకుంటా. విష్ణుదయాళ్ ఆవిధంగా కాలం చేశాడు. ఈసారి నీ చిత్రప్రదర్శనలో అతని రామాయణ గ్రంథాన్ని కూడా వుంచుదాం. జీవితమే ఒక ఎడబాటుగాథ. నువ్వు గంభీరమైన ఎడబాటును గురించిన ఫిలాసఫీని తెలుసుకోవడానికి, ప్రశంసించడానికి తద్వారా సాంత్వన, ప్రశాంతత పొందడానికి మా బృందంలో చేరలేదా?” అన్నాడు.

ఆమె శాస్త్రిమహారాజ్ చేతులు గట్టిగా పట్టుకుని శిరస్సువంచి నమస్కరిస్తూ "అయ్యో! ఆవ్యక్తి అన్ని ప్యాకెట్లలోంచి ఒకే ఒక్కప్యాకెట్టు తీసుకోమన్నాడు. అందుకు నిరాకరిస్తూ నేను అతన్ని అడ్డుకున్నాను." అంది గద్గద స్వరంతో.

శాస్త్రిమహారాజ్ కొంచెం ముందుకు వెళ్లి కమలాదేవి పక్కన నిలబడ్డాడు. అప్పటికే కమలాదేవి తన సీటు బెల్టుని విప్పుకుంది. ఆమె పక్కసీటు ఖాళీగా వుండడంతో శాస్త్రిమహారాజ్ ఆమె పక్కనే కూర్చుంటూ "ఈసారి నువ్వు సదస్సులో ఏం చదవాలనుకుంటున్నావు?" అడిగాడు.

"నేను ఇదివరకే రెండు పరిశోధనా పత్రాలని పంపించాను" అంటూ "ఒకటి ఆరువందల సంవత్సరాల క్రితం మాధవకందాలీనాటి విస్తారమైన స్త్రీ సమాజాన్ని గురించినది, రెండవది తులసీదాసుని విదేశీభక్తుల గురించినది" అంది కమలాదేవి.

"ఏంటీ, విదేశాలలో తులసీదాసుని శిష్యులా? నువ్వు ఆ విదేశీభక్తుల లిస్టు తయారు చేశావా?" ఆ మాటలతో కమలాదేవి వదనం వికసించింది. ఆమె సమాధానంగా అంది, "నేను ఎందరో స్కాలర్ల కథలని పరిశీలించాను. ఉదాహరణకి, డగ్లస్‌హిల్, కమీల్ బుల్కె, అలెక్సి, బరనికోవ్, జిన్‌డిన్గ్ హున్ మొదలైనవారు. బ్రిటిష్ స్కాలర్ రచించిన 'రిథమ్ ఆఫ్ ది ఈస్ట్' ని సంపాదించే ప్రయత్నం చేశాను. విశ్వవ్యాప్తంగా తులసీదాసును గురించిన అవగాహన నేను పరిశోధించి ఓ కొత్త పార్శ్వాన్ని కనిపెట్టాను. మహారాజ్, నేను చాలా చాలా సేకరించాను. జె.ఎన్. ఫర్కుహార్, జర్మనీకి చెందిన హోర్మేన్ జేకోబి, జపాన్‌కు చెందిన కె.టి. సొకాసు, పోలెండ్‌కి చెందిన నాటియానా రోక్తోస్కా, ఇటలీకి చెందిన కె.ఇ. టుబియానో, నెదర్లాండ్స్‌కి చెందిన జి.ఎస్. ఛకోర్... వాళ్ల వాళ్ల వ్యాఖ్యానాలు ఇంకా దృక్పధాలు.

శాస్త్రిమహారాజ్ ఆమె భుజం తట్టి "దివ్యంగావుంది!! విను. రామచరితమానస్ విదేశీ పండితుల్ని, భక్తుల్ని ఆకర్షించే మంచి పుస్తకం. అందులో వున్నదంతా అద్భుతం కమలాదేవీ. నీ హృదయాంతరాల్లో జరిగేదంతా ఆయనకు పూర్తిగా తెలుసు. మనం ఆయన నీడని మాత్రమే అనుసరిస్తున్నాం. ఏదో ఒకరోజు ఆయన నీకు దారి చూపిస్తాడు" అన్నాడు.

కమలాదేవి మహారాజ్ పాదాలని తాకే ప్రయత్నం చేసింది కానీ ఆయన వేగంగా ముందుకి కదలడంతో వీలుపడలేదు. ఆయన ఒకసారి చుట్టూ చూశాడు.

ఉత్తర కాశీకి చెందిన జటాధారి, బృందావనానికి చెందిన హరినారాయణ్ వెనకాల కుడివైపు సీట్లలో కూర్చునివున్నారు. వాస్తవానికి ఆసీట్లు వాళ్లవి కావు. బహుశా ఎయిర్‌హోస్టెస్ అనుమతితో వెనకసీట్లలోకి మారినట్టున్నారు. స్వామి హరినారాయణ్ ప్రక్కసీటు ఖాళీగా వుంది. ఈ అంతర్జాతీయ సమ్మేళనానికి వచ్చినవాళ్లని రప్పించింది, నిజంగా చెప్పాలంటే, గొప్ప పరాక్రమవంతుడు, రఘుకుల భూషణుడు అయిన శ్రీరామచంద్రుడు తప్ప మరెవ్వరూ కాదన్నది శాస్త్రిమహారాజ్‌కున్న నమ్మకం మరియు ప్రగాఢ విశ్వాసం. ఆయనకున్న ఈ విశ్వాసాన్ని చాలామంది అపహసించారు. అయినా ఆయన చలించలేదు. తీవ్రమైన అపరాధం కాకపోతే గనక ఆయన ప్రయాణికుల్లోని మిగతా దుర్గుణాలని ఆమోదించతగ్గవి కావనుకుంటాడు.

శాస్త్రి మాధవానంద కూర్చున్నచోటకి వెళ్లి కొంత సేపు నిలబడ్డాడు. ఈసారి బర్నోడేజెన్స్ రచించిన 'అంకోర్: హార్ట్ ఆఫ్ ఏన్ ఏషియన్ ఎంపైర్' పుస్తకాన్ని తెచ్చివుంటాడు మాధవానంద. శాస్త్రిమహారాజ్‌ని చూడగానే ఆయన కొద్దిగా శిరస్సువంచాడు అభినందనపూర్వకంగా. "నాకు తెలుసు మాధవనందా, నువ్వు మన రామాయణ మండలిలో మంచి పాండిత్యం గల సభ్యుడివని. మన బృందాన్ని నిర్మించింది రఘువంశీయుడు తప్ప మరెవరో కాదు !" అన్నాడు శాస్త్రిమహారాజ్.

మాధవానంద సీటులోంచి లేచే ప్రయత్నం చేస్తూ "నాకు ఈ మారిషస్ నేలతో సుదీర్ఘమైన సంబంధం వుంది. మా ప్రాంతంలోని కూలీలు కొందరు గతించారు. ఇప్పటికీ వాళ్ల వారసులు కొందరు వాళ్ల పూర్వీకుల నేలని చూడాలని వస్తూంటారు. వాళ్లు పెద్ద పెద్ద కార్లలో వచ్చి పేదలకి డబ్బులు పంచుతారు. ఆ ప్రాంతంలోగాని అక్కడ నివసించే ప్రజలుగాని అభివృద్ధికి నోచుకోలేదు. వాళ్ల పూర్వీకులు వదిలివెళ్లినపుడు ఎలా వుండేదో ఇప్పుడూ అలాగే వుంది" అన్నాడు.

"బోంబేనుంచి మారిషస్‌కి విమాణ ప్రయాణం ఆరుగంటలు" పబ్లిక్ సిస్టంలో అనౌన్స్‌మెంటు వచ్చింది.

అనౌన్స్‌మెంటు స్పష్టంగా శ్రావ్యమైన కంఠంతో వినిపించింది.

అనౌన్స్‌మెంటు స్పష్టంగా కొనసాగింది : మీకు బీరు ఇంకా రకరకాల పానీయాలు సర్వ్ చేస్తున్నామని తెలియజేయడానికి సంతోషిస్తున్నాము. మా బార్‌లో మీకు మౌరీషియన్ మ్యాజిక్ పైన్ ఆపిల్ జ్యూస్ మిక్స్‌డ్ రమ్ మరియు కోక్ లభిస్తాయి.

కాక్‌టెయిల్స్‌లో మేన్‌హేటన్ విస్కీ, సోర్ ఎక్స్‌ట్రా డ్రై మార్టినీ మీరు చూస్తారు. స్పిరిట్స్‌లో మా వద్ద జాక్ డేనియల్ విస్కీ, జానీవాకర్, బ్లాక్‌లేబిల్, బ్లూలేబిల్, స్మిర్నాఫ్ ఇంకా ప్రఖ్యాతిగాంచిన మా గ్రీన్ ఐలాండ్ మారిషస్ రమ్..."

ప్రయాణీకుల్లో గుసగుసలు మొదలయ్యాయి - మారిషస్ రమ్! వావ్! గ్రీన్ ఐలాండ్ మారిషస్ రమ్...!!

ఒంటికి అతుక్కుని వున్నట్టుగా నేవీ బ్లూ స్కర్ట్‌లు, ఎర్రటి టోపీలు ధరించిన ఎయిర్‌హోస్టెస్‌లు ఈ డ్రింకుల జాబితావున్న ఓ చిన్న బుక్‌లెట్‌ని ప్రయాణికులకి పంచుతూ కాబిన్ మొత్తం తిరిగారు.

శాస్త్రిమహారాజ్ ముందున్న ఎగ్జిక్యూటివ్ క్లాసులోకి వెళ్లాడు. తన బృందంతో కూర్చునివున్న నర్తకి భువనమోహిని పక్కన నిలబడి "అంతా సవ్యమేనా భువనా ?" అని అడిగాడు శాస్త్రిమహారాజ్.

"అంతా సవ్యంగానే వుంది మహారాజ్" అంది హడావిడిగా మోహిని అనబడే భువనమోహిని.

భువనమోహిని ధరించిన దుస్తుల నుంచి వెలువడుతున్న అత్తరు పరిమళం శాస్త్రి ముక్కుపుటాలకి తాకుతోంది. శాస్త్రిమహారాజ్ భువనమోహినిని చూసి దరిదాపుగా సంవత్సరం దాటింది. భువనమోహిని గతంలోకన్నా ఇప్పుడు కాస్త బరువు పెరిగినట్టు కనిపించినా ఆమె శరీర కోమలత్వం మరియు సౌభాగ్యం మరింతగా ఇనుమడించాయి.

"మారిషస్‌లో కొన్ని రోజులుంటావా? నా ఉద్దేశం సమ్మేళనం ముగిసిన తర్వాత...?"

"అవును, వుంటాను. రెండు నిశ్చితార్థాల వేడుకలు వున్నాయని, వాటికోసం నన్ను ఉండాల్సిందిగా కోరాడు మంత్రి భరత్‌రామన్. గత సంవత్సరం ఖజురాహో ఉత్సవాలలో భాగంగా ఏర్పాటైన నా డ్యాన్స్ ప్రోగ్రాంని చూశాడాయన. అప్పుడే 'మారిషస్ ప్రజలు నిన్ను చూడాలని ఉవ్విళ్లూరుతున్నారు' అంటూ నన్ను మారిషస్ రావాల్సిందిగా కోరాడు" అంటూ పెదాలపైన అందమైన చిరునవ్వు చిందిస్తూ "ఆయన భలే సరదా మనిషి. 'మోకా'లోను ఇంకా 'కురిపైప్'లో కూడా నా డ్యాన్స్ ప్రోగ్రాం పెట్టినట్టుగా చెప్పాడు" అంది భువనమోహిని.

ఆ సమయంలో విమానంలో స్క్రీన్‌మీద 'కాప్ అండ్ హాఫ్' ఇంగ్లీష్ సినిమా

చూపిస్తున్నారు. ఎయిర్‌హోస్టెస్ అందించిన హెడ్‌ఫోన్స్ తగిలించుకుని ఆ సినిమాని చూస్తున్నారు భువనమోహిని బృందంవాళ్లు.

శాస్త్రిమహారాజ్ ఎగ్జిక్యూటివ్ క్లాసులో మరింత ముందుకు వెళ్లలేదు.

శాస్త్రిమహారాజ్ ఎగ్జిక్యూటివ్ క్లాస్‌లోంచి కారిడార్‌లోకి వచ్చాడు. చివరి క్షణంలో యూనివర్శిటీ స్టూడెంట్లు ఇద్దరు ఆ బృందంలో చేరారు. వాళ్లుకూడా ఆ సినిమాని హెడ్‌ఫోన్స్ తగిలించుకుని ఎంజాయ్ చేస్తున్నారు. బహుశా ఆ స్టూడెంట్లు మొదటిసారి విదేశీయానం చేస్తున్నట్టున్నారు. సినిమాని చూస్తున్నారన్నమాటే గాని వాళ్ల చూపుల్ని ఉత్సుకతతో విమానంలోని ప్రతీదానిపైనా నిలుపుతున్నారు.

భుజం చుట్టూవున్న చద్దర్‌తో మొహం తుడుచుకుంటూ శాస్త్రిమహారాజ్ స్టూడెంట్స్ దగ్గరకి వచ్చి ప్రక్కన నిలబడి అడిగాడు "బహుశా మీరు శివసింధు ట్రస్ట్‌వారి సహకారంతో వచ్చి వుంటారు ?"

వాళ్లు తగిలించుకున్న హెడ్‌ఫోన్లని తీసి అవునన్నట్లుగా తలూపుతూ మర్యాదపూర్వకంగా లేచి నిలబడే ప్రయత్నం చేశారు.

శాస్త్రిమహారాజ్ వాళ్ల భుజాలని తట్టి "నిజం చెప్పండి, మీరు మారిషస్‌కి ఏ ఉద్దేశంతో వచ్చారు? నిజంగా రామాయణంమీద ఆసక్తితోనా లేక మారిషస్ చూడ్డానికా?" అడిగాడు.

సూటిగా అడిగిన ఈ ప్రశ్నకి ఆ కుర్రాళ్లిద్దరూ షాకయ్యారు. ఇదమిద్ధంగా చెప్పలేక "రెండింటిపట్ల ఆసక్తితో మహారాజ్!" అన్నారు వాళ్లు.

"అరె! రెండింటి పట్ల ఆసక్తితోనా ఓహో!"

శాస్త్రిమహారాజ్ ముందుకి వెళ్లాడు. అకస్మాత్తుగా ఒకచోట ఆయన పాదాలు నిలిచిపోయాయి. "అయ్యో! ఈమె మండల్ భార్యేనా?"

వెంటనే ఆ మహిళ రెండు చేతులూ జోడించి కృతజ్ఞతాపూర్వకంగా శిరస్సువంచి నమస్కరించింది.

ఇలా ఉండకూడదు – లేదు, ఇలా ఉండటానికి వీల్లేదు. నీ ఆరోగ్యాన్ని ఈ విధంగా వుంచుకోకూడదు. మనం మయన్మార్ వెళ్లాలి. ఇంకా బాలి మరియు థాయిలాండ్‌కి కూడా వెళ్లాలి."

పక్కసీట్లోనే కూర్చున్న మండల్ గద్గద స్వరంతో అన్నాడు, "ఏం చెప్పమంటారు..." అంటూ జేబులోంచి రుమాలు తీసి ఉబికివస్తున్న కన్నీటిని

అదుముకుంటూ "మా కొడుకు తిరిగి వస్తాడని ఇంకా ఆమె ఆశపడ్తోంది. మీకు తెలుసు, వాడు ధరించిన జతచెప్పులు తప్ప మాకు ఎలాంటి సమాచారం లేదని. అయినప్పటికీ వాడిని చంపేశారని వాళ్లు అంటారు. ఈమె రాత్రిళ్లు నిద్రపోదు. ఆమెకి తుపాకుల మోత వినబడుతూంటుంది. నిరంతరంగా తుపాకులు చేసే శబ్దాలు వినిపిస్తూంటాయి. మహారాజ్, వాడు మా ఒక్కగానొక్క కొడుకు. నేను ప్రభువైన రామచంద్రుడిపైన పూర్తిగా ఆధారపడ్డాను...!" అన్నాడు.

"...నేను అర్థం చేసుకోగలను. కానీ ఈ మహిళ దేహం రోజురోజుకీ శుష్కించిపోతోంది."

"మహారాజ్, ఆమె ఓ భయానక పరిస్థితిలో జీవిస్తోంది. ఆమెకి రాత్రిళ్లు నిద్రపట్టదు. ఆమె తుపాకుల పేలుడు శబ్దాలు వింటూనే వుంటుంది. మహారాజ్, మీరే ఏదో ఒకటి చెయ్యండి. నిరంతరం ఆమె తుపాకుల పేలుడు శబ్దాలు వింటూనే వుంటుంది."

మండల్ తన మొహానికి జేబురుమాలు అడ్డుపెట్టుకుని వెక్కిళ్లు పెట్టసాగాడు.

శాస్త్రిమహారాజ్ ఏం చెయ్యాలో అర్థంగాక అలాగే నిలబడిపోయాడు. కొంతసేపటి తర్వాత "రామచంద్రప్రభువు మిమ్మల్ని ఈ ప్రయాణానికి రప్పించివుంటే గనక తప్పకుండా ఆయన మీకు వెలుగును చూపిస్తాడు" అన్నాడు.

ఆయన మరోసారి మండల్ భార్యవైపు చూశాడు. "అవును, పిల్లాడి బాడీకనక దొరికివుంటే పరిస్థితి ఇంతదాకా వచ్చివుండేది కాదు. కొన్ని సమయాల్లో విషాదంలోంచి కూడా దృఢంగా వుండేలా కిరణాలు వెలువడతాయి. అవి ఎంత దృఢంగాను, శక్తిమంతమైనవిగాను వుంటాయంటే బాధాకరమైన విషాదాంత పరిస్థితులలో కూడా అవి ప్రజలకి సహకరిస్తాయి. వాళ్లు పాకుతూనో లేక మోకాళ్లమీద దేకుతూనో పరిస్థితిని దాటేస్తారు. కానీ ఈ పరిస్థితి ఏంటి...?" తనలో తాను అనుకున్నాడు శాస్త్రిమహారాజ్.

విమానంలోని ఎయిర్ హోస్టెస్‌లు, స్టువార్డ్‌లు ప్రయాణికులకి భోజనాలు అమర్చిన ట్రాలీలని తోసుకుంటూ హడావిడిగా వున్నారు. హోస్టెస్‌లోని ఒకరు మహారాజ్ దగ్గరకి వచ్చి చెవిలో "దయచేసి మీ సీట్లో కూర్చోండి, భోజనం చేయండి" అంది.

శాస్త్రిమహారాజ్ వెళ్లి సన్యాసి హరినారాయణ్ ప్రక్కన ఖాళీగా కిటికీ పక్కనే ఉన్న సీట్లో కూర్చున్నాడు. హోస్టెస్ నుంచి వెలువడిన సెంటుపరిమళం ఇంకా ఆయన ముక్కుపుటాలలో నిలిచేవుంది. సాధారణంగా ప్రయాణం చేసేటప్పుడు శాస్త్రిమహారాజ్ ఏమీ తినడు. ఒకవేళ దూర ప్రయాణం గనక అయినట్లయితే భోజనానికి బదులుగా కొన్ని పళ్లు తీసుకుంటాడు. తనతోపాటు ప్రయాణించే సభ్యుల గౌరవానికి విదేశాలలో ఎలాంటి భంగం వాటిల్లకుండా వుండేందుకు ఆయన అప్రమత్తంగా వుంటాడు. ఆయనకి జాగ్రత్త ఎక్కువ. వ్యక్తుల ఆలోచనావిధానాలు, ప్రవర్తనల చీకటికోణాల విషయంలో ఆయన చాలా జాగ్రత్తగా వుంటాడు.

ఆయన తలతిప్పి కిటికీలో నుంచి బయటకి చూడసాగాడు. విమానం దూదిపింజల్లాంటి తెల్లని మబ్బుల్లోంచి దూసుకుపోతోంది. కింద సముద్రం కనిపిస్తోంది. ఏవో తెలియని దీవుల సముదాయాలు కూడా కనిపిస్తున్నాయి, నల్లటి పర్వతాలలాగా. విమానం తెల్లని పట్టులాంటి మెత్తని రేకుపైన పాకుతున్నట్టుంది, గుట్టలు గుట్టలుగా బట్టలు తీసి పరచినట్టుగా. డ్రింకులు, పళ్లసీసాలు, టీ, స్నాక్స్ వున్న ట్రాలీలు కారిడార్‌లో వేగంగా కదులుతున్నాయి.

కొన్ని క్షణాల తర్వాత శాస్త్రిమహారాజ్ మళ్లీ కిటికీలో నుంచి బయటకి చూడసాగాడు. బయట ఎరుపురంగు సంతరించుకున్న మబ్బులు కనిపించాయి. ఎర్రని ఆ మబ్బుతునకలు చెదిరిపోయి పడివున్న వక్కముక్కల్ని తలపిస్తున్నాయి.

అకస్మాత్తుగా కుదుపులు కొన్ని అనుభవంలోకి వచ్చాయి. బయట నల్లని ఎరుపురంగు పొగలా ఏర్పడింది, కింద సముద్రంలో ద్వీపకల్పాలపైన మొసళ్లు వెల్లకిలా పొట్ట తిరగబడినట్టుగా కనిపిస్తున్నాయి. అరుదైన ఓ అపూర్వమైన దృశ్యం అది. అకస్మాత్తుగా ఆకాశం మొత్తం తళుకు తళుకుమంటూ మెరిసిపోయే అనేక నక్షత్రాలతో నిండిపోయింది, బ్యారల్‌లోంచి లాంచర్ ప్రయోగించినట్లుగా. దివ్య మనోహరంగా వున్న ఆ దృశ్యాన్ని చూడగానే శాస్త్రిమహారాజ్ రెండు చేతులు నుదుటికానించి సృష్టికర్తకి కృతజ్ఞతతో ధన్యవాదాలు అర్పించాడు.

ఈసారి విమానంలో వున్న చాలామంది ప్రయాణికులు కిటికీలోంచి బయటకి చూసి ఆకాశంలో దివ్యమైన దృశ్యాన్ని చూసి ఆనందించారు.

ఎయిర్‌హోస్టెస్‌లు మరోసారి తిరుగుతూ "ఇందులో ఈరాత్రి భోజనానికి కావల్సిన వస్తువుల పట్టిక వుంది. దయచేసి చూడండి" అంటూ ప్రయాణికులకి బుక్‌లెట్స్ పంచారు.

ప్రతీఒక్కరూ బుక్‌లెట్స్‌లోకి దృష్టి సారించారు - 'నక్షత్రాల కింద రాత్రి విందు' అని వుంది అందులో. లోబ్‌స్టర్ కూర్మా, వెనిసన్‌తో చేసిన మిరియాల సాస్, లేంబ్‌తో సున్నితంగా రోస్ట్ చేసిన ధనియాల సాస్ వున్నాయి.

వెన్న ఇంకా మీగడ క్రాకర్స్... మాంసాహారం అనంతరం తినేవాటిలో చాకొలెట్స్ ఇంకా అరటిపళ్లతో తయారుచేసిన బబేరియన్ క్రీమ్ ఉన్నాయి.

ఇంతలో మరో అనౌన్స్‌మెంట్ : "మా అంతిమ కానుక అరబికా బబూస్తా కాఫీ, ఎయిర్ మారిషస్ కోసం ప్రత్యేకించి తయారుచేయబడింది. మీరు కోరుకుంటే మేము డి-కేఫినేటెడ్ కాఫీ కూడా సర్వ్ చేస్తాము. ఇంకా వెనీలా సువాసనతో కూడిన మారిషస్ టీ, అల్‌గ్రే టీ ఇంకా చాకొలేట్ స్వీట్స్ కూడా ఉన్నాయి. మీ సేవలో మేము, మా శక్తివంచన లేకుండా మీకు సర్వ్ చేస్తాము".

శాస్త్రిమహరాజ్ లేచి నిలబడ్డాడు. ఆయన ఓ ఎయిర్‌హోస్టెస్‌ని పిలిచి "మాలో అధికశాతం ప్రయాణికులు వెజిటేరియన్‌లని మేము ఎయిర్ మారిషస్‌కి లిఖితపూర్వకంగా తెలియజేశాం" అన్నాడు.

ఎయిర్‌హోస్టెస్ కారిడార్‌లోంచి వేగంగా కిందకి దిగి ఓ కేబిన్‌లోకి వెళ్లి ఆ తర్వాత చేతిలో కాగితంతో వెనక్కి తిరిగివచ్చి "అవును మావద్ద మీ సూచనలు వున్నాయి. కానీ మీ డెలిగేట్స్‌లో ఎక్కువమంది మా మెనూనే కోరుకున్నారు" అంది.

ఇలాంటి సందిగ్ధావస్థ గతంలో కూడా ఎదురైంది శాస్త్రిమహరాజ్‌కి. ఈరోజు మళ్లీ అదే జరిగింది.

మిలమిల మెరుస్తున్న ట్రాలీలలో సెల్లార్స్ వైట్ బర్గన్‌డీ 1989, షాంపేన్ ది లారేన్‌పెరీ... ప్రయాణీకులు చాలా అడిగారు.

శాస్త్రిమహరాజ్ మరోసారి లేచి నిలబడి ఎగ్జిక్యూటివ్ క్లాసువైపు నడిచాడు. అంధసన్యాసి స్వామిప్రభుపాద ఈ సదస్సులో పాల్గొనకపోవడం ఆయనను మానసికంగా నిరుత్సాహానికి గురిచేసింది.

స్వామి హరినారాయణ్ కొన్ని పళ్లు తిని కళ్లు మూసుకుని ధ్యానంలో నిమగ్నమయ్యాడు. శాస్త్రిమహారాజ్ తన పక్కసీట్లోంచి లేచి ముందుకి వెళ్లడం కూడా ఆయనకి తెలియలేదు.

ఆ సమయంలోనే భువనమోహిని బృందంలోని తబలా మరియు మృదంగ వాద్యకారులు తమ చెవులకివున్న హెడ్‌ఫోన్లని తీసేసి డ్రింక్‌తో నిండిన గ్లాసులని అందుకున్నారు. శాస్త్రిమహారాజ్‌ని చూడగానే "మీ ఆతిథ్యం, మీ ఆతిథ్యం" అంటూ ఉల్లాసంగా అరిచారు.

"కాదు, కానేకాదు" అన్నాడు శాస్త్రి. ఆయనకి అక్కడ ఉండాలనిపించలేదు. ఆయన నక్షత్రాలని చూడసాగాడు.

శాస్త్రిమహారాజ్ సభాగాయకుల పక్కకివచ్చి నిలబడ్డాడు. వాళ్లముందు మద్యం సీసాలు లేవు. వాళ్లు వెజిటేరియన్ భోజనం చేసి పళ్లు తిన్నారు. వాళ్లని ఆ విధంగా సముచిత రీతిలో చూడడం శాస్త్రిమహారాజ్‌కి అదే మొదటిసారి. ఆ ఇద్దరూ దృఢకాయులు. వాళ్ల మెడలో బంగారపు గొలుసులు వేలాడుతున్నాయి. పొడవాటి జుట్టు కలిగివున్నారు. నుదుటిమీద గంధం బొట్టు వుంది.

ఈసారి ధరలతో సహా వున్న 'డ్యూటీఫ్రీ' వస్తువుల జాబితా వున్న చిన్న పుస్తకం విమానంలోని ప్రతీ ప్రయాణికుడికి ఇచ్చారు. పొడవైన ఆ లిస్టులో రాళ్లు పొదిగిన బ్రూచ్ పిన్నులు వున్నాయి. ఎయిర్ మారిషస్ చిహ్నం వున్న బ్రూచ్ పిన్నులు ఇంకా వాటిపైన ఎర్రతోకతో వున్న పక్షులు చెక్కబడివున్నాయి. మారిషస్ ఉత్తరప్రాంతంలోని గుండ్రటి ద్వీపం ఈ పక్షుల నివాసప్రాంతంగా అంటుంటారు. పూర్వం 1660 సంవత్సరంలో అదృశ్యమైన డోడో జాతి పక్షులతో చెక్కబడివున్న బ్రూచ్ పిన్నులు కూడా వున్నాయి. బ్రహ్మాండమైన ఆడబాతులాంటి ఆ పక్షులు మంచి రుచికరమైన అనుభూతిని కలిగిస్తాయి. సరిగ్గా ఎగరలేని వాటి అసమర్థతని ఆసరాగా తీసుకుని పోర్చుగీసు మరియు ఫ్రెంచి ప్రజలు వాటిని వున్నదున్నట్టుగా నిర్మూలించారు.

బంగారపు వర్ణంతో కూడిన మెడలు వున్న డోడో పక్షుల చిత్రాలతో వున్న బ్రూచ్ పిన్నుల ఖరీదు అరవై పౌండ్లు. పన్నీరుపువ్వు రంగుతో వున్న పావురాయి చిహ్నాలున్న బ్రూచ్ పిన్నులు అరవై పౌండ్లకి లభిస్తాయి. ఎర్రనిమెడ, పసుపురంగు ముక్కు కలిగిన ఫోడీ పక్షులు చెక్కబడిన బ్రూచ్ పిన్నులు కూడా వున్నాయి. భారతీయ

సముద్రజలాలు ద్వీపాలపైన గుంపులు గుంపులుగా ఫోడీ పక్షులు ఎగురుతుంటాయి. అబ్బో! ఎన్నిరకాల అత్తర్లు, సెంట్లు ! కోక్, ఛానెల్, పాయిజన్, డ్రేకర్న్యార్ ఫర్ మెన్, అజారొ... రకరకాల మద్యాలు... బాలిన్‌టిన్స్, షివాస్ రీగల్, గ్రీన్ ఐలాండ్ రమ్... రకరకాల సిగరెట్లు... జాన్‌ప్లేయర్స్ స్పెషల్, డన్‌హిల్, మార్ల్‌బ్రో, రోత్‌మాన్స్, మేటినీ... విమానంలోని ప్రపంచ ప్రయాణికులందరూ బిజీ అయిపోయారు.

విమానం మారిషస్ ద్వీపం సమీపిస్తోంది. సినిమా స్విచ్ ఆఫ్ చేశారు. కొన్ని అనౌన్స్‌మెంట్స్ తర్వాత అందమైన ఎయిర్‌హోస్టెస్‌లు డిస్‌ఎంబార్కేషన్ కార్డులని ప్రయాణికులకి ఇచ్చారు.

పాస్‌పోర్టు, వీసా నంబర్లు సరిచూసుకునేందుకు వీలుగా ప్రయాణికులందరూ వాళ్ల వాళ్ల పాస్‌పోర్టులని బయటకి తీశారు. డిస్‌ఎంబార్కేషన్ కార్డులో చాలా చాలా విషయాలు రాయాల్సివుంది - పేరు, ఇతరమైన పేర్లు గనక వుంటే ఆపేర్లు, పుట్టిన తేదీ, పాస్‌పోర్టు నంబరు, జారీ చేసిన తేదీ, స్థలం, వ్యాపారం, భారతదేశంలో చిరునామా, విమానం నంబరు, విసా నంబరు, జారీ చేసిన తేదీ మరియు స్థలం, కాలపరిమితి, నివాసస్థలం, ప్రయాణకారణం, గత ఆరురోజులుగా పచ్చకామెర్లు వ్యాపించియున్న దేశాలైన ఆఫ్రికా, వెస్టిండీస్ మరియు లాటిన్ అమెరికాలాంటి దేశాలకి ప్రయాణాలు చేస్తే వాటి వివరాలు, విత్తనాలు, చిన్న చిన్న మొక్కలు, పూలు, వేర్లులాంటివి ఏవైనా తీసుకువస్తున్నారా - తిమింగలంలా ఎన్నో ప్రశ్నలు.

బృందావనానికి చెందిన జటాధారి ఇంకా ఇద్దరు సభాగాయకులకి కార్డులు నింపడంలో సహకరించాడు శాస్త్రిమహారాజ్. మిగతా ప్రయాణికులెవ్వరూ పెద్దగా ఇబ్బంది పడలేదు.

నెమ్మదిగా కింద వున్న మహాసముద్రం కనబడసాగింది. సముద్రజలాలు కోతకి గురైన వేల సంవత్సరాల పూర్వంనుంచి వున్న శిఖరాలు కనిపిస్తున్నాయి - ప్రాచీన జంతువులన్నీ నోరు తెరుచుకుని ఆకాశంవంక చూస్తున్నట్లుగా. అదే సమయంలో లోతైన ఆకుపచ్చని భూమి, వెండిలాంటి తెల్లని ఇసుక దృశ్యం కనిపించింది. అవును, అప్పుడే సూర్యోదయమైంది మారిషస్‌లో. సూర్యుని తొలి కిరణాలు పడి వెండిలా మెరుస్తున్న తెల్లని ఇసుక వివిధ రకాల నాణేల ఆకారాలని సంతరించుకుంది. అందువల్లేనేమో బహుశా తొలుదొలుతగా మారిషస్ నేలమీద అడుగుపెట్టిన అరబ్బులు

దానికి 'దీనా అరబ్' అని పేరు పెట్టారు. 'దీనా' కి అర్థం ద్వీపం. 'అరబ్' కి అర్థం నాణెం. దీనా అరబ్ - వెండినాణేల భూమి. ఈ నాణేల భూమిని చూసిన తర్వాత బహుశా జావానించి, మలేషియానించి ప్రజలు ఈ దీవికి వచ్చివుండవచ్చు. వాళ్లు వాళ్ల వాళ్ల పాదముద్రలని వదిలి వెనక్కి వెళ్లిపోయారు. మరి పోర్చుగీసు ? వాళ్లు వెండి నాణేల ద్వీపానికి వాళ్ల రాజైన 'మారిస్' పేరు పెట్టారు. ఆ తర్వాత ఫ్రెంచివాళ్లు ఆఫ్రికాలోని మడగాస్కర్ బానిసలతో వచ్చారు, చిక్కని చీకటిలా నల్లగా వుండే చర్మాలతో. ఆకర్షణ గొలిపే ఈ వెండి నాణేల ద్వీపమైన మారిషస్ లేతపసుపురంగు చర్మంగల బ్రిటిష్‌వాళ్లని సప్తసముద్రాలు దాటివచ్చేలా చేసింది. మరి దాని తర్వాత...?

చివరికి విమానం వేగంగా వికృతశిలలతో కూడిన పర్వతాలని దాటుకుని ఎయిర్‌పోర్ట్‌లోకి వచ్చి ఆగింది. సీట్ల వరుసలమధ్య సన్నని కారిడార్‌లో నిలబడిన ప్రయాణికులంతా ఒకరితర్వాత ఒకరు దిగుతున్నారు.

అందరూ సవ్యంగా దిగగలిగారా? అక్కడ రోజ్‌మేరీ చేతిలో పెద్ద సంచీ ఇంకా కొంత సామానుతో ఎత్తుమడమల చెప్పులతో వుంది. పోలిత్ ఆమె వెనకాలే దిగాడు. అతను ఒక్కొక్కమెట్టూ చూసుకుంటూ నెమ్మదిగా దిగాడు. ఛాతీకి తోలుసంచీ తగిలించుకుని వుండడంతో ఎక్కువగా వంగినట్లు కనిపిస్తున్నాడతను.

కమలాదేవి మాధవానంద వెనకాలే వేగంగా దిగింది. అవసరమైతే మాధవానంద భుజాలు పట్టుకునేందుకు వీలుగా ఇద్దరు స్టూడెంట్ల మధ్యలోంచి దారిచేసుకుంటూ రెండు గుర్రాల్లా భుజాలని ఊపుకుంటూ వేగంగా దిగిందామె.

అకస్మాత్తుగా ఎవరో దబ్బున పడిపోయిన శబ్దమైంది. ఎవరో పడిపోయారు. అయ్యో లేదు - ఎవరు పడిపోయింది - ఎవరు? జటాధారి పడిపోయాడు. అతనితోపాటు విమానంలో ప్రయాణించిన మరో ఇద్దరు విదేశీయులు పడిపోయారు. ఎవరీ విదేశీయులు? వాళ్లు అంతర్జాతీయ ప్రతినిధులు కారు!

ఇది జటాధారిపైన మారీషియన్ రమ్ ప్రభావమని శాస్త్రిమహారాజ్‌కి అర్థమైపోయింది.

ఎయిర్‌హోస్టెస్‌లు పరుగున వచ్చి ఆయన్ని పైకి లేపినప్పటికి అతికష్టం మీదగాని నడిచే పరిస్థితిలో లేడు జటాధారి. దాంతో అధికారులు కొందరు అతన్ని లోపలికి తీసుకువెళ్లారు.

శాస్త్రిమహారాజ్ ఆ దృశ్యాన్ని అప్రసన్నతగా చూశాడు. ఇలా తరచూ జరిగేదే. జావా ద్వీపకల్పం ఇంకా 'సురినామ్' పర్యటనలలో కూడా ఇలాగే జరిగింది. అంతేకాదు, తరచు విరామ సమయాలలో కూడా ఇలాగే. కానీ తన చేతులు బంధించివున్నాయి. తను ఎవరినీ నిరోధించలేకపోయాడు. రామచంద్రుని జీవితాన్ని, బోధనల్ని ప్రపంచవ్యాప్తంగా ప్రచారం చేయడానికి అధికారిక పత్రం ఉన్నంతకాలం తను ఎవరినీ ఈ సదస్సులో పాల్గొనకుండా నిరోధించలేడు. జటాధారి పేరు లిస్టులో యాంత్రికంగా చేర్చబడింది.

ప్రయాణికులు జంటలుగాను, ఒక్కొక్కరిగాను తనకంటే ముందు గబగబా నడుస్తున్నారు. బృందంలోని తబలా, మృదంగం, సారంగి వాద్యకారులు ఇంకా గాయకులు తనకంటే ముందు వేగంగా నడుస్తున్నారు. వాళ్ళు ఎవరూ కూడా మత్తులో లేరు. వాళ్లందరూ డ్రింకుల్ని నిండారా తాగి ఆనందించారు. కానీ సంయమనాన్ని నిలుపుకున్నారు.

దిగినవారిలో చివరివ్యక్తి భువనమోహిని. ఆమె కారిడార్‌లో సుకుమారంగా భారీ ఎంబ్రాయిడరీ చేసిన సంచీతో కిందకి దిగుతుండగా "నేను అడగడం మర్చిపోయాను, ఈసారి మీ భర్త విక్రమ్ రాలేదా?" అన్నాడు బిగ్గరగా శాస్త్రిమహారాజ్.

"లేదు మహారాజ్, ఆయన వ్యాపారాల పని ఒత్తిడిలో వున్నారు."

"కానీ ఎప్పుడూ నీడలా నీ వెన్నంటే వుండేవాడు."

"అవును మహారాజ్!" అంటూ ఆమె మెట్లపైనుంచి వేగంగా దిగింది. సభాగాయకులు, మండల్ దంపతులు ఇంకా సన్యాసి స్వామి హరినారాయణ్ చివరాఖర్లో వచ్చారు.

చాలామంది ప్రతినిధుల్ని ఆహ్వానించేపనిలో లాంజ్‌లో వేచివున్నారు. అందులో ఫ్రాన్సునుంచి వచ్చిన ప్రవాస భారతీయులైన వ్యాపారవేత్తలు మోహన్ చావ్లా, నందలాల్ రాణా వున్నారు. సింగపూర్‌మీదుగా వచ్చినందువల్ల వాళ్లు ముందుగానే చేరుకున్నారు. వాళ్లు సముద్రతీరంలో వున్న హోటల్ 'మారిటిమ్'లో దిగారు.

అందరూ కలిసి లాంజ్‌లో సమావేశమయ్యారు. ఈపాటికి లగేజీ వచ్చేవుంటుంది. జటాధారి కొంత స్థిరంగా వున్నాడు. ఆయన 'జైశ్రీరాం జైశ్రీరాం'

అంటూ నినాదాలు చేశాడు. అక్కడున్న మిగతా ప్రతినిధులందరివైపు చూపు సారిస్తూ అతను మళ్లీ మళ్లీ నినాదాలు చేస్తూనే వున్నాడు.

వినోదంతో కూడిన అతని ప్రవర్తనకి లాంజ్‌లో వున్న జనం నవ్వుకోసాగారు.

ఈసారి శాస్త్రిమహారాజ్‌కి కోపం వచ్చింది కాని ప్రతిస్పందించకూడదని నిర్ణయించుకున్నాడు.

అక్కడ కొన్ని కార్లు వున్నాయి. అవి రోజ్‌మేరీ, పోలిత్‌లు హోటల్ మారిటిమ్ చేరుకోడానికి శాస్త్రిమహారాజ్ ఏర్పాటు చేసినవి.

రోజ్‌మేరీ శాస్త్రివంక చూస్తూ మర్యాదపూర్వకంగా చేతులు జోడించి "నేను మీ అందరితోపాటు గెస్ట్‌హౌసులో వుంటాను" అంది.

శాస్త్రిమహారాజ్‌కి అర్థం కాలేదు. అన్ని సదుపాయాలతో సౌకర్యవంతంగా వుండే హోటల్‌ని వదిలి టారో బీచ్‌లో వుండే గెస్ట్‌హౌస్ ఎందుకు ఇష్టపడ్తున్నట్టు? దగ్గర్లోనే నిలబడ్డ కమలాదేవి మదినిండా ఏవో చెడు ఆలోచనలు చోటు చేసుకున్నాయి. విలాసవంతమైన హోటల్‌లో వసతి ఏర్పాటు చేసినప్పుడు ఎందుకని రోజ్‌మేరీ మిగతా ప్రతినిధులతో కలిసి గెస్ట్‌హౌస్‌లో వుండాలనుకుంటోంది? ఆరుగంటల ప్రయాణ సమయంలో ఆమె చాలాసార్లు మాధవానంద దగ్గరకి వెళ్లి ఏదో అడుగుతుండడం కమలాదేవి గమనించింది. ఆమె గుండెలు వేగంగా కొట్టుకోసాగాయి.

భారత రాయబార కార్యాలయానికి చెందిన ఓ అధికారి చేతిలో లిస్ట్ పట్టుకుని అక్కడంతా కలియ తిరుగుతున్నాడు. భువనమోహిని, ఆమె బృందాన్ని చూసి అతను లిస్టులోని పేర్లు పరిశీలించసాగాడు. రాయబార కార్యాలయంలోని కళ్లకి లావుపాటి ఫ్రేం వున్న కళ్లద్దాలతో ఓ పొడవాటి బక్కపలుచని వ్యక్తి భువనమోహినిని, ఆమె బృందాన్ని బయటవున్న పెద్ద కారు దగ్గరకి తీసుకువెళ్లాడు. వాళ్లు కారులో కూర్చుంటుండగా ఆయన ఉల్లాసంతో అన్నాడు, "మేడం, మీలాంటి నర్తకీమణులు రావడం చాలామంది స్కాలర్స్‌కి, ప్రజలకి చాలా ఆనందం కలిగించింది. పోయినసారి నర్తకి స్వర్ణసుందరి రావడం జరిగింది. ఆమె లయవిన్యాసాలు, ఇంకా నర్తించే సమయంలో ఆమె పదన్యాసాలు హోటల్ మారిటిమ్ ఆవరణలో నిక్షిప్తం చేయబడ్డాయి. ఇంకా ఇప్పటికీ అలానే వున్నాయి.

ఆ అధికారి మాట్లాడ్డం మొదలుపెట్టాడంటే ఆపడమంటూ వుండదు. వాళ్లు మెర్సిడిస్ కారులో కూర్చోగానే అతను మరో బృందంకోసం వేగంగా లోపలికి వెళ్లాడు. కొందరు విదేశీ రామాయణం స్కాలర్లు సింగపూర్‌మీదుగా మారిషస్ చేరుకున్నారు. వాళ్లు హోటల్ మారిటిమ్‌లో బస చేశారు.

ఇంకా అక్కడ ఇండియా పంపిన మరో బృందంకూడా వుంది. దాంతో ఆ అధికారికి విధినిర్వహణపట్ల వున్న నిష్కళంకమైన నిబద్ధత ప్రయాణికులకి మరింత బాగా అర్థమయ్యింది. ఇతర రాయబార కార్యాలయాలకి చెందిన కొందరు అధికారుల దురుసుతనం, అనుచిత ప్రవర్తన చూస్తే ఎవరైనా షాక్ అవుతారు. గతంలో ఒకసారి ఇంత భారీగా కవుల ప్రతినిధివర్గం డిప్యూటీ హై కమీషనర్‌తో తగువు పడ్డ విషయం చాలామంది మర్చిపోలేదు.

సాగరతీరాన అతిథిగృహం

అనుకున్నట్టుగానే శాస్త్రిమహారాజ్ చేతిలోవున్న లిస్టుప్రకారం ప్రతినిధులందరూ టారో బీచ్ దగ్గరున్న అతిథిగృహానికి బయలుదేరారు. అందరినీ ఒక బస్సులోను రెండు మెర్సిడిస్ కార్లలోను అతిథిగృహానికి పంపించారు. కమలాదేవి, రోజ్‌మేరీ, మాధవానంద ఇంకా బృందావనానికి చెందిన ఇద్దరు సభాగాయకులు బస్సు ఎక్కారు. పోర్చుగీసు యాత్రీకుల బృందంలోని ఎనమండుగురుకూడా బీచ్‌దగ్గరున్న అతిథిగృహానికి వెళ్లేందుకు బస్సు ఎక్కారు. పోర్చుగీసుకి ఈరోజుకి కూడా మారిషస్‌పట్ల ఆసక్తి లేదు.

బస్సు బయలుదేరే సమయంలో స్థానిక యువకుడొకడు లేచి నిలబడి చేతులు జోడించి ప్రతినిధులందరికీ స్వాగతం పలికాడు. ఆ తర్వాత టూరిస్ట్ గైడ్ చెప్పడం మొదలుపెట్టాడు: 500 సంవత్సరాల క్రితం పోర్చుగీసు గవర్నర్ కొడుకు సువర్ణమయ ప్రాంతపు ఒడ్డు చుట్టూ ఎడారి భూమిలో కనుచూపుమేర ఏ జీవీ లేనిచోట తిరిగేవాడు. ఈ పోర్చుగీసు, రాజు అయినప్పటికీ, బీచ్‌లో బంగారు, వెండి వర్ణంలో వున్న ఇసుకలో కుప్పిగంతులేస్తూ సముద్రంలో ఈదులాడాడు. అంతేకాదు, తెల్లని తెరచాప బోటులో సముద్రయానం చేస్తూ మనసులో ఏదో కోరిక గలవాడై ఇండియావైపు ప్రయాణించాడు. అవును, నాలుగువందల సంవత్సరాల క్రిందట

ఇక్కడ ఎవరూ లేరు. ఇది భూతాలు వెంటాడే భూమితో సమానం. డోడో జాతి పక్షులు ఎలాంటి జంకు లేకుండా ముళ్ల పొదలమధ్య తిరగడం, సముద్రంలో ఈతకొట్టడం చేస్తుండేవి. ఇది ఇలా వుండగా 1598 సంవత్సరంలో డచ్ జాతీయులు ఇక్కడికి వచ్చారు. సముద్ర వ్యాపారముతా వాళ్లు ఆహారంకోసం మారిషస్‌లోని ఈ అందమైన పక్షుల్ని పూర్తిగా నిర్మూలించారు. ఈరోజు ఇక్కడ ఒక్క డోడో పక్షికూడా లభ్యం కానిస్థితి. సుమారు వంద సంవత్సరాల క్రితం జార్జ్‌క్లార్క్ అనే తెల్లదొర డోడో పక్షుల భారీ అవశేషాల్ని తవ్వి వెలికితీశాడు. అంతే అదే సమాప్తం - సమాప్తం. ఏదీ మిగల్లేదు.

బస్సు పాములా మెలికలు తిరిగివున్న రోడ్డుపైన పరిగెడుతోంది. దారిపొడవునా ముళ్లపొదలు, తంగేడు చెట్లు, రకరకాల ఖర్జూరపు చెట్లు ఇంకా తాటిచెట్లు వరుసగా ఉన్నాయి. అప్పుడే ఓ వరుసక్రమంలో భారీగా వున్న చెరుకు తోటల్లోంచి కార్లు సాగిపోయాయి. రోడ్డుకిరువైపులా పొడవాటి చెరుకులున్నాయి. మధ్యలో జ్వలిస్తున్న పసుపు పచ్చని ముక్కలు ఎండిపోయిన ఆకులతో శిథిలమైన భవంతిలా వున్నాయి. అబ్బా, ఏంటీవాసన - ఏంటిది? దగ్గర్లో ఎవరో బెల్లం తయారీకోసం చెరుకురసం ఉడకబెడుతున్నట్టుంది!

టూరిస్ట్ గైడ్‌లా నటించే యువకుడు మైక్రోఫోన్ మరోసారి అందుకుని మృదువుగా పలికాడు: “నన్ను నేను పరిచయం చేసుకోవాలన్న విషయం మర్చిపోయాను. నాపేరు ప్రేమ్‌కుమార్ రస్పాల్. మా పూర్వీకులు ఉత్తర ప్రదేశ్‌లోని తూర్పు ప్రాంతంనుంచి వచ్చారు. ఒకటిన్నర శతాబ్దానికి పూర్వం బ్రిటిష్‌వాళ్లు బీహార్, తమిల్‌నాడు, ఆంధ్రప్రదేశ్ ఇంకా మహారాష్ట్ర నుంచి ఇక్కడి చెరుకు తోటల్లో పనిచేయడానికి కూలీలని తీసుకువచ్చారు. అంతకు క్రితమే 1818 ప్రాంతంలో రోడ్లు, కోటల నిర్మాణం కోసం భారతీయ ఖైదీలందరినీ మారిషస్‌కి తీసుకువచ్చారు. ఫోర్ట్ అడిలెయిడ్ వాళ్లు నిర్మించినదే. ఈ ఖైదీలు గ్రాండ్ బే ఒడ్డున ఉత్తర - పశ్చిమ భాగంలో నివసించారు. ఈ ఖైదీలలో ప్రతి ఒక్కరూకూడా హీరోయిజం వున్నవారే. ఒకసారి గ్రాండ్‌బే వరదల్లో నలుగురు చాకలి స్త్రీలు కొట్టుకుపోయారు. ఈ సాహసవంతులు నదిలో ఈదుకుంటూ వెళ్లి ఆ యువతుల్ని రక్షించారు. వాళ్ల

సాహసానికి గుర్తింపుగా బ్రిటిష్‌వారి నుండి పతకాలని పొందారు. ఈ విషయాలన్నీ మీరు విష్ణుదయాళ్ పుస్తకాల్లోంచి గ్రహించవచ్చు."

"ఎవరు? ఏ విష్ణుదయాళ్?" అడిగింది కమలాదేవి.

"చదువుకుని యోగ్యుడైన ఆ సమయంలో ఇక్కడికి వచ్చిన ఓ కూలీ కొడుకు."

రోజ్‌మేరీ కూడా ఈసారి ఒకింత ఉద్రేకపూరిత స్వరంతో "చక్కెర? చక్కెర? ఈ చక్కెర వ్యాపారం ఎప్పుడు మొదలైంది?" అని అడిగింది.

రోడ్డుకిరువైపులా చెరకుతోటలు - చెరకుతోటలు, చెరకుతోటలు అంటూ చురుకైన ప్రేమ్‌కుమార్ ఉత్సాహంగా చెప్పడం కొనసాగించాడు: "ఈ మొత్తం చక్కెర మారిషస్‌ని తియ్యగా చేసేసింది. రెండువేల ఇరవై ఎనిమిది సంవత్సరాల క్రితం, క్రీస్తు పూర్వం 18వ శతాబ్దిలో ఇండియా నుంచి చెరకు విత్తనాలని చైనాకి తీసుకువెళ్లారు. గ్రేట్ అలెగ్జాండర్ ఇండియాని స్వాధీనం చేసుకుని రెండువేల ఆరువందల సంవత్సరాల క్రితం చెరకుని తన మాతృభూమికి తీసుకుపోయాడు. చెరకుని మొదట మారిషస్ నెలలో 1639 జనవరిలో నాటారు. అప్పటి నుంచి మారిషస్ నేల తియ్యగా మారిపోయింది. మామిడికాయలు ఇండియానుంచి వచ్చాయి. బనియన్ ట్రీ (మర్రిచెట్టు) వచ్చింది. హిందూవర్తకులు 'బనియాలు' మర్రిచెట్టు కింద కూర్చుని వ్యాపారం చెయ్యడం, దాన్ని పూజించడంవల్ల మర్రిచెట్టుకు ఆపేరు వచ్చిందని అంటారు. అదిగో అటుకేసి చూడండి. దూరంగా కనిపించే చింతచెట్లని చూడండి. అవికూడా ఇండియానుంచి వచ్చినవే. అరబ్బులు వాటిని 'ఇండియన్ డేట్స్' అంటారు."

వెంటనే అందరూ ఫక్కున నవ్వారు.

రోజ్‌మేరీ ఆతురతగా "మారిషస్ చింతపండు ఇండియన్ ఖర్జూరం రుచి ఒకటేనా?" అని అడిగింది.

"ఒకటే, ఇంచుమించు ఒకటే".

ఆకాశనీలిరంగులో వున్న సముద్రం కనిపిస్తోంది. సముద్రపు ఒడ్డున రాతి కొండలు వరసగా వున్నాయి. సముద్రంలోని అలలు ఆ కొండల్ని వేగంగా ఢీకొంటున్నాయి. అలలు కొండల్ని ఢీకొంటున్నప్పుడు వచ్చే శబ్దతరంగాలు చుట్టుపక్కల ప్రతిధ్వనిస్తున్నాయి.

అందరి కళ్లూ సముద్రంవైపే వున్నాయి. ఎదురుగా చిన్ననగరం కనిపించింది. కానీ అది సముద్రం మధ్యనవుంది, ఆకాశాన్ని సముద్రం తన గర్భంలోకి లాక్కున్నట్టుగాను, అలలు ఆకాశాన్ని తనలోపలికి లాక్కున్నట్టుగా.

అతిథిగృహం దగ్గర రెండు పెద్ద కార్లున్నాయి. ప్రయాణికులు బస్సు దిగారు. సముద్రతీరంలో వున్న ఈ అతిథి గృహం విభిన్న కాటేజీల సముదాయం. యువగైడ్ ప్రేమ్‌కుమార్ తన జేబులోంచి ప్రతినిధులకి కేటాయించిన కాటేజీల లిస్టు తీసి వారికందించాడు.

శాస్త్రిమహారాజ్‌కి, స్వామి హరినారాయణ్‌కి సముద్రానికి దగ్గర్లోనేవున్న కాటేజ్ కేటాయించబడింది. దానికి సమీపంలోనే రోజ్‌మేరీకి, కమలాదేవికి కాటేజీ ఇవ్వబడింది. వాటి ఎదురుగా వున్న కాటేజీలు విద్యార్థులకి, సభాగాయకులకి కేటాయించారు. ఓ పూర్తి కాటేజీ కేవలం మాధవానందకోసం కేటాయించారు. దానికింది అంతస్తులో మండల్ దంపతులకి ఇంకా జటాధారికి వసతి కల్పించారు.

మూడవ అధ్యాయం

సమ్మేళనం ప్రారంభం

మారిషస్ దగ్గరున్న మోకాసిటీలోని మహాత్మాగాంధీ ఇన్‌స్టిట్యూట్ సభాభవనం విదేశాలనుంచి వచ్చిన ప్రతినిధులతో క్రిక్కిరిసిపోయింది. అతి పెద్దదైన ఆ సభాభవనం ఒక్కసారిగా శ్రీరాముని జయజయధ్వానాలతో ప్రతిధ్వనించింది.

ఈలోగా ఐ.సి.సి.ఆర్ ద్వారా వచ్చి హోటల్ మారిటిమ్‌లో బస చేసిన వివిధ యూనివర్శిటీ స్కాలర్లు గలభా సృష్టించారు. కార్యక్రమంలోని వివరాలు చూసిన తర్వాత వాళ్లలో కొందరు "మేము రెండు నెలలక్రిందటే రీసెర్చ్ పేపర్లు పంపించాము. అయినా కార్యక్రమంలో మాపేర్లు కనిపించలేదు..." అంటూ అభ్యంతరాలని లేవనెత్తారు.

"ఓ సమావేశానికి అధ్యక్షత వహించాల్సిందిగా నన్ను కోరారు. కానీ ఇక్కడ..." బిగ్గరగా అంటూ ఓ స్కాలర్ అర్థాంతరంగా ఆగిపోయాడు. వాళ్లందరూ వాళ్లవాళ్ల ఫిర్యాదులతో శాస్త్రిమహరాజ్ వైపు కదిలారు.

శాస్త్రిమహరాజ్‌ని అప్పటికే సదస్సులో పాల్గొనేందుకు వచ్చిన విద్యార్థులు చుట్టుముట్టారు - వాళ్లకి వాళ్ల పేపర్లు చదివేందుకు అవకాశం వస్తుందా? చిన్నవాళ్లకి వాళ్ల రీసెర్చ్ పేపర్స్‌ని సమర్పించేందుకు అవకాశమివ్వాలి.

శాస్త్రిమహరాజ్ సహనం కోల్పోలేదు. ఇలాంటి సంఘటనలు ఎప్పుడూ జరిగేవే. ఆయన చేతులు గాల్లో ఊపుతూ అందరిని నిశ్శబ్దంగా వుంచే ప్రయత్నం చేశాడు.

ఈలోగా సభాభవనం మొత్తం నిండిపోయింది. అసంతృప్తితో వున్న ప్రతినిధులు కూడా తర్వాత సీట్లు దొరకవేమోనన్న భయంతో వేగంగా ముందుకు వెళ్లి ముందు వరుసలో వున్న కుర్చీలని ఆక్రమించారు. ప్రోగ్రాంని, ప్రోగ్రాంలో పాల్గొనేవారిని

కవర్ చేసేందుకు వీలుగా మారిషస్‌లోని టి.వి. ఛానెల్స్‌వాళ్లు వాళ్లకి అనుకూలంగా వుండే స్థానాలని పొందే ప్రయత్నం చేశారు.

రోజ్‌మేరీ పెయింటింగ్ ప్రదర్శన అక్కడ సమావేశమైన సందర్శకులని ఆకట్టుకుంటోంది. రోజ్‌మేరీ ఆకర్షణీయమైన చిత్రకళాప్రదర్శన 'నట్‌వారా' స్కూల్ ఆఫ్ పెయింటింగ్‌ని ఫ్రెంచి స్కూలుతో మిళితం చేసింది. పెయింటింగ్స్‌లో ఎక్కువగా అందమైన సీత చిత్రాలే వున్నాయి. అదే సీత, కవి తులసీదాసు ఆమె అందాలని సరైన రీతిలో వర్ణించని సీత:

సియ సోభా నహిం జాఇ బఖానీ
జగదంబికా రూప గున ఖానీ
ఉపమా సకల మోహిలఘు లాగీ
ప్రాకృత నారి అంగ అనురాగీం

(సీతాదేవి సౌందర్యం పోల్చలేనిది. ఈ జగజ్జనని సద్గుణ రూప సౌందర్యరాశి. ఈ పోలికలు లౌకికమైనవిగా నాకనిపిస్తున్నాయి. ఇవి ఓ సామాన్య స్త్రీని వర్ణించినట్టుగా వున్నాయి)

సబ ఉపమా కబి రహే జుఠారీ
కెహిం పటతరౌం బిదేహ కుమారీ

(పోలికలు అతి తక్కువస్థాయిలో ఉన్నాయి. నేను వైదేహి రాజకుమారి చిత్రాన్ని ఎలా చిత్రించగలను?)

ప్రదర్శిత చిత్రాలతో సభాభవనం శోభాయమానంగా వుంది. అక్కడ సీతాపహరణాన్ని వర్ణించిన చిత్రాలు మూడు వున్నాయి. అవి ఆశ్చర్యం కలిగించేవిగా వున్నాయి.

కంబన్, వాల్మీకి ఇంకా తులసీదాసు వర్ణించిన విధంగా ఆ చిత్రాలని చిత్రీకరించింది రోజ్‌మేరీ.

అక్కడ వాల్మీకి రావణుడు చాలా కోపంగా ఉన్నాడు. బలవంతుడైన రావణుడు, సమస్త భూమండలాన్ని తన భుజబలంతో పైకెత్తగలిగే; మొత్తం సముద్ర జలాలని తాగే సామర్థ్యం కలిగిన; తన పదునైన బాణాలతో సూర్యుడిని ఆకాశంనుంచి భూమికి పడగొట్టగల పరాక్రమశాలియైన రావణుడు, ఎడం చేత్తో సీత పొడవాటి కురులు

లాగి పట్టుకుని కుడిచేత్తో సీత తొడలని గట్టిగా బిగించి పట్టుకుని గాడిదలతో పెద్దగా శబ్దం చేస్తూ లాగబడుతున్న తన దివ్యమైన రథంవైపు ఈడ్చుకుంటూ వెళ్తున్న రావణుడు.

అయ్యో! పులికోరల్లో చిక్కిన జింకలా వుంది. నట్‌వారా స్కూల్ ఆఫ్ పెయింటింగ్ ఫ్రెంచి స్కూలు కలయికతో కూడిన చిత్రం రావణుని ముఖవైఖరిలో ఎంతటి గొప్పదనాన్ని తీసుకువచ్చిందంటే అదే క్షణంలో ఆ రాక్షసరాజు చిత్రం నుంచి బయటకి దూకుతున్నట్టుగా వుంది. అంత స్పష్టంగా వుంది ఆ చిత్రం.

మరి సీత! లియోనార్డో డావిన్సీ చిత్రించిన బెనోమడోన్నా మడోన్నా తనంతట తాను చిత్రంలోంచి బయటికి వచ్చినట్టుగా వుంది. పూర్తి శారీరక అందం, దివ్యమైన సౌందర్యం కలబోసినట్లుగా అనిపిస్తోంది.

ఫాదర్ కమీల్ బుల్కె లాంటి స్కాలర్లు రావణుడు సీత తొడలని అదిమిపట్టి ఈడ్చుకెళ్లిన వర్ణన రవంత చిరాకు పుట్టించేదిగా వుందని అభిప్రాయపడ్డారు. రోజ్‌మేరీ చిత్రీకరణ ఈ వర్ణనలని వాస్తవరూపం దాల్చేలా చేశాయి. రావణుని ఆ ఘోరమైన చేతులు కొద్దిగా పైకి జరిగితే అవి చేరకూడని చోటుకి చేరేలా వున్నాయి. నిజంగా చిరాకు పుట్టించే పెయింటింగే అది. శాస్త్రిమహారాజ్ గాని సన్యాసి హరినారాయణ్‌గాని ఈ చిత్రాన్ని చూశారా? కానీ చాలామంది ఆ చిత్రం చుట్టూ గుమిగూడి చూస్తున్నారు.

ఆ పెయింటింగ్ దగ్గరే కవిచక్రవర్తి కంబన్ వర్ణించిన సీత చిత్రం వుంది. సీత అప్రసన్నతగా కోపంగా రావణుడిపైన అరుస్తోంది – గడ్డిపరకపైన తేలియాడే నీటి బుడగలాంటిది మానవ జీవితం – ఈ జీవితానికి భయపడి గొప్ప సంస్కృతీ సంప్రదాయాల విలువలు కలిగిన కుటుంబం నుండి నేనెందుకు పారిపోవాలి?

దాని ప్రక్కన విస్మయం గొలిపే సీతాపహరణ దృశ్యం ఉంది – సీతని తాకకుండా ఉండేందుకు రావణుడు గడ్డితో నిర్మించిన కుటీరం నుంచి దాదాపుగా ఎనిమిది మైళ్ల పొడవున సొరంగం తవ్విన దృశ్యం.

వాల్మీకి వర్ణించిన సామాన్య మానవులైన రాముడు మరియు సీత అనంతర కాలంలో కవుల చేతుల్లో శ్రీమహావిష్ణువు శ్రీమహాలక్ష్మి అవతారమూర్తులయ్యారు. ఆ సమయంలోనే రావణుని గురించిన వర్ణన కూడా సముద్రమంత మార్పు చెందింది. అందువల్లే తులసీదాసు వర్ణించిన విధంగా రోజ్‌మేరీ చిత్రించిన సీతాపహరణ దృశ్యం

కొత్తరూపం సంతరించుకుంది. ఈ రావణుడు అశాంతిగా ఉన్నాడు. ఈ రావణుడు సంఘర్షణతో కూడి యున్నాడు.

ఇంతలో బయట కారాగిన శబ్దం, ఆపై కలకలం వినిపించాయి. అందరూ అటుగా చూశారు. ప్రధానమంత్రి సర్ అనిరుథ్ జగన్నాథ్ వచ్చాడు. ఇక సదస్సు మొదలవుతుంది. ఒకదాని తర్వాత ఒకటిగా కార్లతో పందిరి నిండిపోయింది. ప్రదర్శన తిలకిస్తూ ఆనందిస్తున్న జనాలుకూడా సభాభవనంలోకి చేరుకున్నారు.

శ్రీరామచంద్రుని శ్లోకంతో సదస్సు ప్రారంభమైంది.

విఐపీలు వేదికమీదున్న కుర్చీలలో ఆసీనులయ్యారు. టి.వి. ఛానల్స్‌వాళ్ల హడావిడి మొదలైంది. కమలాదేవి సన్యాసి హరినారాయణ్‌తో కలిసి కూర్చుంది. శాస్త్రిమహారాజ్ ఇంకా మాధవానంద మంత్రులతో కలిసి వేదికపైన వున్న సీట్లలో కూర్చున్నారు. ప్రారంభోత్సవం అయిన తర్వాత మాధవానంద కీలకోపన్యాసం చేస్తాడు.

సన్యాసి హరినారాయణ్ వేసుకున్న కాషాయ దుస్తుల్లోంచి వస్తున్న చెమటవాసన కమలాదేవి ముక్కుపుటాలని తాకింది. ఈరోజు అతను ఒకటికాదు, మూడు ఏకముఖి రుద్రాక్షమాలలు ధరించాడు. జడలు కట్టిన ఆయన వెంట్రుకలనించి ఓ రకమైన దుర్వాసనవస్తోంది.

ప్రధానమంత్రి సర్ అనిరుథ్ జగన్నాథ్ సుదీర్ఘమైన ప్రారంభోపన్యాసం చేశాడు. ఆయన తర్వాత మరో మంత్రి 'మారిషస్ ప్రజలపై రామాయణ ప్రభావం' అనే అంశంమీద ఉపన్యసించడానికి లేచాడు. ఆవేశపూరిత స్వరంతో ఆయన అన్నాడు: "చుట్టూ హిందూమహాసముద్రం వున్న ఈ నేల తన హృదయంలో రామాయణానికి ప్రత్యేక స్థానం కల్పించింది. నేను ఈమధ్యనే ఇండియానుంచి తిరిగొచ్చాను. కానీ విచారకరమైన విషయమేమిటంటే మారిషస్ ప్రజలలా భారతీయులు రామాయణ వాఙ్మయాన్ని వాళ్ల హృదయాలలో నింపుకోవడం నేను చూడలేదు. (సంతోషంతో మారిషస్ ప్రేక్షకుల చప్పట్లు, కేరింతలతో సభాభవనమంతా ప్రతిధ్వనించింది).

మారిషియన్లు రామాయణాన్ని తమదిగా అంగీకరించడమన్నది ఎన్నో ఏళ్ల కిందటి సంగతి. కానీ మొట్టమొదట బీజం వేసింది ధైర్యసాహసాలు, కండపుష్టి గల భారతీయ సిపాయిలు. వాళ్ల పరాక్రమాన్ని బ్రిటిష్‌వాళ్లు వశం చేసుకున్నారు. బ్రిటిష్‌వాళ్లు మారిషస్‌ని 1810 సంవత్సరంలో ఆక్రమించినపుడు సుమారు పదిహేడువందల

భారతీయ సిపాయిలు మారిషస్ వచ్చారు. ఈ సిపాయిలు ప్రతిరోజు ఉదయం, సాయంకాలం రామచరితమానస్‌లోని పద్యాలని చదివేవారు. వాళ్ల సేనాశిబిరాలు 'భూయియా' కొండల కింద స్థావరమేర్పరచుకున్నాయి. ఈ సిపాయిలు బ్రిటిష్ పాలకులకి కుడి భుజంలాంటివాళ్లు. వాళ్లని ఉత్సాహపరచడానికి బ్రిటిష్‌వాళ్లు ఇండియానుంచి ఓ పూజారిని తీసుకువచ్చారు. ఈ పూజారి కొడుకు పండిట్ రామ్‌దత్తామిశ్రా వారణాశిలోని శ్రీ వేంకటేశ్వర ప్రెస్ నుంచి పెద్ద మొత్తంలో రామచరితమానస్ గ్రంథాలని తీసుకువచ్చి ప్రతి ఇంట్లో పంచాడు. పదమూడు వందల ఏళ్ల క్రిందట భారతీయ సిపాయిలు పఠించిన రామచరితమానస్‌లోని పద్యాలు ఇంకా రామాయణ పారాయణ ఇప్పటికీ క్రమంగా కొనసాగుతోంది. ఒకవేళ రామచరితమానస్ అలాగే పూజారి గనక మారిషస్‌కి రాకపోయివుంటే ఈ సిపాయిలు తిరుగుబాటు బావుటా ఎగరేసి తమ సరంజామాతో ఇండియాకి తిరిగివెళ్లిపోయేవారని అంటారు. వినండి. హనుమాన్‌ని అనుసరించనివారంటూలేరు. ప్రతీవ్యక్తి హనుమాన్‌ని అనుసరించినవాడే. అంతేకాదు, అందరూ హనుమాన్ భక్తులే. ఒక కొమ్మమీదనుంచి మరో కొమ్మపైకి దూకడం, చిన్న చిన్న కాలవలపైన ఎగరడం లాంటివి అభ్యసించారు కూడా. ఆ కాలంలో హనుమాన్ ప్రవర్తన అందరినీ జాగృతపరచింది. హనుమాన్ పూర్తిగా ప్రభువు పాదాక్రాంతుడవ్వడం, ఆయన శక్తిసామర్థ్యాలని గురించి విస్తృతమైన ప్రచారం జరిగింది.

సంకటాలను తొలగించే సంకటమోచనునిగా హనుమాన్ అందరికీ తెలుసు. నదులని దాటడంలో భారతీయ సిపాయిల సామర్థ్యం 185 సంవత్సరాల క్రితం వారణాశిలో నివసించిన హనుమాన్ పరమభక్తుడైన టెక్రంభట్‌ని మనకి జ్ఞప్తికి తెస్తుంది. అతని కథ ప్రాచీనమైనది. టెక్రంభట్‌ని గురించిన విషయాలని మీరు మర్చిపోయివుండరని నా నమ్మకం. ఆ రోజుల్లో ఇండియా బ్రిటిష్ వలసపాలనలో వుండేది. టెక్రంభట్ వారణాసిలోని చిత్రకూట్ రామ్‌లీలాలో హనుమాన్ పాత్ర పోషించేవాడు – పూర్తిగా మేకప్ వేసుకుని గ్రీన్‌రూంలో చుట్టూ ఎగురుతుండేవాడు. అకస్మాత్తుగా క్రిష్టియన్ బిషప్ మెక్ఫర్సన్ కళ్లు హనుమాన్ వేషంలోవున్న టెక్రంభట్‌పైన పడ్డాయి. బిషప్ టెక్రంభట్ దగ్గరకి వెళ్లి బిగ్గరగా అన్నాడు: "నేను రామచరిత మానస్‌లో హనుమాన్ అసాధారణ సాహసకృత్యాల గురించి విన్నాను. శ్రీరాముడిని ధ్యానిస్తూ

అతను తన శరీరాన్ని రెండింతలుగా పెంచుకుంటూరావడం, అపరిమితంగా ఉన్నదానికన్నా వందరెట్లు అధికంగా. నేను ఇదికూడా విన్నాను, అతను 'సురస' అనే నాగమాతని మోసగించి ఏవిధంగా తన శరీరాన్ని కొన్ని సెకండ్లలో ఎలా తగ్గించాడో. విను – 'శత యోజన తెహి 'ఆనన కీన్వా, అతి లఘు రూప పవనసుత లీన్వా, అతి లఘురూప పవనసుత లీన్వా.' మైనాకపర్వతంపై నుంచి హనుమాన్ గెంతు వాల్మీకి రామాయణంలో మరీ మరీ భారీగా అనిపిస్తోంది. మహేంద్రగిరి నుంచి హనుమాన్ భారీ గెంతు అద్భుతమైన దృశ్యంగా గోచరిస్తుంది. ఆ సమయంలో విరబూసిన చెట్లకొమ్మలనుంచి తెల్లటిపూలు జలజల రాలి అంతటా వ్యాపించటంతో కొండకింద భాగం కూడా అద్భుతంగా కనిపించింది. అబ్బా! కవి వాల్మీకి ఎంతగా వర్ణించాడని. హనుమాన్ ఆకాశంలో గరుత్మంతుడిలా అతివేగంగా మందపాటి మహామేఘాలని తొలచుకుంటూ పురోగమించడం! టెక్రంభట్, నీకు తెలుసా వాల్మీకి హనుమాన్ పరాక్రమాన్ని 212 శ్లోకాలలో స్పష్టంగా వివరించాడని. అలా వర్ణించినవాటిలో నువ్వు కనీసం ఓ చిన్న రేణువునైనా వివరించగలవా?"

వివిధ రకాల బాడీబిల్డింగ్ రింగ్స్ అభ్యసించి శిక్షణ పొందిన టెక్రంభట్ బిషప్ మెక్ఫర్సన్ మొహాన్ని తదేక దృష్టితో కొంతసేపు చూశాడు – ఏమంటున్నాడు ఇతను? తెల్లవాడైన ఈ మతబోధకుడు దేని గురించి మాట్లాడుతున్నాడు?

బిషప్ మెక్ఫర్సన్ మరోసారి బిగ్గరగా అన్నాడు : "రామచరితమానస్ హనుమాన్ ఎన్నోమైళ్ల దూరం గెంతి అసాధారణమైన సాహసకృత్యాన్ని సృష్టించాడు. ఈ రామలీలాలో 27 మూరల పొడవున్న వరుణ నదిని దాటి చూపించు. నువ్వు అది చెయ్యలేకపోతే ఈ పాత్రపోషణకి విలువేముంది? ఈ దుస్తులకి, అలంకరణలకి వున్న విలువేంటి?

బిషప్ మెక్ఫర్సన్ వెంట వున్న బృందంకూడా బిగ్గరగా అరిచినట్టుగా అన్నారు: "ఈ హనుమాన్ 27 మూరల పొడవున్న వరుణ నదిని దాటలేకపోతే ఉపయోగమేముంది – ఈ రామ్లీలాకున్న విలువేంటి?" టెక్రంభట్ శరీరంపైన రోమాలు ఒక్కొక్కటిగా నిక్కబొడుచుకున్నాయి. అతను శిరస్సు వంచి మెక్ఫర్సన్తో "ఫాదర్ దయచేసి రండి. మా రామ్లీలా చూడండి. ఇంకా మిగతా మతబోధకులని కూడా తీసుకురండి" అన్నాడు. అతను ఛాతీని పెంచుతూ గర్వంతో కూడిన స్వరంతో గర్జించినట్లుగా అన్నాడు "రండి ఫాదర్, దయచేసి రండి".

తర్వాత టెక్రంభట్ కిందకూర్చుని కళ్లు మూసుకుని ధ్యానముద్రలో వుండిపోయాడు.

నిర్ణీత సమయం సమీపిస్తోంది. ఏం జరుగుతుందోనని ఉత్కంఠతో చూడ్డానికి వచ్చిన జనంతో స్థలం క్రిక్కిరిసిపోయింది. అందరి పెదాలపైన ఒకటేమాట – టెక్రంభట్ ఈ రోజు దిగ్భ్రమగొలిపే సాహసకృత్యం ప్రదర్శించబోతున్నాడు.

బిషప్ మెక్ఫర్సన్ తన పరివారంతో వచ్చాడు. వాళ్లు కూర్చోవడానికి పందిరిలో ఒకమూల చెక్కకుర్చీలు వేయబడ్డాయి.

ఈలోగా ఆ పరిసరాలలో శ్రావ్యమైన సంగీతం వినిపించింది:

సింధుతీర ఎక భూధర సుందర
కౌతుక కూది చఢెఉ తా ఊపర
బార బార రఘుబీర సఁ భారీ
తరకెఉ పవనతనయ బలభారీ

(మహా బలవంతుడైన హనుమాన్ సముద్రపు ఒడ్డున వున్న సుందర పర్వతంపైన సన్నాహంతో నిలబడ్డాడు, గట్టిగా శబ్దం చేస్తూ సాహసి అయిన కోతి శ్రీరఘువీరుని స్మరిస్తూ నిలబడింది)

టెక్రంభట్ సుమారు నాలుగు కిలోల బరువున్న లోహంతో కూడిన హనుమాన్ మాస్క్ ముఖానికి తగిలించుకుని ప్రేక్షకుల సవాలుని ఎదుర్కోవడానికి ముందుకు ఉరికాడు. నదిపైన దూకడానికి సంబంధించిన గీతం గాల్లో తేలియాడుతుండగా టెక్రంభట్ వరుణ నది ఒడ్డుకు మెరుపు వేగంతో పరుగెట్టాడు. ప్రేక్షకులు ఇంకా ఫాదర్ మెక్ఫర్సన్ అతడిని అనుసరించారు. పెద్దగా శబ్దం చేస్తూ టెక్రంభట్ క్షణంలో ఎగిరి వరుణ నది ఆవలి ఒడ్డుపైన అడ్డంగా పడిపోయాడు.

నమ్మశక్యంగా లేదు! ఆశ్చర్యం! ఫాదర్ మెక్ఫర్సన్ తన కళ్లని తానే నమ్మలేకపోయాడు.

పడవసరంగులు జీవంలేని టెక్రంభట్ శరీరాన్ని ఈవలి ఒడ్డుకి తీసుకువచ్చారు.

వినండి, టెక్రంభట్ భక్తి యొక్క శక్తిని ప్రదర్శించాడు. అది చూసి ఫాదర్ మెక్ఫర్సన్ కళ్లు చెదిరిపోయాయి. మీరు ఇండియానుంచి వచ్చిన రామాయణ స్కాలర్లు; మీకు తెలిసే వుంటుంది – ఆ నాలుగు కిలోల మాస్క్ని, టెక్రంభట్ పొడవాటి తోకని

ఇప్పటికీ ఆయన గౌరవ స్మృతిచిహ్నంగా వారణాసిలోని ఆయన ఇంట్లో ఉంచబడ్డాయి.

టెక్రంభట్ లాంటి వాళ్లు చాలామంది మన మారిషస్ దీవికి వచ్చారు.

1825 సంవత్సరంలో దక్షిణ - పశ్చిమ ప్రాంతంలోని గ్రాండ్ రివర్‌ని ఈదిన రామ్‌జోయ్‌సింగ్ ఇంకా గణేష్‌పాండేలు మారిషస్‌లోని టెక్రంభట్‌లు. వాళ్లు హనుమాన్ మాస్క్ ధరించి చెరకుతోటల చుట్టూ తిరుగుతుండేవారు. ఈ అంతర్జాతీయ సదస్సు ముగిసిన తర్వాత పోర్ట్‌లూయిస్‌లో ఊరేగింపు వుంటుందని, మన ప్రధాన పోలీసు అధికారి హనుమాన్ ఉడుపులు ధరించి ఊరేగింపులో పాల్గొనేవారికి మార్గం సూచిస్తారని తెలియజేయడానికి సంతోషిస్తున్నాము."

వెంటనే అక్కడ వున్న వాళ్లందరూ ఈ ప్రకటన వినగానే కరతాళధ్వనులు చేశారు.

"హనుమాన్ గత 150 ఏళ్లుగా ఈ మారిషస్‌లో అంతటా సజీవంగా వున్నాడు. మన సభాస్థలి ఆవరణలో నలువైపులా రెపరెపలాడుతున్న ఎర్రని జెండాలు మన ఆధ్యాత్మిక వాతావరణానికి ప్రతీకలు. దయచేసి మీరందరూ మన ప్రాచీన గ్రామాలైన పంచవటి, బ్రహ్మస్థాన్, లాల్‌మాటీ, మన తొలి ప్రధానమంత్రి రాంగులామ్ పుట్టిన ఊరు కేవల్‌నగర్, మహెబర్గ్... కి వెళ్లి చూడండి. హనుమాన్ ఎర్ర జెండాల పైన ఈ ప్రాంతాల పేర్లు వున్నదున్నట్లు అలాగే వున్నాయి. ప్రతి ఇంట్లో మీరు ఎర్ర జెండాలు చూడవచ్చు. మన పూర్వీకులు ఎండిపోయిన చెరకు ఆకులతో నిర్మించుకున్న కుటీరాలపైన వీటిని ఎగరేసేవారు. ఆ కుటీరాలు ఇప్పుడు కాంక్రీటు భవనాలుగా రూపాంతరం చెందాయి. అయినప్పటికీ మీరు ఆ ఎర్ర జెండాలని చూడవచ్చు.

కమలాదేవి ప్రక్కన కూర్చున్న ఓ యువకుడు గుసగుసగా అన్నాడు, "ఈ మంత్రికి చెందిన పూర్వీకులు చెప్పులు కుట్టే పని చేయడానికి ఇక్కడికి వచ్చారు. మన మంత్రుల్లో చాలామంది పూర్వీకులు..."

ఆ యువకుడివంక చూసి ఆశ్చర్యపోయింది కమలాదేవి. అతను మరెవరో కాదు వాళ్లతోపాటు బస్సులో వచ్చిన టూరిస్ట్ గైడ్ ప్రేమ్‌కుమార్ రస్పాల్. అతను ఎప్పుడు ఆమె పక్కకి వచ్చి కూర్చున్నాడో ఆమెకి తెలియదు. ఆ యువకుడ్ని సూక్ష్మంగా పరిశీలించిందామె. ముక్కు కింద జాగ్రత్తగా తీర్చిదిద్దిన మీసకట్టు, మడగాస్కర్ నుంచి వచ్చిన బానిసలకుండే విధంగా తలమీద ఒత్తుగా పెరిగిన వంకీల జుట్టు. అతను బిగుతైన పైజామా దానిపైన కాడ్రాయ్ జాకెట్ ధరించాడు.

"హనుమాన్! హనుమాన్! ఆంగ్లేయుల పరిపాలనలో చెరకుతోటల సమీప కాలనీలలో నివాసాలు ఏర్పరచుకున్న మా పూర్వీకులు ఈవిధంగా హనుమాన్ జెండాలు ఎగరేసేవారు. ఇప్పటికీ ఆ జెండాలు రెపరెపలాడుతూనే వున్నాయి. మా హనుమాన్ థాయ్‌లాండ్‌లో ప్రదర్శించిన విభీషణుడి కూతురు బెన్జాకల్‌పైన ఇంకా మేఘనాథుడి భార్య సుమన్‌మాసక్‌పైన తీవ్రమైన వాంఛలు కలిగిన హనుమాన్‌కాదు. అంతేకాదు, మా హనుమాన్ 8000 మంది స్త్రీలతో, హరిమాలిని, చంద్రనఖ, పద్మరాగ, నలనందినిలాంటి వాళ్లతో మునిగితేలే ఐహికలోలుడైన జైన్ పౌమ్ చరితలోని హనుమాన్ కాడు. భరతుడు ఇస్తానన్న 16 సంవత్సరాల సౌశీల్యవతులైన కన్యల వాల్మీకి హనుమాన్ మా మారిషస్ హనుమాన్ కాదు. మా ప్రజలు చిన్ననాటినుంచి తులసీదాసు వర్ణించిన ఉత్సవమూర్తి అయిన హనుమాన్‌ని స్వీకరించారు. అజేయుడు మరియు నిరుపమాన బలసంపన్నుడు అయిన హనుమాన్ – మేరుపర్వత శోభలు గలవాడు, రాక్షసులని అంతమొందించడంలో అగ్నివంటివాడు, జ్ఞానులలో సర్వశ్రేష్టుడు, వానరులలో ప్రముఖుడు, సకల సద్గుణరాశి, రాముని బంటు – మేము ఆ హనుమాన్‌కి నమస్కరిస్తాం."

మరోసారి హాలు మొత్తం చప్పట్లతో మారుమ్రోగిపోయింది.

మారిషస్‌లోని హిందూత్వ గ్రామాలలో 'బైఠకాస్' గురించి మీరు వినేవుంటారు. తెల్లదొరల పాలనలో ఈ 'బైఠకాస్' వృద్ధి చెందాయి. ఇవి అసోంలోని మఠాల్లాంటివి. మా పూర్వీకులు పొద్దస్తమానం పనిచేసి సాయంకాలాలు ఈ 'బైఠాకాస్' లోకి వచ్చి కూర్చునేవాళ్లు. ఇప్పటికీ తులసీదాసు రాసిన పద్యాలు ఈ 'బైఠకాస్' లో అన్నివేళలా తేలియాడుతూనే వుంటాయి.

కుపథ కుతరక కుచాలి కలి, కపట దంభ పాషండ
దహన రామ గునగ్రామ జిమి, ఇంధన అనల ప్రచండ

(రామచంద్రుని గుణసమూహం ప్రచండాగ్ని వంటిది. అది కలియుగంలో మానవ గుణ సమూహాలపైన దాడి చేసే వితండవాదాలు, అధర్మాచరణాలు, కపటాలు, మొదలైన దుర్మార్గాలని హరించివేస్తుంది)

మరోసారి హాలు చప్పట్లతో మారుమ్రోగింది.

"వినండి, నిరంతరంగా మారిషస్‌లో అనేక ప్రాంతాలలో ఆలపిస్తున్న రామచరితమానస్ పద్యాలని ఓ స్వామి మహారాజ్ ఇక్కడికి వచ్చి గీతాప్రెస్ ప్రచురించిన

లక్ష రామచరితమానస్ కాపీలని మారిషస్ గ్రామాలలో ఉచితంగా పంచిపెట్టాడు. అన్ని రకాల సంపదలు మా దీవిలోకి ప్రవహించాయి. నిజంగా అది అదృష్టమే. మా పూర్వీకుల కలలన్నీ వాస్తవరూపం దాలుస్తున్నాయి. అలసి సొలసిన మా పూర్వీకుల అస్థికలపైన బంగారు తామరపూలు వికసించబోతున్నాయి."

మళ్లీ చప్పట్లు మారుమ్రోగాయి.

"అయినప్పటికీ సంపద తుఫాను, ఆధునిక ప్రపంచసంబంధిత సుఖాలు వాళ్ల అలసిసొలసిన ఎముకలపైన ఉపశనమనే లేపనం పూయబడిన రామచరితమానస కొట్టుకుపోయేందుకు సహకరించలేకపోయాయి - రామాయణం ఇండియాలోను మారిషస్‌లోను చిరస్థాయిగా నిలిచిపోయింది."

చివరిగా కోలాహలం, చప్పట్లమధ్య తన ప్రసంగాన్ని ముగించాడు మంత్రి. పైజామాలోంచి జేబురుమాలు తీసి నుదుటిమీద చెమటను తుడుచుకున్నాడాయన.

ఆ సమయంలోనే "కింద వున్న హాలులో టీ-ఫలహారాల ఏర్పాట్లు చేసినట్టుగా" వేదికపై నుంచి ప్రకటించారు.

సదస్సు విరామం ప్రకటించింది. ప్రధానమంత్రి సర్ అనిరుథ్ జగన్నాధ్ అందరినుంచి వీడ్కోలు తీసుకున్నారు. ఆయన వెనకాలే పెద్దపెద్ద కార్లలో వచ్చిన మంత్రులు కూడా శెలవు తీసుకుని అక్కడ్నించి నిష్క్రమించారు.

ఈలోగా కిందవున్న హాలు జనంతో నిండిపోయింది. సింగపూర్ మీదుగా వచ్చిన మరో భారతీయ ప్రతినిధివర్గం కూడా అప్పటికే అక్కడికి చేరుకున్నారు.

రెండోసారి సమావేశం మొదలయ్యేలోపల ప్రతి ఒక్కరూ టీతోను, ఫలహారంతోను కడుపు నింపుకోవాలనుకున్నారు. ఈ రెండో సమావేశంలో తులసీదాసు రామాయణ తత్వశాస్త్రం గురించి మాధవానంద ప్రసంగిస్తారు. కొండలు, లోయలు, సముద్రాలు దాటి వివిధ దేశాలలో రామాయణ విజయం గురించి శాస్త్రి మహారాజ్ ప్రసంగిస్తారు. అతి కొద్ది సమయంలోనే కోకో కోలా బాటిల్సు ఓ ప్రవాహంలా ప్రవహించాయి.

కమలాదేవి మాధవానందతో కలిసి టీ తాగుదామనుకుంది. కానీ అతడిని ఒంటరిగా కలవడానికి వీలు పడలేదు. అప్పటికే విద్యార్థుల గుంపు ఒకటి ఆయన్ని చుట్టుముట్టివుంది.

నాలుగవ అధ్యాయం

కమలాదేవి - ప్రేమ్‌కుమార్ రస్పాల్

"నేను మిమ్మల్ని గమనిస్తున్నాను. అక్కడే నిలబడ్డారు, ముందుకీ వెనక్కీ కదలకుండా."

"బాగా రద్దీగా ఉంది - చాలా రద్దీగా ఉంది !"

"రండి, నాతో రండి. నేను తీసుకువెళ్తాను. కాఫీ తాగడం అయిన తర్వాత మీరు నాతో రావచ్చుకూడా."

"మీతో రావడమా ?"

తలెత్తి ప్రేమ్‌కుమార్ రస్పాల్ వైపు చూసింది కమలాదేవి. గోధుమ రంగు ఛాయ. తలపైన వొత్తుగా నొక్కుల జుట్టు, మడగాస్కర్ నుంచి వచ్చిన యువకులకి వున్నట్టుగా వుంది. ఎటు వంచితే అటు వంగగల శరీరం అతనిది.

"అవును, మీరు ఇప్పుడే కొన్ని అందమైన ప్రాంతాలని చూడవచ్చు. విద్యార్థులు కొందరు గుంపుగా ఏర్పడి ఇప్పుడే జారుకున్నారు కూడా. వాళ్లలో చాలామంది సమయాన్ని సద్వినియోగం చేసుకునేలా సైట్‌సీయింగ్‌కి వచ్చారని నాకు తెలుసు. బలిచక్రవర్తి పరిపాలించిన రాజ్యమేదో, సీతని అపహరించిన వారెవరు అని మీరు వాళ్లని అడగండి" అంటూ ప్రేమ్‌కుమార్ నవ్వసాగాడు.

కమలాదేవి మరోసారి అతనివంక చూసింది. మంచి మాటకారి. అతను సరళంగాను, నిజాయితీపరుడిగాను కనిపిస్తున్నాడు.

అతను కమలాదేవి చెయ్యి పుచ్చుకుని అక్కడున్న జనంలోంచి దారి చేసుకుంటూ ఓ టేబుల్‌దగ్గరకి తీసుకువెళ్లాడు. అతను ముందుకు వెళ్లి రెండు కప్పుల కాఫీ తీసుకొచ్చాడు. ఇద్దరూ ఎదురెదురుగా నిలబడి కాఫీ తాగసాగారు.

"రెండోసారి సదస్సు మొదలయ్యేలోపల ఇక్కడి స్థానికులు ఎక్కువగా తిరిగే బీచ్‌లని చూడాలనుకుంటున్నాను. నువ్వేమైనా ఏర్పాటు చేయగలవా ?" అంది అకస్మాత్తుగా ప్రేమ్‌కుమార్ రస్పాల్‌కేసి చూస్తూ కమలాదేవి.

సరిగ్గా ఇలాంటి ప్రతిపాదన కోసమే నిరీక్షిస్తున్న ప్రేమ్‌కుమార్ రస్పాల్ "స్థానికులు తిరిగే బీచ్‌లెందుకు ? పోర్ట్‌లూయిస్! పోర్ట్‌లూయిస్ ! ఫ్రెంచ్ గవర్నర్ మహేదాలబర్డినోస్ కలలుగన్న నగరం. అందమైన ఈ నగరం 260 సంవత్సరాల కిందట ఓ దివ్యమైన పర్వత సానువుల్ని తొలిచి దాని మధ్యలోంచి నిర్మించారు. మీరు ఫ్రెంచ్ రాజ్యానికి సంబంధించిన భవనాలు, చైనాకేసినో – పురాతన కాలం నుంచి ఇప్పటి వరకూ వచ్చిన రకరకాల తెరచాప పడవల నమూనాలు మారిషస్‌లో చూడవచ్చు. రండి, నాతో రండి. నాకు కారు వుంది" అన్నాడు.

కమలాదేవి కలవరపడుతూ "ఆ ప్రాంతాలకి మా ప్రతినిధులతో కలిసి వెళ్తాలెండి" అంది.

"అయితే నేను మిమ్మల్ని 'డుమైల్ లెస్ పిలేస్' గార్డెన్‌కి తీసుకువెళ్తాను. అక్కడ మా పూర్వీకులు మూడువేల ఎకరాల విస్తీర్ణమైన భూమిలో నిర్మించిన మొదటి పంచదార మిల్లుని మీరు చూడవచ్చు. మీరు నమ్ముతారో లేదో, పురాతన కాలంనాటి గుఱ్ఱపుబండ్లని కూడా ప్రత్యేకించి చూడ్డానికి ఉంచారు. మీరు కావాలనుకుంటే అందులో సవారీకూడా చేయవచ్చు."

"లేదు, లేదు. ఇప్పుడు నేను స్థానికులు ఎక్కువగా తిరిగే బీచ్‌లని చూడాలనుకుంటున్నాను. ఎందుకని వాటిపట్ల ఆకర్షణ కలిగిందో చెప్పలేను. నాకు తెలుసు మా ప్రతినిధులు అక్కడికి వెళ్తారని. కానీ వాళ్లందరికన్నా ముందు నేను వెళ్లాలి" అంది కమలాదేవి గొంతు పెద్దది చేసి.

కమలాదేవి గబగబా కాఫీ మొత్తం తాగేసింది. బహుశా ఈ విషయం శాస్త్రిమహారాజ్ చెవులకి సోకే వుంటుంది. ఆయన శ్రీరామకథని ఆధ్యాత్మికత ఉట్టిపడేలా భక్తితోను ప్రేమతోను వివరిస్తాడు. రామచంద్రుని అడుగులు శ్రీలంక, టిబెట్, థాయిలాండ్, మయన్మార్ లాంటి దేశాలలోను, బాలిలాంటి ద్వీపాల్లోను ఎలా వేళ్లూనుకున్నాయో వివరిస్తాడు. ఈ అడుగులు నిష్ఠురవ్వంతటి సూక్ష్మమైనవే అయినా కమలంలా మృదువైనవి. ఈ కథలని వివరిస్తున్నప్పుడు పూర్తిగా తాదాత్మ్యం

చెందడంతో ఆయన ఎన్నోసార్లు చైతన్యం కోల్పోయిన సందర్భాలు కూడా వున్నాయి. ప్రేక్షకులు ఆయన్ని మోసుకుంటూ వేదికమీంచి కిందకి తీసుకువచ్చిన సందర్భాలు కూడా వున్నాయి. కమలాదేవి ఆలోచనలో పడింది. తనలో ఏదో లోపం వున్నట్టుగా అనిపిస్తోందామెకి. అసలు తను స్థిమితంగా ఎందుకు కూర్చోలేకపోతోంది? భక్తితో రామచంద్రుని కథల్లో లీనమవ్వలేకపోతోంది? పండిట్ హరినారాయణ్ ఇంకా మండల్ దంపతుల్లా తనెందుకు ఉండలేకపోతోంది? ఈ క్షణంలో కూడా తన ఆలోచనలు మాధవానంద చుట్టూ పరిభ్రమిస్తూనే వున్నాయి. ఆయన తన ప్రసంగాన్ని మొదలుపెట్టక ముందే స్థానికులు తిరుగాడే బీచ్‌లని చూసివచ్చేయవచ్చు.

జనాలమధ్యలోంచి దారి చేసుకుంటూ ఇద్దరూ బయటికి వచ్చారు. వాళ్లు వెనక ద్వారం నుంచి ఎవరికంటా పడకుండా గప్‌చిప్‌గా జారుకునే ప్రయత్నం చేశారు. అయినా అక్కడా అభివాదం చేసేవాళ్లని చూసి వాళ్లు నిశ్చేష్టులయ్యారు. జటాధారి ఎప్పుడు జారుకుని బయటకి వచ్చి కూర్చున్నాడో ఎవరికీ తెలియలేదు. చాలామంది నుదురు, అరచేతులు చూపించి జోస్యం అడగడానికి అతనిచుట్టూ గుమిగూడారు. అంతమంది మధ్యలో కూడా అతని కాషాయ దుస్తులు, కమండలం, వేలాడుతున్న నల్లటిగడ్డం కమలాదేవి చూపుల్ని తప్పించుకోలేకపోయాయి. “ఈ సన్యాసి మళ్లీ వ్యాపారం మొదలుపెట్టాడన్నమాట” గొణుగుతున్నట్టుగా అంది కమలాదేవి.

“వ్యాపారమా?”

కమలాదేవి తనను తాను నిగ్రహించుకుంది. జటాధారి గురించి వాస్తవాలు చెప్పేందుకు ఆమె సిద్ధంగాలేదు.

ప్రేమ్‌కుమార్ తళతళ మెరుస్తున్న కారులో స్టీరింగ్ వెనక్కి వెళ్లి కూర్చున్నాడు. కారు చెరకుతోటల మధ్య వున్న రోడ్డుమీంచి ముందుకురికింది. ముక్కూ మొహం పెద్దగా తెలియని వ్యక్తితో ఇలా బయటికి రావడం తెలివిగలపనేనా? శాస్త్రిమహారాజ్ ఒకసారి తనతో అన్నాడు, ‘విదేశాలలో ఏమైనా సందర్శించడానికి నీకు అవకాశం గనక లభిస్తే దాన్ని జారవిడుచుకోకు. మనకున్న పరిమిత నిధులతో ప్రతి ఒక్కరి ఆకాంక్షలు మనం నెరవేర్చలేము’.

కానీ సదస్సు మధ్యలో ఈ విధంగా బయటకి రావడం సభ్యతేనా? దీనికి కారణమేంటి? మాధవానంద నిరంతరం తనప్రక్కన లేకపోవడంవల్లా?

"స్థానికులు తిరుగాడే బీచ్‌లకి ఎవరినైనా తీసుకురావడం నాకు ఇష్టం వుండదు." ప్రేమ్ కుమార్ మాటలు వినబడ్డంతో ఆమె ఈ లోకంలోకి వచ్చింది.

"ఎందుకని?"

"మాకు అందమైన సముద్రాలు, బీచ్‌లు చాలానే వున్నాయి – అలాంటప్పుడు మనం స్థానికులు తిరుగాడే బీచ్‌కే ఎందుకు వెళ్లాలి ? గ్రాండ్‌బే దగ్గర ఉన్న అందమైన బీచ్‌లు ముఖ్యంగా చూడాల్సినవి. పోర్చుగీసులు, ఫ్రెంచివాళ్లు 'లెర్‌బరె' దగ్గరున్న సముద్రపు ఆకాశనీలిరంగు నీళ్లలో ఈతకోడుతూ ఉల్లాసంగా గడిపారు. ఉప్పొంగిన అగ్ని పర్వతం కారణంగా ఏర్పడిన ద్వీపాలని చూడ్డానికి మనం 'కేప్ మాద్యూరెక్స్' కి వెళ్లవచ్చు. అదీ కాకపోతే 'బ్లూబే' – ఓ గొడుగులా ఆవరించి వున్న లేదా ఫిలావో వృక్షాలవల్ల ఏర్పడిన నెమలి ఫించం ఆకారంలో వున్న 'బే'!"

మరోసారి కమలాదేవి తనను తాను నియంత్రించుకుంది. ఈ వ్యక్తితో ఈ విధంగా స్థానికులు తిరుగాడే బీచ్‌కి రావడం సభ్యత అనిపించుకుంటుందా? నిజమే, శాస్త్రిమహారాజ్ స్వయంగా చెప్పాడు : విదేశాలకి వెళ్లినపుడు ఈ విధమైన అవకాశం ఎవరికీ ఇవ్వకు. వాళ్లతో వెళ్లద్దు." కానీ ఆమె హృదయంలో మరో ప్రశ్న పడగవిప్పింది – తను కేవలం మాధవానంద కోసం వచ్చిందా. ఇదివరకు ఎప్పుడైనా ఇలా జరిగిందా? కేవలం మాధవానందకోసం?

ప్రేమ్‌కుమార్ రస్పాల్ కారుని రోడ్డుకి ఓ పక్కగా పార్క్ చేశాడు. స్థానికులు ఎక్కువగా తిరిగే బీచ్ రోడ్డుకి ఎంతో దూరంలో లేదు. ఈ బీచ్‌కి మరో పేరు వుంది. పోర్చుగీసువారి పాలనలో, ఫ్రెంచ్‌వారి పాలనలో ఇంకా బ్రిటిష్‌వారి కాలంలో కూడా ఈ బీచ్‌కి విభిన్నమైన పేర్లున్నాయి.

కారులోంచి దిగి ఇద్దరూ రోడ్డుదాటి పురాతన మెట్లవైపు నడిచారు.

మారిషస్‌లో అందమైన బీచ్‌లు ఎన్నో వున్నాయి. వాటిల్లోకెల్లా ఈ బీచ్ పరిశుభ్రంగా వుంది. బీచ్‌కి కొద్ది దూరంలో రెండు పెద్ద ఓడలు లంగరేసి వున్నాయి.

ఇద్దరూ నీళ్లవైపు నడిచారు. ప్రేమ్‌కుమార్ జేబులోంచి రుమాలు తీసి మెట్లమీద వున్న దుమ్ము దులిపి ఆమెని కూర్చోమంటూ "ఈ బీచ్‌పేరు నన్ను అడగొద్దు. 1843

సంవత్సరం కన్నా ముందు బానిసత్వంలో వున్న కూలీలు ఇండియానుంచి గుంపుగా వచ్చారు. కొన్ని రికార్డుల ప్రకారం 1843-1907 మధ్య సుమారు 4,50,000 మంది భారతీయులు వచ్చారు. మా రచయిత విష్ణుదయాళ్ ప్రకారం భారతీయుల సంఖ్య 1846 సంవత్సరంలో 56,245 గా పేర్కొనబడింది. కానీ అది 1860 సంవత్సరానికల్లా 3,03,000 కి చేరింది. వావ్! అద్భుతం!

ఆ సమయంలో లక్షాపది ఎకరాల భూమిలో చెరకుపంట సాగులోవుంది. మీకు తెలుసా మా కూలీలు పాడుకున్న పాట? వాళ్లు పాడుకున్నారు:

రామ్‌జీ కి ఏక్‌కి తు చుస్ లైలీ మిత్‌వా
హమారె ఖాతిర్ చోర్‌గలె సంతియా హోరామా.

కమలాదేవి పగలబడి నవ్వుతూ "మీ నేలని తవ్వి చూడనివ్వండి. నేలకూడా చెరుకుగడలా తియ్యగా వుండొచ్చు. నేను రుచి చూడనా? ఈ చుట్టుప్రక్కల ప్రాంతమంతా తియ్యటి సుగంధం వెలువడుతోంది" అంది.

"లేదు, లేదు. మీరు రుచి చూడకండి. ఎందుకంటే ఈ భూమిలో రక్తం ఎర్రటి చెమట కూడా కలిసింది."

కమలాదేవి కొంతసేపు మౌనం దాల్చింది. ఆమె ఒత్తైన కురులు వెనక భాగంలో వదులుగా పరుచుకున్నాయి. ప్రేమ్‌కుమార్ రస్పాల్ కమలాదేవి వంక రెప్పవాల్చకుండా తదేకంగా చూడసాగాడు. బహుశా ఈ మందపాటి కురులని చూడగానే ఎన్నో విషయాలు అతనికి జ్ఞప్తికి వచ్చుంటాయి - ఈ కురులు అతని మస్తిష్కంలో గతంలో ఎన్నెన్నో భావాలు రేకెత్తించాయి. అవన్నీ ఎక్కడ మాయమయ్యాయి! ఈ కురులు!

"ఈ రోజుల్లో ప్రతి ఒక్కరూ ఫ్రెంచ్‌వాళ్లని, పోర్చుగీసువాళ్లని అనుకరించాలనుకుంటున్నారు. రామాయణ మండలికి చెందిన ప్రతినిధులు ఈ ద్వీపాన్ని సందర్శించినపుడల్లా నేను వాళ్లకి అభిమన్యు అనత్ రచించిన 'లాల్ పసీనా' (ఎర్రటి స్వేదం) పుస్తకాన్ని ఇస్తూంటాను.

"లాల్ పసీనా! ఎర్రటి స్వేదం...?"

ఇద్దరూ మెట్లమీద కూర్చున్నారు. సముద్రంలోని అలలహోరు ఒక్కోసారి భేరీనినాదంలా వినిపిస్తోంది. మెట్లని తాకుతూ ఎగసిపడే అలల నుంచి చిందే నీళ్లు

చెదిరి చిరు జల్లులు వాళ్ల శరీరాలని తాకుతున్నాయి. విచిత్రం - ఎందుకోమరి తన ప్రక్కన కూర్చున్న బలిష్ఠమైన ఈ కొత్త మారిషస్ యువకుడు ఓ అపరిచితుడన్న భావన కలగడంలేదు కమలాదేవికి. వాళ్లు ఒకరికొకరు పరిచితులై కేవలం కొన్ని గంటలు మాత్రమే అయింది. ఎవరో అన్నారు, మారిషస్ సందర్శించే యాత్రికులు ఇలాగే భావిస్తారని. ఒకరి గుండె చప్పుడు మరొకరి హృదయాన్ని తాకుతున్నట్టుగా వుంది.

ఆ గుండె చప్పుడు ప్రేమ్‌కుమార్‌ది కాదు, తన ప్రక్కన కూర్చున్నది మాధవానంద అన్న భావన కలగసాగింది కమలాదేవికి. మాధవానంద?

ఆమె కంగారుగా లేస్తూ " లేవండి, లేవండి, సదస్సు మొదలయ్యుంటుంది" అంది.

"అయితే ఏంటి? అవే మాటలు మీరు మళ్లీ మళ్లీ వింటూనే వుంటారు. ఇక్కడి వాతావరణంలో కూడా ఆ విషయాలే తేలియాడుతుంటాయి, తిరిగి వెళ్లిపోయేటప్పుడు జనాల గుండెల్లో ప్రతిధ్వనిస్తూంటాయి."

ఈ కొత్త పరిచితుడి మాటలు కమలాదేవికి సరిగా అర్థంకాలేదు.

అవును, నిజమే. శాస్త్రిమహారాజ్ అవే విషయాలు మళ్లీ చెబుతాడు, భక్తిపూరక భావావేశాలతో, ఆ దశరథకుమారుని పాదముద్రల గురించి. కొన్ని వేల సంవత్సరాల క్రితం ఇండోనేషియా రామాయణం ప్రకారం 'కొక్బిన్' దుస్తులతో భూమిపైన తిరిగిన దశరథుని కుమారుడి గురించి, మయన్మార్‌లో టేకు చెక్కలతో నిండిన ఆకుపచ్చని భూమిలో తిరిగిన 'రామ్‌జమాన్' దుస్తులలో వున్న దశరథ పుత్రుని గురించి, జావాలోని ముళ్లపొదలలో 'సెతార్‌కాడ్' దుస్తులతో కలియతిరిగిన రాముడి గురించి ? 'రామ్కియన్' దుస్తులతో థాయ్‌లాండ్‌లో శిథిలమైన దేవాలయాల చుట్టూ తిరిగిన శ్రీరాముడు... శాస్త్రిమహారాజ్ భక్తి పారవశ్యంతో కూడిన కంఠధ్వనితో ఇంకా మరెన్నో విషయాలు చెప్తాడు. అందుకని వెంటనే తిరిగి వెళ్లాల్సిన అవసరంలేదు. లేనే లేదు."

"అభిమన్యు అనత్ 'లాల్ పసీనా'లో ఏం రాశారో చెప్పండి ?"

"దూరంగా నీళ్లని కోసుకుంటూ ముందుకు వస్తున్న ఓడ కనిపించింది. అది ఆకులు, తీగలతోనిండిన శిథిలమైన గుడిలా వుంది. సముద్రంలో కెరటాలు ఉవ్వెత్తున లేచి అలలు అలలుగా ఒడ్డును తాకుతున్నప్పుడు వస్తున్న భేరీనినాదాల్లాంటి

శబ్దాలు ఒక్కోసారి మందకొడిగా వినిపిస్తున్నాయి, కొన్ని జంతువుల అరుపుల్లాగా. అవును, 'లాల్ పసీనా'లోని పాత్రలు కేవలం కలలో మాత్రమే దర్శించగలం. ఒక్కోసారి సేనాపతుల మొరటు కంఠం వినిపిస్తుంది. ఆ శబ్దం తుపాకీ కాల్పులా వస్తుంది – "ఓ పందినాకొడకల్లారా! ఆడాళ్ల వల్ల సుఖపడ్డం, పిల్లల్ని కనడం మీకు బాగా తెలుసు. కానీ పొలాల్లో పని చేయాలంటే మాత్రం దొంగలు..."

"ఆపండి... ఇకచాలు!" అరిచినట్టుగా అంది కమలాదేవి. 'లాల్ పసీనా' గురించి ఇతరమైన విషయాలు చెప్పు. కథ చెప్పు".

ఎవరి కథ చెప్పను? కుందన్‌దా లేక గౌతందా? లేక లంగర్ల గురించి చెప్పనా లేక చేతుల్లో కొరడాతో ఒక చేను నుంచి మరో చేనుకి గుర్రాలు లాగే బళ్లమీద తిరిగే తెల్లవారి గురించా? ఒక్కోసారి ఈ బళ్లకి గుర్రాలుండవు – మనుషులు లాగుతారు."

"అయ్యో! ఇది నిజమా?"

"వినండి, ఈ రోజు విష్ణుదయాళ్ రచించిన 'హిస్టరీ ఆఫ్ మారిషస్' గ్రంథాలని సదస్సులో పంచుతాను. ఇండియా నుంచి వచ్చిన కూలీల గురించే ఎందుకు? ప్రతి ఒక్కరూ మడగాస్కర్ నుంచి తీసుకువచ్చిన నీగ్రోల గురించి కూడా చదువుతారు. విను కమలాదేవీ, వాళ్లు కూడా మన సహోదరులే. విష్ణుదయాల్ తన పుస్తకంలో 'జనరల్ హాల్' అభిప్రాయాలని ఉదహరించాడు. 24వ పేజీ చదువు. ఓడలో వచ్చిన నీగ్రోల కథ. నిజంగా జాలిగొలిపేది. హృదయాలని తాకుతుంది. 'జనరల్ హాల్' రాశాడు:

"డెక్ ఎత్తు (ఆ ఓడ) నీళ్ల పీపాలనుంచి కేవలం రెండడుగులే. ఒకరి తలని వెనకాల వున్న మరొకరి తొడలమధ్య పెట్టుకుని పడుకోవడానికి ఆ దురదృష్ట నీగ్రోలు దయతో అంగీకరించారు. వెంటనే చిన్న పరిధిలో చేరిన పీపాల సంఖ్య అంచనాలకి మించిపోయింది."

"చాలు, ఇక చాలు. నువ్వింకా ఎక్కువ చెప్పనక్కరలేదు. ఆ రోజులు పోయాయి. ఈ రోజు ప్రతి ఒక్కరూ బంగారు, వెండిపెట్టెలకి తాళాలు వేసుకుంటున్నారు. ఎంతటి ఆశ్చర్యకరమైన మార్పు."

"వినండి, విష్ణుదయాళ్ 'జేమ్స్ ప్రొరోయియెర్'ని కూడా ఉదహరించాడు.

ఈ మారిషస్ దేశంలో మనిషికి జంతువుకి తేడాలేదు. తెల్లవారి దృష్టిలో దురదృష్టవంతులైన నీగ్రోలు శ్రమిస్తూ చెమటోడుస్తూ నగరంలోను, భారీరోడ్లమీదా ఉచితంగా బరువులు మోసే జంతువుల్లా అనిపిస్తారు. గాడిదకూడా దాని యజమానిని మోసుకువెళ్ళే విషయంలో తప్ప మిగతా అన్ని పనులకీ మినహాయించబడింది... పుస్తకంలో 24వ పేజీ చదవండి.

శిథిలమైన ఓ పురాతన దేవాలయం చుట్టూ అల్లుకున్న తీగలతో వేగంగా ముందుకు కదులుతున్నట్టుగా వుంది ఆ ఓడ.

వాళ్లు కూర్చున్న మెట్లని కెరటాలు ఒక విధమైన లయతో తాకుతున్నట్లుగా వుంది. మోకాళ్లవరకు వాళ్ల బట్టలు తడిసిపోయాయి. అయినప్పటికీ కొత్తగా పరిచయమైన వ్యక్తితో ఆ విధంగా కూర్చోవడం చెడుగా భావించడంలేదు కమలాదేవి.

“చెప్పు; ప్రాచీన మారిషస్ గురించి, చెరకుతోటల గురించి మరింత చెప్పు. అదిగో, అక్కడ ఓడవుంది – అది ఓడ కాదు, పెద్ద ఏనుగు, వీపుమీద భారీ అడవిని మోసుకెళ్తున్నట్టుగా వుంది.”

“నిజమే. మన పూర్వీకుల్ని తీసుకువచ్చిన ఓడలను నేను అడవిఏనుగులతో పోలుస్తాను. నా కళ్లముందు భారీ గోనెసంచులు కదులుతున్నట్టుగా అనిపిస్తుంది. పర్వతమంత ఎత్తుగా వుండే ఆ గోనెసంచులు ఒక్కోసారి నా తలమీద ఎక్కడ పడతాయో అన్నట్టుగా వుంటాయి. వినండి, అభిమన్యు అనత్ ఫుల్‌వంతి గురించి రాసిన విషయాలు వినండి. ఈ సంచుల మధ్యలో పడి జీవితంలో అన్నీ పోగొట్టుకున్న ఫుల్‌వంతి. ‘లాల్‌పసీనా’ పుస్తకంలో 85వ పేజీ చదవండి.”

“ఏముంది ఆ 85వ పేజీలో?”

“అభిమన్యు అనత్ వేసిన చిత్రం నామదిలో ఉబికినట్లుగా అలాగే వుండిపోయింది. చాలా సంవత్సరాల క్రితం ఫుల్‌వంతి ఈ దీవికి వచ్చింది. ఆ సంవత్సరం బీహార్ కరవుకాటకాలతో అల్లాడుతోంది. పశువులు చచ్చిపోయాయి. దానికితోడు వ్యాధి సాధారణ జనంలో ప్లేగులా వ్యాపించింది. అంతకుముందే ఈ దీవికి ఫుల్‌వంతి అన్న వచ్చాడు. సరిగ్గా అప్పుడే అంతటి దుర్భిక్షంలోనూ మహమ్మారిలాంటి వ్యాధి ప్రబలిన దేశంలో ‘ధన్వా సర్దార్’ కూలీలకోసం వెతకడం మొదలుపెట్టాడు. అందులో కొందరు స్త్రీలుకూడా వున్నారు. ఫుల్‌వంతి తన అన్నని కలుసుకోగలదన్న నమ్మకంతో ఫుల్‌వంతీని సర్దార్‌కి వప్పజెప్పింది తల్లి. ఆ సమయంలో ఇండియాలో స్వాతంత్ర్య సమరం మొదలైంది. ఫుల్‌వంతి అన్న గ్రామాలన్నీ తిరుగుతూ

బ్రిటిష్ వాళ్లకి వ్యతిరేకంగా ప్రజలని చైతన్యపరిచే పనిలో పడ్డాడు. బ్రిటిష్ సైనికులు నిరంతరంగా వాళ్లని వెంటాడసాగారు. దాంతో అందరూ కాంట్రాక్టరుదగ్గరున్న బియ్యం, పంచదార సంచులకోసం ఈ దీవికి పరుగెత్తుకుంటూ వచ్చారు. అందరి ఆత్రం సంచులకోసమే. నోరూ వాయీ లేని బస్తాల గురించే. ఫుల్‌వంతీని కూడా బియ్యం బస్తాలా ఒకరోజు తీసుకువచ్చి ఓడలో ఓమూల కూలపడేశారు.

"బస్తాలా ?"

"సైతానులాంటి ఆ కాంట్రాక్టరు ఓడలో కొన్ని బస్తాలని పక్కకి జరిపి ఫుల్‌వంతి పక్కన కూర్చున్నాడు. అతని చేతులు ఫుల్‌వంతి 'లెహెంగా' వైపు కదలగానే మంట జ్వలించినట్టుగా అకస్మాత్తుగా సంచీ పిగిలిపోయింది. ఓ వ్యక్తి కాంట్రాక్టరు మెడ పట్టుకుని బస్తాల కుప్పవైపు తోశాడు. కాంట్రాక్టరు ఆ వ్యక్తివైపు కోపంగా చూస్తూ పైకి లేచాడు. ఆ తర్వాత ఆ కాంట్రాక్టరు బస్తాల మధ్యలోంచి జారుకున్నాడు. పదహారు సంవత్సరాల వయసున్న ఫుల్‌వంతీకి ఆ వ్యక్తి స్పష్టంగా తెలుసు. కేవలం ఆకలి తట్టుకోలేక ఓడ ఎక్కిన వాళ్లలో అతను ఒకడు. ఆ ఓడని ఈ సముద్రతీరంలో స్థానికులు తిరుగాడే బీచ్‌దగ్గర లంగరేసి వుంచారు."

సముద్రంలోని కెరటాలు లంగరేసే పెద్ద పెద్ద గొలుసుల్లా కనిపిస్తున్నాయి కమలాదేవికి. గణగణమంటూ గొలుసులు చేస్తున్న శబ్దంలా వుంది ఆ సముద్రంలోని కెరటాల చప్పుడు.

"అవును, ఇండియానుంచి కూలీలని తీసుకువచ్చిన ఓడలని ఈ రేవులో లంగరేసి వుంచారు. కాళ్లకి చెప్పులు కూడా లేని బక్కచిక్కిన మనుషులు గుంపులు గుంపులుగా ఈ ఓడలోంచి దిగారు. అభిమన్యు అనత్ సరిగ్గా చెప్పాడు – ఫుల్‌వంతీని తీసుకువచ్చిన ఓడలో 320 మంది కూలీలున్నారు. కానీ రేవులో ఓడ లంగరేసిన తర్వాత కేవలం 319 కూలీలు మాత్రమే వున్నారు."

"నాకు తెలుసు. ఫుల్‌వంతీని రక్షించిన వ్యక్తిలేడు. నిజంకాదా ?" అంది అరిచినట్లుగా కమలాదేవి.

ప్రేమ్‌కుమార్ రస్పాల్ మౌనం వహించాడు. మెట్లని తాకుతూ ఎగసిపడే అలలనుంచి చిందే నీళ్లు చెదిరి చిరు జల్లులు మరోసారి వాళ్లపైన పడ్డాయి. గణగణమంటూ లంగరు గొలుసుల శబ్దం గాల్లో తేలుతున్నట్టుగా వుంది.

ప్రేమ్‌కుమార్ చెప్పడం కొనసాగించాడు : ఫుల్‌వంతీ పరిస్థితిని సరిగ్గానే

విశదీకరించాడు అనత్. ఆమె గురించి తెలుసుకోవడానికి అక్కడ ఎవరూలేరు. హిందూమహాసముద్రం లోతును ఎవరూ కొలవలేరు. సముద్రగర్భంలోని శబ్దాలు ఎన్నడూ బయటకి వినిపించవు. కెరటాలు హోరుమని శబ్దంచేస్తూ శిలలని కొట్టుకోవడం – అలలపోటు – సముద్రహోరు – ఫుల్‌వంతీ వృద్ధాప్యం వరకు వీటిని వింది.

"ప్రేమ్ కుమార్, నువ్వు బస్తాల గురించి చెప్పావు ?"

"అవును, ఇది నిజం. బస్తాల దృశ్యాలు నిరంతరం నా మదిలో మెదులుతూనే ఉంటాయి. బెల్లం తయారీ సమయంలో మరుగుతున్న చెరకు రంగులా, జంతువుల చర్మాల్లా వుంటాయి – బస్తాలు. కేవలం బస్తాలు.

"కానీ నువ్వు ఈ బస్తాల దృశ్యాలని ఎందుకు చూస్తావు ?"

"నేను చిన్ననాటి నుంచీ చూస్తూనే వున్నాను..."

ప్రేమ్‌కుమార్ కొంచెంసేపు ఆగి మళ్లీ చెప్పసాగాడు : నా చిన్నతనంలో భయంకరమైన కథలు కొన్ని విన్నాను. మా తాతగారు మా నాన్నతో కలిసి ఈ దీవికి వచ్చినప్పుడు మా నాన్న వయసు కేవలం నాలుగేళ్లే. ఆయన ప్రయాణిస్తున్న ఓడలో ఉప్పు బస్తాలతోపాటు కూలీలు కూడా ఉన్నారు. ఉప్పుబస్తాల అవసరం చాలా వుంది – మానవ జీవితాలకన్నా ఎక్కువ. హిందూ మహాసముద్రంలో చెలరేగిన ఆకస్మిక తుఫాను ఉప్పుబస్తాలని తడిపేస్తుందేమోనన్న భయమేసింది. ఒకవేళ తడిస్తే బస్తాల బరువు పెరుగుతుంది. దాంతో ఓడ మునిగిపోతుంది. అందుకని కంట్రాక్టర్ కొంతమంది కూలీలని ఓడపై భాగాన చేర్చాడు. ఆ తర్వాత..."

"ఆ తరువాత ఏం జరిగింది?"

"వాళ్లు సముద్రంలోకి తోసివేయబడ్డారు, ఓడ బరువు తగ్గించుకోడానికి. మా తాత వాళ్లలో ఒకడు."

ప్రేమ్‌కుమార్ ఇంకేమీ మాట్లాడలేదు.

కమలాదేవి దు:ఖంతో యాదృచ్ఛికంగా ప్రేమ్‌కుమార్ తలని నిమిరింది.

"లేదు, లేదు. ఇకమీదట బస్తాల గురించి నిన్ను అడగను. బస్తాల గురించి మర్చిపో... మర్చిపో బస్తాల గురించి ప్రేమ్‌కుమార్ – కేవలం ఇదంతా ఓ పీడకలలా మర్చిపో.

ఐదవ అధ్యాయం

శాస్త్రిమహారాజ్ చిరాకు

సాధారణంగా శాస్త్రిమహారాజ్ సమావేశం మధ్యలో బయటకిరాడు. కానీ ఈ రోజు అకస్మాత్తుగా బయటకి వచ్చాడు. అతను తిన్నగా ప్రాంగణంలో ఓ ప్రక్కగా కూర్చున్న జటాధారి దగ్గరకి వెళ్ళి నిలబడ్డాడు.

జటాధారి చుట్టూ చాలామంది గుమిగూడారు. అతను మెత్తటి చాపమీద కూర్చున్నాడు. ఈ చాప ఎక్కడ్నించి వచ్చిందో ఎవరికీ తెలియదు. ఎవరో భక్తుడు గబగబావెళ్ళి చాపతో తిరిగొచ్చాడు. జటాధారి కళ్లకి గుండ్రటి కళ్లద్దాలున్నాయి. అందులో ఒక అద్దంలేదు - కుడికంటి అద్దంలేదు. ఆ అద్దం ఆయనవల్లే పగిలిందా లేక ఏదైనా తగిలి పగిలిందా అన్నది తెలియదు.

గుంపులోంచి దారి చేసుకుంటూ శాస్త్రిమహారాజ్ జటాధారి ముందుకు వచ్చి నిలబడగానే బాంబు విస్ఫోటనంలా జటాధారి గట్టిగా అరిచాడు : అయ్యో అయ్యో మహారాజ్ మీరు ఇక్కడా ! భం ! భం ! శివశంభో భం భం. ఈ కలియుగంలో పాపాలని తొలగించేవాడు, ఉదార గుణ సంపన్నుడు, పరమసుఖాలని ప్రసాదించేవాడు, సకల ధర్మ పరాయణుడు అయిన కాశీనాధుడు, గిరిజాపతి, శ్రీ శంకరునికి ప్రణామం.

(శ్రీ మహావిష్ణువు, పరబ్రహ్మ అవతారమైన శ్రీరాముడి సదుస్సుకి శైవులు రావడమన్నది అసాధారణ విషయమేమీకాదు. ఎందుకంటే శ్రీరామచంద్రుడే స్వయంగా అన్నాడని తులసీదాసు చెప్పాడు:

శివ ద్రోహీ మమ భగత కహావా
సో నర సప నెహుం మోహి న పావా

శివుడికి ద్రోహం తలపెట్టి నాకు భక్తుడనని పలికేవాడు స్వప్నంలో కూడా నన్ను పొందలేడు)

శాస్త్రిమహారాజ్ జటాధారి ముందర నిలబడి చుట్టూ చూస్తూ వ్యాకులమనస్కుడై "పోయినసారి ఇలాంటి వ్యాపారం చేయనని చెప్పావు. మళ్లీ అలాగే చేస్తున్నావు. రామభక్తుల్ని, వాళ్లకున్న గౌరవాన్ని కించపరుస్తున్నావు నువ్వు" అంటూ తీవ్రమైన ఉద్వేగంతో జటాధారి కూర్చున్న చాపని పట్టుకుని గట్టిగా లాగాడు. క్రమం తప్పకుండా మల్లయుద్ధం అభ్యసించిన శాస్త్రిమహారాజ్ చాలా బలవంతుడు. దాంతో ఆ దుర్బల జటాధారి ఎగిరి కొంచెం దూరంలో పడ్డాడు. అదే సమయంలో చాపకింద కొన్ని నోట్లు, కాయిన్లు బయటపడ్డాయి. పెద్దగావున్న చాలా కాయిన్లు చేప పొలుసుల్లా మెరుస్తున్నాయి. కాయిన్స్‌పైన సర్‌సీవూసాగర్ రాంగులామ్ బొమ్మ ముద్రించివుంది.

మహారాజ్ ఎంత వేగంతో ముందుకు వురికాడో అంతే వేగంగా రోజ్‌మేరీ చిత్రాలని ప్రదర్శిస్తున్న చోటకి వెళ్లి నిలబడ్డాడు. బహుశా ఎవరో ప్రత్యేకించి సీతాపహరణ చిత్రాన్ని గురించి ఆయన చెవిలో రహస్యంగా చెప్పినట్టున్నారు. అందరూ మెచ్చిన జగన్మాత సీతాపహరణ చిత్రాన్ని గురించి విన్న తర్వాత ఆయన ఇక ఏమాత్రం అక్కడ నిలబడలేకపోయాడు. నగ్న చిత్రమా? అయ్యో లేదు, లేదు, లేదు! ప్రేక్షకులు ఇలాంటి చిత్రాన్ని చూస్తారా? వైదేహిని ఆ విధంగా చూపించడానికి ఎవరైనా సాహసించగలరా? పవిత్రమైన ఆమె శరీరాన్ని ఎవరి చేతులయినా తాకుతాయేమోనన్న భయంతో, ఆమె అపహరణకి గురైన సమయంలో తులసీదాసు మాయాసీతని సృష్టించి ఆశ్రమంలో ఉంచలేదా. నిజమైన సీతాదేవి అగ్నిదేవుని దగ్గర వుంచబడింది. రావణుడు కూడా సీతాదేవిని తాకే ధైర్యం చేయలేదని పురాణంలో గుణభద్రుడు చెప్పాడు. ఈ పురాణం ప్రకారం రాక్షసరాజైన రావణుడు తనని తాకకుండా తప్పించుకోవడానికి సీత తనంత తాను రథాన్ని ఎక్కింది. శృంగార రసంలో మంచి నైపుణ్యంగల కవిచక్రవర్తి కంబన్ సీతాపహరణ ఘట్టాన్ని వివరించడంలో నిశ్చలత్వం ప్రదర్శించలేకపోయాడు. రావణుడు సీతని అపహరించాడు – సీత నివసిస్తున్న కుటీరం కిందవున్న భూమిని పెకలించి అపహరించాడు – ఇదీ శృంగార రసంలో నేర్పరి అయిన కంబన్ వివరించిన విధానం.

ప్రత్యక్షంగా అగ్నిదేవుడే ఓ తెరలా జగన్మాత సీతని రావణుడు తాకకుండా రక్షించాడని నారసింహ పురాణంలో వివరించలేదా? రావణుడు సీతని తన రాజ్యంలోని

లోతట్టు ప్రాంతంలోకి తీసుకువెళ్లి అఘాయిత్యం చేయగలిగాడా? మండుతున్న అగ్నిజ్వాలతో కూడిన దైవపీఠాన్ని ఎవరు అతిక్రమించగలరు? ఎన్నో హితబోధలు, ఉదాత్త ధర్మాలు కలిగిన రామాయణం ఏం చెప్పింది? తన అపహరణ సమయంలో దేవతలు మాయాసీతని సృష్టించడానికి విముఖత వ్యక్తం చేసినపుడు వాళ్లతో సీత అన్నదేంటి - నా అంతట నేనే నాప్రతిరూపాన్ని తయారుచేసుకుని దేవతల కార్యాన్ని నేనే నిర్వర్తిస్తానని అనలేదా. అయ్యో ఈ విదేశీయులు చదవాలి - ఫాదర్ బుల్కె చదవాలి. జగన్మాతకి జయము జయము.

అయ్యో! లేదు, లేదు. నిజంగా అలాంటి జగన్మాత చిత్రాన్ని అశ్లీలంగా ఈ సదస్సులో ప్రదర్శించడం సిగ్గుచేటు. జనాలందరూ ఈ చిత్రం చుట్టూ మూగుతున్నారు. ప్రతి ఒక్కరూ ఈ చిత్రాన్ని చూస్తున్నారు. సిగ్గు! సిగ్గు!

శాస్త్రిమహారాజ్ మెట్లు దాటి గుంపులోంచి దారి చేసుకుంటూ తిన్నగా చిత్రాలు ప్రదర్శిస్తున్న చోటకి వెళ్లాడు. నుదుటన చెమట బిందువులు కారుతున్నాయి. మెడచుట్టూ వున్న చద్దర్ కొనతో చెమటబిందువుల్ని తుడుచుకున్నాడతను. ఆ చిత్రం చుట్టూ గుమిగూడిన జనం ఆయన్ని చూడగానే ఒక అడుగు వెనక్కివేశారు. చద్దర్ కొనతో ఆయన తన కళ్లద్దాలని తుడుచుకుని ముందుకి అడుగువేసి చిత్రాన్ని పరికించి చూడసాగాడు. పరమభక్తుడైన శాస్త్రిమహారాజ్ కళ్లూ చెవులూ కోపంతోను సిగ్గుతోను ఎరుపెక్కాయి. ఆయన ముక్కుపుటాలు, పెదాలు అదిరాయి.

జనాల మధ్యన నిలబడివున్న రోజ్‌మేరీ ఒక్కసారిగా మ్రాన్పడిపోయింది. ఆమె చిన్నబుచ్చుకున్న మొహంతో శాస్త్రిమహారాజ్ దగ్గరకి వచ్చి మోకరిల్లి చేతులు జోడిస్తూ అంది, "మహారాజ్! మహారాజ్! దయచేసి నన్ను క్షమించండి. ప్రతీ విషయం నా ఈ నోట్‌బుక్‌లో వివరంగా నిక్షిప్తమైవుంది. ఇదిగో, ఇక్కడ, ఇక్కడ చూడండి - సీతని అపహరించేముందు రావణుడి అహంభావం - నేను చదువుతాను. దయచేసి వినండి. 'నేనే బుద్ధిమంతురాలిని' అని భావించుకునే ఓ మూఢురాలా! నువ్వు ఇంకా రాజ్యాన్ని, సంపదలని పోగొట్టుకున్న రాముడిపట్ల అనురాగం కలిగివున్నావు?

మూర్ఖుడైన ఆ రాముడు ఓ స్త్రీ కారణంగా, అంటే ఓ తెలివిమాలిన మహిళ మాటలు పుచ్చుకుని పెక్కుమంది బంధుమిత్రులతో కూడిన రాజ్యాన్ని వదిలి క్రూర మృగాలకి నెలవైన ఈ అడవుల్లో నివసిస్తున్నాడు."... మళ్లీ ఇక్కడ చూడండి,

కామార్తుడైన రావణుడు సీతని పట్టుకున్నాడు... ఇక్కడ చూడండి, వాల్మీకి కూడా రాశాడు, ఆకాశంలోని రోహిణీ నక్షత్రాన్ని బుధగ్రహం మింగినట్టుగా... చూడండి మహారాజ్, ఇక్కడ చూడండి – రాక్షసుడు కమలదళంలా అందమైన కళ్లున్న సీత జుట్టుని తన ఎడం చేత్తో పట్టుకుని తొడలని కుడిచేత్తో పట్టుకున్నాడు. ఇంకా ఇది చూడండి – రెప్పపాటులో రావణుడు సీతని ఒడిలోకి లాక్కుని చెవులు చిల్లులుపడే శబ్దంతో కంచరగాడిదలని పూన్చిన బంగారుపూత కలిగిన రథంపైన కూర్చో బెట్టాడు..."

"షటప్! రోజ్‌మేరీ, షటప్!" కోపంతో శాస్త్రి ఊగిపోయాడు.

"మహారాజ్, రామాయణం మొత్తం మానవ జాతికి సంబంధించిన కథ. నన్ను ఏం చెప్పమంటారు? 'ఫార్కుహార్' ఇంకా మరికొందరు అనలేదా – ముందునుండి చివరివరకు రాముడు మానవమాత్రుడని. వాల్మీకి వివరంగా చెప్పాడు, తొడలు పట్టుకుని సీతని ఒడిలోకి లాగినట్టుగా – రావణుడు సీత తొడలని కుడిచేతితో పట్టుకుని ఒడిలోకి తీసుకుని రథంపైన ఉంచే ప్రయత్నంలో అతని చేతులు పడకూడనిచోట పడవచ్చుకదా? నేను కేవలం నా చిత్రం ద్వారా ఓ సందేశాన్ని అందించాను మహారాజ్."

శాస్త్రిమహారాజ్ గుండెల్లో గునపం దిగబడినట్టుగా పూర్తి నిస్పృహతో గట్టిగా అరిచాడు : "అయ్యో! అయ్యో! అయ్యో!" వెంటనే అతను తన జీవితంలో ఎన్నడూ చేయనిపని చేశాడు. అతను ముందుకు ఉరికి స్టాండ్‌కి వున్న చిత్రాన్ని పీకి ఓమూల రోజ్‌మేరీ వుంచిన బల్ల, పెయింట్లు, గుట్టగా పడివున్న కాగితాల్లాంటి సామాన్ల వైపు విసిరేశాడు అసహనంగా.

రోజ్‌మేరీ అవాక్కయ్యింది. నోటమాట రాలేదు. ప్రేక్షకులు కూడా అక్కడి దృశ్యాన్ని నిశ్శబ్దంగా చూడసాగారు.

ఎంత వేగంగా బయటికి వచ్చాడో అంతే వేగంగా సమావేశం గదిలోకి వెళ్లిపోయాడు శాస్త్రిమహారాజ్.

శాస్త్రిమహారాజ్ విసిరేసిన చిత్రాన్ని చేతిలోకి తీసుకుని రోజ్‌మేరీ విలపించసాగింది.

చుట్టూ వున్న జనం ఆమె దగ్గరకంటా వెళ్లి పెద్ద గలభా సృష్టించారు.

నర్తకి భువనమోహిని - ఆమె నాట్యం

సభాభవనం సామర్థ్యాన్ని మించి క్రిక్కిరిసిపోయింది, దివ్యమైన అప్సరస భువిపైకి దిగివచ్చిందా అన్నట్లుగా. కాలి గజ్జెలే కాకుండా భువనమోహిని పాదాలు చిన్న చిన్న వెండి చిరుమువ్వలు కట్టబడిన జైపూరి పైజేబ్‌తో అలంకరించబడ్డాయి. పాదాలకున్న అన్ని వేళ్లకి రింగులున్నాయి. పాదాలు మెహందీ డిజైన్లతో పెయింట్ చేయబడ్డాయి. అరచేతులు కూడా అదేమాదిరి మెహందీతో అద్భుతంగా పెయింట్ చేయబడివున్నాయి.

చేతులకి జైపూరి పెహున్ని గాజులు వున్నాయి. ఆమె పాపిటలో బనారస్ సావంతి అలంకరించబడి వుంది. ఆ సావంతీకున్న ముత్యాలు, రత్నాలలోంచి విద్యుత్‌కాంతులు ప్రసరిస్తుండడంతో అవి మెరిసిపోతున్నాయి. పొడవాటి జడలో బుందేల్‌ఖండ్ బిజ్ వుంది. పెద్ద గొడుగు ఆకారంలో వున్న గాగ్రామీద బంగారు జరీ మిరుమిట్లు గొలుపుతోంది. పాదాలకి వున్న అందెల రవళితో హాలు ప్రతిధ్వనిస్తోంది. కాళ్లదగ్గర చీలమండలకి కట్టుకున్న గజ్జెల సవ్వడి వడగళ్ల తుఫానుని తలపిస్తోంది.

ధన్ ధ తకిట ధ

ధన్ ధ తకిట ధ

కోహుల్ లైన్స్‌తో సుందరంగా తీర్చబడిన ఆమె కాటుక కళ్ల అందాన్ని మరింత ఇనుమడింపజేస్తోంది. అవి అయస్కాంత ద్వయాన్ని పోలివున్నాయి. అప్పుడప్పుడు హాలు మొత్తం ఉరుములా పెద్ద పెద్ద శబ్దాలతో ప్రతిధ్వనిస్తోంది.

ఇప్పటి దాకా రామాయణ మండలిని అనుసరించిన వాళ్లందరిలోకెల్లా భువనమోహిని ఓ అరుదైన, అద్భుతమైన మహిళ. అమె భక్తి అనితరసాధ్యమైనదని శాస్త్రిమహారాజ్‌కి తెలుసు. ఎవరూ కూడా రామాయణ కథని, ఆమెవలె కోరియోగ్రఫీ చేయలేరు.

ధన్ ధ తకిట ధ

ధన్ ధ తకిట ధ

పరిశుభ్రమైన, సొగసైన దుస్తులు ధరించి ఓ వరుసలో కూర్చుని ఎంతో లయబద్ధంగా అద్భుతంగా వాయిస్తున్న తబలా, సితార్, సారంగి, మృదంగం,

హార్మోనియం వాద్యకారుల వాచక మరియు గాయకుల వ్యాఖ్యానం, సంగీతం, నర్తకి పదన్యాసం, నృత్యం ఒక అసాధారణమైన మైమరపించే వాతావరణం సృష్టిస్తున్నాయి.

ధన్ ధ తకిట ధ

ధన్ ధ తకిట ధ

భువనమోహిని రామాయణంలో భాగమైన పుష్పవాటిక నృత్యరూపకాన్ని ప్రదర్శిస్తోంది. ఆమె కవిచక్రవర్తి కంబన్ పుష్పవాటికని గోస్వామి తులసీదాసు పుష్పవాటికతో మేళవించి ఓ అపూర్వమైన వేడుకైన కోరియోగ్రఫీని ప్రదర్శించింది. ఈ రోజుల్లో భారతీయ నృత్యకళాకారులు రామాయణగాథని అపూర్వమైన రీతిలో ప్రదర్శించి ప్రేక్షకుల్ని మంత్రముగ్ధులు గావిస్తున్నారు.

భువనమోహిని అద్భుతమైన స్వరాలకి అనుగుణంగా నాట్యం చేయడం మొదలుపెట్టింది. వేదికపైన ఓ అరుదైన పద్ధతిని ఆవిష్కరింపజేసింది. కంబన్ వివరించిన విధంగా వేదికపైన తుమ్మెదల ఝుంకారాలు వీనులవిందుగా వినిపిస్తున్నాయి. ఎందరో అందమైన నర్తకీమణుల పాదభూషణాల సవ్వడితో వేదిక ప్రతిధ్వనించింది. పాటకి వ్యాఖ్యానం తోడైంది. ఇది దశంథ కుమారుడైన శ్రీరామ చంద్రుని అందమైన రూపం. మత్తెక్కి నాశనం చేసే ఏనుగు ముందు సింహంలా శక్తిమంతుడు. ఆవేశం, క్రోధంలేని నిష్కళంకుడు. కమలనయనాలవాడు. తులసీదాసు ఓ గంజాయి మొక్కలాంటివాడు. శ్రీరామునియందు గల అచంచల భక్తి ఆయన్ని తులసిమొక్కలా పవిత్రుడిగా మార్చేసింది.

జో సుమిరత భ యొ భాcగతేc,

తులసీ తులసీదాసు.

అవును, నిజమే. ఊహాజనితమైన అడవిని ధ్వంసం చేసింది శ్రీరాముడే. వ్యత్యాసాలు, దండనలతో కూడిన తన రాజ్యాన్ని పాలించే అవసరం అతనికి లేదు. రాజు అధీనంలో వున్న 'దండం' కర్రగా రూపాంతరం చెంది సన్యాసి చేతుల్లోకి చేరుకుంది. జైలు, ఉరికొయ్య, మొనదేలిన ఆయుధాలు, విల్లులు మరియు బాణాలు, ఖడ్గాలు - అన్నీ అంతర్ధానమైపోయాయి.

పాటతోపాటు మరో ముగ్గురు డ్యాన్సర్లు వేదికపైకి వచ్చారు. వీళ్లు బహుశా మారిషస్‌కి చెందిన కళాకారులై వుంటారు.

ఇది పుష్పవాటిక. స్త్రీలు శ్రీరామచంద్రుడిని చూడగానే ప్రబలమైన భౌతిక వాంఛల్ని పెంచుకుంటున్న దృశ్యాన్ని వివరిస్తున్నారు నర్తకులు. భువనమోహిని బృందం ఒక నిర్దిష్టమైన రీతిలో కంబన్ రామాయణంలోని వర్ణనలని వివరిస్తోంది. వాచకుడు పాటతోబాటుగా వ్యాఖ్యానం చెప్తున్నాడు : అయ్యో ! సొగసైన శ్రీరాముడిని చూడగానే ఈ స్త్రీలు ఎలా పరిగెడుతున్నారో! భూమిలోని నీరు పూర్తిగా ఇంకిపోయినప్పటికీ ఆకాశంనుంచి వానపడే సూచనలు లేనప్పటికీ.

స్త్రీలు తాము ధరించిన దివ్యమైన దుస్తులు వదులవుతున్నా పట్టించుకునే సమయంలేదు. తాము ధరించిన దుస్తుల కొనలలో వున్న ఆభరణాలు జారిపోతున్నా పట్టించుకునే స్థితిలో లేరు. భుజాలమీద పూలహారంలా ధరించిన చద్దర్లు జారిపోతున్నా సరిచేసుకుందామన్న ఆలోచన వాళ్లకి కలగడంలేదు. అదిగో అక్కడ! అక్కడ! ఒకరితో ఒకరు అంటూ దారిచేసుకుంటూ ముందుకి వేగంగా వెళ్తున్నారు.

సంగీతంతో పాటు వ్యాఖ్యానం మళ్లీ మొదలైంది. జింక కళ్లున్న స్త్రీ కళ్లలోంచి ధారాపాతంగా నీరు ఏరులా పారుతోంది. దారంకూడా దూరనంత బిగువుగా వక్షోజాలు బిగించి కట్టివున్నాయి. ఆమె వేళ్లు దూది పింజల్లా మెత్తగా వున్నాయి. ఆమె కళ్లకున్న నల్లని కాటుక శ్రీరామచంద్రుని ఒంటి రంగా? లేదు, ఏదీ చెప్పడానికి లేదు. అందమైన ఆమె కళ్లు మేఘఛాయతో వున్న శ్రీరామచంద్రునిపైన పడినందుకు నల్లబడి వుండవచ్చు! లేదు, లేదు, కవిచక్రవర్తి కంబన్ ఏదీ సరిగా అర్థం చేసుకోలేదు.

రాగిపాత్ర వర్చస్సు కలిగి ప్రకాశవంతమైన నుదురు కలిగిన ఓ స్త్రీ మన్మథుడు అంతటా పూలబాణాలు విసురుతుండడం చూసి అరిచింది – ఎవరతను ? రాజులలో మేటి అయిన దశరథుడు మరియు బాణాలు వేయడంలో దిట్ట అయిన శ్రీరాముడిని పరిహసించి అగౌరవపరిచే విధంగా సంపూర్ణంగా దుస్తులు ధరించిన కన్యలపైన అంత ధైర్యంగా బాణాలు వదులుతున్నది?

లక్ష్మీదేవిలా మనోజ్ఞంగా వున్న మరో యువతి ఆ శ్రీరామచంద్రుడి ప్రేమకోసం ఒళ్లు తెలియకుండా తన వంటిమీదున్న నగలని వుంచుకోలేకపోతోంది. కేవలం ఒకే ఒక్క నగతో ఆమె ఎలా నిలబడిందంటే – ఒక చిత్రకారుడు జాగ్రత్తగా అందమైన అంగాల్ని జల్లెడపట్టి ఐహిక కోరికలని ఏరి, అన్ని కోరికలలోను శ్రేష్ఠమైనదాన్ని స్త్రీ ఆకారంలో సృష్టించినట్లుగా.

అమ్మో! అమ్మో! మరో నర్తకి. ఆమె విలపిస్తోంది. శ్రీరామా నీ హృదయం ఇనుములా దృఢమైనది. అయినా నువ్వు స్తంభంలాంటి బాణాన్ని రెండు ముక్కలు చేశావు, నీకోసం స్పృహకోల్పోయిన ఒకరిని గెలిచేందుకు. ఓ సుగుణాత్ముడా, దయచేసి మదనుని బాణాన్ని విరిచేసి నన్ను అంగీకరించు.

మరోస్త్రీ కనిపించింది. తుంటిభాగం బంగారంతో అలంకరించుకుని కంట నీరు నింపుకుని తన అందమంతా తన శరీరాన్ని వదిలిపోయినట్లుగా లీనమవుతూ అరిచింది: అయ్యో! చుట్టూ మునులతో కూడియుండి రాజులకే రాజు అయిన శ్రీరామచంద్రుడు ఒంటరిగా నాకలలోకి వచ్చి తనంతట తాను ప్రకటించడం సంభవమేనా? నేను అతన్ని అతి సమీపంనుంచి తాకగలనా.

అక్కడ మరో అందమైన కన్యవుంది. ఆమె తీయగా పలుకుతుంది, చెరుకు రసంలా. ఆమె శ్రీరామచంద్రుని రథం వెనక పరుగెడుతోంది. ఆమె పొడవాటి జడ విడిపోయింది. ఒకరు మరొకరిని అడుగుతున్నారు – ఓ మిత్రమా, నా మనసు రామచంద్రుడు వెళ్లిన మార్గంలో పోవడం చూశావా?

తన వయోజనులతో పూర్తిగా సంతృప్తి చెంది స్త్రీలనుంచి ఏమీ ఆశించకుండా శ్రీరాముడు ముందుకి వెళ్తున్నాడు. అది సరియైనదేనా? కృతజ్ఞత అంటే ఏమిటో అతనికి తెలియదా? లేక తనకు తాను సహించుకుంటూ ప్రకాశిస్తున్నాడా? లేదు, లేదు, అతను క్రూరుడు. అతను క్రూరుడు.

అక్కడ, అక్కడ, ఓ స్త్రీ. గంధపు పూతలతో, నిటారుగా వున్న స్తనాలతో, డమరుకంలాంటి నడుము కలిగిన ఆ స్త్రీ కింద పడిపోయింది – అయ్యో! ఈ మహిళ బ్రతుకుతుందా? బ్రతుకుతుందా?

రాజగోపాలన్ అనువదించిన కంబన్ రామాయణం సంగీత ప్రవాహానికన్నా తక్కువైన కంఠస్వరంతో వాచకుడు చేస్తున్న ప్రత్యక్ష వ్యాఖ్యానం కొంతసేపు ఆగింది. సారంగినుంచి వస్తున్న దివ్యమైన సంగీతం కొనసాగుతోంది.

నర్తకులు ఒకరితర్వాత ఒకరు వేదికమీంచి దిగుతున్నారు.

స్వల్ప విరామం తర్వాత శ్రీరామచంద్రుని వేషంలో వేదికపైకి వచ్చింది భువనమోహిని. అదే సమయంలో హాలంతా దివ్యమైన సంగీతం ప్రతిధ్వనించింది. వాచకుని కంఠం మళ్లీ వినిపించసాగింది: గొప్పదైన రాజ్యపట్టాభిషేకంతో తృప్తి

చెందనివాడు, దట్టమైన అరణ్యంలో కష్టాలు పడనివాడు, అడవిలో వికసించిన వాటితో కంఠాన్ని అలంకరించుకున్నవాడు, లోతైన శరీరఛాయ గలవాడు, దశరథ కుమారుడు అయిన శ్రీరామచంద్రునికి నమస్కారం. అయోధ్యాపతికి నమస్కారం – మునులు ఇంకా విద్వత్తుగల మనుషులు బ్రహ్మాండమైన నదిలాపారే నగరం. ఈ నదులన్నీ అయోధ్య అనే పేరుగల సముద్రంలోకి వచ్చి చేరతాయి.

ఉత్తర ప్రాంతంలోని ప్రఖ్యాత నగరం – అధర్వణ వేదంలో దేవతల ప్రాంతంగా కీర్తించబడినది, విశ్వంలో గుండెకాయలాంటిదని వేదాలు వివరించాయి. అయోధ్య ఆకాశంలో పున్నమి చంద్రుడైన శ్రీరామచంద్రునికి నమస్కారం; అతని విల్లంబులు మరియు బాణాలు నగరాన్ని రక్షిస్తున్నాయి. అయోధ్యా నగరానికి, రత్నంలాంటి శ్రీరామచంద్రుడికి, కాంభోజదేశ ఏనుగులు మరియు బాహ్లిక దేశ గుర్రాలతో అలంకరించబడ్డ అయోధ్యానగరానికి నమస్కారం.

ధన్ ధ తకిట ధ

ధన్ ధ తకిట ధ

పాదాభూషణాల సవ్వడి హాలు మొత్తం ప్రతిధ్వనిస్తోంది.

ఇప్పుడు శ్రీరామచంద్రుడు లక్ష్మణుడితో కలిసి వేదికపైకి వచ్చాడు. జిజ్ఞాసతో కూడిన అతని కళ్లు వన్యలతలమీద పడ్డాయి. అతని మానసిక గందరగోళాన్ని భువన మోహిని తన ముద్రలతో వివరించింది. దివ్యమైన సంగీతం మరోసారి వ్యాఖ్యానాన్ని మించిపోయింది. వ్యాఖ్యాత ఇప్పుడు శ్రీరామచంద్రుని కంఠస్వరంతో మాట్లాడాడు : అయ్యో! అక్కడ చంద్రుడున్నాడు. ఆ చంద్రుడు సీతాదేవి ముఖంతో సమానుడు అని నేను ఎలా చెప్పగలను? చంద్రుడు సముద్రంలో పుట్టాడు. ఆ సముద్రంలోనే విషం కూడా పుట్టింది. అందువల్ల సముద్రంలోని హాలాహలం చంద్రుని తోబుట్టువు. చంద్రుడిలో మచ్చలున్నాయి. ఈ చంద్రుడు అద్భుతమైన సీతాదేవి ముఖంతో సమానుడని నేను ఎలా చెప్పగలను?... అంతేగాక, చంద్రుడు పెరుగుతాడు, తరుగుతాడు. నిర్ణీత సమయంలో రాహువు దాన్ని కబళిస్తాడు... ఓ చంద్రుడా, నువ్వు చక్రవాక పక్షులకి శోకప్రదుడువి. నువ్వు పద్మాలకు ద్రోహం చేసే శత్రువు. నీలో ఇన్ని అవగుణాలున్నాయి. సీతాదేవి ముఖాన్ని నీతో ఏవిధంగా పోల్చగలను?

ధన్ ధ తకిట ధ
ధన్ ధ తకిట ధ

భువనమోహిని చివరగా రెండు గంటలు దాటిన తర్వాత తన ప్రదర్శన ముగించింది. భువనమోహిని కంబ మరియు తులసీదాసు ఇద్దరి వర్ణనలు జోడించి ఓ అలౌకికమైన వాతావరణం సృష్టించింది. ఆమె నిజంగా ఓ ప్రతిభ, నిబద్ధత గల నర్తకిగా మనోహరంగా అభినయించి నిరూపించుకుందని అనడంలో సందేహంలేదు. అందరిదీ ఒకేమాట - వావ్ భువనమోహినీ! వావ్ భువనమోహినీ!

చప్పట్లు మ్రోగుతుండగా కర్టెన్ పడగానే భువనమోహిని వేదికపైనుంచి దిగి గ్రీన్‌రూంలోకి వెళ్లిపోయింది.

ఎంతో ప్రయాసపడి సుదీర్ఘ ప్రదర్శనానంతరం కొంత సేపు విశ్రాంతి తీసుకోవాలనుకుంటుంది భువన మోహిని. అందుకుగాను ఆమె కోసం ఓ మెత్తటి పానుపు ఎప్పుడూ సిద్ధంగా వుంచుతారు. ఆమె గదిలోకి రావడంతోటే ఆ పక్కమీద వాలిపోయి తలని ఈకలతో తయారు చేయబడ్డ మెత్తని దిండుమీద ఆనిస్తుంది.

అలసిపోవడంతో గదిలోకి వచ్చేసరికి విపరీతంగా చెమట్లు కారసాగాయి భువనమోహినికి. ద్వారం దగ్గర ఇద్దరు వ్యక్తులు నిలబడివుండడం గమనించింది భువనమోహిని. వాళ్లు అందమైన దుస్తులు ధరించారు. తలమీద టోపీలున్నాయి. భువనమోహినిని చూడగానే వాళ్లు మర్యాదపూర్వకంగా శిరస్సువంచి అన్నారు, "ప్రముఖ వ్యాపారవేత్త అనంతవర్ధన్ రాంగులామ్ మీకు అభినందనలు తెలియజేయమన్నారు. ఆయన మీకు ఆహ్వానం పలుకుతున్నారు. మంత్రిగారైన భరత్‌రామన్ కూడా అక్కడే వున్నారు.

"కానీ పోర్ట్‌లూయిస్ ఇక్కణ్ణించి చాలా దూరం కదా?"

పొడవైన టోపీ ధరించిన ఆఫీసరు తన తెలివితేటల్ని ప్రదర్శించే విధంగా బిగ్గరగా అన్నాడు, "మేడమ్ వెయ్యిమైళ్ల దూరంలో వున్న మారిషస్‌ని మేము ఎంత వేగంతో దాటగలమో తెలుసుకోవాలనుకుంటున్నారా? మలేషియా తర్వాత ప్రపంచంలో కెల్లా మంచి రోడ్లు మాకే వున్నాయి. మేడమ్, బయట కారు ఆగివుంది; మనం ఇక ఏమాత్రం ఆలస్యం చేయకూడదు."

ఈ బ్యాక్ - బ్రేకింగ్ ఎక్సర్‌సైజు తర్వాత మెత్తటి పరుపుమీద కొంత సేపు విశ్రాంతి తీసుకోవడం ఆమెకిష్టం. కానీ ఇప్పుడది వీలుపడదు. ఫ్రాన్స్‌నుంచి ఇస్తాన్‌బుల్ వరకు విస్తరించిన వస్త్రవ్యాపారి అనంత్‌వర్ధన్ ఆహ్వానాన్ని తను ఎలా నిరాకరిస్తుంది?

ఇంకా మంత్రి భరత్ రామన్ ? ఉన్నతాశయాలుగల ఏ నర్తకి అయినా ఇలాంటి ప్రతిపాదన తిరస్కరించగలదా?

బోలెడంత అనుభవంతో ప్రపంచఖ్యాతి చెందిన భువనమోహిని ఈ ఆహ్వానాన్ని తిరస్కరించలేకపోయింది.

తబలా వాద్యకారుడు, ఇంకా మిగతా సంగీతకారులందరికీ తెలుసు, ప్రదర్శన పూర్తవ్వగానే భువనమోహిని కొంతసేపు విశ్రమిస్తుందని. ఈ సమయంలో డ్రింక్సు సేవించడం ఆమెకిష్టం. సరోద్ వాద్యకారుడు గ్లాసులో నిమ్మకాయ షర్బత్‌తో నిలబడ్డాడు.

భువనమోహిని బట్టలు మార్చుకోవడానికి తలుపు వేసింది. సరోద్ వాద్యకారుడి దగ్గర్నుంచి నిమ్మకాయ షర్బత్‌గ్లాసు అందుకుని పైకెత్తి గటగటా తాగేసింది. ఆ తర్వాత నెమ్మదిగా రాళ్లు పొదిగిన చేతి కంకణాలు, మైనాపిట్ట ఆకారంలోని చెవిరింగులు, పింగాణీ, బంగారు పూత కలిగిన నెక్లెస్, పాదాలకి వున్న పింగాణీ పూత కలిగిన ముత్యాల పైజేబ్‌లు, వక్షస్థలాన్ని మరుగుపర్చిన బ్రాసరీ, భుజాలపైనున్న చద్దర్ ఇంకా ఇతరమైన దుస్తులు, వాటిని స్థిరంగా నిలిపేందుకు వాడిన సేఫ్టీపిన్నులు తీసివేసింది. నడుముపైనుంచి పిన్నులు తీస్తుండగా భువనమోహిని ఓ విచిత్రమైన అనుభూతికి గురయ్యింది. అబ్బా! ఈ చేతులు? ఒక్కోసారి అవి నడుముపైన సవారీ చేస్తాయి, ఒక్కోసారి మెడపైకి వెళ్లి మళ్లీ కిందికి వచ్చేస్తాయి... ఇవన్నీ కొండలు పగిలినట్లు, అవి ముక్కలైనట్లు, ముక్కలైన రాళ్లు ఆయుధాలుగా మారి దాడి చేస్తున్నట్లుగా, మొనదేలిన ఆయుధాలుగా... ఒక్కోసారి అవి అడవిలోని గుహలోంచి వచ్చిన కొండచిలువలా తనని పూర్తిగా అదిమేసి ఓ మూలకి విసిరేసినట్టు, చెరకు గడలోంచి రసం తీసేసి పిప్పిని పడేసినట్టుగా.

భువనమోహినికి విశ్రాంతి లేదు. ఆమెకి సహాయం అవసరం. ఆమె ఎవరికీ కోపం తెప్పించే సాహసం చేయలేదు. అందరికీ ప్రియమైన నటి హెడీలామర్ చెప్పిన విషయం బహుశా వాస్తవమే: నేను ఎల్లవేళలా అభిప్రాయపడే విషయం ఏంటంటే ఎవరైనా విశ్వసనీయవ్యక్తి తన గదికి చెందిన దృఢమైన బంగారపు తాళంచెవి ఇచ్చినట్లయితే అతన్ని చూసి రావడం కనీస మర్యాద!

మళ్లీ తలుపుమీద చప్పుడయిన శబ్దం వినిపించింది.

భువనమోహిని గదిలోంచి వేగంగా బయటికి వచ్చింది.

ఆటోగ్రాఫ్ కోసం జనం గుంపులు గుంపులుగా ఆమెని చుట్టుముట్టారు.

ఆరవ అధ్యాయం

కమలాదేవి భయాలు

"రామచంద్ర ప్రభువు ఒకసారి తన బల పరాక్రమాలతో సముద్రంలోని నీటినంతటిని పీల్చేశాడు. ఆ సమయంలో శత్రువనితల దు:ఖాశ్రుజలాలతో ఆ సముద్రం మళ్లీ నిండింది. అప్పటినుంచి సముద్రంలోని జలాలు ఉప్పగామారాయి" హనుమాన్ మాటలు విని రామచంద్రుడు చిరునవ్వు నవ్వాడు.

(లంకాకాండ : రామచరిత మానస్)

కమలాదేవి ఆ సమయంలో లంకాకాండ చదువుతోంది. ఆవిడ బుద్ధి స్థిరంగాలేదు. ఈ సదస్సు మొదలై రెండు రోజులైంది. కానీ ఆమె ఇప్పటివరకు మాధవానందని ఒంటరిగా కలవలేకపోయింది. సమయం బాణంలా వేగంగా దూసుకుపోతోంది. శరీరంలో వయస్సు పెరుగుతున్న ఛాయలు భయపెడుతున్నాయి. వినాశకారి అయిన 'వయస్సు' అనే పురుగు అందమైన స్త్రీ శరీరంలోపలి నుంచి తొలిచేస్తుందన్న విషయాన్ని ఆమె పూర్తిగా మరచిపోయింది; కానీ ఈ రోజు ఉదయం మొహం కడుగుతున్నప్పుడు ఈ పురుగు తన శరీరంపైన దాడి చేసిన గుర్తులు స్పష్టంగా కనిపించాయి.

కమల మెట్లు దిగి కిందకి వచ్చింది. తొలి సంజవేళ. సముద్రం పొగమంచు వలలో కప్పడినట్లు కనిపిస్తోంది. ఆ వలలోంచి సముద్రప్రాంతంలోని భాగాలు చెదిరినట్లుగా కనిపిస్తున్నాయి, తెల్లటి స్త్రీపురుషుల బుగ్గల్లాగా. వరండాలోకి అడుగుపెట్టగానే రోజ్‌మేరీ గదితలుపులు తెరిచివుండడం గమనించింది కమల. లోపలికి తొంగి చూసింది. రోజ్‌మేరీ ఓ మూల ఉప్పుబస్తాలా కూర్చునుంది. కమల వేగంగా లోపలికి వెళ్లి రోజ్‌మేరీని గట్టిగా ఆలింగనం చేసుకుంది.

"నేను నా సరంజామానంతటిని మూటకట్టుకుని వెళ్లిపోవడానికి సిద్ధంగా వున్నాను !"

"వెళ్లిపోతావా ?"

"అవును, అవును, తిరిగివెళ్లిపోవడానికి. కానీ మాధవానంద వచ్చి పరిస్థితిని వివరించాడు."

"మాధవానంద నీ రూంకి వచ్చాడా ?"

"అవును, అతను ఇక్కడికి వచ్చి ఓ గంటసేపు నన్ను అనునయిస్తూ కూర్చున్నాడు. మేమిద్దరం ఈరోజు మా సామాను, సరంజామాతో వెళ్లిపోతాం."

కమలాదేవి గుండెలు కొట్టుకోసాగాయి. ఏది ఎలా వున్నా మాధవానందకూడా మనిషే. చుట్టూ వేలకొద్దీ అందమైన ప్రేమికులతో అతని బుద్ధి స్థిరంగా వుంటుందా ?

కానీ మాధవానంద అలాంటివాడు కాదు.

మాధవానంద అలా వుండే మనిషి కాడా ?

అప్పుడే కమలాదేవికి థాయిలాండ్‌లో జరిగిన అంతర్జాతీయ సదస్సులో ఓ ఫ్రెంచ్ స్టూడెంటు మాధవానంద వెంటబడడం గుర్తొచ్చింది. సదస్సు జరిగిన ఆ పదిరోజులూ కమలాదేవి పరిస్థితి నదిలోంచి ఒడ్డునపడ్డ చేపలా మారింది.

అద్భుతమైన విషయమేమిటంటే ఆ సందర్భంలో మాధవానంద తనంతట తాను 'వాలి మరణం', 'నారదుని మోహం తొలగుట' అన్న రెండు కథలని కోరియోగ్రఫీ చేశాడు. భువనమోహిని నర్తకి. 'వాలి మరణం' కోరియోగ్రఫీలో అతను వాల్మీకి, కవిచక్రవర్తి కంబన్ ఇంకా తులసీదాసుల వర్ణనని సమ్మిళితం కావించాడు. మరోవైపు అతను తులసీదాసు రామాయణంలోని 'నారదుని మోహం తొలగుట' గురించి తన్ను తాను నియంత్రించుకున్నాడు. దశరథ కుమారుని నోటినుంచి వెలువడ్డ సందేశాన్ని ఉన్నదున్నట్లుగా ఉంచేశాడు. కోరియోగ్రఫీ అదే సందేశాన్ని ప్రతిబింబించడంలేదా – సందేశాలు తన హృదయాన్ని గాయపరిచేవిగా లేవా, ఓ విచిత్రమైన చిత్రహింస?

– విను నారదా, నువ్వు నన్ను అడిగావు – నీకు వివాహం చేసుకోవాలనుందని. నేను నిన్ను వివాహం చేసుకోడానికి అనుమతించలేదు. నేనెందుకు అనుమతించలేదో విను:

కామ క్రోధ లోభాది మద,
ప్రబల మోహకై దారి
తిన్హ మహఁ అతి దారున దుఃఖిద,
మాయా రూపీ నారి.

(కామ, క్రోధ, లోభ మదములు మోహానికి ప్రబల సైన్యాలు. వాటిల్లో ఒకటి భరించలేని యాతన నారి)

సును ముని కహ పురాన శ్రుతి సంతా
మోహ బిపిన కహు నారి బసంతా
జప తప నేమ జలాశ్రయ ఝూరీ
హోఇ గ్రీషమ సోషఇ సబ నారీ

(విను ఓ మునీశ్వరా. స్త్రీ వసంత ఋతువులా మోహరూపమైన వనాన్ని అలంకరించేందుకు వస్తుంది. ఆస్త్రీయే మళ్లీ జపతప నియమాలనే జలాశయాలని ఎండిపోయేలా చేస్తుంది, భగ భగమండే సూర్యుని రూపంలో)

కామ క్రోధ మద మత్సర భేకా
ఇన్హహి హరషప్రద బరషా ఏకా
దుర్బాసనా కుముద సముదాఈ
తిన్హ కహఁ సరద సదా సుఖదాఈ

(స్త్రీ వర్ష ఋతువు రూపంలో కామ క్రోధ మద మాత్సర్యాలని అనుగ్రహిస్తుంది. స్త్రీ శరత్కాల రూపంలో చెడు సంస్కారాలనే తామరపూలని తృప్తి పరుస్తుంది)

పాప ఉలూక నికర సుఖకారీ
నారి నిబిడ రజనీ అంధిఆరీ
బుధి బల శీల సత్య సబ మీనా
బినసీ సమ త్రియ కహహిఁ ప్రబీనా

(స్త్రీ పాపాలనే గుడ్ల గూబలకి సుఖాన్ని చేకూర్చడంలో నిబిడాంధకార నిశీధమవుతుంది. బుద్ధి, బలం, శీలం, సత్యం – ఇవన్నీ చేపల్లాంటివి. తెలివిగలస్త్రీ ఈ చేపలని గాలంలో పట్టుకుంటుంది)

"సకల బాధలకి మూలం యౌవనంలో వున్న భార్య. ఈ కారణాలవల్లనే నేను నిన్ను వివాహమాడనీయలేదు..."

వాచకుడు భాష్యం చెప్పాడు: నారదుని వ్యాకుల మనస్సుని నియంత్రించడానికే రామచంద్ర ప్రభువు ఆ విధంగా స్త్రీలని తక్కువ చేస్తూ వ్యాఖ్యానించాల్సి వచ్చిందని.

అరణ్యకాండ చివరిలో తులసీదాసు రచనలో పల్లవి పదాలు అలాంటి విశేషాలు ఎత్తి చూపబడ్డాయి. ఆ విశేషాంశాలు స్వయానా రామచంద్రుని నోటినుంచి వెలువడినట్లుగా చెప్పబడ్డాయి. మాధవానంద రాముడు ఇంకా నారదుని సంభాషణకి ఓ అసామాన్యమైన నాటకీయ రూపం ఇచ్చాడు. అవును, అయితే ఇది ఆ సమయానిది, ఎత్తు మడమల చెప్పులతో పొడవైన తేనె రంగులోవున్న అందమైన ఫ్రెంచి యువతి మాధవానంద చుట్టూ తిరిగినప్పటిది - ఇంకా కమలాదేవి సముద్రంలోంచి థాయిలాండ్ ఇసుకలో పడ్డ చేపలా గిలగిలలాడినప్పటి సంగతి. లేదు, ఆమె మాధవానందని ఆకర్షించడంలో విజయం సాధించలేకపోయింది. మాధవానంద ఓ శిలాప్రతిమలాగా వుండిపోయాడు.

రోజ్‌మేరీ బిగ్గరగా అంది: "నువ్వు అలా ఎందుకు నిలబడిపోయావు?"

కమలకి నోటమాట రాలేదు. కొంత సేపటివరకు అలాగే వుండిపోయి రోజ్‌మేరీ మొహాన్ని తదేకంగా చూడసాగింది.

"ఏం చూస్తున్నావు కమలా?"

"ఏం లేదు, ప్రత్యేకించి ఏం లేదు."

కమల కిందకి దిగి బీచ్‌కి వెళ్లాలనిపించింది. కానీ అందుకు భిన్నంగా ఆమె వచ్చిన దారిలోనే తన గదిలోకి వెళ్లిపోయింది. మాధవానంద బీచ్ దగ్గరున్న ఇసుకలో తిరుగుతుండడం గదిలో తెరిచివున్న కిటికీలోంచి రహస్యంగా చూసింది కమల. తొలి సూర్యకిరణాలు అతనిపైన చంచలంగా పడుతున్నాయి. కొంచెం దూరంలో విద్యార్థులు సముద్రపు ఆల్చిప్పలు వెతుకుతున్నారు. సముద్రపు ఆల్చిప్పలు పట్టుకోడానికి వంగిన విద్యార్థుల ఆకారాలు డోడో పక్షుల చిత్రాల్లా గోచరిస్తున్నాయి.

అయ్యో! తన మనస్సులోని వాస్తవమైన ఆలోచనలు మాధవానందకి తెలుసా? మరోపక్క అతనికి తన హృదయాన్ని తెరచి చూపించడానికి ఆమె జంకలేదు. అయినా అతను గ్రహించలేదు. ఒకసారి స్వామి హరిపాద చెప్పిన విషయాలని ఆమె గుర్తుకు

తెచ్చుకుంది. 'అదుపులేని మనస్సులోని కోరికలు పైకి చెప్పకపోయినా వాటంతట అవే బహిర్గతమవుతాయి, ఓ అదృశ్యశక్తిలా. ఇందుకు మాటలుగాని ఎలాంటి పదాలు గాని అవసరంలేదు. శరీరంలోంచి ఓ తేజస్సు వెలువడుతుంది – ఓ అపూర్వమైన, కనిపించని కిరణంలా.

అప్పుడు?

అయినప్పటికీ కమల తన మనస్సులోని ఈ అదుపులేని కోరికకి తనని తాను శిక్షించుకుంది. దశరథ కుమారుని రెండు పాదాలని ఊహించుకుని చిత్తశుద్ధితో ప్రార్థించిందామె.

సదస్సు జరిగే ప్రాంగణంలో రోజ్‌మేరీ తన పెయింటింగ్స్‌ని చతురతతో అమర్చడంలో మాధవానంద మరోసారి ఆమెకి సహకరించాడు. కమల మౌనంగా అంతా గమనించింది. ఈరోజు సభా ప్రాంగణం లెక్కకు మిక్కిలిగా క్రిక్కిరిసిపోయింది. సన్యాసి హరినారాయణ్ 'రామాయణం, దానిప్రభావం' అంశం మీద ఉపన్యసిస్తున్నాడు. అతను వివరిస్తున్న విధానం ఉల్లాసకరంగా వుంది. ఉపన్యాసం మధ్య మధ్యన దోషరహితంగా పాడుతున్నాడతను. అతను నిర్మొహమాటంగా తన అభిప్రాయాలని వెల్లడిస్తున్నాడు, పరిచయం ఇంకా నిర్లిప్తత గురించి: అవును, గొప్ప కవి అయిన తులసీదాసు స్త్రీలని తక్కువ చేసే విశేషాంశాలు ఎన్నో ఉదహరించాడు. నేను ఇది కూడా విన్నాను. అలాంటి విశేషాంశాలు దురదృష్టకరం. కానీ ఓ గొప్ప కవికి స్త్రీలని తక్కువ చేసే విశేషాంశాలని ఉటంకించడం సాధ్యమా. అయినప్పటికీ దివ్యమైన కౌసల్యలాంటి తల్లి రూపాన్ని సృష్టించడం!

అతను భరతునిపట్ల కౌసల్య వాత్సల్యాన్ని మధురమైన కంఠంతో పాడాడు:

అస కహి మాతు భరతు హియఁ లాఏ

ధన పయ స్రవహిఁ నయన జల ఛాఏ

(ఇలా పలికి తల్లి అయిన కౌసల్య భరతుడిని అక్కున జేర్చుకుంది. ఆమె స్తనాలనించి పాలు స్రవించసాగాయి. ఆమె రెండు కళ్లూ అశ్రుపూరితాలయ్యాయి)

వెనక కూర్చున్న కొందరు భక్తులు అరిచారు –

శ్రీరామచంద్రునికి జయము జయము

దశరథ పుత్రునికి జయము జయము

వినండి, ఒకసారి శ్రీరామచంద్రుడు సముద్రుని పట్ల కినుక వహించాడు. సముద్రుడు ప్రభుప్రార్థనకి స్పందించలేదు. గొప్పవాడైన ప్రభువు ఇలా పలికాడు :

కాటెహిఁ పఇ కదరీ ఫరఇ,
కోటి జతన కొఉ సీంచ.
బినయఁ న మాన ఖగేస సును,
డాటెహిఁ పఇ నవ నీచ.

(అరటి చెట్టు ఎంతో శ్రమపడి నీరుపోసి పెంచినా ఫలాలని ఇవ్వదు; కోసినప్పుడే అది ఫలాలనిస్తుంది. ఆ విధంగానే నీచులు వినయపూర్వకంగా ఏది చెప్పినా వినరు. భయపెట్టినపుడే వాళ్లు మాట వింటారు)

సముద్రుడు తన తప్పు తెలుసుకుని రామచంద్రునితో భక్తిపూర్వకంగా అన్నాడు.

ప్రభు భల కీన్హ మోహి సిఖ దీన్హీ
మరజారా పుని తుమ్హరీ కీన్హీ
ఢోల గవాఁర సూద్ర పసు నారీ
సకల తాడనా కే అధికారీ

(ఓ ప్రభూ! నన్ను శిక్షించి మీరు మేలు చేశారు. డోలు, అనాగరికుడు, తక్కువ కులానికి చెందినవాడు, పశువు, స్త్రీ వీరిని శిక్షించితేనే మంచిగా మారతారు)

సన్యాసి హరినారాయణ్ గొంతు సవరించుకుని అటూ ఇటూ చూశాడు. శివసింధు ట్రస్టువారి ఖర్చుతో వచ్చిన ఇద్దరు స్టూడెంట్లు సన్యాసి హరినారాయణ్‌ని నోరు వెళ్లబెట్టి విస్మయంతో చూడసాగారు. నిన్నటి సదస్సులో ప్రశ్నలు వేసి సన్యాసి హరినారాయణ్‌కి ఇబ్బందికర పరిస్థితిని కలిగించిన తెలివైన యువతులు ఇంకా రాలేదు. ప్రేక్షకుల్లో వరుసగా కూర్చున్నవాళ్లలో అధికశాతం భక్తులే. ఈరోజు అందమైన శరీరాకృతి గల తెల్లవారు కూడా సమావేశానికి హాజరయ్యారు. విద్యార్థులు ప్రశ్నలు సంధించేముందు సన్యాసి హరినారాయణ్ అన్నాడు:

తులసీదాసు ధార్మిక ప్రజానీకానికి చెందినవాడు. గాఢమైన అనుబంధాలు, మోహాలకు కారణమైన సాంగత్యాలు మోక్షసాధనకు అవరోధాలే అవుతాయని పవిత్ర భారతీయ సంప్రదాయం విశ్వసిస్తుంది అని నా నమ్మకం. స్త్రీల గురించి తులసీదాసు ఏదైతే చెప్పాడో అది ఓ రూపకంలా చెప్పబడింది. నేను స్త్రీలతో ఉండే సమస్యల

ఉదాత్త స్వభావాలని నా తర్వాతి ఉపన్యాసంలో చర్చిస్తాను. కానీ దృష్టిలో ఉంచుకోండి – గత కాలంనాటి గొప్ప కవులు కూడా దీన్ని గురించిన సూచనలు చేశారు.

స్త్రీల దీర్ఘమైన ఓరచూపులు నరకానికి దారులు తెరిచాయని 'దాదూ దయాళ్' చెప్పలేదా. సూఫీయోగి కబీరు కవితలు కూడా స్త్రీల గురించి అగౌరవనీయమైన విమర్శలతో కూడి వున్నాయి : అందమైన స్త్రీ వాడియైన వేదన... దూరంనుంచి చూసినా కూడా శరీరాన్ని పూర్తిగా దహించివేసి బూడిద చేసేస్తుంది. ఓ మధుసూదనా! మమ్మల్ని రక్షించు! మమ్మల్ని రక్షించు మధుసూదనా!

సరిగ్గా అప్పుడే ఓ కంఠం కర్కశంగా ప్రేక్షకుల్లోంచి వినిపించింది : "స్త్రీ ఆకృతిని ఎవరూ విడిచిపెట్టలేదు, ఇది శిలాక్షరాలతో నమోదు చేయబడింది.

ప్రేక్షకులలో చిన్నపాటి కలకలం రేగింది – అయ్యో కాదు! అయ్యో కాదు! ఎవరలా అన్నది? ఎవరు? అలా మాట్లాడిందెవరు?

సన్యాసి హరినారాయణ్ ప్రక్కనే కూర్చున్న శాస్త్రిమహారాజ్ బిగ్గరగా అన్నాడు: "ఇక్ష్వాకు వంశజుడు దశరథ పుత్రునికి జయము జయము."

అదే సమయంలో సన్యాసి హరినారాయణ్ మైక్రోఫోన్ దగ్గరకి వెళ్లి అరిచాడు: వినండి, ఓ రామాయణ ప్రేమికులారా, నారదుడు, రఘునాథుని సంభాషణలో స్త్రీల పట్ల వెలిబుచ్చిన ఆగ్రహం కేవలం మాయ మాత్రమే. వ్యాకుల మనస్సుతో వున్న నారదునిలాంటి మునులకి బోధించేందుకే అలా జరిగింది. మేము దీని గురించి వివరంగా చర్చించడానికి ప్రత్యేకంగా ఓ సమావేశాన్ని ఏర్పాటు చేశాము."

సరిగ్గా అప్పుడే మరోస్వరం బిగ్గరగా వినిపించింది: "నేను ఇవేవీ వినదల్చుకోలేదు. నాకు ఎలాంటి సాంత్వన కనిపించడంలేదు. నా కొడుకుని వెనక్కి తీసుకురమ్మనమని ప్రభువుని అడగండి."

మరోసారి ప్రేక్షకులలో గుసగుసలు : "ఆమె మండల్ భార్య. టెర్రరిస్టులెవరో ఆమె కొడుకుని అపహరించారు. బహుశా చంపేసి వుంటారు. అరె, అరె! ఆ మహిళ పడిపోయింది."

మండల్ భార్యని హాల్లోంచి బయటికి తీసుకువచ్చి 'టారో' దగ్గరున్న గెస్ట్‌హౌస్‌కి తీసుకువెళ్లారు. వాళ్లకి తోడుగా శాస్త్రిమహారాజ్ కమలాదేవిని మాధవానందని పంపించాడు. వాళ్లిద్దరూ కలిసి మండల్ దంపతులకి సహాయపడ్డారు.

గెస్ట్‌హౌస్‌కి చేరుకోగానే మండల్ భార్య స్పృహలోకి వచ్చింది. ఆ తర్వాత కొడుకుని తలచుకుని గట్టిగా ఏడవసాగింది. కమలాదేవి ఆమెని గట్టిగా ఆలింగనం చేసుకుని ఓదార్చే ప్రయత్నం చేసింది.

రాత్రి బాగా పొద్దుపోయింది. కమలాదేవి మండల్ భార్య పక్కనే ఉండిపోయింది. మాధవానంద కూడా మండల్‌తోపాటు లోపలికి బయటికి నడుస్తున్నాడు. ఒకానొక సమయంలో మండల్ భార్య నిద్రపట్టేందుకు ఉత్ప్రేరకాలు వేసుకుని పడుకుంది.

శాస్త్రిమహారాజ్ మండల్ దంపతుల్ని దగ్గరుండి చూడ్డానికి తనని మాధవానందతో కావాలనే పంపించాడు – కమల అనుమానం నిజమేననిపించింది. ఆయన అంతా గ్రహించాడు. అన్ని విషయాలూ ఆయనకి తెలుసు. మాధవానందని దగ్గరనుంచి చూసినప్పుడు కమలాదేవి తన్ను తాను మంత్రించినట్టుగా అయిపోతుంది. మాధవానంద శరీరంనుంచి రవంత సెంటు వాసన గుప్పుమన్నప్పుడు ఆమె నోట మాట రాదు. పోయినసారి ఆమె మాధవానందని చిత్రకూట్‌ధామ్ దగ్గర కలిసినపుడు, ఆమె ధైర్యాన్ని కూడదీసుకుని అతనితో అందామనుకుంది: "నేను రామాయణ మండలి బృందంతో తిరుగుతున్నానంటే అది కేవలం నీవల్లే... నా దృష్టిలో దారి చూపించిన దశరథనందనుడూ నువ్వూ ఒకరే."

ఇప్పుడు ఈ క్షణంలో మళ్లీ అదే ఆలోచన తన మదిలో రూపు దిద్దుకుంది – కానీ ఏం జరిగింది? జరిగిందేమిటి? ఆమె పెదాలనుంచి ఎలాంటి మాటలు వెలువడలేదు. కేవలం ఆమె స్తనాల కండరాలు సాగాయి.

సరిగ్గా అదే సమయంలో అనుకోని సంఘటన జరిగింది. ఓ పెద్ద కారు సర్క్యూట్ హౌస్ దగ్గరకి వచ్చి ఆగింది. కారుకి వున్న జెండా ఆ కారు దౌత్య కార్యాలయానికి చెందినదిగా తెలియజేస్తోంది. కారు 'టారో' బీచ్ దగ్గరున్న గెస్ట్‌హౌస్ దగ్గరకి వచ్చి ఆగింది. ఆగీ ఆగగానే అందులోంచి నల్లటి దుస్తులలో వున్న ఇద్దరు పోలీసులు దిగారు. వాళ్లు గెస్ట్‌హౌస్‌లోని కాటేజీలని చూడసాగారు. చివరగా కారు మండల్ దంపతులు వున్న గది దగ్గరకి వచ్చి ఆగింది. కారులోంచి దౌత్యకార్యాలయానికి చెందిన అధికారి ఒకరు దిగారు. బయట కూర్చున్న ఇద్దరు వలంటీర్లు అధికారి చేతిలో ఏవో కాయితాలుండడం చూశారు. ఒక వలంటీరు గదిలోకి పరుగెట్టాడు.

మాధవానంద వలంటీరు చేతిలోంచి కాయితాన్ని తీసుకుని తన కుర్తా జేబులోంచి కళ్లజోడు తీసి అందులోని విషయాలు చదివాడు. ఆ కాగితంలోని విషయాలు చదవగానే అతని మొహం వికసించింది. అతను మండల్ భుజాలుపుచ్చుకుని బయటకి తీసుకువచ్చి ఆ కాగితాన్ని చూపించాడు.

ఇద్దరు అధికారులూ బయట నిలబడ్డారు. ఇద్దరూ దృఢంగా వున్నారు. వాళ్లకి అందమైన మీసాలున్నాయి. తలపైన టోపీ ధరించారు.

కాయితంలోని విషయం చదివిన తర్వాత మండల్ కళ్లు ఉబ్బాయి. అతనిలో సన్నగా వణుకు మొదలైంది.

టెర్రరిస్టుల అపహరణకి గురైన విద్యార్థులు కొందరు దొరికారు. వాళ్లు జమ్మూలోని ఓ ఆసుపత్రిలో చికిత్స పొందుతున్నారు. అందులో ఒకడు అపస్మారక స్థితిలో వున్నాడు. ఆ విద్యార్థి మండల్ కొడుకుగా అనుమానిస్తున్నారు. వెంటనే ఆ విద్యార్థిని గుర్తుపట్టేందుకు వీలుగా అతను ఆసుపత్రికి వెళ్లాలి.

మండల్ తల తిరగసాగింది. పెదాలు వణకసాగాయి. సన్యాసుల్లా మంద్రస్వరంతో అతను పాడసాగాడు -

జో ఆనంద సింధు సుఖరాసీ
సీకర తేఁ త్రైలోక సుపాసీ
సోసుఖ ధామ రామ అసనామా
అఖిల లోక దాయక బిశ్రామా

(ఇదే ఆనందసింధువు, రామచంద్రుడు సర్వలోక సుఖశాంతి ప్రదాత. ముల్లోకాలలోని ప్రజల జీవితాలు రామచంద్రుని ఔదార్యంతో సుఖమయాలవుతాయి. ఈ సుఖనిధి పేరు 'శ్రీరాముడు'-అందరికీ సాంత్వన చేకూర్చే శ్రీరాముడు)

అతను చెప్పడం కొనసాగించాడు : "ప్రభువుకి జయము, జయము. ఇక్ష్వాకు వంశజునికి జయము, జయము."

మాధవానంద మండల్‌ని పట్టుకుని ఊపుతూ పరధ్యానంగా - "నువ్వు వివేకవంతుడివి. ప్రస్తుతంలోకిరా. నువ్వే స్వయంగా వెళ్లి ఆ విద్యార్థిని గుర్తించాలి. నువ్వు జమ్మూవెళ్లాలి. అక్కడ ఇద్దరు అధికారులు వేచివున్నారు. వాళ్లతో వెళ్లడానికి తయారవ్వు"

లేదు, లేదు ! మండల్ ఎవరి మాటలూ వినదల్చుకోలేదు. అతను 'హేరామా! హేరామా ! అంటూ భావోద్వేగంతో ఉచ్చరించసాగాడు.

మాధవానంద బిగ్గరగా అన్నాడు, "ఆ విద్యార్థి నీ కొడుకో కాదో గుర్తు పట్టాలి. మండల్ వాస్తవంలోకి రా. వాస్తవంలోకి రా."

క్రైస్తవ మిషనరీ పోలిత్ పరిశోధన

సర్క్యూట్ హౌస్‌లో మూడోరోజు సమావేశానికి ముందు అంతా గందరగోళంగా వుంది. క్రైస్తవ మిషనరీ పోలిత్ గత రాత్రి నుంచి కనిపించడంలేదు.

లోకమంతా శూన్యమయిపోయినట్లు అనిపించింది శాస్త్రిమహారాజ్‌కి. ఆ మిషనరీ ఉత్తరకాశీకి చెందిన హరినారాయణ్‌కి ఓ నీడలా మిగిలిపోవాలనుకున్నాడు. సమావేశాల చివర్లో వాళ్లిద్దరూ కలిసి ధ్యానంలో కూర్చునేవాళ్లు. ఉపన్యాస సమయాల్లో కూడా శాస్త్రిమహారాజ్ ఆ మిషనరీకి దగ్గరగా కూర్చునేవాడు.

ఇద్దరు వలంటీర్లతో కలిసి సర్క్యూట్ హౌస్‌లోని అన్ని గదులూ వెతికారు. జటాధారి, సభాగాయకులు ఇంకా మాధవానంద కూడా శాస్త్రిమహారాజ్‌తో పాటుగా పోలిత్ కోసం వెతకసాగారు. కానీ ఎక్కడా పోలిత్ కనిపించలేదు.

శాస్త్రిమహారాజ్, ఇద్దరు వలంటీర్లు, జటాధారి, సభాగాయకులు ఇంకా మాధవానంద కలిసి బీచ్‌లో వెదకటం మొదలుపెట్టారు. పోలిత్ ఏనుగుపొట్టలా కనిపించే ఏదో ఒక బండరాయి వెనకాల కూర్చుని వుండొచ్చు! లేదు, అలా జరగడానికి ఆస్కారం లేదు – బెల్జియంకి చెందిన ఆ పండితుడు ధ్యానంలో కూర్చుని వుండడాన్ని ఎవరూ ఎన్నడూ చూడలేదు. అతను దేనికోసమో వెతికే పనిలో పడ్డట్టుగా అనిపిస్తోంది. ఏదో ప్రత్యేకమైన దాన్ని గురించి? అతను బహుశా హోటల్ మారిటిమ్‌కి వెళ్లివుంటాడు! చాలామంది ఆ క్రైస్తవ మిషనరీకోసం వెతకని చోటంటూ లేదు.

శాస్త్రిమహారాజ్ జటాధారితో కలిసి దగ్గర్లోని చెరకు తోటలోకి వెళ్లాడు. కానీ, లేదు, ఉత్తరకాశీకి చెందిన జటాధారి సమయాన్ని ఇలా వృథా చేయడాన్ని భరించలేకపోతున్నాడు. మంత్రి హరిరామన్ ఇంట్లో ఇష్టాగోష్ఠి సమావేశం వుంది. ఆ సందర్భంగా జటాధారిని తన ఇంటికి తీసుకువెళ్లడానికి శాస్త్రిమహారాజ్ అనుమతి కోరాడు మంత్రి. ఎందుకంటే సదస్సు ప్రాంగణంలో సోషల్ గేదరింగ్స్ అనుమతించడు

శాస్త్రిమహారాజ్. ఆ ఇష్టాగోష్ఠిలో జటాధారితోపాటు అతని స్నేహితులు కూడా హాజరవుతారు. అతను జాతకాలూ చక్రాలూ చూస్తాడు. జటాధారి జ్యోతిశ్శాస్త్రంలో మంచి అనుభవంతోపాటు పేరు గాంచిన వాడు...

శాస్త్రిమహారాజ్ కాదని ఎలా అనగలడు ? గౌరవనీయ మంత్రి తాతగారు ఒకప్పుడు చెరకు తోటల్లో కూలిపని చేశాడు. 'బెల్-బి-ఆరెల్' దగ్గర 1943 సంవత్సరంలో కార్మికులకి యాజమాన్యానికి జరిగిన కాల్పుల్లో మంత్రి సోదరులలో ఒకడు హతమారిపోయాడు... మంత్రి ఇల్లు ఇప్పుడు మూడంతస్తుల బంగ్లాగా మారింది. నమ్మశక్యం కానిది! నమ్మలేనిది!... తన భవిష్యత్తు ఎలావుంది - తెలుసుకోవాలనుకున్నారు మంత్రిగారు. ప్రజల మానసిక స్థితిని తనకి అనుకూలంగా మలచుకోవడంలో సిద్ధహస్తుడు జటాధారి. ఇలాంటి పరిస్థితులలో అతను శాస్త్రమహారాజ్‌తో కలిసి ఆ వృద్ధ విదేశీయుడిని వెతకడానికి ఎలా వెళ్తాడు?

శాస్త్రిమహారాజ్ పెద్దమనిషి. కొంత సేపు నడిచిన తర్వాత అలసటతో అతను రొప్పసాగాడు. మరికొంతదూరం నడిచిన తర్వాత "సమావేశం మొదలయ్యే సమయం అయ్యింది. మీరు సమావేశ మందిరంలో కనిపించకపోతే కలకలం రేగుతుంది. ఆ విదేశీ మిషనరీని మర్చిపోండి. ఎంత చెప్పినా ఎంత చేసినా విదేశీయుడు విదేశీయుడే."

వెంటనే శాస్త్రిమహారాజ్ కిందకి వంగి నేలని తాకి చెవులకి అద్దుకుంటూ "జటాధారీ నువ్వు మరోసారి అలాంటి మాటలు నాదగ్గర మాట్లాడకు. నేను భరించలేను. పోలిత్ క్రిష్టియన్ అయితే అయ్యుండొచ్చు కానీ అతను శ్రీరామచంద్రుని భక్తుడు - నిషాద రాజైన గుహుడు, శబరి, పక్షిరాజైన జటాయువు శ్రీరామునికి పరమ మిత్రులైన భక్తుల్లా" అన్నాడు.

వ్యవధి చాలా తక్కువుండడంతో ఇవన్నీ వినిపించుకునే స్థితిలో లేడు జటాధారి. అతను వెళ్లిపోయేందుకు సిద్ధపడుతూ "శాస్త్రిమహారాజ్, మీరు మంత్రిగారికి మాట ఇచ్చారు. ఆయన కారు సిద్ధంగా వుంది. నేను వెళ్లాలి" అంటూ "వినండి మహారాజ్, నేను పోర్ట్‌లూయిస్ దగ్గరున్న మంత్రి ద్వారా పోలిత్ కోసం గాలింపు చర్యలు చేపడతాను. మీకు వాగ్దానం చేస్తున్నాను" అన్నాడు.

శాస్త్రిమహారాజ్ నుంచి ఎలాంటి సమాధానం కోసం వేచి చూడకుండా జటాధారి వెళ్లిపోయాడు.

"విచిత్రం! ఈ జటాధారి వైఖరి నిజంగా విచిత్రం!" అంటూ అసంకల్పితంగా శాస్త్రిమహారాజ్ నోటినుండి వెలువడ్డాయి.

లేదు, లేదు - తను ప్రజలని, భక్తులని ఎవరు, ఏమిటో నిజంగా తెలుసుకుంటున్నాడా? భక్తులందరి దృక్పథాలు ఒకటే. దశరథ కుమారుని అడుగులు ఈ బంగారు పుడమిపైన చాలా దృఢంగా పడవచ్చు అన్న ఓ పవిత్రమైన ఆశయంతో తిరుగుతున్నాడతను. తన శరీరంలో ఇది ఎలాంటి విద్యుత్ ప్రకంపన? అసలు తనతో ఈ విధంగా ఎవరు చేయిస్తున్నట్టు?

సూర్యకిరణాలు నెమ్మది నెమ్మదిగా విస్తరిస్తున్నాయి. చెరకు తోటల్లో చుట్టూ పడివున్న ఎండిన ఆకుల గుట్టలు దేవాలయంలో శిథిలమైన స్తంభాన్ని తలపిస్తున్నాయి. శాస్త్రిమహారాజ్ రాలిపోయిన ఆకుల మధ్యలోంచి అడుగులు ముందుకి వేశాడు.

శాస్త్రిమహారాజ్ సర్క్యూట్ హౌస్‌కి తిరిగి వచ్చేసరికి చాలామంది ప్రతినిధులు మోకాదగ్గర వున్న మహాత్మాగాంధీ ఇన్‌స్టిట్యూట్‌కి వెళ్లిపోయారు. సన్యాసి హరినారాయణ్ అప్పటికే శాస్త్రిమహారాజ్‌కోసం అక్కడ నిరీక్షిస్తున్నాడు. వాళ్లిద్దరికీ కారు సిద్ధంగా వుంది. శాస్త్రిమహారాజ్ విచార వదనంతో తిరిగొచ్చాడు.

చెరకు తోటలో శాస్త్రిమహారాజ్ శరీరంపైన పడిన ఎండుటాకుల్ని దులుపుతున్నాడు సన్యాసి హరినారాయణ్. ఫోలిత్ కోసం సర్క్యూట్ హౌస్‌లోని గదులన్నీ వెతకాలనుకున్నాడు శాస్త్రిమహారాజ్. "లేదు, అవసరంలేదు మహారాజ్. మీరు ఇబ్బంది పడాల్సిన పనిలేదు. మేమంతా వెతికాం. ఆ విదేశీ స్కాలర్ ఎక్కడా కనిపించలేదు." అని వలంటీర్లు చెప్పడంతో ఆయన ఆ ప్రయత్నం విరమించుకున్నాడు.

మూడోరోజు సదస్సులో చర్చించాల్సిన అంశం - 'ప్రస్తుత పరిస్థితులలో రామాయణ ఔచిత్యం, దానిని విశ్వవ్యాప్తి చేసేందుకు జరగాల్సిన కృషి."

ముఖ్యమైన ఈ అంశంపైన మాట్లాడ్డానికి ఉషాదేవి శుక్లా, ఒ.పి. ద్వివేది ఇంకా ప్రొఫెసర్ ఆదేష్ వేదికమీద ప్రసంగించడానికి వారి వారి సీట్లలో ఆసీనులయ్యారు. వీళ్లు సమావేశపు మరుసటి రోజున హాజరయ్యారు.

ఉషాదేవి దక్షిణాఫ్రికా నుంచి వచ్చిన ప్రతినిధి. ఆమె పాదాలకి ఎత్తుమడమల చెప్పులు ధరించింది. బాబ్డ్‌హెయిర్. కోటేరులాంటి ముక్కుతో అప్పుడే తీసిన చెరకు రసం రంగు ఛాయలో వుంది. 1860 సంవత్సరంలో ఇండియానుంచి దక్షిణాఫ్రికాలోని

'నతల్' కి వచ్చిన కూలీలమీద రామాయణం చూపిన ప్రభావాన్ని గురించి ఆమె మాట్లాడేందుకు లేచింది. 19వ శతాబ్ది ఆరంభంలో ఆఫ్రికా చెరకు తోటలకి వచ్చిన పేద భారతీయ కూలీల గురించి హృదయానికి హత్తుకునేలా స్పష్టంగా వివరించిందామె. ఆమె హిందూత్వం వ్యాప్తి చెందిన విధానం, దక్షిణాఫ్రికాలోకి ప్రజల వలసలు, అక్కడ వెలసిన వైభవోపేతమైన, శోభాయమానమైన దేవాలయాల గురించి ఉపన్యసించింది. ఆ ఉపన్యాసం దార్శనిక గంభీరత కల్గివుంది. ఫాదర్ వాన్‌లూన్, మెథడిస్ట్ చర్చికి చెందిన క్రైస్తవ మిషనరీ కథ ఆమె చెప్పిందే. ఆమె ప్రసంగం పదునుగా ఆవేశపూరితంగా సాగింది : "150 సంవత్సరాల క్రితం దక్షిణాఫ్రికాలోని ప్రజల వలసలు మొదలైనప్పుడు అక్కడ పంచాయితీ నెలకొంది. ఏదో ఫిర్యాదుపైన ఆ పంచాయితీ గనక పరిష్కారం కనుగొనకపోయివుంటే అప్పుడు రామచరితమానస్ వెలుగు చూపించేది. ప్రతీ పేజీ, ప్రతీ పద్యం హృదయాలని తాకాయి. కలత చెందిన రెండు అతిపెద్ద పార్టీలు పోట్లాటకి సిద్ధపడినప్పుడు వాళ్లు రామచరితమానస్ ముందు సాగిలపడ్డారు.

ఆ క్షణంలో సమావేశం గదిలో కూర్చున్న కాషాయ దుస్తులతో వున్న సన్యాసులు ముక్తకంఠంతో "జై శ్రీరాం ! జై శ్రీరాం !" అంటూ నినదించారు.

కొద్ది క్షణాల నిశ్శబ్దం తర్వాత ఉషాదేవి తన ఉపన్యాసం కొనసాగిస్తుందనగా ఈ మధ్యనే వచ్చిన విద్యార్థులు కొందరు "ఈ జైశ్రీరాం ఏంటి ? ఎందుకు వాళ్లు జైశ్రీరాం అంటూ మూర్ఖంగా ఉచ్చరిస్తున్నారు ?" అంటూ కోరస్‌గా అరిచారు.

ప్రేక్షకుల మధ్యలో కూర్చున్న శాస్త్రిమహారాజ్ పైకి లేచి చేతులు జోడించి అందరినీ శాంతపరిచే ప్రయత్నం చేశాడు. ఇలా ఇబ్బంది కలిగించే వాళ్లు ఎప్పుడూ వుంటూనే వుంటారు. చాలాసార్లు శాస్త్రిమహారాజ్ వేదికమీంచి దిగివచ్చి ఏ ధర్మంపట్ల విశ్వాసంలేని అలాంటి ఛాందసవాదుల్ని శాంతపరిచాడు. ఒకసారి థాయిలాండ్‌లో సదస్సు మొదలయ్యేముందు ఉత్తరకాశీకి చెందిన ఆచార్య గోవింద్‌వల్లభ్ మహారాజ్ అష్టధాతువులతో కూడిన పది శ్రీరామచంద్రుని విగ్రహాలని తన అరచేతిలో బిగ్గరగా అరిచి సృష్టించినపుడు కొందరు ఛాందస విద్యార్థులు గందరగోళం సృష్టించారు. వాళ్లు అక్కడున్న బల్లలు కుర్చీలు చిల్లులు పడేలా బాదుతూ "పనికిమాలిన వాటి గురించి ఏంటా ప్రయత్నం ? ఇవన్నీ వంచనలు. ఇలాంటివన్నీ కేవలం ప్రేక్షకుల వినోదం కోసమే" అంటూ గట్టిగా అరిచారు.

ఉషాదేవి మరోసారి ఆవేశంతో చెప్పడం కొనసాగించింది : "వినండి,

దక్షిణాఫ్రికాలోని ఓ పరిశోధకుడు పరిశీలించి కనుగొన్న విషయం. 1920 / 1940 మధ్యలో వచ్చిన భారతీయులకి మిక్కిలి ఇష్టమైన పంక్తులు, రామచరితమానస్ అయోధ్యకాండలోనివి - రఘుకుల రీతి సదా చలి ఆఈ ప్రాన జాహు / బరు బచను న జాఈ (రఘువంశజుల ఆచారం ఏమిటంటే ప్రాణాలు పోయినా సరే ఇచ్చిన మాటని గౌరవించాలి)"

మరోసారి అరుపులు, కేకలతో సభాభవనం దద్దరిల్లింది. కాషాయ దుస్తులు ధరించిన సన్యాసులు ఉల్లాసంగా పాడారు: "రఘుకుల రీతి సదా చలి ఆయీ ప్రాన జాహు బరు బచను న జాఈ."

ఉషాదేవి తన ప్రసంగాన్ని కొనసాగించింది: "దక్షిణాఫ్రికాకి చీకటి రోజులు రాలేదని కాదు. గ్రూప్ ఏరియా ఆక్టు నంబరు 40-A జారీ చేసి తెల్లదొరలు మమ్మల్ని గట్టి దెబ్బ తీశారు. మా ఆశ్రమవాసుల కుటుంబాలు విచ్ఛిన్నమయ్యాయి. రామాయణ సదస్సులు కూడా పూర్తిగా ఆగిపోయాయి."

రుమాలుతో సొగసైన ముక్కును తుడుచుకుంటూ ఉషాదేవి శుక్లా మళ్లీ చెప్పడం కొనసాగించింది : "ఈసారి కొన్ని ధార్మిక సంస్థలు ముందుకు వచ్చి రామచరితమానస్ అనే భారీ వృక్షం వేళ్లకి నీళ్లు పోయడం మొదలుపెట్టాయి. రామకృష్ణ మిషన్ దక్షిణాఫ్రికాకి వచ్చింది.

డివైన్ లైఫ్ సొసైటీ దక్షిణాఫ్రికాలో ప్రవేశించింది. రామకృష్ణ మిషన్ 1986 సంవత్సరంలో రామచరితమానస్ వెయ్యి కాపీలని ముద్రించి అందరికీ పంచిపెట్టింది."

కాషాయ దుస్తుల్లో వున్న సన్యాసులు మరోసారి బిగ్గరగా అన్నారు : "దశరథ సుతునికి జయము, జయము."

ఉషాదేవి శుక్లా ప్రేక్షకులవైపు చూసి శిరస్సు వంచి నమస్కరించింది.

"మళ్లీ రామచరితమానస్ విజయసాధన దిశగా పరుగులు తీసింది. ఎక్కడా ఆపకుండా అసాధారణ రీతిలో రామచరిత మానస్ పారాయణ చేయడం దక్షిణాఫ్రికాలోని డర్బన్‌లో 1989 సంవత్సరంలో జరిగింది. దక్షిణాఫ్రికాలోని హిందూ జాతి యావత్తూ ఈ యజ్ఞంలో పాల్గొంది. డర్బన్ నగరం దశరథ కుమారుని అడుగులని అనుసరించే వాళ్లతో ప్రతిధ్వనించింది. కాలుతున్న పవిత్రమైన గంధపు చెక్కల పొగ, అగరధూపాలు డర్బన్ నగర వాతావరణాన్ని కప్పేశాయి."

ప్రేక్షకుల మధ్యలో శాస్త్రి మహారాజ్ కూర్చున్నప్పటికీ ఆయన దృష్టి ఉపన్యాసంపైన లేదు. పోలిత్ ఇంకా రాలేదన్న విషయం ఆయన మదిని తొలిచేస్తోంది.

ఆయన చెప్పా చెయ్యకుండా ఎక్కడికి వెళ్లినట్టు ? ఎక్కడికని వెళ్తాడు ? మంత్రిద్వారా పోలిత్‌ని గాలించే ప్రయత్నం చేస్తానని జటాధారి వాగ్దానం చేశాడు. కానీ అతని నుంచి ఎలాంటి సమాచారం అందలేదు.

ప్రొఫెసర్ ఆదేశ్ ఎడం చేత్తో చుబుకం కింద వున్న గడ్డాన్ని నిమురుకుంటూ వేదికపైకి ఎక్కాడు. అతను తెల్లగా అందంగా వుంటాడు. అతను ఉపన్యసించడానికి సిద్ధమవగానే అతని తెల్లని రూపం పండిన అత్తిపండు రంగు సంతరించుకుంది. శాస్త్రిమహారాజ్ కలత చెందిన వాడై అక్కడ వుండలేక సీట్లోంచి లేచి వెనక ద్వారంగుండా బైటకివచ్చి తిన్నగా రోజ్‌మేరీ నిర్వహిస్తున్న చిత్రప్రదర్శన వైపు వెళ్లాడు.

ఆ సమయంలో రోజ్‌మేరీ ఓ స్టూలుపైన కూర్చుని సిగరెట్‌ని ఆస్వాదిస్తోంది. శాస్త్రిమహారాజ్‌ని చూడ్డంతోటే ఆమె దిగ్భ్రాంతితో సిగరెట్‌ని దాచే ప్రయత్నం చేసింది.

"స్కాలర్ పోలిత్‌ని ఎక్కడైనా చూశావా ?" ఆత్రంగా అడిగాడు శాస్త్రిమహారాజ్.

రోజ్‌మేరీ తలని అడ్డంగా వూపుతూ "లేదు, నేను అతన్ని చూడనేలేదు. గత రెండు రోజులుగా అతని నీడని కూడా చూడలేదు" అంది.

శాస్త్రిమహారాజ్ మళ్లీ సభాభవనంలోకి ప్రవేశించాడు. ప్రొఫెసర్ ఆదేశ్ ఆవేశపూరిత స్వరంతో ప్రసంగిస్తున్నాడు : "వినండి, క్రిస్టోఫర్ కొలంబస్, స్పెయిన్ దేశస్థుడు, పశ్చిమాభిముఖంగా పయనించి భారతదేశాన్ని చేరవచ్చని భావించాడు. అరేబియా సముద్రంలోని దక్షిణశ్రేణి దీవుల్ని ఇండియాగా తప్పుగా భావించాడు. అందమైన ఈ తప్పుని ఒక చారిత్రాత్మక వాస్తవంగా నిరూపించడానికి ఈ దక్షిణ ద్వీపాలకి వెస్టిండీస్ లేక వెస్టర్న్ ఇండియాగా నామకరణం చేశాడు. క్రిస్టోఫర్ కొలంబస్ తన ఓడని 31 జూలై 1948 సంవత్సరంలో ట్రినిడాడ్‌లోని మరుగా వద్ద లంగరేసి వుంచాడు."

"అక్కడ దశరథ కుమారుని పాదముద్రలు ఎప్పుడు పడ్డాయి ?" అడిగాడు ఒకడు ప్రేక్షకుల్లోంచి లేచి నిలబడి.

మరో భక్తుడు బిగ్గరగా అరుస్తున్నట్లు అన్నాడు, "సమయంగాని, స్థలంగాని దశరథకుమారుని పాదముద్రలకి అవసరం లేదు. ప్రభువు సర్వశక్తిమంతుడు, అనుగ్రహంగల అవతారమూర్తి..."

"దశరథ కుమారుని పతాక స్తంభంతో 213 భారతీయ కూలీలు కలకత్తా పోర్టునించి 'ఫాటెల్ రోజా' ఓడలో ట్రినిడాడ్‌లోని పోర్ట్ ఆఫ్ స్పెయిన్‌లో 30 మే 1846 సంవత్సరంలో అడుగుపెట్టారు. అందులో వున్న ఓ కూలీ సముద్రంలో పడి

మునిగిపోయాడు. 1893 సంవత్సరం వరకు మొత్తం 48,046 భారతీయ కూలీలని తీసుకువచ్చారు. అందులో చాలామంది కూలీలు ఉత్తర ప్రదేశ్‌లోని ఫైజాబాద్, గోరఖ్‌పూర్, సుల్తాన్‌పూర్, గాజీపూర్ మున్నగు ప్రాంతాలనుంచి వచ్చారు. వాళ్లు ముజాఫర్‌పూర్, దర్భంగా, బీహారులోని గయ, వర్ధమాన్ ఇంకా బెంగాలులోని పరగణాల నుంచి వచ్చారు..."

కాదు, కానే కాదు. శాస్త్రిమహారాజ్ ఈ ప్రసంగాన్ని వినడానికి మనసు స్థిమితంగా లేదు... పోలిత్ ఏమైపోయాడు? ఈ విదేశీయుడైన రామభక్తుడు ఎక్కడికి పోయివుంటాడు ? తను మళ్లీ అతన్ని వెతకడానికి బయటికి వెళ్లాలా ?

శాస్త్రిమహారాజ్ మానసిక స్థితిని గమనించిన సన్యాసి హరినారాయణ్ రుద్రాక్షమాలతో జనం మధ్యన ధ్యానంలో మునిగిపోయాడు.

ప్రొఫెసర్ ఆదేశ్ కంఠం మరోసారి వినబడసాగింది: "ట్రినిడాడ్‌లోని కబీర్ అనుచరులు, శివనారాయని సొసైటీ ఇంకా సనాతన హిందూ సొసైటీ సభ్యులు 'సీతారామా – సీతారామా' అంటూ అభివందన పూరకంగా ఉచ్చరించారు. భగవద్గీత గాని, ఉపనిషత్తులు గాని రామాయణ స్థానాన్ని ఆక్రమించడంలో విజయం సాధించలేకపోయాయి. మరణించే సమయంలో చదివేది రామచరితమానసమే."

ప్రేక్షకుల్లోంచి ఓ వ్యక్తి లేచి నిలబడి అన్నాడు, శవాన్ని దహన సంస్కారాల కోసం తీసుకువెళ్లేటప్పుడు జనాలు 'రామ్‌నామ్ సత్యహై' అనే మంత్రాన్ని ఉచ్ఛరిస్తారు. ఆ మంత్రం కూడా తులసీదాసు పెదాల నుంచి వచ్చిందని అంటారు."

అందుకు సమాధానంగా ప్రొఫెసర్ ఆదేశ్ చిరునవ్వుతో "ఈ మంత్రం ఏవిధంగా లోకప్రియమైందో ఓ పురాతన కథ చెబుతుంది" అన్నాడు.

సరిగ్గా అప్పుడే బయట పెద్ద రగడ. వృద్ధుడైన పోలిత్ ఎక్కడినించి వూడిపడ్డాడో సభాసదనంలోకి అకస్మాత్తుగా వచ్చి పక్షిరాజైన జటాయువులా నేలమీద ఒరిగాడు. సభాసదనంలోని నేలమీద తన భుజాలమీద మోసుకొచ్చిన మారిషస్‌లోని హిందువుల ముస్లింల వాడుకలో వ్ను 'కైథీ' భాషలో వ్రాసిన గోనెసంచుడు రాతప్రతులు చెల్లాచెదురుగా పడ్డాయి. అతనిపైజామా, చొక్కా, బరువైన అతని బూట్లలా బురదతో నిండి వున్నాయి. అతను సభాభవనం నేలపైన ఓ అడవి జంతువులా వెల్లకిలా పడిపోయాడు.

ఏడవ అధ్యాయం

మారిషేశ్వరనాథ్ శివజ్యోతిర్లింగం దగ్గర

నాలుగో రోజు ఎలాంటి సభలు సమావేశాలు లేవు. దాంతో ప్రతినిధులందరినీ పర్యాటక ప్రాంతాలకి పంపేందుకు ఏర్పాట్లు చేశారు నిర్వాహకులు. మారిషేశ్వరనాథ శివజ్యోతిర్లింగం దేవాలయాన్ని చూసేందుకు అందరూ ప్రయాణ మయ్యారు.

ఈ దేవాలయాన్ని సందర్శించాలని రామాయణ మండలి సభ్యులు చాలా కాలంనుంచి ఎదురు చూస్తున్నారు.

గంగానదిలోని స్వచ్ఛమైన, పరిశుభ్రమైన నీటి గురించి అందరూ విన్నారు. డచ్‌వారి హయాంలో భారతీయ యాత్రికులు కొందరు మారిషస్‌లో శివాలయాన్ని నిర్మించాలని సంకల్పించారు. మారిషేశ్వరనాథ శివజ్యోతిర్లింగ దేవాలయం చుట్టూ చాలా ఇతిహాసాలు చోటు చేసుకున్నాయి. ఈ దేవాలయాన్ని చిత్రీకరించడానికి రోజ్‌మేరీ భారీగా పెంయింటింగ్ సామాగ్రిని వీపుకి తగిలించుకుంది. టారో బీచ్ సర్క్యూట్ హౌస్ దగ్గర ఎవరూ ఆగలేదు.

ప్రయాణం పొడవునా సభాగాయకులు శివుడ్ని స్తుతిస్తూ తులసీదాసు రచించిన పద్యాలని ఉచ్ఛస్వరంతో పఠించసాగారు. బస్సులోని తోటి ప్రయాణికులు కూడా అప్పుడప్పుడు వాళ్లతో శ్రుతి కలిపారు :

శివ ద్రోహీ మమ భగతరహావా
సో నర సపనెహుఁ మోహి న పావా
శంకర బిముఖ భగతి చహమోరీ
సో నారకీ మూఢమతి థోరీ

(శివుడికి ద్రోహం తలపెట్టి నాకు భక్తులని పలికేవాళ్లు కలలో కూడా నా భక్తులు కాలేరు. శివునికి విముఖుడై నాపట్ల భక్తిని ప్రకటించడం కేవలం మూర్ఖత్వం)

హరితవర్ణమైన చైనారోజ్, గుల్‌మొహార్, పొడవాటి బకుల్ చెట్లు, ముళ్ల పొదల మధ్యలోని నున్నటి రోడ్డుపైన బస్సు సాగిపోతోంది.

కొంతసేపటికి మారిషస్‌లోని గంగానది ఒడ్డు దగ్గర బస్సు ఆగింది. యాత్రికులు ఒకరి తర్వాత ఒకరు బస్సు దిగారు.

పోలిత్ బస్సు దిగేందుకు శాస్త్రిమహారాజ్ సహకరించాడు. ఎవరికీ అర్థంకాని విధంగా అదృశ్యమైన తర్వాత పోలిత్ ఆరోగ్యం బాగుండడంలేదు. అదృశ్యమైన ఆ రెండు రోజులూ అతను బాగా తిరిగివుంటాడు. ముద్రించబడిన రామచరితమానస్ గ్రంథాలు ఈ దీవికి రాకముందు కూలీల దగ్గర వున్న రామాయణం రాత ప్రతుల్ని సేకరించడంలో ఉత్సాహంగా నిమగ్నమయ్యాడతను. ఏది ఏమైనప్పటికీ ఈ దేహం చివరి మజిలీలో వుందని అతను ఆలోచిస్తుండవచ్చు. తన కావ్యం 'తులసీ దర్శన్' చివరి అధ్యాయం పూర్తి చేసే పనిలో వున్నాడతను. ఎవరికి తెలుసు - అసామాన్యమైన వాస్తవాలు ఏమైనా ఈ రాతప్రతులలోంచి వెలికి తీస్తాడేమో ? అతని పరిస్థితి బ్రిటిష్ స్కాలర్ ఫ్రెడిరిక్ గ్రౌచ్‌లాగే వుంటోంది. అతను మధురలోని సందులు గొందులు తిరిగినప్పుడు ఊపిరితిత్తులలో టి.బి. క్రిములు ప్రవేశించాయి. ఆ సమయంలో మధురకి ఉత్తరాన పంజాబులోని గుడ్‌గావ్ జిల్లా, తూర్పున అలీఘడ్ మరియు ఇతాహ్, దక్షిణంలో ఆగ్రా, పడమటి వైపు భరత్‌పూర్ వుండేవి. ఫ్రెడిరిక్ చహ్‌తా తాలూకాలోని ముళ్ళపొదలతో కూడివున్న అడవుల్ని, బకుల్ చెట్లు, వేపచెట్లు ఇంకా మండువేసవిలో ఉత్తరం వైపు నుంచి వచ్చే వేడిగాలుల్ని సహితం పెద్దగా లక్ష్యపెట్టలేదు సరికదా తన కార్యభారంతో ముందుకి దూసుకెళ్లాడు. మధురలో స్కాలర్లు ఆ విదేశీయుడికి తగినంత దూరంలో రామచరితమానస్ ఫిలాసఫీని కలీమ్స్‌పైన కూర్చుని వివరించేవాళ్లు. అది కేవలం రామచరిత మానస్ అనువాదమా ? 1937 సంవత్సరంలో ఆకలితో అలమటించిన రాజపుతానాకు చెందిన ప్రజలు మధురకు వచ్చిన విషయాన్ని ఫ్రెడిరిక్ గ్రౌచ్ రాశాడు. మధురలోని మహావన్ బర్సానా నికుంజవన్ నివాసితులు ఊపిరితిత్తులలో టి.బి. వ్యాధితో ఫ్రెడరిక్ గ్రౌచ్ కోటు, పైజామా, తలకి ఉన్న టోపీతో మురికి సందుల్లోను, ముళ్లపొదల్లోను రామచరితమానస్ రాత ప్రతులకోసం తిరిగినప్పుడు పడిన అతని భారమైన అడుగుల సవ్వడి విన్నారు. ఫ్రెడిరిక్ గ్రౌచ్ ఎప్పుడు మరణించాడు ? మరణించింది ఎన్నడు ?... అతను మరోసారి ఈ భూమిపైన

పాదం మోపాడు పోలిత్ రూపంలో. ఈ నశ్వర శరీరం నశించిన తర్వాత ఆత్మ మరో శరీరంలో ప్రవేశిస్తుంది, అవే కోరికలతో, ఆశలతో ఇంకా జిజ్ఞాసతో. అవును, ఇది అదే శరీరం - వదులుగా వున్న పైజామా, బరువైన బూట్లు, భారమైన అడుగులు...

శివాలయం రామాయణ మండలి ఇంకా ఇతర భక్తులతో నిండిపోయింది. భం భం శివా, భం భం శివా అంటూ శివలింగం ముందు సాష్టాంగ పడ్డాడు జటాధారి. ఆయన భం భం శివా భం భం శివా అంటూ నేలపైన పొర్లుదండాలు పెట్టసాగాడు.

ఆలయ పరిసరాల్లోకి చేరుకోవాలంటే మెట్లు ఎక్కాల్సివుంటుంది. కమలాదేవి జాగ్రత్తగా మెట్లు ఎక్కింది. పవిత్రమైన జ్యోతిర్లింగాన్ని చూడగానే ఒక్క క్షణంపాటు తన్ను తాను మైమరిచిపోయింది కమలాదేవి. శివలింగం నుంచి కిందకి నీళ్లు జారుతున్నచోట పాము ప్రతిమ వుంది. శివలింగం చలువరాతి పీఠంపైన ప్రతిష్టించబడింది. గంగానది చుట్టూ పూలు, తీగలు అల్లుకుని వున్నాయి. నీలపు ఆకాశం ప్రతిఫలిస్తున్న ఆ గంగాజలాలు మరింత నీలంగా గోచరిస్తున్నాయి, అందమైన యువతి నీలి కళ్లు కనుపాపల్ని కప్పినట్లుగా. నీలపు ఆకాశ కాంతిని ప్రతిఫలిస్తున్న ఆ గంగానది ఆకాశాన్ని కిందకి లాగి ఓ నగలా ధరించిందా అన్నట్లుంది.

అకస్మాత్తుగా కమల కళ్లు అక్కడ వున్న గుంపుమీద పడ్డాయి. పూజ అవగానే ఆ గుంపు గంగానదివైపు వేగంగా వెళ్తోంది. దగ్గరగా వున్న ఆ గుంపుని కమల మరింత పరీక్షగా చూసింది - ఆ గుంపుని గంగానదిలో పూజకోసం నర్తకి భువనమోహిని ముందుండి నడిపిస్తోంది. ఈ రోజు ఆమె పసుపుపచ్చని చీర కట్టుకుంది. శరీరంపైన ఆభరనాలంటూ ఏవీ లేవు. పాదాలకి చెప్పులు లేవు. పొడవాటి ఆమె కేశాలు వెనకవైపు వదులుగా పడివున్నాయి. శాస్త్రిమహారాజ్ ఆమె వెనకాల భారమైన అడుగులతో నడుస్తున్నాడు. కొద్ది సేపటి క్రితమే అతను కింద పోలిత్‌కి సహాయపడ్డాడు. ఇప్పుడు భువనమోహిని వెనకాల అడుగులేస్తున్నాడు. తబలా వాద్యకారుడు, సారంగీ వాద్యకారుడు ఇంకా స్థూలకాయుడైన మృదంగ వాద్యకారుడు అందరూ గుంపులోని వాళ్లతో సమానంగా అడుగులు వేస్తున్నారు. ఆ నర్తకి ఓ భక్తురాలు అన్న విషయం అందరికీ తెలుసు. కానీ మారిషేశ్వరనాథ శివాలయంలో ఉదయం పూజ చేసిన తర్వాత అక్కడే కూర్చుండిపోయిందామె. ఎందుకోమరి? ఈ విషయం ఎవరికీ అర్థంకాలేదు.

ఆలయ ప్రాంగణంలో అడుగుపెట్టగానే ఓ యాత్రీకుల గుంపు మధ్యలో నిలబడి ప్రసంగిస్తున్న ప్రేమ్‌కుమార్ రస్పాల్‌ని గమనించింది కమలాదేవి. అతను దేని గురించి చెప్తున్నాడు? ఉప్పుబస్తాల గురించా? హిందూ మహాసముద్రంలోని రహస్యాల గురించా? పిచ్చిపట్టిన ఏనుగు జహాజ్ గురించా?

మెట్లు దిగుతూ ఆమె మిగతా యాత్రీకులతో పాటు మండపంలో కూర్చుంది.

అందరూ ప్రేమ్‌కుమార్ చెప్పబోయే మరో అద్భుతమైన కథని వినడానికి సిద్ధంగా వున్నారు. ఈరోజు ప్రేమ్‌కుమార్ రస్పాల్ కుర్తా పైజామా ధరించాడు. తలమీద గాంధీ టోపీ వుంది. నుదుటన గంధపు తిలకం ఉంది. అతను ఆవేశపూరిత కంఠంతో అన్నాడు, విశ్వప్రభువు శంభు మహారాజ్! శంభు, శ్రీరామచంద్రుడికి ఆప్తుడు."

మండపంలో కూర్చున్న జటాధారి, హరినారాయణ్ కూడా బిగ్గరగా అన్నారు: "భం భం శివా. భం భం శివా."

సభాగాయకులు కూడా పాడారు:

శివద్రోహి మమ భగతరహావా

సో నర సపనెహుం మోహిన పావా

ప్రేమ్‌కుమార్ రస్పాల్ చేతులెత్తి అందరినీ మౌనంగా వుండాల్సిందిగా కోరుతూ చెప్పసాగాడు : "ఈ మారిషస్ దీవిలో నిజంగా జరిగిన ఓ ఆశ్చర్యకరమైన విషయాన్ని మీకు వివరిస్తాను. అసాధారణమైన ఈ సంఘటన మారిషేశ్వర శివుడిపైన జరిగింది. ఆశ్చర్యకరమైన ఈ సంఘటన మార్చి 2న 1989 సంవత్సరంలో సరిగ్గా ఉదయం 5 గంటలకి జరిగింది. మా కమాండింగ్ ఆఫీసరు శివలింగం ముందు వున్న జ్యోతిని వెలిగించబోతుండగా ఓ దివ్యమైన కిరణం శివలింగం పక్కనే వున్న త్రిశూలంమీద పడడంతో అది పాక్షికంగా కాలింది."

ఆ క్షణం భం భం శబ్దం మళ్లీ పునరుచ్చరించబడింది. పవిత్రమైన అగ్నినుంచి వెలువడ్డ భస్మాన్ని శరీరమంతా పూసుకుని ఆలయప్రాంగణంలో కూర్చున్న జటాధారి బిగ్గరగా అరిచాడు : "శిరస్సుపైన గంగని, ఆ గంగనుదుటిపైన కూర్చున్న అర్ధ చంద్రుడు, గొంతులో గరళం, ఛాతీపైన యజ్ఞోపవీతంలా పాముల్ని ధరించిన ఆ మహేశ్వరునికి నమస్కారం. భం భం భం భం."

ఆలయ ప్రాంగణంలో జటాధారితోపాటు గుంపుగా వున్న జనం కూడా అరవసాగారు : "భం భం శివ శంభు" కొందరు భక్తులు శివలింగం దగ్గర శిరస్సులు ఆనించారు. ప్రేమ్‌కుమార్ రస్పాల్ చేతులెత్తి ప్రతి ఒక్కరూ మౌనంగా వుండాల్సిందిగా కోరుతూ తన ప్రసంగాన్ని కొనసాగించాడు: "ఆ రోజు అక్కడ కొందరు యస్.యఫ్.యమ్.యస్. ఆఫీసర్లు ఇంకా సైనికులు కూడా వున్నారు. ఆరోజు మహాదేవుని త్రిశూలంలోంచి స్వతస్సిద్ధంగా నీళ్లు కారసాగాయి. శంఖనాదంలాంటి శబ్దం వినిపించసాగింది. శివ శంభు ముందు పరచివున్న 'రవశల్లా' బట్టమీద పాదముద్ర కనిపించింది. ఆ పాదముద్ర క్రమక్రమంగా ఏనుగు మొండెంలా రూపాంతరం చెందసాగింది."

ఆలయ ప్రాంగణంలోని చలువరాతిమీద కూర్చున్న జనాలలో గుసగుసలు మొదలయ్యాయి. ప్రేమ్‌కుమార్ చేతులెత్తి అన్నాడు : "గంట సేపటి నుంచి ఎడతెరిపి లేకుండా వర్షం కురిసింది. ఆ సమయంలో గంగానది పొంగి నీళ్లు గుడివరకూ వచ్చాయి. కొంతసేపటి తర్వాత నీళ్లు మాయమైపోయాయి. గంగానది పూర్తిగా మంచుతో కప్పబడిపోయింది. శివశంభు శిరస్సుమీదున్న ఆభరణం మెరుస్తోంది."

శరీరమంతా భస్మం పూసుకున్న జటాధారి మరోసారి అరిచాడు :

భం భం శివశంభో

భం భం త్రిపురారీ...

మత్తులో వున్న జటాధారి త్రిశూలాన్ని చేతిలోకి తీసుకుని గుడిముందు శివుడిలా తాండవం చేయసాగాడు. పవిత్రమైన ఆ క్షణంలో శివలింగంమీద చిత్రించి వున్న పాముని ఇంకా ముద్రల స్వస్తిక్ అనే మరొక ఆరాధనా చిత్రాన్ని దర్శించడానికి మిగతా ప్రయాణికులందరూ చుట్టుముట్టారు.

గంగానది ఒడ్డున వున్న శివుని గుడిచుట్టూ తిరుగుతున్న కమలాదేవి పెయింటింగ్ వేయడంలో నిమగ్నమైన రోజ్‌మేరీ పక్కకి వెళ్లి నిలబడింది. రోజ్‌మేరీ ఆ క్షణంలో గంభీరమైన ధ్యానంలోకి వెళ్లిపోయింది. ప్రఖ్యాత కళాకారులకి పనికూడా ధ్యానం లాంటిదే. ఈ విషయంలో రోజ్‌మేరీ మినహాయింపేమీ కాదు.

ట్రేలో టీ గ్లాసులతో తిరుగుతున్న వలంటీర్లు రెండు గ్లాసులు వాళ్లిద్దరి ముందు పెట్టి వెళ్లిపోయారు. కొంతసేపైన తర్వాత ఆ వలంటీర్లు మళ్లీ వచ్చి రెండు పెద్ద సైజు కోకోకోలా బాటిల్సు వాళ్లముందు పెట్టారు.

రోజ్‌మేరీ బ్రష్‌ని పక్కన పెట్టి కమల దగ్గరకి వచ్చి కూర్చుంది. ఆమె ముందు భాగంలో కట్టుకున్న రంగు బట్టతో చేతులూ, మొహం తుడుచుకుంది. వాళ్లిద్దరూ గుడిమెట్లపైన కూర్చుని టీ గ్లాసులు అందుకున్నారు.

మారిషేశ్వర శివాలయం ప్రధాన పూజారి ఆచార్య ఉమానాధశర్మ మరోసారి 1989 సంవత్సరంలో జరిగిన ఆ అద్భుతమైన కధని పునరుచ్చరిస్తున్నాడు. శివాలయాన్ని సందర్శించడానికి చాలామంది కొత్తవాళ్లు వచ్చారు. ప్రతి ఒక్కరూ లింగంముందు శిరస్సు వంచి నమస్కరిస్తున్నారు. రోజ్‌మేరీ అడిగింది, “మధవానంద, మిస్టర్ పోలిత్ ఎక్కడ అదృశ్యమయ్యారు?”

కమలాదేవి సమాధానంగా “గంగానదికి అవతలివైపున శ్రీరామచంద్రుని పాదముద్రలు కనుగొన్నారు. బహుశా మాధవానంద వాటిని మిస్టర్ పోలిత్‌కి చూపించడానికి వెళ్లి వుంటాడు” అంది.

మాధవానందని నువ్వు అర్థం చేసుకున్నావా ? నువ్వు మాధవానందతో కలిసి చాలా ప్రాంతాలు పర్యటించావు - చిత్రకూట్, అయోధ్య, నందిగ్రామ్, థాయిలాండ్...”

కమలాదేవి సమాధనం చెప్పలేదు. తన జీవితంలోని అన్ని దిశలు చివరికి మాధవానందలో అంతమవుతున్నాయని ఆమె ఎలా బయటపెట్టగలదు ? ఈ నిజాన్ని ఆమె ఎలా బహిరంగ పరుస్తుంది ?... కానీ ఆ భావాలు శరీరంలోనే ఆగిపోతాయి. వాటిని మాటల్లో చెప్పకుండానే వ్యక్తపరచవచ్చు. ఈ ఆలోచనలు ఓ భయంకరమైన ఆయుధంలా శరీరం నుంచి బయటపడతాయి. శరీరంలో అవి మాంసం, రక్తం రూపంలో కప్పబడివుంటాయి. ఆమె వాటిని పూర్తిగా గుర్తించింది. అందువల్లే ఆమె ఏమీ చెప్పకపోయినా శాస్త్రిమహారాజ్‌కి ప్రతీది తెలుసు.

రోజ్‌మేరీ టీ గ్లాసుని పక్కన పెడుతూ అంది, పెయింటింగ్ వేయడానికి కూర్చున్నప్పుడు నేను మిగతా విషయాలన్నింటిని మర్చిపోతాను. నువ్వు బహుశా స్పానిష్ కళాకారుడు ‘గోయా’ గురించి వినేవుంటావు ? చాలా పెద్ద పేరు - ఫ్రాన్సిస్కో జోస్ ద గోయా.”

కమల అవునన్నట్టుగా తలూపింది.

"అతను ధ్యానముద్రలో కూర్చున్నప్పుడు దృఢమైన వైఖరిని కలిగివుంటాడు. అంతేకాదు, తను పెయింటింగ్ వేసే బల్లముందు మసలేందుకుగాని, కూర్చోవడానికి గాని ఎవర్నీ అనుమతించడు. ఒకసారి తన పెయింటింగ్ బల్లముందు కూర్చున్న డ్యూక్ ఆఫ్ వెల్లింగ్టన్ మీదకి కత్తిని విసిరాడు. అతను తన కాన్వాసుగా వేటిని వాడతాడో నీకు తెలుసా? అతను మంచి మూడ్‌లో వున్నప్పుడు తనకి ఏది అందుబాటులో వుంటే దాన్ని వాడతాడు. అందులో పాత పెన్సిళ్లు, కార్డుబోర్డు లాంటివి వుంటాయి. ఒక్కోసారి అతను తన బొటనవేలిని పెయింటింగ్ బ్రష్‌లా ఉపయోగిస్తాడు. నేను వీటి గురించి చదివాను."

"బొటనవేలా?"

"అవును. బొటనవేలు. నేను ఒకసారి మా టీచరు 'లుస్వాన్' తో గోయా నివశించిన 'సారగోసా' దగ్గరున్న ఓ గ్రామానికి వెళ్లాను. 'లుస్వాన్' నాకు గురువు లాంటివాడు. ఆ సమయంలో నా మానసిక పరిస్థితి బాగుండలేదు. అప్పుడు నా భర్త తన స్టూడెంట్లలోని ఒకరితో సంబంధం పెట్టుకున్నాడు. అలాంటి మానసిక ఉపద్రవంలో వలలో చిక్కుకోవడంతో మేము దుర్మార్గుల స్థాయికి పడిపోయాము. ఆ వలని కోయడంలో విజయం సాధించిన కొందరు గొప్పవారయ్యారు. మిగతావాళ్లు తమని తాము దయాదాక్షిణ్యాలు లేకుండా కోసుకుని తమంతటతాము నాశనాన్ని కొని తెచ్చుకున్నారు. నేను ఆ తరగతికి చెందినదాన్ని కాను. నా గురువైన కళాకారుడు 'లుస్వాన్' కష్టాల కడలిలోని రంగుల గురించి చెప్పాడు. నేను పూర్తిగా అతని రంగుల ప్రపంచంలో మునిగిపోయాను. అందువల్లే మేమిద్దరం ఆరునెలలపాటు భార్యాభర్తల్లా కలిసి జీవించాము.

"భర్త, భార్యా?"

రోజ్‌మేరీ ఎలాంటి సమాధానం చెప్పలేదు. ఆమె తన పెయింటింగ్ బల్లదగ్గరకి వెళ్లిపోయింది. ఒంటికి అతుక్కుపోయినట్టున్న ఆమె దుస్తులు ఆమె యవ్వనాన్ని మరింత స్పష్టంగా వ్యక్తం చేస్తున్నాయి. శరీరం పూర్తి నగ్నంగా వున్నట్లు కనిపిస్తోంది.

కమల గుండెలు అదరసాగాయి. అదీకాక ఆమె మాధవానంద కోసం ఎప్పుడూ జాగురూకతతోనే వుంది. రోజ్‌మేరీ లాంటి స్త్రీ రామాయణ మండలిలో

చేరడం ఇది మొదటిసారా? కానీ అక్కడ తన కాన్వాస్ మీద మారిషేశ్వరనాథ శివుని ఆలయ చిత్తరువొకటి రూపుదిద్దుకుంది. విచిత్రం. నిజంగా విచిత్రం. ఇంత తక్కువ సమయంలో. అలాంటి దివ్యమైన పెయింటింగ్, ఇంత తక్కువ సమయంలోనా. ఆమె కాకతాళీయంగా భక్తులు అరిచినట్టుగా అరిచింది.

"శివశంభునకు జయము జయము. త్రిపురారీ జయము జయము."

తిరిగివచ్చిన భువన మోహిని

మారిషేశ్వర ఆలయం ముందున్న గంగాతలావ్ సరస్సులో పూజ అయిన తర్వాత భువన మోహిని తిరిగొచ్చింది. ఆమెతోపాటు బృందంలోని శాస్త్రిమహారాజ్, సారంగి, తబలా, ఫ్లూటు వాద్యకారులు, గాయకులు కూడా వచ్చారు. రామాయణ మండలి సభ్యులలో గుసగుసలు మొదలయ్యాయి : "భువన మోహిని సదస్సు ముగియకుండానే ఇండియాకి వెళ్లిపోవాలని ఎందుకు అనుకుంటోంది ? అంతటా పుకార్లు..."

గుడిమెట్లపైన కూర్చున్న కమల చూచాయగా వింది : అంబాసిడర్ దగ్గరో, ప్రెసిడెంట్ దగ్గరో ప్రోగ్రాం ఏదో వుండి వుంటుంది... శాస్త్రిమహారాజ్ కూడా ఆమెని ఆపలేకపోయాడు. ఆమె ఐ.సి.సి.ఆర్. ద్వారా వచ్చింది.

"అవును, అలాంటప్పుడు భువనమోహినికి కాకుండా ఆమెని స్పాన్సరు చేసిన వాళ్లకి శాస్త్రిమహారాజ్ ఏ ఆదేశమో, సలహాయో ఇవ్వాల్సింది."

కమలాదేవి మారిషేశ్వరుడి ముందున్న చలువరాతి నంది విగ్రహం పక్కన చాప పరుచుకుని కూర్చుంది. యాత్రికులు చేసిన విమర్శలని ఆమె చూచాయగా వింది. ఆలయపూజారి పండిట్ ఉమాకాంత్ శాస్త్రి భగవంతునికి నివేదించిన ప్రసాదం ప్యాకెట్టు ఒకటి ఆమె ముందు వుంచాడు. ఆమె ముందున్న కోకోకోలా పెద్ద బాటిల్ ఇంకా పూర్తి చేయలేదు.

సరిగ్గా దు:ఖ భాజకమైన అలాంటి పరిస్థితే ఆమె హృదయాంతరాల్లో గుచ్చుకున్నట్టుగా వుంది. నిజం చెప్పాలంటే భువనమోహినికి జీవితంలో అన్నీ లభించాయి. తను చేసిన మంచి పనుల ఫలితాలని ఆమె అనుభవించింది. ఆ క్రమంలో ఒకవేళ తన శరీరంలోని చర్మాన్ని వలిచేయాలనుకున్నా దాని బాధ

విజయవంతమైన ఆమె పొందిన ప్రేమకన్నా ఎక్కువేమీ కాదు. ఆమె తనంతట తానే ప్రత్యేకంగా తన శరీరాన్నుంచి చర్మాన్ని వేరు చేసింది. ఆమె పాము కుబుసంలా దాన్ని విడిచేసింది. ఆ తేలికపాటి పాము చర్మం ఎక్కడికి ఎగిరిపోయినట్టు ? మరి ఆమె భర్త ?

రామాయణ మండలికి చెందిన భక్తుడు ఒకసారి అన్నాడు - భువనమోహిని భర్త చిత్రకూట్‌లోని సభకి వచ్చాడు. అతను ఆమెని నీడలా వెన్నంటే వున్నాడు, కీటకం కాంతిపుజం చుట్టూ వున్నట్టుగా.

ఆ భార్యాభర్తలిద్దరూ పాన్లు నములుతూ ఎదురుబదురుగా కూర్చున్నారు - యువప్రేమికుల్లా. జంటగా వున్న వాళ్లిద్దరూ ధనుర్ధారి అయిన శ్రీరాముడు, బంగారు వన్నె కలిగిన వైదేహిలా కనిపించారు. అబ్బా, ఏం దృశ్యం! ఆ సందర్భంలో కూడా భువనమోహిని పుష్పవాటికలోని అంశం ప్రదర్శించింది... వేదికపైన వుండే ధూళి రేణువులు భువనమోహిని పాదాలని బాధిస్తాయోమోనన్న వుద్దేశంతో ఆమె భర్త జేబురుమాలుతో వేదికని శుభ్రపరచసాగాడు. అది చూసి ప్రేక్షకులు బిగ్గరగా నవ్వారు అహ్హా హ్హా హ్హా. అహ్హా హ్హా హ్హా.

తన జీవితాన్ని భువనమోహినితో పోల్చి చూసుకున్నందుకు విచారించింది కమల. భువన మోహిని గంగాతలావ్ సరస్సులో పూజ చేసిన తర్వాత సారంగి వాద్యకారుడు ఇంకా బానలాంటి పొట్టతో వున్న సరోద్ వాద్యకారుడు అనుసరిస్తుండగా మెట్లు ఎక్కి పైకి వెళ్లింది. అతను మెట్లు ఎక్కడానికి ఇబ్బంది పడ్డాడు. పైకి వెళ్లగానే భువనమోహిని జ్యోతిర్లింగానికి సాష్టాంగ ప్రణామం చేసింది. ఆమె కేశాల రంగు జ్యోతిర్లింగం రంగు ఒకదానితో ఒకటి కలిసిపోయినట్టుగా వుంది.

జటాధారి అరిచాడు: భం భం శివ శంభు! భం భం.

ఆమె బృందంలోని ప్రతి ఒక్కరూ జ్యోతిర్లింగం ముందు ఒకరి తర్వాత ఒకరు సాష్టాంగ ప్రణామం చేశారు. తర్వాత ఆలయపరిసరాలలో తిరిగి కారు పార్కింగ్ దగ్గరికి చేరుకున్నారు. వెళ్లిపోయేముందు శాస్త్రిమహారాజ్‌కి శిరస్సు వంచి నమస్కరించింది భువనమోహిని. శాస్త్రిమహారాజ్ అందరికీ వీడ్కోలు చెప్పి కిందకి వచ్చాడు... అకస్మాత్తుగా ఆయన కళ్లు చలువరాతి నందివిగ్రహం పక్కన కూర్చున్న కమలపైన పడ్డాయి. శాస్త్రిమహారాజ్ ఆమె కూర్చున్న చోటకి నడుచుకుంటూ వెళ్లి

"నువ్వు మాధవానందతో మాట్లాడావా ?" అని అడిగాడు.

"లేదు."

"నువ్వు రామాయణ మండలిలో సభ్యురాలివి. నీ మార్గాన్ని ఆ దశరథ కుమారుడే నిర్దేశిస్తాడు."

ఆ మాటలకి కమల కళ్లలో నీళ్లు నిండాయి. ఆమె తన భావావేశాన్ని అతి కష్టంమ్మీద నియంత్రించుకుంది. శాస్త్రిమహారాజ్ చలువరాతి నంది విగ్రహానికి ఓ ప్రక్కగా కూర్చుంటూ అన్నాడు : "నువ్వు ఎందుకు దు:ఖిస్తున్నావు కమలా ? నువ్వు రామాయణ మండలిలో చేరావు. ఆయనే నీకు దారి చూపిస్తాడు. నువ్వు రామాయణ వాఙ్మయానికి చెందిన విద్యార్థివి – అంతేకాదు, నువ్వు తెలివితేటలున్న మంచి విద్యార్థివి. నువ్వు అయోధ్యకాండలోని నూట ఐదవ సర్గ చదువు. రాముడు భరతుడికి సలహా ఇచ్చాడు : "జీవులు అస్వతంత్రులు. ఏ వ్యక్తికైనా తన ఇష్టం వచ్చినట్లు ప్రవర్తించగల శక్తిని జీవితం ప్రసాదించదు. విధి బలీయం. కూడబెట్టిన వివిధ సంపదలు నశించిపోయేవే. లౌకికములైన ఔన్నత్యాలన్నీ పతనమయ్యేవే. ఈ లౌకిక బంధాలన్నీ విడిపోయేవే... దృఢమైన స్తంభాలతో నిర్మించిన భవనం కూడా క్రమంగా శిధిలమై పడిపోవడం సహజం. అలాగే గడచిపోయిన రాత్రి తిరిగిరాదు. అటుచూడు, యమునా నదిలో అపారంగా ప్రవహిస్తున్న నీళ్లు సముద్రంలో కలిసిపోతాయి – అది తిరిగి రాజాలదు. విను, నీకు ఈ క్షణం గురించి చెప్తున్నాను. నువ్వు ఇంతకు క్రితమే గంగాతలావ్ సరస్సులో పూజ చేసిన భువనమోహినిని చూసేవుంటావు !"

"అవును చూశాను ! అవును ! అయితే ఏంటి ? అది చేసేదేముంది." బిగ్గరగా అంది కమల.

"ఈరాత్రి పోర్ట్‌లూయిస్‌లో ఆమె కార్యక్రమం వుంది. గతరాత్రి 'మోకా'లో ఆమె పుష్పవాటిక ప్రదర్శనని మెచ్చుకుంటూ ప్రశంసల వర్షం కురిపించిన ప్రేక్షకులు ఓ అందమైన బీరువాని బహుమతిగా ఇచ్చారు. ఆమె దాన్ని తనతోపాటు తీసుకువెళ్లలేదు. ఆమె దాన్ని రామాయణ మండలికి బహుమతిగా ఇచ్చేసింది. అంతేకాదు, సన్యాసి హరినారాయణ్‌కి మందిర నిర్మాణంకోసం చాలా డబ్బు ఇచ్చింది."

"కానీ ఈ విధంగా వదిలివెళ్లిపోవడమేంటి మహారాజ్ ?"

"నువ్వు వినలేదా ?"

"లేదు, నేను వినలేదు."

"ఆమె భర్త పిచ్చాసుపత్రినుంచి బయటకి వస్తున్నాడు."

"పిచ్చాసుపత్రా ?" అరిచింది భయంగా కమలాదేవి.

"అవును కమలా ఆమె భర్తకి మతిస్థిమితం లేదు. ఈరోజు అతను పిచ్చాసుపత్రినుంచి విడుదల అవుతున్నాడు."

ఆలయంలో గంటల సవ్వడి వినిపిస్తోంది. ఆలయంలోని భస్మాన్ని, బూడిదని దేహమంతా పూసుకున్న జటాధారి అరిచాడు – "భం ! భం ! శివశంభు. భం ! భం! శివశంభు."

రా క్ష సు డు

'మోకా' లో నాలుగోరోజు జరిగే సదస్సులో చర్చనీయాంశం 'రాక్షసుడు'. సభాభవనం విభిన్నరీతిలో అలంకరించబడింది. అన్ని వైపులా రాక్షస రాజుల చిత్రపటాలు వేలాడుతున్నాయి. రోజ్‌మేరీ కూడా ఈ రోజు కోసమని ప్రత్యేకించి వుంచిన రాక్షసరాజు చిత్రాలని ప్రదర్శనలో ఉంచింది. రావణుడు గొప్ప శివభక్తుడు. అందువల్లే ఆమె గంగాతలావ్ సరస్సు ఒడ్డున వున్న మారిషేశ్వర జ్యోతిర్లింగ ఆలయ చిత్రాన్ని కూడా ప్రదర్శనలో ఉంచింది. ఈ రోజు చిత్రకళా ప్రదర్శనలో అద్భుతమైన చిత్రాలు చోటుచేసుకున్నాయి. వాటిల్లో ప్రత్యేకించి 'లంకాపురి' చిత్రం వుంది. రోజ్‌మేరీ తన పెయింటింగ్ కుంచెతో వాల్మీకి వర్ణించిన లంకాపురికి జీవం పోసినట్లుగా వున్నాయి ఆ చిత్రాలు. హనుమాన్ చూసిన సుందరమైన, అపూర్వమైన లంకానగరాన్ని సుందరకాండలోని ముప్ఫై శ్లోకాలలో వాల్మీకి వివరించాడు... నగరంలోని అతి సుందరమైన ఎత్తైన మహాభవనాలు ఆకాశంతో పోల్చదగినవిగా వున్నాయి. అందమైన స్త్రీలు. సుఖానుభూతిని పొందుతూ నిట్టూర్పులు విడుస్తున్న స్త్రీలు. బల్లేలని, పదునైన శూలాల్ని, ఇనుపదండాల్ని ధరించిన రాక్షసుల చిత్రాలని కొన్నింటిని ఆమె చిత్రించింది. వాళ్లు అతి భయంకరంగా కనిపిస్తున్నారు. ఒంటికన్నువాళ్లు, గూనివాళ్లు ఇంకా చిమ్మ చీకటిలాంటి నల్లని వర్ణంతో వున్నవాళ్లు.

రాక్షసరాజైన రావణాసురుని అంత:పురం చిత్రం కూడా అక్కడవుంది. వజ్రవైఢూర్యాలతో మెరిసిపోతున్న ఆ మహాభవనంలో ఒక తల్పం కూడా వుంది. అది దంతపు నగిషీలతోను, బంగారు చిత్రాలతోను చెక్కబడివుంది. ఆ తల్పానికి

తలవైపు ఒక ఛత్రంకూడా వుంది. తల్పందగ్గర ఇద్దరు స్త్రీలు వింజామరలని పట్టుకుని వీస్తూ నిలబడ్డారు. వీరుడైన రావణాసురుడు ఆ తల్పంపై నిద్రపోతున్నాడు. అతని శరీరమంతా ఎఱ్ఱచందనం పూయబడివుంది. అతను బంగారు జరీ వస్త్రాలని ధరించాడు. వృక్షవనాలతోను, పొదలతోను నిండిన మందర పర్వతమే నిద్రిస్తోందా అన్నట్లుగా అతను నిశ్చలంగా కనిపిస్తున్నాడు. బంగారు ఆభరణాలతో అలంకరించబడ్డ ఆ రాక్షసరాజు మహాబాహువుల్ని అందంగా చిత్రీకరించింది రోజ్‌మేరీ. ఆ బాహువులపైన ఐరావతం యొక్క కోఱల రాపిడికి ఏర్పడిన గాయాల గుర్తుల్ని చిత్రించడం ఆమె మర్చిపోలేదు. ఈ నిండైన బాహువుల్ని మందరగిరి పాదం దగ్గరున్న రెండు విషపూరితమైన పాములతో పోల్చాడు వాల్మీకి – ఆయన వీటిని ఇంద్ర ధ్వజంతో కూడా పోల్చాడు. రావణుడి పక్కనే నిద్రపోతున్న ఇద్దరు యువతుల చిత్రం కూడా రోజ్‌మేరీ చిత్రించింది. 'నట్‌వారా' స్కూలు ఇంకా 'ఫ్రెంచ్ స్కూలు' ప్రభావం ఓ స్త్రీ చిత్రంలో కనిపిస్తోంది. కానీ ఆస్త్రీ రవివర్మ చిత్రంలోంచి లేచివచ్చి రోజ్‌మేరీ చిత్రంలో కలిసిపోయినట్టుగా అనిపిస్తోంది. ఒక తరుణి వీణని కౌగిలించుకుని నిద్రపోతున్న చిత్రంవుంది. వాల్మీకి ఆమెని నదీప్రవాహంలో కొట్టుకునివచ్చి ఒక నావని ఆశ్రయించిన పద్మలతతో పోల్చాడు. 'మడ్డుకం' అనే చర్మ వాద్యాన్ని చంకలోనే వుంచుకుని నిద్రిస్తున్న మరోస్త్రీ వాత్సల్యంతో బిడ్డని గుండెకు చేర్చుకుని భాసిల్లుతున్న భామినిలా వుంది... మరోస్త్రీ కలశాన్ని పక్కన పెట్టుకుని నిద్రిస్తున్నట్టు, అందులోని పన్నీరు బొట్లు బొట్లుగా కారి మచ్చలేని ఆమె శరీరమంతా తడిసినా తెలియనట్లుగా. తడిసి నానిపోయిన ఆమె శరీరాన్ని ప్రజ్వలిస్తున్న కాంచన దీప కాంతిలో చూపబడింది. (ఇందులో రోజ్‌మేరీ అపూర్వ చిత్రకళాసామర్థ్యం కనిపిస్తోంది). ఓహో ! మరో భారీ చిత్రంలో ఒకస్త్రీ తన అందమైన స్తనాలని చేతులతో కప్పుకునే ప్రయత్నం చేస్తూ ప్రశాంతంగా నిద్రపోతోంది. ఇవి వాల్మీకి వర్ణనలు.

అయ్యో ! అయ్యో ! అయ్యో ! లేదు ! ఈ భారీ చిత్రం చిక్కులు తెచ్చిపెడుతుంది.

ప్రదర్శన చూస్తున్న జనసమూహం ఓ ఘోరమైన చిత్రాన్ని నోళ్లు వెళ్లబెట్టి మూతులు వెడల్పు చేసి చూడసాగారు :

అది నిద్రపోతున్న రావణుడి చిత్రం. నిధి నిక్షేపాలు పుష్కలంగా వున్న రావణుడు రత్నఖచితమైన తల్పంమీద నిద్రపోతున్నాడు. కాంచన దీపకాంతిలో ఇంద్రుడి

ఐరావతం కోఱల రాపిడికి బాహువులపైన ఏర్పడిన గాయాల గుర్తులు నల్లటి పాముల్లా కనిపిస్తున్నాయి. వివిధ స్త్రీల నిరంతర కౌగిలింతలతో అతను ఇబ్బంది పడుతున్నాడు. అతని బాహువులు, నడుము, చెవులు ఆభరణాలతో కూడివున్నాయి. తలపైన రత్నాలు పొదిగిన బంగారు కిరీటంకూడా వుంది. కానీ అతని ఎడమ బాహువులో వున్న ఆ అందమైన యువతి ఎవరు ? అమూల్యమైన వజ్రం పొదిగిన వడ్డాణం విరిగిపోయి ముత్యాలు, రత్నాలు ఎఱ్ఱచందనం పూయబడ్డ రాక్షస రాజు శరీరంమీద చెల్లాచెదురుగా పడివున్నాయి. ఆమె మెడలోని తామరపూలమాల తెగిపోయి నేలమీద పడిపోయింది. అయ్యో ! అయ్యో ! అయ్యో ! భుజాలపైన వున్న పదునైన ఆయుధాల్లాగా వాడిగా వున్న అతని గోళ్లు గుచ్చుకుని ఆస్త్రీ స్తనాలు రక్తమోడుతున్నాయి. ఆమె స్తనాలనించి బొట్లు బొట్లుగా కారుతున్న రక్తం విచిత్రమైన మణులతో పొదగబడిన నేలపైన పడి కొంత దూరం వరకు వ్యాపించింది. ఆ భయంకరమైన రాక్షసరాజు పెయింటింగు చూపరులతోపాటు మరి కొందరి దృష్టిని ఆకర్షించింది. దాంతో ఆ చిత్రం ముందు చాలా మంది గుమిగూడారు.

విద్యార్థులబృందం, జటాధారి రోజ్‌మేరీని గట్టిగా అభిశంసించారు. జనసమూహం అధికమైంది. వెంటనే అక్కడ పెద్దగోల మొదలైంది.

ఎనిమిదవ అధ్యాయం

రాక్షసుడు (రెండు)

రోజ్‌మేరీ పెయింటింగ్సులో స్త్రీ మద్యపానంతో మత్తుగా గాఢనిద్రలో మునిగిన చిత్రం ఒకటివుంది. ఆమె దుస్తులు జారివున్నాయి. ఆమె నాభి పూర్తిగా బహిరంగంగా వుంది. పక్వానికి వచ్చిన అత్తిపండులా వుంది. తమలపాకుల డబ్బాలు ఆమె చుట్టూ చెల్లా చెదురుగా పడివున్నాయి. రోజ్‌మేరీ ఫ్రెంచ్ ఇంకా 'నట్‌వారా' చిత్రకళా పద్ధతుల్లో ఈ పెయింటింగుని చిత్రించింది.

పెద్ద పెద్ద బంగారు పాత్రలలో భద్రపరచిన మాంసాహారాల గురించి వాల్మీకి వివరించాడు. పూర్తి చేసిన మద్యం పాత్రలు, సగం తాగి వదిలేసినవి, నేలపైన దొర్లిన మద్యం పాత్రలు కొన్ని...

కానీ ఇదేంటి ? సందర్శకులు ఆ ఘోరమైన పెయింటింగు చుట్టూ మూగారు. దక్షిణ భారతదేశం నుంచి సింగపూర్ మీదుగా వచ్చిన కొందరు విద్యార్థులు బిగ్గరగా అరిచారు : ఇది రావణునికి అన్యాయం జరిగినట్టుగా వుంది. ఇది ద్రవిడ రాజుకి అవమానకరమైనది."

"రావణుడు ఎన్నడూ కూడా ఏ స్త్రీతోనూ ఆమె సమ్మతి లేకుండా లైంగిక క్రీడలో పాల్గొనలేదు.

"అన్యాయం ! అన్యాయం !" అంటూ ఏక కంఠంతో అరిచారు విద్యార్థులు.

గుంపు పెరుగుతున్న కొద్దీ గందరగోళం ఎక్కువకాసాగింది. సన్యాసి హరినారాయణ్ గుంపులోంచి దారిచేసుకుంటూ ముందుకి వచ్చాడు. ఆయన మెడలో పూలదండ వుంది. గుంపు ముందర నుంచుని ఆ పెయింటింగుని మరోసారి పరీక్షగా చూశాడతను. కుర్తాలోంచి జేబురుమాలు బయటికి తీసి కళ్లద్దాలని శుభ్రం చేసుకుని ఆ చిత్రాన్ని కళ్లు పెద్దవి చేసి చూశాడు. రోజ్‌మేరీ చిత్రించిన ఆ చిత్రంలోని రంగుల

మేళవింపుని చూసి నెమ్మదిగా అన్నాడు – "ధనలక్ష్మి రావణుడి లంకలో నివసించినట్టుగా వాల్మీకి వివరించాడు. రావణుడు సంపద కుబేరుడు ఇంకా యముడి సంపదల్ని మించిపోయింది." సుందరకాండలోని 9, 10, 11 సర్గలలో రావణుడి లంకని గురించి వివరంగా వర్ణించాడు వాల్మీకి. లేదు, ఈ పెయింటింగులోని చిత్రంలాగా తను ఏదీ కూడా ఇంత కూలంకషంగా చదవలేదు. రావణుడి అంత:పురంలో మహాబలవంతుడైన హనుమాన్ రావణుడి పక్కన నిద్రపోతున్న అర్ధనగ్న స్త్రీలని కాంచన దీప కాంతిలో చూసి తనలో తాను ప్రశ్నించుకున్నాడు: అయ్యో లేదు ! అయ్యోలేదు ! అంత:పురంలో ఈ అర్ధనగ్నస్త్రీలని నేను చూశానా? దీనివల్ల నాబ్రహ్మచర్య ధర్మనిష్ఠ దెబ్బతిందా ? కానీ పరసతుల విషయంలో నాకెన్నడూ విషయ వాసనా దృష్టియేలేదు. అయినా నాలో ఎలాంటి మనోవికారమూ కలగలేదు... అవును, సమస్తమైన ఇంద్రియాల తీరుతెన్నులకి మనస్సే కారణం. సమస్త ఇంద్రియాలని నిగ్రహించగలిగేది మనస్సే. అలాంటి మనస్సుని ఎలాంటి వికారాలకి లోనవ్వకుండా సన్మార్గంలో వుంచుకున్నాను." హరినారాయణ్ మళ్లీ ఆలోచించి అన్నాడు – "లేదు, నేను ఈ పెయింటింగులోని చిత్రంలాగా ఎలాంటి వర్ణన చదవలేదు."

"అవును సరిగ్గా చెప్పారు. మేము ఇలాంటివర్ణణ ఎక్కడా చూడలేదు" అందరూ ముక్తకంఠంతో నినదించారు.

సన్యాసి హరినారాయణ్ మరోసారి తీవ్రమైన ఉద్వేగంతో అన్నాడు : "వాల్మీకి ఎన్నడూ అలా వర్ణించలేదు. వాల్మీకి స్పష్టంగా చెప్పాడు–అగ్రశ్రేణికి చెందినవారి పుత్రికలు, రాక్షసకన్యలు, రాజర్షుల మరియు గంధర్వుల కాంతలు లంకాధీశుడి పట్ల మోహంతో అక్కడికి వచ్చి చేరారు. వాల్మీకి రాశాడు – మహాసాధ్వియైన సీత తప్ప మిగతా వనితలంతా కామాతురుడైన రావణుడి పరాక్రమాన్ని చూసి, అతని గుణగణాల పట్ల ఆకర్షితులై వచ్చినవాళ్లే. వాడని పూలమాలలు, ఆభరణాలు ధరించి మనోహరమైన అంగభంగిమలతో మంద్రమైన కాంచన దీపకాంతిలో రావణుడి అంత:పురంలో నిద్రపోతున్న స్త్రీలని చూసిన మహాతేజశ్శాలి అయిన మారుతిని ఎవరేమిటో అన్న మీమాంసలో పడేశాయి. ఆస్త్రీల సముదాయం వసంత ఋతువులో వికసించిన లతలతో కూడిన వనంలా శోభిల్లుతోంది. పూలమాలలు తెగిపోయి

రావణుడి చుట్టూ పరుచుకున్నట్లుగా వున్నారు ఆస్త్రీలు. ఈ తీగలు దండల మధ్యన రావణుడు ఓ మఱ్ఱి చెట్టులా ఒప్పారుతున్నాడు.

బయట నిలబడ్డ కమలాదేవి గడబిడవిని లోపలికి వచ్చి సన్యాసి హరినారాయణ్ పాడుతున్న మాధవకందాళి రామాయణంలోని శ్లోకంతో తానుకూడా శృతి కలిపింది :

అనేక సుందరి సవే రాజార్ గవత్ ధాడీ
సుతిలెక ఒతి మనరంగె
దంగార భిక్షక జన ననాభవె బెరి అసె
కమల్ మాధవిలత సంగె

(అందమైన స్త్రీలు ఎందరో రాక్షసరాజు శరీరాన్ని కౌగిలించుకుని ఆనందిస్తూ పడుకున్నారు. ఓ పెద్ద వృక్షాన్ని మృదువైన మాధవీలతలు వివిధ ఆకృతుల్లో పెనవేసుకున్నట్టుగా కనిపిస్తోంది అది)

ఇంతలో శివసింధు ట్రస్ట్‌వాళ్లు స్పాన్సర్ చేసిన దక్షిణ భారత విద్యార్థి ఒకడు అన్నాడు :

"పరస్త్రీని బలవంతంగా అనుభవించడంలో రావణుడు అసమర్థుడు. అతనికి రంభ శాపం వుంది."

"రంభ శాపమా ?" అంది కమలాదేవి.

"అవును, అవును, రంభశాపం" అంటూ సమాధానంగా అన్నాడు ఆ విద్యార్థి: "అప్సరసలలో మేలుబంతి అయిన రంభ తన ప్రియుడైన నలకూబరుని ఆనందంలో ముంచెత్తడానికి రాత్రివేళ ఒంటరిగా వెళ్తున్నప్పుడు రావణుడు మోహితుడై ఆమెపైన అత్యాచారం చేశాడు. రంభ, నలకూబరుడు కలిసి రావణుడిని శపించారు – ఒకవేళ అతను కామాతురుడై ఇష్టంలేని మహిళని బలాత్కరిస్తే అతని తల ముక్కలు ముక్కలైపోతుంది. అగ్నిజ్వాలలా మెరిసే ఆ నిష్కళంకమైన మహిళ ఆ రాక్షస రాజుని బూడిద చేస్తుంది."

ప్రేక్షకులలో మళ్లీ గుసగుసలు మొదలయ్యాయి.

గుంపులోని ఓ ప్రేక్షకుడు పెయింటింగువైపు వేలు చూపిస్తూ బిగ్గరగా అన్నాడు – "అలాంటి వివరణ రామాయణంలో మేము ఎక్కడా చూడలేదు."

దక్షిణ భారత విద్యార్థి మరోసారి మాట్లాడసాగాడు : నేను ప్రఖ్యాత కవి చక్రవర్తి కంబన్ రామాయణంలో రావణుడు యధేచ్ఛగా అత్యాచారాలు చేసినట్టు చదవలేదు. అంతేకాదు, తిలోత్తమ తనంత తానుగా రావణుడి తమలపాకుల డబ్బాని శుభ్రపరిచి, అతని పాదాలు కడిగి ఎన్నో విధాలుగా అతన్ని సేవించింది. ఇవన్నీ చేయడానికి ఆమె స్వర్గం నుంచి దిగివచ్చింది.

ఓ యువకుడు కర్కశంగా నవ్వుతూ అన్నాడు : "స్వర్గం నుంచి రాక్షసుల లంకకా."

"ఎందుకు ? లంకతో ఏమైనా పోలికవుందా ?" కంబన్ కవి అన్నాడు, రాక్షసరాజుని లంక ఇంద్రుడి బంగారు వర్ణపు అమరావతిని ఇంకా ప్రపంచంలోని మిగతా నగరాలన్నిటిని మించిపోయిందని. ఆకాశాంలోని సూర్యచంద్రులు రావణుడి మానసిక స్థితిని అనుసరించి వాటి వాటి మార్గాలని అనుసరిస్తున్నట్టుగా అనిపిస్తుంది. వివిధ ప్రాంతాలలో నివసించే అందమైన స్త్రీలు అతని అందమైన రూపాన్ని గురించే ఆలోచిస్తారు. కానీ ఆ రాక్షసరాజు హృదయంలో కేవలం సీతకే స్థానం వుంది."

ఆ వ్యక్తి అందరి దృష్టిని ఆకర్షించాడు. ప్రతిభావంతమైన ఉపన్యాసం ఇవ్వడానికి వచ్చిన అతను బూడిదరంగు సూటు వేసుకుని తలపైన టోపీ ధరించాడు. అతను చెప్పడం కొనసాగించాడు – "రావణుడి అంత:పురంలో శారీరక వాంఛలకోసం పరితపించే ఆ స్త్రీల పరిస్థితుల్ని వాల్మీకి తప్ప మరెవరూ వర్ణించలేరు. అవును, అంతేకాదు, నాకు బాగా జ్ఞాపకం వుంది. కొందరు స్త్రీలు మధుపాన పరవశలై రావణుడి ముఖం అనే భావనతో తమ పక్కన వున్న స్త్రీల ముఖాలని పదేపదే ముద్దు పెట్టుకోవడం. అయ్యో ! భ్రమలతోకూడిన ఆ స్త్రీల స్పష్టమైన వర్ణన చెప్పడం ఎలా?"

అందరూ బిగ్గరగా నవ్వారు.

"అవును, అవును, స్పష్టమైన వర్ణనలు. కొందరు పరస్పరం స్తనాలని, తొడలని, పార్శ్వాలని, కటిప్రదేశాల్ని, వీపుల్ని ఆశ్రయించి ఒకళ్లమీద ఒకళ్లు అవయవాల్ని పడేసి నిద్రపోయారు – కేవలం ఓ సమర్థుడైన చిత్రకారుడే తన కుంచెతో ఇలాంటి దృశ్యానికి జీవం పోయగలడు. వాల్మీకి దృఢమైన కలంతో నిబ్బరంగా లిపిబద్ధం చేశాడు – ఈ యువతులు స్వర్గం నుంచి దిగి వచ్చారు. మిగిలియున్న పుణ్యవిశేషాలున్న తారలన్నీ దివినుంచి భువికి రాలి ఇలా వనితామణులుగా రూపుదాల్చి రావణుడి

అంత:పురంలో ఆశ్రయం పొందాయి. కానీ రావణుడితో కలిసి ఒకే శయ్యపైన నిద్రపోవడమా... లేదు, లేదు, ఈ పెయింటింగ్ దృశ్యం అక్కడలేదు. ఓ కమలలోచన తన బాహువులతో మరో రమణిని కౌగిలించుకుని నిద్రపోతున్న వర్ణన వుంది. మరి ఈ దృశ్యం, ఈ ఘోరమైన దృశ్యం..."

మౌనంగా వున్న సన్యాసి హరినారాయణ్ కొంతసేపు ఏదో ఆలోచిస్తున్నవాడై ఏదో జ్ఞప్తికి వచ్చి బిగ్గరగా అన్నాడు : "పవనపుత్రుడైన హనుమాన్ రావణుడి భార్య మండోదరిని మరో శయ్యపైన నిద్రపోవడం చూశాడు. ఈ శయ్య మిగతావాటికి సంబంధం లేకుండా ప్రత్యేకంగా ఏర్పరచబడివుంది. మండోదరి లేశమైనా చింతలేకుండా సర్వాలంకార శోభితమైన రాజసంతో కూడిన తేజస్సుతో మనోహరంగా నిద్రపోతోంది.

హనుమాన్ మండోదరిని చూసి ఆమెయే సీత అన్న భ్రాంతితో ఆనందంతో స్తంభాలపైకి అటూ ఇటూ పాకుతూ, జారుతూ తలని కదిలిస్తూ తన తోకని ముద్దు పెట్టుకున్నాడు. పవనసుతుడు సీతాదేవి కనిపించిందని అమిత సంతోషంతో పాటలు పాడాడు. కానీ అది క్షణికమే. అతను అంతకుముందున్న తన ఆలోచనని మార్చుకుని సీతాదేవిని గురించి వేరే విధంగా సరైన ఆలోచన చేయసాగాడు – "రాముడి యెడబాటుకి గురైన సీత పరపురుషుడు ఎంతటివాడైనా ఇలా ప్రశాంతంగా పరపురుషుడి అంత:పురంలో నిద్రపోవటం సంభవమా ?"

లేదు, ఆమె సీతాదేవి కానేకాదు అని నిశ్చయించుకుని ఆ హనుమాన్ మళ్లీ అన్వేషించడం మొదలుపెట్టాడు.

కమలాదేవి కూడా బిగ్గరగా గొంతు పెద్దది చేసుకుని అంది : "మాధవకందాళి రామాయణంలో హనుమాన్ స్త్రీల నోటిని వాసన చూస్తూ తిరిగాడు. ఎవరి నోట్లోంచి అయితే మద్యం వాసన వెలువడదో ఆమెయే సీత అయ్యుంటుందని అతని ఆలోచన."

కానీ రావణుడు స్త్రీలతో కలిసి పడుకున్న ఈ దృశ్యం ?

మరోసారి సన్యాసి హరినారాయణ్ నోటమాట రాలేదు.

చాలామంది ఆడిటోరియం నుంచి బయటికి వచ్చి ఆ పెయింటింగ్ చుట్టూ చేరి గొణగడం మొదలెట్టారు. దక్షిణ భారతం నుంచి వచ్చిన విద్యార్థులు నిరుత్సాహంగా కనిపిస్తున్నారు.

సన్యాసి హరినారాయణ్ కర్కశంగా అన్నాడు, "రోజ్‌మేరీ ఈ పెయింటింగుని తొలగించు."

"కవులు తమ తమ కల్పనా చాతుర్యంతో రాయగాలేనిది మనం మన కల్పనా చాతుర్యాన్ని పెయింటింగ్స్‌లో ఎందుకు వుపయోగించకూడదు ?" ప్రత్యుత్తర మిచ్చింది రోజ్‌మేరీ.

సన్యాసి హరినారాయణ్ మరోసారి అన్నాడు, "అగ్ర వర్ణానికి చెందిన ఎందరో స్త్రీలు, దేవాంగనలు తమంతతాముగా కామాతురలై రావణుడి పరాక్రమం, శక్తి సామర్థ్యాలచేత ఆకర్షింపబడి తమకుతాము సమర్పించుకున్నారన్న విషయం నీకు తెలుసా ? రావణుడు సీతని తప్ప మరెవరినీ బలవంతంగా అపహరించలేదు."

అక్కడే చిత్రం చుట్టూ గుమిగూడిన కొందరు అరిచినట్టుగా అన్నారు : "అవును, రావణుడు సీతని తప్ప మరెవరినీ బలవంతంగా అపహరించలేదు. ఈ పరిస్థితుల్లో రావణుడు ఓ స్త్రీపైన ఓ మృగంలా దాడిచేయడం తప్పనిసరిగా గందరగోళం సృష్టిస్తుంది. ఈ పెయింటింగ్‌ని తొలగించండి. ఈ పెయింటింగు సందర్శకుల దృష్టిలో పడకుండా వెంటనే తీసేయండి."

రోజ్‌మేరీ తనకేమీ సంబంధం లేనట్టుగా అక్కడే నిలబడిపోయింది. అవును, ఈ రోజు అన్నిటికీ సిద్ధపడే వచ్చిందామె.

దక్షిణ భారతానికి చెందిన ఇద్దరు విద్యార్థులు అందరికీ వినబడేలా గట్టిగా అరిచారు : "ఉత్తర భారతానికి చెందిన కవులు, కళాకారులు రాక్షసరాజుని ఈ విధంగా చూపించి ప్రశంసలు పొందే ప్రయత్నం చేస్తారు."

మరో వ్యక్తి వాళ్లతో ఏకీభవిస్తున్నట్లుగా అన్నాడు, గొప్ప కవి తులసీదాసు రాక్షస రాజైన రావణుడి ఆహార్యాన్ని వర్ణిస్తూ చివరకు ఊపిరి పీల్చుకోవడానికి కూడా వీలులేని విధంగా ఉండేదని రాశాడు. అంతేకాదు, అతడి ప్రియ సతినోటిమీదుగా వెలువడిన అవమానకరమైన మాటలు కూడా వినక తప్పలేదని కూడా తులసీదాసు రాశాడు. యుద్ధభూమిలో రావణుడి పార్థివ దేహం దగ్గర ఆమె దు:ఖిస్తూ అన్న మాటలు మీరు వినలేదా ?

అబ తవసిర భుజ జంబుక ఖాహీఁ
రామ బిముఖ యహ అనుచిత నాహీఁ

(నీ శిరస్సులనీ, భుజాలని అయ్యయ్యో !! నక్కలు తింటున్నాయి. శ్రీరాముడికి విరోధివి కావడంవల్ల నీకీ గతి పట్టింది)"

సన్యాసి హరినారాయణ్ ఆ ఇద్దరు విద్యార్థులని శాంతపరిచే ప్రయత్నం చేస్తూ అన్నాడు : "అదే మండోదరి అనలేదా–

ఆజన్మ తే పరద్రోహ రత
పా పౌఘమయ తవ తను అయం
తుమ్హహు దియో నిజ ధామ రామ
నమామి బ్రహ్మ నిరామయం.

(పుట్టింది మొదలుకొని నువ్వు ఇతరులకి ద్రోహం చేయడంలోనే నిమగ్నమయ్యావు. నీకు ఎల్లప్పుడూ ఇతరుల పట్ల ద్వేషమే. నీ శరీరం అనేక పాపాలకి కూడలి. అయినా శ్రీరాముడు నీకు తనలోకంలో స్థానం ప్రసాదించాడు. అట్టి నిర్వికార పరబ్రహ్మకి నేను నమస్కరిస్తున్నాను)"

ఈ విషయాన్ని విద్యార్థులు అంత తేలికగా వదలదల్చుకోలేదు. వాళ్లు గలభా చేస్తూనే వున్నారు.

సరిగ్గా అదే సమయంలో పేలుడు సంభవించినట్లుగా మాటలు వెలువడ్డాయి.

"రోజ్‌మేరీ, నిన్ను అందరూ ఛీ. ఛీ. పో. ఛూ. అంటూ ఛీదరించు కుంటున్నారు. ఛీ. ఛీ. పో. ఛూ. అంటూ అరుస్తున్నారు రోజ్‌మేరీ !" అక్కడ చిత్రం చుట్టూ గుమిగూడిన ఒక వర్గం ప్రేక్షకులు అన్న మాటలు ప్రతిధ్వనించాయి.

పరిపూర్ణ రామభక్తుడు, భక్తిపారవశ్యంలో మునిగి తేలుతున్న శాస్త్రిమహారాజ్ ఒకసారి నిట్టూర్చి ఆడిటోరియంలోంచి వేగంగా బైటకి వచ్చాడు.

వెంటనే అక్కడంతా నిశ్శబ్దం ఆవరించింది. శాస్త్రిమహారాజ్ ఖండిస్తూ మాట్లాడతాడని అందరూ భావించారు. "నువ్వు నిన్నటి రోజున సీతాపహరణం పెయింటింగుతో గలభా సృష్టించావు; ఈ రోజుమళ్లీ ఈ పెయింటింగ్ ! రోజ్‌మేరీ నువ్వు రామాయణ మండలిలో సభ్యురాలిగా ఉండదగినదానవు కావు. నువ్వు నిరంతరం శారీరక సుఖాలకోసం ప్రాకులాడుతున్నావు. కేవలం శారీరక సుఖాలకోసం అర్రులు చాచేవాళ్లే ఇలాంటి పెయింటింగులని చిత్రీకరిస్తారు. నేను గర్హిస్తున్నాను రోజ్‌మేరీ, నేను నిన్ను గర్హిస్తున్నాను." అంటూ శాస్త్రి అరుస్తాడని అందరూ భావించారు.

కానీ శాస్త్రిమహారాజ్ మౌనం వహించాడు. అతను దగ్గరకంటావెళ్లి ఆ పెయింటింగుని పరిశీలనగా కొన్ని నిమిషాలపాటు తదేకంగా చూశాడు. ఆ తర్వాత అతను వెనక్కి తిరిగి గుంపులోని వారిని సంభోధిస్తున్నట్టుగా గట్టిగా అన్నాడు : మీరంతా ఇక ఆడిటోరియంలోకి వెళ్లిపోవాల్సిందిగా ప్రార్థిస్తున్నాను. కాంబోడియా నుంచి వచ్చిన ఓ స్కాలర్ ప్రసంగిస్తున్నాడు. అది చాలా ముఖ్యమైనదేకాక ఆసక్తి గోల్పేది – ఆధునిక ప్రపంచంలో రామాయణ విశిష్టత. దయచేసి రండి. దయచేసి నాతో రండి."

అతను వెంటనే పెద్ద పెద్ద అంగలు వేస్తూ మరోసారి ఆడిటోరియంలోకి వెళ్లిపోయాడు. కొందరు అతన్ని అనుసరించారు.

అప్పుడే మరో పేలుడు సంభవించినట్లయింది.

గుంపులోంచి పెయింటింగుని గురిచూస్తూ ఎవరో రాయి విసిరాడు.

ఆ రాయి ఎందుకోమరి పెయింటింగ్ పైన పడలేదు; అది రోజ్‌మేరీకి తగిలింది.

తొమ్మిదవ అధ్యాయం

సర్ సీవూసాగర్ రాంగులామ్ సమాధి

మారిషస్ జాతిపితగా పిలవబడే సర్ సీవూసాగర్ రాంగులామ్ సమాధి పచ్చని గడ్డి, పూలచెట్లతో కూడిన ఓ దివ్యమైన ఉద్యానవనంలో ఉంది. సదస్సు చివరి సమావేశం ఈ ఉద్యానవనంలోని సమాధి ముందు మొదలైంది.

రామాయణ మండలి సభ్యులే కాకుండా చాలా సంవత్సరాల క్రితం కూలీలుగా మారిషస్ వచ్చిన భారతీయ సంతతికి చెందిన కుటుంబ సభ్యులతో ఆప్రాంతం నిండిపోయింది. ఈ రోజు సదస్సుకి చాలామంది మంత్రులు హాజరై వేడుకకి హుందాతనాన్ని తెచ్చారు.

ప్రతిఒక్కరూ తివాచీలా వున్న పచ్చగడ్డిమీద పరచిన చాపలపైన కాలుమీద కాలు వేసుకుని కూర్చున్నారు. మంత్రులు కూడా ముందు వరుసలో కూర్చున్నారు. సెక్యూరిటీ ఏజెన్సీలకి చెందిన బాడీగార్డులు ఎవరూలేరు. నేవీబ్లూ, స్కైబ్లూ యూనీఫాంలు ధరించిన కొందరు పోలీసులు మాత్రం అటూ ఇటూ తిరుగుతున్నారు. చాలామంది తలమీద మోటుగా వున్న టోపీలు తీసేశారు. నల్లగా నిగనిగలాడే వాళ్ల ఒత్తై వంకీల జుట్టు వాళ్ల పూర్వీకులు మడగాస్కర్ నుంచి వచ్చిన విషయాన్ని స్పష్టపరుస్తోంది.

దృఢకాయులైన ఆ మంత్రులు రామాయణం వినడానికి ఎంతో ఆతురతతో వచ్చారు. వాతావరణం ఆహ్లాదకరంగా వుంది. లేదు, వాళ్ల తాతముత్తాతలు ఇదే నేలమీద లాఠీ దెబ్బలు తిన్నారన్న విషయం ఇప్పుడు ఎవరికీ గుర్తులేదు. కన్న కలలు సాకారమవ్వడానికి వాళ్లు తమ జీవితాలని ధారపోశారు. నేడు వాళ్లు కన్న కలలు వాస్తవరూపం దాల్చాయి. ముత్యాల, రతనాల దీవి మారిషస్‌ని పరిపాలించే పాలకుల నరనరాల్లో వాళ్ల రక్తం నిండివుంది. వీళ్ల పూర్వీకులు కొందరు ఎడ్లబండ్లని

తోలారు. వాళ్ల రక్తాన్ని తమ నరాల్లో నింపుకున్న వీళ్లు, వాళ్లు రక్తం చెమట ధారపోసి నిర్మించిన రోడ్లపైన ఎయిర్ కండీషన్డ్ లిమోజీన్స్ (కారు) నడుపుతున్నారు. జీవితం విచిత్రమైనది. ఈ జీవితం అనంతమైనది, హద్దులు లేనిది.

భారత దౌత్య కార్యాలయం నుంచి వచ్చిన అధికారులు దూరాన్నుంచి ఎంతో జాగురూకతతో అంతా గమనిస్తున్నారు. అవును, అక్కడ ఐ.సి.సి.ఆర్. నుంచి వచ్చిన ప్రతినిధులు కూడా వున్నారు. ఇది రెండు దేశాలకి సంబంధించిన విషయం కావడంతో అప్రమత్తంగా వుండడం తప్పనిసరి.

ఈనాటి సదస్సు బహిరంగ ప్రదేశంలో ఏర్పాటు చేయబడింది. అక్కడున్న ప్రతి ఒక్కరూ శాస్త్రిమహారాజ్, సన్యాసి హరినారాయణ్ ఇంకా మాధవానంద నోటినుంచి సుధలొలికే పవిత్ర రామాయణ సందేశాలని వినాలన్న కోరికని వెలిబుచ్చారు.

శాస్త్రిమహారాజ్‌కి ఒక కుర్చీవేశారు. అందులో సౌకర్యవంతంగా కూర్చున్నాడతను. అతను ఈరోజు పూర్తిగా కాషాయబట్టలు కట్టుకున్నాడు. ఆయన భుజాలపైన వున్న చద్దర్ కూడా కాషాయరంగుదే. అతని నుదుటన గంధపు రేఖలున్నాయి. సహచరుడైన హరినారాయణ్ వచ్చి అతని పక్కనే కూర్చున్నాడు. చేతులు తలపైన ఉంచుకుని అతను అందమైన ఉద్యానవనంలోకి చూపులు సారించాడు. విచిత్రం; నమ్మశక్యం కానిది ! "సీవూసాగర్ రాంగులామ్ శాశ్వత నిద్రలోవున్న ఈ ఉద్యానవనం రామాయణంలోని ఉద్యానవనాలని తలపిస్తోంది" అన్నాడు హరినారాయణ్.

పచ్చగడ్డిమీదున్న చాపలపైన కూర్చున్న మంత్రులు "సన్యాసి నోట ఓ శ్లోకం రానివ్వండి" అంటూ ముక్తకంఠంతో అరిచారు.

సన్యాసి హరినారాయణ్ హార్మోనియం అందుకుని పాడిన శ్లోకాలు బహుళ ప్రజాదరణ పొందాయి. కానీ ఈసారి అతను శ్లోకాలు చదవడానికి సిద్ధపడి రాలేదు.

అతను శాస్త్రిమహారాజ్ దగ్గరకంటా కూర్చుంటూ అన్నాడు : "సీవూసాగర్ రాంగులామ్ ఆత్మ ఈ ప్రాచీన వృక్షం కింద దివ్యత్వం పొందింది. మీరంతా మీ సీట్లలోంచి లేచి మోకరిల్లి ఆయన ఆత్మకి శ్రద్ధాంజలి ఘటించండి."

సూటూ బూటుతో వచ్చి కూర్చున్న మంత్రులు మోకరిల్లడానికి కొంత ఇబ్బంది అనిపించింది. తమకి అసౌకర్యం అనిపించినా సన్యాసిని తృప్తిపరచడానికి వాళ్లు మర్యాదగా మోకరిల్లి నివాళులర్పించారు. ప్రతి ఒక్కరూ విచిత్రమైన భంగిమలో సీవూసాగర్ రాంగులామ్ సమాధిని చూస్తూ నివాళులర్పించారు.

సన్యాసి హరినారాయణ్ అందమైన ఉద్యానవనాన్ని చూస్తూ అన్నాడు : "అబ్బా, ఎంత అందమైన దృశ్యం ! అందమైన ఈ ఉద్యానవనాన్ని చూస్తూంటే క్షణక్షణం నాకు అందమైన రాక్షసరాజు ఉద్యానవనాలు గుర్తుకొస్తున్నాయి. పవనసుతుడు త్రికూట పర్వతంపైన నుంచుని రాక్షసరాజు ఉద్యానవనాన్ని చూశాడు. దివ్యమైన ఆ ఉద్యానవనం బాగా పుష్పించిన ఖర్జూరపు చెట్లని, మోరటి, నిమ్మవృక్షాలని, కొండమల్లె, మొగలి పొదలతో నిండి మనోహరంగా వుంది. గొప్ప కవి అయిన వాల్మీకి ఎంత అందంగా వర్ణించాడు. ఇంకా అశోక వాటిక ? ఆ వాటికలోని పూలు అన్ని ఋతువుల్లోనూ పూస్తాయి. ఇంకా చెట్లు, లతలు ఉదయభానుని కాంతులతో తేజరిల్లుతున్నాయి. పైకి ఎగిరే పక్షుల రెక్కల తాకిడి కారణంగా చెట్లపైనుంచి రాలిపడిన పూలతో నిండివుంది, వాల్మీకి వర్ణించి విధంగా. హనుమాన్ పూర్తిగా ఆ పూలరాశిలో మునిగిపోయి పుష్పమయమైన ఓ పర్వతంలా విరాజిల్లుతున్నాడని వర్ణించాడు వాల్మీకి. ఆహా ! వాల్మీకి వర్ణన ఎంత గొప్పగావుంది. ఇంకా అసంఖ్యాక లతలతోను, రకరకాల పొదలతోను, కూడిన ఎత్తైనశిఖరంతో వున్న పర్వతాన్ని చూశాడు పవనసుతుడు. ఆ కొండ శిఖరం మధ్యలోంచి దారి చేసుకుంటూ ఒకనది ప్రవహిస్తోంది. దాన్ని ప్రియురాలు ప్రియుడి ఒడిలోంచి తటాలున కోపంతో దిగిపోయి భూమిపైన ఆశ్రయం పొంది నిద్రిస్తున్నట్లుగా పోల్చాడు వాల్మీకి. సన్యాసి హరినారాయణ్ అందరి ముందు కళ్లు మూసుకుని ధ్యాన ముద్రలో నిమగ్నమైనట్లు కనిపిస్తున్నాడు.

శాస్త్రిమహారాజ్ ప్రతి ఒక్కరినీ సంబోధిస్తున్నట్లుగా అన్నాడు – "ఈరోజు మారిషస్ దీవిలోని కొందరు మంత్రులు మనతో ఇక్కడ వుండడం మన అదృష్టం. ఇక్కడ వాళ్ల బాడీగార్డులతో ఎలాంటి అసౌకర్యం లేదు. ఈ మారిషస్ ద్వీపంలో భద్రతాసిబ్బంది అవసరంలేదు. హిందుమహాసముద్రం మధ్యలో వున్న ఈ మారిషస్ దీవి తేలియాడే విలాసవంతమైన ఓడలాంటిది. బయట ప్రపంచం దాడి చేస్తుందేమోనన్న జాగురూకతతో వుండాల్సిన అవసరం లేదు. కానీ ఏ పాలకుడు

కూడా వాళ్ల సరిహద్దుల్లో వున్న కంచెని తొలగించలేదు కదా. ఎందుకంటే ఈ దీవి సురక్షితమైంది. రాక్షసరాజు చేసిన తప్పు అది - ఈ మహాసముద్రం తన రెండు బాహువుల్ని చాచి తన బంగారు లంకని రక్షిస్తుందని ఆ రాక్షసరాజు అభిప్రాయం ! అతనికి ఎలాంటి ఆదుర్దాలేదు. అంతటి విశ్వాసం కలిగివుండడమనేది ఏ రాజుకైనా తెలివిలేని మూర్ఖత్వమే అవుతుంది. అహంకారి అయిన రావణుడి భావన - ఈ అలల తరంగాలని దాటి తన బంగారు లంకలో అడుగుపెట్టగల ధైర్యం, సాహసం ఎవరికున్నాయి. అతను భద్రతకోసం పర్వతాలపైన కోటలు, బురుజులు కట్టించి లోయలు, జలాశయాలు నిర్మించాడు. అతని అనేకానేక కోటలు, దుర్గములు పర్వతాల్లాంటి ఏనుగులతోను, బాహ్లిక దేశాన్నుంచి తెప్పించిన ఉత్తమమైన గుర్రాలతోను నిండివున్నాయి. అతని రక్షిత స్థలంలోకి ప్రవేశించేందుకు రహస్య మార్గాలు ఓ పద్మవ్యూహంలా నిర్మించబడ్డాయి.

రక్షణగా ద్వారాల దగ్గర సైనికులు కాపలావున్నారు. సైనికులు చేతిలో శూలాలు, ఖడ్గాలు ఒకేసారి వందమందిని చంపగల శతఘ్నులు కలిగివున్నారు. తన బంగారు లంకలోకి ప్రవేశించడం ఎవరితరం కాదని, ఎవరూ కూడా తన బంగారు లంకపైన దాడి చేయలేరని దూరదృష్టి లేని రావణుడు ఆత్మవిశ్వాసమే ప్రధానంగా కలిగివున్నాడు. ఇంతటి మహా సాగరాన్ని దాటి రాగలవారెవ్వరు ? లేదు, గూఢచారి దళం కూడా అవసరంలేదు. ఈ దృఢమైన ఆత్మవిశ్వాసమే వినాశానికి కారణభూతమైంది." అకస్మాత్తుగా శాస్త్రిమహారాజ్ ముందు వరుసలో కూర్చున్న మంత్రులవైపు చూస్తూ అన్నాడు : "వినండి, ఇలాంటి దృఢమైన ఆత్మవిశ్వాసం కలిగివుండడం కూడా రాజకీయాలు భ్రష్టుపట్టడానికి కారణమే. ఈ వైఖరి ఓ విషసర్పంలా మదిలో సుడులు తిరుగుతూవుంటుంది. పాము ఫ్లోరల్ డిజైన్లతో తననోటిముందున్న ఆహారాన్ని గ్రహించడానికి ఏవిధంగానైతే ఎరవేస్తుందో అదేవిధంగా ఈ మితిమీరిన ఆత్మవిశ్వాసం తన ముందున్న వాటిని మింగడానికి ఎరవేసే సామర్థ్యాన్ని కలిగివుంటుంది. శక్తిశాలి అయిన 'మధువు' అనే రాక్షసుడు రావణుడి ప్రియమైన చెల్లెలు 'కుంభీనస'ని లంకానగరం నడిబొడ్డున పట్టపగలు బలవంతంగా లేపుకుపోగలిగాడంటే దానికి కారణం ఇదే అమితమైన ఆత్మవిశ్వాసం. ఇంకా వినండి, వారధి నిర్మించే సమయంలో అల్లకల్లోంగా వుంది. కానీ ఆ విషయాన్ని తక్షణం

రావణుడికి చెప్పడానికి అక్కడ ఎవరూ లేరు. రావణుడు సముద్రం ఒడ్డు దగ్గర రహస్య గూఢచారులని పెట్టలేదు. ఇదికూడా అమితమైన ఆత్మవిశ్వాసానికి నిదర్శనమే."

ముందు వరుసలో కూర్చున్న మంత్రులు ఒకరి మొహాలు ఒకరు చూసుకున్నారు. వాళ్లు బహుశా ఏదో అనబోయారు. కానీ ఎందుకో మౌనంగా వుండిపోయారు. వాళ్ల శరీర ఛాయ బాగాలేదు. వాళ్లలో నలుగురు గోధుమవర్ణం కలిగివున్నారు. వాళ్ల పూర్వీకులు బీహారులోని ఫరూకాబాద్ ప్రాంతంవారు గాని లేక దక్షిణ భారతానికి చెందినవారుగాని అయ్యుంటారు. వాళ్లలో ఆర్యుల లక్షణాలేవీ లేవు. కానీ వాళ్ల ముఖాలు చూస్తే ఆక్రమణదారుల్లా అన్పిస్తున్నారు.

సన్యాసి హరినారాయణ్ తీవ్రమైన ఉద్వేగంతో అన్నాడు – గౌరవనీయ మంత్రివర్యుల్లారా, మీరు రామాయణం మొత్తాన్ని గనక వడబోసినట్లయితే స్త్రీలందరిలోనూ కేవలం ఇద్దరు మాత్రమే రాజనీతిలో ప్రావీణ్యం కలిగివున్నట్లు గ్రహిస్తారు. వాళ్లు కైకేయి దాసి అయిన మంథర, రాక్షసరాజు ప్రియమైన చెల్లెలయిన శూర్పణఖ. ఈ ఇద్దరి రాజకీయ చతురత ముందు రాజభవనంలోని అందమైన స్త్రీలందరూ వెలవెలబోవాల్సిందే."

ఇంతలో యోగముద్రలోంచి లేచిన సన్యాసి పక్కనే వున్న హార్మోనియం దగ్గరకి జరుపుకుని అన్నాడు – "దండకారణ్య పాలన అంతా శూర్పణఖ చేతిలో కేంద్రీకృతమైంది. సేనాపతులు, రాక్షసయోధులు అయిన ఖరదూషణులు యుద్ధం చేయడంలోను, మాయోపాయాలు పన్నడంలోను ఆరితేరినవాళ్లు. తారక కొడుకైన మారీచుడు సహాయం చేయడానికి ఎప్పటికీ సిద్ధంగానే వుంటాడు.

మారీచుడి పేరు వినగానే మంత్రులు, రామాయణమండలి సభ్యులు తత్తరపాటుకి గురయ్యారు. వాళ్లు ముక్త కంఠంతో అన్నారు : "మారీచ్ మారిషస్, మారీచ్ మారిషస్."

అవును. రాక్షసుడైన మారీచుడుకి మారిషస్‌కి అవినాభావ సంబంధం వుంది. సన్యాసి హరినారాయణ్ చేతులెత్తి అన్నాడు – "నేను రాక్షసుడైన మారీచుడి గురించి కూడా మాట్లాడతాను. ఊహకందని మారీచుడి తెలివితేటల గురించి శక్తియుక్తుల గురించి రావణుడే చెప్పాడు. అరణ్యకాండలోని 25 పద్యాలలో హితవచనాలని రాక్షసరాజుకి విశదీకరించే ప్రయత్నం చేసిన మారీచుడి విధానం చూస్తే ఎవరికైనా ఆశ్చర్యం కలగక మానదు.

ఇదే సమయంలో సన్యాసి మారీచుడి విషయాన్ని పక్కన పెట్టి మంథర, శూర్పణఖల రాజకీయ క్రీడల గురించి మాట్లాడాలనుకున్నాడు. కానీ ముందువరుసలో కూర్చున్న మంత్రులు సహనం కోల్పోయారు. గుండ్రటి ముఖం కలిగి బాగా ఒత్తైన పెరిగిన జుట్టుతోవున్న ఓ మంత్రి లేచి నిలబడి అన్నాడు – "ఓ ఆదరణీయ సన్యాసీ, మారిషస్‌తో మారీచుడి బంధం చాలా గాఢమైనది. మారిషస్‌లో బాగా ప్రాశస్త్యం చెందిన నమ్మకం ఏమిటంటే మారీచుడి శరీరంలో రామచంద్రుడి బాణం గుచ్చుకోగానే మరణించే క్షణంలో దశరథ పుత్రుడిని ఓ వరం కోరాడు. అప్పుడు రామచంద్రుడు అడిగాడు – 'చెప్పు, నీకు ఏ వరం కావాలో' – "నారెండు చెవుల్లో ఎప్పుడూ నీ నామస్మరణ వినిపిస్తూ వుండాలి – రామా శ్రీరామా రామా శ్రీరామా" అన్నాడు మారీచుడు.

అకస్మాత్తుగా అందరి మధ్యలోంచి లేచి కమలాదేవి అంది – "క్షమించండిసార్, మనం వాల్మీకి రామాయణంలో చదివాం, ధనుర్ధారి అయిన రాముడి బాణం దెబ్బతో మారీచుడు కిందపడిపోయాడు. అతని మాయాశక్తి అతడి పరిస్థితిని ఏమాత్రం మార్చలేకపోయింది. దాంతో ప్రాణాలని విడుస్తున్నప్పుడు పెద్ద పెద్ద కోలలతో తన రాక్షసరూపాన్ని పొందాడతను. భయంకర రూపంతో నెత్తురోడుతున్న అతని శరీరం నేలపైన అటూ ఇటూ దొర్లుతుండడం చూసి శ్రీరాముడు ముందుకు సాగిపోయాడు. శ్రీరాముడు మరి తిరిగి చూడలేదు."

గుండ్రటి ముఖం, ఒత్తైన జుట్టుతో వున్న మంత్రి వికృతంగా లేచి అన్నాడు – "నువ్వు చదివింది కరెక్టే – మా మారిషస్ దీవిలో వాల్మీకి రచనలోని మారీచుని అంశం ఇంకా పూర్తిగా వ్యాప్తిలోకి రాలేదు. వాల్మీకి వర్ణించిన విధంగా పర్వత సమానమైన శరీరం కలిగి నల్లని మేఘ ఛాయ కలిగి వేయి ఏనుగుల బలంతో 'పరిఘ' అనే ఆయుధాన్ని చేతిలో పట్టుకుని వుండే మారీచుడి చిత్రం మారిషస్‌లో లేదు. అంతేకాదు, మారీచుడు శ్రీరామచంద్రుడితో మొదటిసారి సమావేశమైన చిత్రం కూడా లేదు..."

సన్యాసి హరినారాయణ్ బిగ్గరగా అన్నాడు – "అవును, అవును. వాల్మీకి వివరించినట్టుగా మొదటిసారి మారీచుడు శ్రీరామచంద్రుడుని చూసినప్పుడు శ్రీరాముడు కౌమారదశలోనే వున్నాడు. ఇంకా యుక్త వయస్సు రాలేదు. ఆయన

మొహంపైన గడ్డంకూడా మొలవలేదు. అయినప్పటికీ శోభిస్తున్న ఆయన శరీరకాంతి దండకారణ్యాన్నంతటిని ప్రకాశింపజేసింది. 'ఇతడు బాలుడే కదా' అనుకున్న మారీచుడు ఆయన్ని లక్ష్యపెట్టలేదు. దాంతో శ్రీరామచంద్రుడి బాణాలదెబ్బకి మారీచుడు నూరు యోజనాల దూరంలో వున్న సముద్రంలో పడ్డాడు. మారీచుడికి శ్రీరామచంద్రుడి సాటిలేని శక్తి సామర్థ్యాలు ఒకసారి కాదు, రెండుసార్లు అనుభవంలోకి వచ్చాయి. ఆ తర్వాత అతను 'రా' అనే అక్షరం వినిపిస్తేచాలు భయపడిపోయేవాడు. ఆ అరణ్యంలో ఎక్కడ చూసినా శ్రీరాముని రూపమే ప్రత్యక్షం అవుతుండడంతో ఆ దండకారణ్యంలో అటూ ఇటూ పరుగులు పెట్టాడు. చివరికి నార దుస్తులు ధరించి ఆ దండకారణ్యంలో తపోనిష్ఠలో మునిగిపోయాడు."

"ఇంకా వినండి. మారీచుడు పలికిన మాటలు మునిశ్రేష్ఠుల హితవచనాలలా వున్నాయి. రావణున్ని హెచ్చరిస్తూ మారీచుడు అన్నాడు – (అతను హిత వచనాలని పద్యరూపంలో గానం చేశాడు) : ఏ మాత్రం పాపపు పనులు చేయనట్టి పవిత్రులు సైతం పాపులని ఆశ్రయించినా, పాపులతో కలిసివున్నా వాళ్లు ఇతరుల పాపాల కారణంగా పాములతో నిండివున్న మడుగుల్లో వున్న చేపల్లా నశిస్తారు. ఓ రావణా, నువ్వు చేసిన తప్పుల కారణంగా సర్వైశ్వర్యాలతో తులతూగుతూ సుఖంగా వున్నవాళ్లు, ఆభరణాల్ని అలంకరించుకున్నవాళ్లు, సువాసనలని వెదజల్లే గంధాలని పూసుకున్నవాళ్లు నువ్వు చూస్తుండగానే చుట్టుముట్టిన అగ్నిజ్వాలల్లో ఆహుతి అయిపోయి నీ బంగారు లంకలోని భవనాలన్నీ మాడిమసైపోతాయి."

హరినారాయణ్ తన మధురమైన కంఠంతో అక్కడ సమావేశమైన అందరి హృదయాలని దోచుకున్నాడు.

పాట పూర్తవగానే ఆ మంత్రి మరోసారి తను చెబుతున్న విషయం పూర్తి చేయడానికి లేచి నిలబడ్డాడు. సన్యాసి హరినారాయణ్ ఆ ప్రసంగం వినాలన్న కుతూహలంతో అతన్ని చెప్పడం కొనసాగించాల్సిందిగా చేతులు పైకి ఎత్తాడు.

"మా మారిషస్‌లో రాక్షసుడైన మారీచుడు మునులని చంపి వాళ్ల రక్తమాంసాలని తినడం, వాడియైన కోఅల్తోను, పర్వత సమానమైన శరీరం కలిగి మునుల రక్తం తాగి మదించినట్లుగా ఎలాంటి చిత్రం కాని, ఇక్కడ ప్రజల మదిలో గాని ఏమాత్రంలేదు. ఇక్కడ ఓ విభిన్నమైన మారీచుడి చిత్రం వ్యాప్తిలో వుంది.

అందువల్లే రాక్షసి తారక కొడుకైన ఇతను మరణించే సమయంలో శ్రీరాముని పాదాలపైన పడి తన రెండు చెవులూ నిరంతరం రామనామాన్ని వినేటట్టు అనుగ్రహించాల్సిందిగా ప్రార్థించాడు. అతని భక్తికి చలించిపోయిన దశంథ పుత్రుడు మారీచుడి శరీరాన్ని స్ప ృశించాడు. వెంటనే మారీచుడి శరీరం ముత్యంలా మారిపోయింది. శ్రీరామచంద్రుడు ఆ ముత్యాన్ని తన ప్రచండమైన శక్తితో సముద్రంలోకి విసిరేశాడు. ఆ ముత్యం సముద్రంలో కొంత దూరంలో పడి ఓ అందమైన దీవిలా రూపాంతరం చెందింది. ఈ అందమైన దీవికి మా పూర్వీకులు 'మారీచతపు' అని పేరు పెట్టారు. ఇది ఓ భోజ్‌పూరి పదం. ఎల్లప్పుడూ ఈ పదం మారిషస్ దేశంలో ప్రతిధ్వనిస్తూనే వుంది. ఈ 'మారీచతపు' వాల్మీకి వర్ణించిన బంగారు జింకలా అందమైనది. బంగారపు రంగులో మెరిసే కొమ్ములతో, ఇంద్రనీలమణులతో నిర్మితమైన పాత్రలా విలసిల్లే మెడతో శ్రీరామచంద్రుడు మక్కువ పడేలా చేసిన ఆ జింక మేఘంనుండి వెలువడ్డ మెరుపులా ఆకాశంలోని మబ్బులతో దాగుడుమూతలాడుతున్నట్టుగా చాలా ఓడలు ఈ దీవిలో ఆ అందమైన జింకవల్ల పూర్తిగా మంత్రించినట్లు లంగరేసి వున్నాయి. అరబ్బు దేశాలు, పోర్చుగల్, డచ్, ఫ్రెంచ్ ఇంకా బ్రిటిష్‌నుంచి వచ్చిన ఓడలున్నాయి. బంగారు జింక దాగుడుమూతలాడ్డం కొనసాగించింది."

సన్యాసి హరినారాయణ్ మరోసారి హార్మోనియం తన ముందుకు లాక్కుని బిగ్గరగా అన్నాడు : "రాక్షసుడైన మారీచుడు" మారిషస్ ప్రజలకోసం వాళ్ల కళ్లలో కనుపాపలా మిగిలిపోయాడు. మారీచుడి పట్ల గల అనురాగంతో అతడ్ని కీర్తిస్తూ పాడిన భక్తిగీతాలు ఇప్పటికీ చెరుకు తోటల్లో ప్రతిధ్వనిస్తాయి. గౌరవనీయ మంత్రులారా, రాక్షసులనించి కూడా నేర్చుకోవాల్సిన విషయాలు ఎన్నో వున్నాయి. ముఖ్యంగా రాజకీయాల గురించి నేర్చుకోవాల్సినవి ఎన్నో వున్నాయి. వినండి, శూర్పణఖ రావనుడిని నిందాపూర్వకంగా ఏవిధంగా దూషించిందో... దయచేసి వినండి, గొప్పకవి తులసీదాసు మాటల్లో శూర్పణఖ ఏమందో వినండి :

కరసి పాన సోవసి దిను రాతీ
సుధి నహిం తవ సిర పర ఆరాతీ
రాజ నీతి బిను ధన బిను ధర్మా
హరిహి సమర్పే బిను సతకర్మా

(ఓ రావణా, నువ్వు మద్యంసేవతో రాత్రింబవళ్లు మత్తులో నిద్రపోతున్నావు. శత్రువులు వచ్చి మీద పడబోతున్నా నీకు ఏమీ పట్టడంలేదు. నీతిలేని రాజ్యపాలన, ధర్మహీన ధన సంపాదన, భగవదర్పణం చేయని ఉత్తమ కార్యం, వీటివల్ల ఎలాంటి ఫలితం ఉండదు)

బిద్యా బిను బిబేక ఉపజాఏఁ
శ్రమ ఫల పఢేఁ కిఏఁ అరు పాఏఁ.
సంగతెఁ జతీ కుమంత్ర తె రాజా
మాన తె గ్యాన పాన తేఁ లాజా.
ప్రీతి ప్రనయ బిను మదతే గునీ
నాసహిఁ బౌగి నీతి అస సునీ.

ఈ పద్యానికి అర్థాన్ని అతను సరళమైన భాషలో ఇలా చెప్పాడు :

"వివేకం కలగని పక్షంలో విద్యవల్ల ఫలితమేముంది ? దానివల్ల శ్రమయే మిగులుతుంది. చెడు సాహచర్యం వల్ల సన్యాసి పతనమయ్యాడు. మద్యపానం సిగ్గు బిడియాలని దెబ్బతీస్తుంది. ప్రేమలేని స్నేహానికి విలువేముంది ? దురభిమానం జ్ఞానాన్ని నశింపజేస్తుంది. ఇదే నైతిక ప్రవర్తన."

వాల్మీకి శూర్పణఖ ఒక అడుగు ముందుకేసి నిందాపూర్వకంగా అంది – "నా మాట విను. క్షణికములైన ఇంద్రియ భోగాలలో మునిగి తేలే, స్వేచ్ఛగా ప్రవర్తిస్తూ సుఖాలలో మునిగి తేలే రాజుని శ్మశానంలోని అగ్నిశిఖలా ప్రజలు గౌరవించరు."

శాస్త్రిమహారాజ్ హుషారుగా, ఉల్లాసంగా ఉన్నాడు. అదీగాక సన్యాసి హరినారాయణ్ అలాంటి భావాలున్న మంచి స్నేహితుడు. అతని కంఠం ఎంత మాధుర్యంగా ఉందంటే వెంటనే అది సర్ సీవూసాగర్ రాంగులామ్ సమాధి పరిసరాలలోని వాతావరణాన్ని పూర్తిగా మార్చేసింది. ఈ రోజు ఓ విభిన్నమైన వాతావరణం ఆవరించింది. అందరి తలలపైన వివిధ రకాల చెట్లనీడలు పరుచుకున్నాయి. చుట్టు పక్కలంతా వికసించిన పూలపరిమళాలు గుబాళిస్తున్నాయి. అంతేకాదు, మంత్రులు చాలామంది హాజరయ్యారు.

శాస్త్రిమహారాజ్ తన కళ్లని తనే నమ్మలేకపోయాడు. తను ప్రారంభించిన ఓ చిన్నపాటి రామాయణమండలి ఈ రోజు ఈవిధంగా ఓ బ్రహ్మాండమైన ఆకృతిని సంతరించుకుంది. ఇది నిజంగా తన జీవితంలో అభివృద్ధి దిశగా ఓ అద్భుతమైన ఘట్టంగా గోచరిస్తోంది. గతంలో తను చిత్రకూట్ ధామ్‌లో రఘువంశ పతాకాన్ని వివిధ దేశాలకి, వివిధ సముద్రాలకి తీసుకు వెళ్లాలనుకున్నాడు. బాలి ద్వీపం, థాయిలాండ్, మారీచతపు, ట్రినిడాడ్... ఓహ్ ఎన్నో కలలు కన్నాడతను. అతని దగ్గర నిధి కొంత మాత్రమే వుంది. అతన్ని అనుసరించేవాళ్లు కూడా కొద్దిమందే. అయినప్పటికీ యాంత్రికంగా సంకేతాలు అందాయి. ఆయన ఎక్కడికి వెళ్లినా జనం రాసాగారు. తన కలలన్నీ ఇప్పటికి నెఱవేరాయి. ముందువరుసలో కూర్చున్న మంత్రులు తన ఉపన్యాసంకోసం ఆతృతగా ఎదురు చూస్తున్నారు.

సన్యాసి వారినారాయణ్ హార్మోనియంని తన దగ్గరకి లాక్కుని మంత్రుల్ని సంభోదిస్తూ శాస్త్రిమహారాజ్ చెప్పసాగాడు: "అత్యంత గౌరవనీయ మంత్రులారా, పవిత్రమైన ఈ సర్ సీవూసాగర్ రాంగులామ్ సమాధి దగ్గర ఓ పక్కగా పార్క్ చేసిన బ్రహ్మాండమైన పెద్ద పెద్ద కార్లు నిగనిగా మెరిసిపోతున్నాయి..."

పచ్చగడ్డిమీద పరచిన చాపలపైన కూర్చున్న ప్రేక్షకులు తలలు తిప్పి మెరిసిపోతున్న పెద్ద పెద్ద కార్లని చూశారు.

(మండలి సభ్యులు తమ కళ్లని తామే నమ్మలేకుండా వున్నారు. ఈరోజు ఈ భారీ ఏర్-కండీషన్ కార్లు కలిగివున్న వీళ్ల పూర్వీకులు మిట్టమధ్యాహ్నం చెరకు తోటల్లో చెమటోడుస్తూ శ్రమించారు. వాళ్ల శరీరం బొగ్గులా నల్లగా మారిపోయింది)

"వినండి, ఆహ్లాదకరమైన రావణుడి పుష్పక విమానం గురించి వినండి. మేఘంలా మహోన్నతమైంది, విశాలమైనది, వాయువేగంతో సాగిపోయేది. అందులోని స్తంభాలు వెండి బంగారంతో నిర్మించబడ్డాయి. దాని ప్రవేశద్వారాలు బంగారంతోను, వివిధ రత్నాలతోను నిర్మించబడ్డాయి. గొప్పకవి వాల్మీకి మంత్రముగ్ధుని గావించే ఈ విమానం గురించి సుందరకాండలోని పదవ సర్గలో పధ్నాలుగు శ్లోకాలలో సవిస్తరంగా వివరించాడు. ఆ విమానాన్ని విశ్వకర్మ స్వయంగా నిర్మించాడు. ఈ రధాన్ని నిర్మించడానికి విశ్వకర్మ వివిధ ప్రాంతాలనించి అమూల్యమైన సామగ్రిని సేకరించాడు. అత్యంత శోభలతో అలరారే ఈ పుష్పకవిమానాన్ని రావణుడు తన పరాక్రమంతో

కుబేరుడిని జయించి తనవశం చేసుకున్నాడు. అంతేకాదు, ఈ విమానం యజమాని మనస్సు తెలుసుకుని వేగంగా సంచరించేది. అతని గర్వం, అహంకారం అంతా నాశనం చేసింది. బహుశా అందువల్లే రావణుడికి మాతామహుడైన (రావణుడి తల్లి అయిన కైకేయికి పినతండ్రి) వృద్ధుడైన మాల్యవంతుడనే రాక్షసుడు సరియైన సలహా సూచించాడు : ఏ శత్రువుని తక్కువ అంచనా వేయవద్దు. నీ శత్రువు బలంకన్నా నీకున్న బలం, శక్తి సామర్థ్యాలు తక్కువగా వున్నా లేక నువ్వు వాళ్లతో సమానంగా వున్నా అప్పుడు సంధి చేసుకోవడం మేలైన పని. కానీ అప్పుడు రావణుడు ఎవరి మాటలైనా విన్నాడా? అలాంటి కోపిష్టిని, విచ్చలవిడిగా సంచరించేవాడిని, అహంకారిని, దేవతల విరోధిని దశరథుని పుత్రుడు వైకుంఠ ధామానికి పంపించాడు. ధనుర్ధారి దశరథ కుమారునికి జయము జయము."

శాస్త్రిమహారాజ్‌లో భక్తిపారవశ్యం ఎక్కువైంది. కళ్లు అశ్రుపూరితాలయ్యాయి. కంటిలో నీరు చిప్పిల్లబోయింది. కాకతాళీయంగా ఎప్పుడైనా రాముడి ప్రత్యర్థి గురించిన ప్రశంస తన నోటివెంట వచ్చినపుడు తక్షణం అతను అప్రమత్తమవుతాడు.

(సర్ సీవూసాగర్ రాంగులామ్ సమాధి పక్కన కూర్చున్న దక్షిణ భారతానికి చెందిన విద్యార్థులు శాస్రిమహారాజ్‌కున్న ఈ స్థితిని ప్రశంసిస్తారు. వాళ్ల అభిప్రాయం నిజమవుతుంది, రోజ్‌మేరీ చిత్రించిన ఘోరమైన పెయింటింగ్‌ని అంగీకరించినట్లు గమనిస్తే... అవును, రాముని వ్యతిరేకుల పట్ల తుసీదాసు ఇంకా శాస్త్రిమహారాజ్‌లలో ఎటువంటి దయాదాక్షిణ్యాలు లేవు)

దక్షిణ భారతానికి చెందిన విద్యార్థులు అసహనంగానే కూర్చున్నారు. ఆ సమయంలో అలాంటి వాతావరణంలో ఎలాంటి అసంతృప్తిని వ్యక్తపరచడం వివేకమనిపించుకోదని వాళ్లు భావించారు.

మంత్రులవైపు చేతులు చాపుతూ శాస్త్రి బిగ్గరగా అన్నాడు : "ఓ గౌరవనీయ మంత్రులారా, మీ పూర్వీకులు చెరకు తోటల్లో కష్టపడి పని చేసిన తర్వాత రామాయణ రాత ప్రతుల్లోవున్న పద్యాల్ని భక్తిశ్రద్ధలతో విని పొందిన సంతోషం, ఆనందం మీరు కనీసం ఊహించలేరు. నాకు తెలుసు, మీ పూర్వీకులని ఉత్తేజపరిచి జీవితంలో నిలదొక్కుకోవడానికి ఆధారభూతమైన అద్వితీయమైన గ్రంథాన్ని మీలో చాలామంది చదివివుండరు.

ముందు వరుసలో కూర్చున్న కొందరు మంత్రులు తలలు వంచుకున్నారు.

“మీరు రామాయణ మండలిలో సహచరులుగా వున్నారు. అది మీ మంచితనం, మీ ఉదార స్వభావానికి నిదర్శనం. దయచేసి వాల్మీకి రామాయణంలోని అయోధ్యకాండలోని వందవ సర్గ చదవండి. బక్కచిక్కి జటాధారి అయి చినిగిన దుస్తులతో తనని వెనక్కి తీసుకువెళ్లడానికి వచ్చిన భరతుడిని అతి కష్టంమ్మీద గుర్తుపట్టగలిగాడు రాముడు. ఈ వందవ సర్గలో భరతుడికి కుశల ప్రశ్నల రూపంలో రాజనీతి ధర్మాలని బోధించాడు రాముడు. అందులో కొన్ని ఈ విధంగా ఉన్నాయి: “భరతా ! నీ ఆత్మలా నమ్మకస్తులని, సహనశీలురని, సమర్థుల్ని నీమంత్రులుగా నియమిస్తున్నావు కదా ?

శస్త్రాస్త్రములను ప్రయోగించడంలో సమర్థుడు, వివిధ నీతి శాస్త్రాలలో పండితుడు అయిన ‘సుధన్వుడు’ అనే పేరుగల ఆచార్యుడిని గౌరవిస్తున్నావు కదా ?

నీకు ఆర్థిక ఇబ్బందులు కలిగినపుడు పండితులు నీకు మార్గం చూపిస్తారు. నువ్వు పెక్కుమంది మూర్ఖులతో చర్చించే బదులుగా ఒక్కపండితుడితో మాత్రమే మంత్రాంగం చేస్తున్నావు కదా ?

నువ్వు ముఖ్యమైన కార్యాలలో ఎలాంటి ప్రలోభాలకి లొంగనివాళ్లని, నిజాయితీ గలవాళ్లని, త్రికరణశుద్ధి కలవారిని, తరతరాలనించి ఉన్నత పదవులు అలంకరిస్తూ వచ్చిన వాళ్లని నీ మంత్రులుగా నియమిస్తున్నావు కదా ?

నువ్వు విధించే దండనలు తీవ్రమైనవి కావని ఆశిస్తున్నాను. ఈ విషయంలో నీ మంత్రులు నిన్ను ఉపేక్షించడంలేదని ఆశిస్తున్నాను. ఓ భరతా, పతితుడ్ని ప్రతి ఒక్కరూ తిరస్కరించినట్లుగా బలాత్కారానికి పూనుకున్న కాముకుడిని స్త్రీలు ఎదిరించినట్లుగా ప్రజలు తిరస్కరించే పనులేవీ నువ్వు ఆచరించట్లేదని ఆశిస్తున్నాను.

అధిక పరాక్రమవంతులు,బలపరీక్షలలో పెక్కుమార్లు నెగ్గిన వాళ్లని నువ్వు సత్కరిస్తున్నావనుకుంటున్నాను.

మంత్రులు మొదలైన ప్రధానాధికారులు నీకోసం ప్రాణాలు ఇవ్వడానికైనా సిద్ధపడతారా ?

నీ సేవకులకి, భటులకి జీతభత్యాలు సకాలంలో అందిస్తున్నావు కదా ? జీతభత్యాలు సమయానికి లభించని సేవకులు కోపం వచ్చినవారై పెక్కు అనర్థాలని సృష్టిస్తారు.

నీ ధనం అసమర్థుల చేతుల్లో వృథా కావడంలేదని నా ఉద్దేశం. అది విచ్చలవిడిగా వ్యయం చేసేవ్యక్తులకి అందుబాటులో వుండి వృథా కావడంలేదుగా.

దోషులని ధనలోభంతో విడిచిపెట్టడంగాని, నిర్దోషుల్ని శిక్షించడంగాని చేయడంలేదని ఆశిస్తున్నాను.

నగర బహిష్కరణకి గురై మళ్లీ నీ రక్షణ కోసం వచ్చిన వారిపైన దృష్టి పెడుతున్నావని ఆశిస్తున్నాను.

నీ మంత్రులు ధనికుని విషయంలో గాని, పేదల విషయంలో గాని ఏదైనా వివాదం ఏర్పడినపుడు తనకి తిరుగులేదుకదా అని ధనలోభంతోకాని పక్షపాత బుద్ధితోకాని వ్యవహరించడంలేదని ఆశిస్తున్నాను. గుర్తుంచుకో, అసత్య నేరారోపణలకి గురైన నిర్దోషులు కార్చే కన్నీరు ఆ రాజుయొక్క పుత్రులని, పశుసంపదలని సమస్తాన్ని నశింపజేస్తాయి..."

శాస్త్రిమహారాజ్ ముందు వరుసలో కూర్చున్న మంత్రులని చూస్తూ మరోసారి అన్నాడు : "నేను కేవలం రాముడు భరతుడు సమావేశమైన సందర్భంలో కేవలం కొన్ని విషయాలనే సరళమైన భాషలో చెప్పాను. రాజకీయంలోని ముఖ్యమైన మూలాలు అయోధ్యకాండలోని ఆ 76 శ్లోకాలలో నిక్షిప్తమై వున్నాయి. ఆ శ్లోకాలు పరిపాలన విషయంలో వర్ధమాన మరియు భవిష్యత్తు సమర్థవంతంగా నిర్వహించే దశని సూచిస్తాయి. ఈ శ్లోకాలు క్షత్రియరాజు ఫలవంతమైన పరిపాలన కోసం సూక్ష్మంగా అనుసరించాల్సిన నిబంధనలు కలిగివున్నాయి. మీరు ఎన్ని కొత్త ప్రమాణాలు అవలంబించినా ఎన్ని కొత్త విధానాలు సిద్ధం చేసినా ఆభరణాలతో పొదగబడిన సూత్రాలు మొత్తం ఆ 76 శ్లోకాలలో నిక్షిప్తమై వున్నాయి. ఈ 76 శ్లోకాలు శత్రువులని జయించే దిశగా అమోఘమైన శక్తిమంతమైన నిబంధనల్ని కలిగివున్నాయి.

భక్తి పారవశ్యం అధికం కావడంతో శాస్త్రిమహారాజ్, సన్యాసి హరినారాయణ్ తులసీదాసుని రామచరితమానస్ నుంచి ఓ అందమైన పద్యాన్ని సుమధురంగా చదివారు :

దండ జతిన్హ కర భేద జహాఁ
నర్తక నృత్య సమాజ

జీతహు మనహి సునిఅ అస,

రామ చంద్ర కేఁరాజ

ఈ పద్యానికి అర్థం శాస్త్రిమహారాజ్ ఈ విధంగా చెప్పాడు :

"రాజు చేతిలోని 'దండం' శ్రీరామచంద్రుడి పాలనలో సన్యాసుల చేతుల్లోనే ఉండేది. రాజ్యంలో ఎలాంటి నేరాలు లేనప్పుడు 'దండం'తో పనేముంది ?

పాములు మొదలైన వాటివల్ల కూడా ఎలాంటి భయం లేదు. వీటికోసం దండం అవసరం లేకపోయింది. దండాన్ని నర్తకీమణులు నాట్యం చేసేటప్పుడు వాళ్ల అడుగులని కొలవడానికి ఉపయోగించేవాళ్లు. శత్రువులనేవాళ్లు లేరు. ఎందుకంటే అక్కడ వివిధ జాతుల మధ్యన ఎలాంటి భేదాభిప్రాయాలూ లేవు. అందువల్ల 'జయం' అన్న పదం ప్రయోగించబడలేదు. ఈ పదం కేవలం మనస్సును (కామ క్రోధాధి వికారాలని జయించడం) జయించే సందర్భంలో మాత్రమే ప్రయోగించబడేది."

సన్యాసి హరినారాయణ్ బిగ్గరగా అన్నాడు : "సూర్యవంశికి జయము జయము. రాజు చేతిలోని 'దండం' సన్యాసుల చేతుల్లో వుంచినందుకు జయము జయము."

సదస్సులోని ప్రతి ఒక్కరూ ముక్త కంఠంతో అరిచారు : "ఎల్లప్పుడూ రఘువంశంలో ఇదో సంప్రదాయం; ప్రాణాలు పోయినా సరే ఆడినమాట తప్పకపోవడం."

సరిగ్గా అప్పుడే ఆ సదస్సులో కూర్చున్న జనాలలో గుసగుసలు మొదలయ్యాయి. అకస్మాత్తుగా అక్కడున్నవారందరిలో అత్యుత్సాహం నెలకొంది. జటాధారి హనుమాన్ వేషం వేసుకుని జనం మధ్యలో దూకాడు. అతని మొహానికి నల్ల రంగు పులుముకున్నాడు. ఒంటికి యజ్ఞంలోని విబూది-అనే భస్మాన్ని పూసుకున్నాడు. అతను పూర్తిగా మద్యం తాగి వున్నాడు. అతను మారిషస్ రమ్ము తాగాడా లేక 'కెన్నబిసా' అన్నది ఎవరికీ తెలియలేదు. కొంచెంసేపు అతను తోకని అటూ ఇటూ వూపుతూ జనం మధ్యలో తలకిందులుగా సోమర్‌సాల్ట్స్ వేయడం మొదలుపెట్టాడు. సర్‌సీవూసాగర్ రాంగులామ్ బొమ్మతో వున్న నాణేలు కొన్ని అతని భుజానికి తగిలించుకున్న సంచీలోంచి చెల్లా చెదురుగా పడిపోయాయి. కానీ ప్రేక్షకులు

ఏం జరుగుతుందో తెలుసుకునేలోగా సన్యాసి హరినారాయణ్, శాస్త్రి మహారాజ్‌లు మెరుపువేగంతో వచ్చి జటాధారిని చేతుల్తో ఎత్తుకుని అక్కణ్ణించి తీసుకు వెళ్లిపోయారు.

సన్యాసి హరినారాయణ్, శాస్త్రిమహారాజ్ మొహాలలో ఎలాంటి ఉద్రేకంగాని కోపంగాని కనబడనీయకుండా చెప్పడం కొనసాగించారు : "అవును, అది రఘువంశపు సంప్రదాయం; ప్రాణాలు పోయినాసరే ఆడినమాట తప్పడం జరగదు."

భారత రాయబార కార్యాలయానికి చెందిన అధికారులు వాళ్లవంక తిరస్కార భావంతో చూస్తున్నట్టుగా వాళ్లు అకస్మాత్తుగా తలలు పైకెత్తి గమనించారు.

అది రెండు దేశాలకి సంబంధించిన విషయం. దేశాలమధ్య సత్సంబంధాలకి భంగం వాటిల్లే మాటలు, విషయాలు ఇక్కడ మాట్లాడకూడదు. దేశ నియమాలని హోదాని గౌరవాన్ని కొనసాగించాలి.

అధికారుల తీక్షణమైన చూపుల్ని తప్పించుకుంటూ శాస్త్రిమహారాజ్ బిగ్గరగా అన్నాడు : "రఘువంశపు సంప్రదాయం ఏంటంటే, మరణించేందుకైనా సిద్ధపడతారుగాని ఆడినమాట తప్పరు. సరిగ్గా ఇలాంటి పరిపాలనలో రాజు చేతిలోని 'దండం' సన్యాసుల చేతుల్లోకి వచ్చి చేరింది.

అందరూ ముక్త కంఠంతో అరిచారు : "దశరథపుత్రునికి జయము, జయము. రఘువంశానికి జయము, జయము.

పదవ అధ్యాయం

మాధవానంద - కమలాదేవి

"ఓ సీతా ! మాట నిలబెట్టుకోవడానికి నిన్ను, లక్ష్మణుడిని, ఇంకా నా ప్రాణాలనైనా వదలడానికి వెనకాడను. కానీ ఎట్టి పరిస్థితులలోను చేసిన ప్రతిజ్ఞను, అందునా బ్రహ్మజ్ఞానులైన ఋషుల సమక్షంలో ప్రతిజ్ఞ చేసిన తర్వాత నేను దాన్ని ఎప్పుడూ మర్చిపోను"

(అరణ్యకాండ, పదవ సర్గ)

శాస్త్రిమహారాజ్ ఉదయాన్నే వచ్చి కమలాదేవి గుమ్మంముందు నిలబడి "మనం బయల్దేరే సమయం కావచ్చింది. దయచేసి నువ్వు మాధవానందతో సర్క్యూట్ హౌస్‌కి వెళ్లి లెక్కలన్నీ సరిచూడు. నేను మాధవానందకి రెండు అకౌంట్ పుస్తకాలు ఇచ్చాను" అన్నాడు.

తను చెప్పాలనుకున్నది చెప్పేసిన తర్వాత శాస్త్రి బయటికి వెళ్లిపోయాడు. శాస్త్రిమహారాజ్ ఉద్దేశం ఆమెకి బాగా అర్థమైపోయింది. కమలాదేవి ఆయనవంక కృతజ్ఞతతో చూస్తూ ఆయన దయాళుత్వానికి శిరస్సువంచి సహృదయభావంతో నమస్కరించింది. తన దురదృష్టానికి తనను తాను నిందించుకోవడం మినహా మరో గత్యంతరంలేదు.

ఉదయంనించి ఆమె ఓవిధమైన నిరాశానిస్పృహలతో వుంది. అవును, ఈసారికూడా ఎలాంటి మార్పులేదు. ఆమె రామాయణ మండలి సంస్థతో ఒక దేశాన్నించి మరోదేశానికి తిరుగుతూనే వుంది. ఉన్న కొద్దిపాటి వనరులు ఖర్చయిపోతున్నాయి. కొన్ని సంస్థలు ఒక్కోసారి దారిఖర్చులు భరిస్తాయి కాని కొన్ని సమయాల్లో తనే ఖర్చుల్ని భరాయించాల్సివస్తుంది.

తన తలిదండ్రులు ఈసారి మౌనవ్రతం ఆచరించే మౌనీబాబా ఆశ్రయంలో వుండాలని నిర్ణయించుకున్నట్టుగా ఆమెవింది. ఆమె తల్లికి అనారోగ్యం. ఆమె తల్లిని గుర్తుతెలియని వ్యాధి ఏమైనా పీడిస్తోందేమో ఎవరికి తెలుసు. "మీ కూతురు ఈ విధంగా రామాయణ మండలితో తిరుగుతోంది. ఆమె వివాహం చేసుకోదా ? ఆమె వయస్సెంత ?" అంటూ స్పష్టంగా ప్రతి ఒక్కరూ వాళ్లని అడుగుతుంటారు.

ఓహ్... లేదు ! లేదు ! తన తలిదండ్రులు తనమీద ఎన్నో ఆశలు పెట్టుకున్నారు. తనని చదివించడానికి వాళ్లు ఉన్నదంతా ఊడ్చిపెట్టారు. తను మంచి తెలివి తేటలున్న విద్యార్థి అని ఏదో ఒకరోజు ఉద్యోగం చేస్తుందని వాళ్లు ఆశించారు.

వాళ్ల ఆర్థిక ఇబ్బందులు తొలగిపోతాయి. తన అన్నపైన పెట్టుకున్న ఆశని వాళ్లు ఎప్పుడో వదులుకున్నారు. అతనికి దుష్టులతో సాంగత్యం ఏర్పడింది. తను ఇంట్లో వున్నానన్న విషయం తెలుసుకుని వచ్చి ఒకరోజు తనతో అన్నాడు, "నువ్వు రామాయణ మండలిలోని జమీందారు కుటుంబానికి చెందిన ఆ కుర్రాడివెంట తిరుగుతున్నావని విన్నాను. ఒకవేళ అతను గనక నిన్ను మోసం చేస్తే అతన్ని రెండు ముక్కలుగా నరికేస్తాను."

అవును, నిజమే తన తలిదండ్రులకి తను భరించరాని భారమయ్యింది. ఇదంతా తన కళ్లతో స్వయంగా చూసింది. కానీ ఇప్పుడు జరుగుతున్నదేంటి ? కాలేజీ ప్రిన్సిపాల్ తనతో అన్నాడు, "చిత్రకూట్ ధామ్‌కి వెళ్లు. ఒక దేశం నుంచి మరో దేశానికి తిరుగుతున్న రామాయణ మండలిలో నువ్వు చాలా నేర్చుకుంటావు. శాస్త్రిమహారాజ్‌ని కలుసుకో. రామచరితమానస్ మీద మురారి బాపు ప్రవచనం విను. నువ్వు నీ రీసెర్చ్‌కోసం ఎంతో విలువైన సమాచారాన్ని సేకరించగలుగుతావు."

మాధవానందని ఆమె మొదటిసారి చిత్రకూట్‌లోని శబరి ఆశ్రమం దగ్గర చూసింది. అప్పటికే సన్యాసి హరినారాయణ్, మిస్టర్ పోలిత్ ఇంకా జటాధారి రామాయణ మండలిలో వున్నారు.

అందరూ శబరి ఆశ్రమంలోని అద్భుతమైన గుహలోకి అడుగుపెడుతున్నపుడు జటాధారి ఆమె చెవిలో గుసగుసగా అన్నాడు : "వావ్, ఈరోజు మేము రామాయణ మండలిలో కమలాదేవి అలియాస్ సీతాదేవిని ఇంకా మాధవానంద అలియాస్ రామచంద్రుడితో కలిశామన్నమాట."

అవును, ప్రతీ ఒక్కరూ ఆమె పొడవాటి జుట్టుని, పగుళ్ళులేని చర్మాన్ని ప్రశంసిస్తారు. మొదటి చూపులోనే ఆమె మాధవానందపట్ల ఆకర్షణ పెంచుకుంది. అతను పంచెని ఒక చేత్తో కాస్త పైకి లాగి పట్టుకుని జాగ్రత్తగా గుహలోకి ప్రవేశించాడు. అక్కడ చిమ్మచీకట్లు ఆవరించి వుండడంతో మండలికి చెందిన భక్తులు గుహలోకి ప్రవేశించడానికి టార్చ్‌లైట్లు వెలిగించారు. ఆకాశం నీలంగా ఉన్నప్పటికీ గుహలో నీళ్లు ఊదా మరియు నలుపు మిళితమైన రంగులో వున్నాయి. గుహలో నీళ్లలో నడవడానికి ఆమెకి చాలా భయంవేసింది. పాదాలు ఎక్కడైనా నీళ్లలో కూరుకుపోవడమో లేక విషపూరిత నీటిపాము ఏదైనా కాటు వేస్తుందేమో ఎవరికి తెలుసు ? గతంలో ఎన్నడూ శబరి ఆశ్రమంలో అంతలా నీళ్ల ప్రవాహం చూడలేదామె. రాళ్లు నాచుపట్టి వున్నాయి – కాళ్లు జారేలా వున్నాయి. ఒకసారి ఆమె జటాధారిని గట్టిగా పట్టుకుని జారకుండా నిలదొక్కుకుంది. ఓహ్, లేదు, లేదు ! రెక్కలు కొట్టుకుంటూ నల్లగా నలుపులో గబ్బిలాల గుంపు ఒకటి అకస్మాత్తుగా బయ్యిమంటూ తలమీంచి దూసుకుపోయినప్పుడు ఆమె వెల్లకిలా నీళ్లలో పడబోయింది. కానీ ఆమెకి సమీపంలోనే నడుస్తున్న మాధవానంద ఆమెని లాగి పట్టుకున్నాడు. ఒక్క క్షణంపాటు ఆమె మాధవానంద బిగి కౌగిలిలో ఉండిపోయింది.

జటాధారి ఆ గబ్బిలాలని పెద్దగా శబ్దం చేస్తూ తరిమేయడంతో ఆమె ఈ లోకంలోకి వచ్చింది.

ఆ ఒక్కక్షణమే కమలాదేవి జీవితగమనాన్ని మార్చేసింది. కాషాయదుస్తులు ధరించిన మాధవానంద చిత్రకూట్ సన్యాసులతో ఎప్పుడు కలిశాడో ఆమెకి తెలియదు.

"నువ్వు అలా చేయగలవు, సీతారాణీ; నువ్వు అలా చేయగలవు."

వెనకనుంచి జటాధారి మాట్లాడ్డం కొనసాగించాడు. ఆరోజుకూడా అతను హనుమాన్ వేషంలో వచ్చాడు. అతను గదలాగా పట్టుకున్న కర్ర చివర గుడ్డసంచీ వేలాడుతోంది. కృత్రిమమైన అతనితోక ఎక్కడ నీళ్లలో తడుస్తుందోనని చాలా జాగ్రత్తగా నడుస్తున్నాడతను. అతను ఆమెని రక్షించడానికి ఎడమచేయి చాచాడు.

ఏదో పాముకాటుతో గాభరా పడ్డట్టుగా ఈ ప్రమాదకరమైన దారిలో మాధవానంద ఎందుకు అంత త్వరత్వరగా నడుస్తున్నాడో ఆమెకి అర్థం కాలేదు. అయ్యో ! తోక కప్పలు ఆమె పాదాలమీద నుంచి రాసుకుంటూ దూకుతున్నాయి. ఆమె చాలాసార్లు వెనక్కి జరిగింది.

ఒక్క క్షణంలో ప్రపంచమంతా మారిపోయినట్టు అనిపించింది. ఈ అద్భుత గుహలోకి వచ్చిన తర్వాత పైన వున్న ఆకాశంరంగు గుర్తుపట్టలేకపోయందామె. ప్రతి ఒక్కరూ వేగంగా నడుస్తూ మందాకిని ఒడ్డుదగ్గరకి వచ్చి నిలబడ్డారు. శబరి గుహలోకి వెళ్లిన తర్వాత మందాకినీ నదిలో పడవ ప్రయాణం తరువాతి కార్యక్రమం.

మందాకినీ నదీ తీరాల దగ్గర దృశ్యాలు ఎంత ముచ్చటగా వున్నాయి ! కమల వాల్మీకి రామాయణంలో ఎన్నో నదులని గురించి చదివింది. తమసా, సరయూ, సీత ముచ్చటపడ్డ గోదావరి, తల్లిలాంటి గంగా-యమున నదీద్వయం స్యందికా, తామ్రపర్ణి, కృష్ణా ఇంకా కావేరి-ఎన్నో పేర్లు, ఎన్నో సుగుణాలు, ఎన్నో అందాలు. కానీ ఈ మందాకిని ?...

ఆమెకి యాదృచ్ఛికంగా వరాహిరాజైన మహామాణిక్య సభాగాయకుడైన మాధవ కందాళి శ్లోకంలోని కొన్ని చరణాలు జ్ఞప్తికి వస్తాయి :

జనకర జ్యా దేఖా మందాకిని
తుమారో సద్రిష సుషోవిత మధ్యాక్సిని ?

ఎంతటి అద్భుతమైన దృశ్యం. నదీ ప్రవాహంలో మధ్య మధ్య గుంపులు గుంపులుగా ఇసుక దిబ్బలు వున్న ద్వీపం పూర్తిగా వికసించిన పూలతో కప్పబడినట్లుగా, హనుమాన్ వీపులా-హనుమాన్ వీపు, సీతాన్వేషణ కోసం లంకకి వెళ్లినపుడు పూలతో నిండిపోయింది. ఒకచెట్టుపైనుంచి మరో చెట్టుపైకి దూకుతున్నప్పుడు చెట్లపైనుంచి రాలిన పూలతో హనుమాన్ వీపు ఓ చిన్న గుట్టలా కనిపించింది.

తపతపమంటూ పడవ తెడ్డు శబ్దాలు, పక్షుల కిలకిలారావాలు, మందాకినీ నదీతీరాల రూపాలని మార్చేశాయి. అవును, ఫాదర్ బుల్కెకూడా చిత్రకూట్‌లో నిర్వహించిన సదస్సుకి వచ్చాడు. చక్కటి వర్చస్సుతో బలిష్ఠమైన శరీరంతో సముద్రపు జలాలలో ప్రతిఫలించే నీలాలవంటి కళ్లతోవున్న వ్యక్తి. అతని పొడవాటి జుట్టు, గడ్డం మరుగుతున్న చెరుకురసం రంగులో వున్నాయి. వయస్సు అతని దృఢమైన శరీరాన్ని కొద్దిగా వంగేలా చేసింది. కమలాదేవి గబగబా ముందుకువెళ్లి ఫాదర్ బుల్కె పాదాలకి నమస్కరించింది.

ఫాదర్ బుల్కె ఆమెని ఆశీర్వదిస్తూ "నువ్వు పని చేసుకుంటూ వుండు, మంచి పనుల ఫలితాలు ఎప్పుడూ మంచిగానే వుంటాయి" అన్నాడు.

విద్యార్థులు ఫాదర్ బుల్కెని చుట్టుముట్టి చాలా ప్రశ్నలు సంధించారు.

"తెల్లదొరల పాలనలో మీరు బొంబాయిలోని ఛత్రపతి శివాజీ టెర్మినస్‌లో పోర్టర్లతో కలిసి పనిచేశారని విన్నాము. మీరు వాళ్ల కష్టాల్ని చూసి చలించిపోయారని కూడా విన్నాము.

మీరు ప్రయాగ యూనివర్సిటీలో చేరేముందు సరయూ నదీ తీరంలోని సన్యాసుల దగ్గర మీరు సంస్కృతం నేర్చుకున్నారని విన్నాము, నిజమా ?

మీకు పది సంవత్సరాల వయస్సులోనే సన్యాసం ఛాయలు మీ హృదయంలో మొలకెత్తాయి. దానికి కారణం చిన్నతనంలోనే మీ గర్ల్‌ఫ్రెండ్ మరణించిన దు:ఖమా?"

తన పూర్తి జీవితాన్ని రామాయణం అభ్యసించడంలోను, పరిశోధించడంలోను ధారపోసిన ఆ జేస్యూట్ ధర్మ ప్రచారకుడిని చూడగానే కమల భావావేశానికి లోనయ్యింది. కళ్లనుంచి అశ్రువులు ధారగా కారసాగాయి. కానీ ఉపయోగం ఏముంది? అసలు ఈ మందాకినీ నదీతీరంలో తనలోని ఈ మన:స్థితికి కారణమేంటి ?

కొంతమంది జనాలు మొదటి బోటులోకి పరుగెత్తారు–సన్యాసి హరినారాయణ్, ఉత్తరకాశీకి చెందిన బాబా వైకుంఠం భక్తులు ఇంకా ఫాదర్ బుల్కెని చుట్టుముట్టిన విద్యార్థులు. ఒడ్డునపడ్డ చేపలా బోటు కదిలింది. తీరం దగ్గర ఉండిపోయిన వాళ్లలో మాధవానంద, హనుమాన్ వేషధారణలో అటూ ఇటూ గంతులేస్తున్న జటాధారి, శాస్త్రిమహారాజ్ ఇంకా పోలిత్... పన్నెండేళ్ల క్రితం మిష్టర్ పోలిత్ చాలా చురుగ్గా వుండేవాడు. ఫాదర్ బుల్కె ఎక్కడున్నా మిష్టర్ పోలిత్ అతని బాగోగులు చూస్తూ ఓ నీడలా అతన్ని అనుసరించి వుండేవాడు. ఆరోజు కూడా అతను ఫాదర్ బుల్కె దగ్గరే వున్నాడు. మరి శాస్త్రిమహారాజ్ ? ఆ రోజుల్లో శాస్త్రి ఇప్పుడున్నంత లావుగాలేడు. అతని జుట్టు కూడా ఇప్పుడున్నంత తెల్లగా అప్పుడులేదు. ఓహ్ లేదు, కాలప్రవాహంలో పన్నెండేళ్లు కొట్టుకుపోయాయి.

"కూర్చో, మాధవానంద తర్వాత నువ్వు కూర్చో. హనుమాన్ వేషధారి జటాధారిని నీ తర్వాత కూర్చోనీ. ఇకపోతే ఫాదర్ బుల్కె. అతన్ని ఆపు. అతన్ని నా పక్కన కూర్చోనియ్యి" – శాస్త్రిమహారాజ్ హడావిడి పడుతున్నాడు.

ఫాదర్ బుల్కె బోటు ఎక్కడానికి మిష్టర్ పోలిత్ సహాయపడ్డాడు. కమలాదేవికి చూచాయగా అంతా గుర్తుంది. ఎవరెవరి దుస్తులనించి ఏఏ వాసనలు వచ్చాయో

తను గుర్తుకు తెచ్చుకుంది... మందాకినీ నదికి శోభ చేకూర్చే నానా రకాల పూల చెట్లు మణులవలె భాసిల్లుతోన్న జలాలు పరిసరాలలో సువాసనాభరితమైన పరిమళాలు వెదజల్లుతున్నాయి. ఫాదర్ బుల్కె మెడలో బంతిపూల దండ వుంది. దానిని మెడలోంచి తీసి సరసంగా ఆమె ఒడిలోకి విసిరేశాడతను. అందరూ ఒక్కసారి బిగ్గరగా నవ్వారు. మిస్టర్ పోలిత్, శాస్త్రిమహారాజ్ ఇంకా జటాధారి కూడా బిగ్గరగా నవ్వారు. ఆమె కూడా నవ్వింది. ఆమె చేతులు జోడించి శిరస్సువంచి నమస్కరించింది. మరి మాధవానంద ? కమల మెరుస్తున్న అతని తెల్లటి పలువరుస చూసింది. ఈ నదిలో ప్రయాణం చాలా పవిత్రమైంది. నీళ్లలో తపతపమంటూ తెడ్డు చేస్తున్న శబ్దాలకి బెగ్గురు పక్షులు రెక్కలాడిస్తూ గుంపులు గుంపులుగా ఎగురుతున్నాయి.

మాధవానంద ఊపిరి కమల శరీరాన్ని వెచ్చగా తాకుతోంది. ఆమె శరీరం కిందికీమీదికీ ఊగుతుండడంతో ఎన్నడూ అనుభవించని ఓ విధమైన ఉద్వేగానికి లోనవుతోంది ఆమె. అతని అతి సామీప్యం ఆమెకి తుళ్లింత కలగజేస్తోంది.

జటాధారి బిగ్గరగా అన్నాడు, ఆ సన్యాసి ఇచ్చిన దండని ధరించు జానకీ, వైదేహి రాజకుమారీ :

ఆ సమయంలో తన ముఖంలోని భావాలని ఎలా దాచుకోవాలో తెలియక సందిగ్ధంలో పడిపోయిందామె. (ఆమె వయసు కేవలం పందొమ్మిది... పన్నెండు సంవత్సరాలు గడిచిపోయాయి)

శాస్త్రిమహారాజ్ మనోహరమైన మందాకినీ అందాలని అందరికీ చూపిస్తూ బిగ్గరగా అన్నాడు : "ఫాదర్ బుల్కె నువ్వన్నట్లుగా రెండువేల ఐదువందల సంవత్సరాల క్రితం అయోధ్యసుతుడు రఘువంశస్థుడైన రామచంద్రుడు ఈ నదీతీరానికి వచ్చాడు. ఆయన పడవలో వైదేహితో విహరించాడు."

ఫాదర్ బుల్కె అవునంటూ తలూపుతూ అన్నాడు : "గొప్ప స్కాలర్ ఫర్క్యూహర్ రామాయణం రెండువేల మూడు వందల సంవత్సరాల క్రితం రచించబడినదని భావించాడు. 'వింటర్' మహాశయుడు ఈ గొప్ప కావ్యం వెయ్యి ఎనిమిదివందల సంవత్సరాల క్రితం పూర్తయినట్టు అభిప్రాయపడ్డాడు. 'డాక్టర్ జకోరి' రెండువేల ఐదువందల సంవత్సరాల నుంచి రెండువేల సంవత్సరాల క్రితం ఇది జరిగి వుండవచ్చున్న నమ్మకాన్ని వెలిబుచ్చాడు. ఈ రామాయణ కావ్యం పద్దెనిమిది వందల సంవత్సరాల

నుంచి రెండువేల సంవత్సరాల మధ్యలో రచించబడివుండవచ్చని నేను కూడా నమ్ముతున్నాను, బహుశారాముడి జీవితకాలంలోనే."

ఇదిగో ! ఇదే మందాకినీ నది. అదిగో ! అదే చిత్రకూట పర్వతం. ఈ అడవిలో విహరిస్తుండగా రామచంద్రుడు సీతతో అన్నాడు : ఇక్కడికి వచ్చిన తర్వాత అయోధ్యానగరానికి దూరమైన కారణంగా దాని యెడబాటువల్ల కలిగిన దు:ఖాన్ని నేను మర్చిపోయాను. నేను నా స్నేహితుల చేరువలో లేనప్పటికీ ఈ చిత్రకూటంలోని రమణీయ దృశ్యాలని చూస్తూ ఆనందించడంలో నిమగ్నమైన నా మనస్సుని నేను మరచిపోయాను. లేదు, ఇప్పుడు నేను దేని గురించీ చింతించడంలేదు. పవిత్రమైన చిత్రకూటం అందాలని చూడు. ఇది ఇంద్రుడి నగరమైన అమరావతిని, ధనాధిపతియైన కుబేరుని పట్టణమైన అలకాపురిని, ఇంకా మానస సరోవరం, ఉత్తరకురుభూములని త్రోసిరాజని విరాజిల్లుతోంది."

వాల్మీకి పర్వత శిఖరాలని వర్ణించాడు : "చిత్రకూటంలోని కొన్ని ఎత్తైన శిఖరాలు స్ఫటికాల్లా తెల్లగా తళుకులీనుతున్నాయి. కొన్ని శిఖరాలు రక్తపు రంగులో ఎఱ్ఱని కాంతులతో విలసిల్లుతుంటే మరికొన్ని ఇంద్రనీలమణుల కాంతులతో విరాజిల్లుతున్నాయి. కొన్ని పుష్పరాగంలా శోభిల్లుతున్నాయి. ఇప్పుడు ఈ రంగులని అర్థం చేసుకోలేము."

ప్రతి ఒక్కరూ పడవలోంచి నలువైపులా చూస్తున్నారు... మరోసారి మాధవానంద ఊపిరి వెచ్చగా తన భుజాలని తాకడం గమనించిందామె.

ఫాదర్ బుల్కె చెప్తున్న విషయాలని ఆమె వినడానికి ప్రయత్నిస్తున్నప్పటికీ ఆమె మనస్సు మాధవానంద చుట్టూ పరిభ్రమిస్తోంది. (పన్నెండు సంవత్సరాలు గడిచిపోయాయి. ఆమె రామాయణ మండలితో కలిసి దేశ విదేశాలలో ఒయాసిస్సు కోసం వెతుకుతూనే వుంది)

నీళ్లలో తెడ్డు శబ్దాలతో పడవముందుకి సాగుతోంది... అవును, శాస్త్రిమహారాజ్ శరీరం ఆ రోజుల్లో ఇలా లేదు. ఆ రోజుల్లో ఆయన చాలా చురుగ్గా వుండేవాడు. పరుగెట్టేవాడు కూడా. ఆరోజుల్లో ఆయన ఆరోగ్యంగా దృఢకాయుడైవున్నాడు. నీళ్లలో తపతపమంటూ తెడ్డు చేసే శబ్దాలు వినిపిస్తున్నాయి.

ఆ చెట్లు ఏంటి ? మామిడి, రేగు, నేరేడు, ఉసిరిక, పనస, మంకెన చెట్లు. ఆహా ! వాల్మీకి ఎన్నో చెట్లని వర్ణించాడు.

కానీ లేదు. ఇవేవీ ఆమె దృష్టిని ఆకర్షించడంలేదు. కేవలం మాధవానంద వెచ్చటి శ్వాస తన జీవితాన్ని పూర్తిగా కదిలించేస్తోంది.

శాస్త్రిమహారాజ్ గొంతు మళ్లీ తన చెవులకి సోకింది – ఈ మహాపర్వతంపైన తమ సహజ కాంతులతో అద్భుతంగా ప్రకాశిస్తున్న వేలకొద్దీ చెట్లు, లతలూ రాత్రులు అగ్నిశిఖలా వెలుగుల్ని వెదజల్లుతున్నాయి. ఓహ్ ! నిజంగా వాల్మీకి వర్ణన ఎంత గొప్పగా వుంది.

... ...

... ...

నీళ్లలో పడవ తెడ్డు కదలికవల్ల నదిలోని నీటి తుంపరలు ఆమె శరీరంపైన పడుతున్నాయి. తెడ్డువల్ల పడవని తాకుతున్న నీళ్ల చప్పుడు వినిపిస్తోంది.

మాధవానంద వెచ్చని ఊపిరి ? అదో నిగూఢమైన హృదయసాగరం. అది మందాకినీ నదికి సమాంతరంగా ప్రవహిస్తున్నట్టుగాను, మల్లెజాజి మేఖల దుస్తులతో మాధవానందతో సరసాలాడుతున్నట్టుగా వుంది.

శాస్త్రిమహారాజ్ గొంతు మరోసారి ప్రతిధ్వనించింది :

"వినండి, మందాకిని నదిలో తేలుతున్న పూల గురించి వాల్మీకి ఏమని వర్ణించాడో – పర్వతంపైన వున్న చెట్ల కొమ్మలు గాలికి వేగంగా అటూ ఇటూ వూగుతున్నాయి. ఆ చెట్లమీదనుంచి పూలూ ఆకులూ నదికిరువైపులా రాలుతున్నాయి. ఈ స్థితిలో పర్వతమే నృత్యం చేస్తోందా ? అన్నట్లుగా తోస్తోంది."

... ...

"నదీతీరంలో సన్యాసులు నార చీరలు ధరించి జడలుకట్టిన తలవెంట్రుకలని కడుగుతున్నారు. భుజాలని పైకెత్తి దీక్షతో సూర్యభగవానుడిని ఉపాసిస్తున్న సన్యాసులు చెదలు పట్టిన దిబ్బల్లా వున్నారు."

"చెదల దిబ్బలా ?" ఫాదర్ బుల్కె బిగ్గరగా నవ్వాడు. చెదలు పట్టిన దిబ్బల రంగు అక్కడ చాలావాటికి వుంది. అది ఫాదర్ బుల్కె పొడవాటి జుట్టులోను, గడ్డంలోను, హనుమాన్ వేషధారణలో వున్న జటాధారి శరీరపు రంగులోను, పడవరంగులోను, నీటి అలలలోను, పడవ నడిపేవాళ్ల వర్చస్సులోను...

పడవ ముందుకు కదులుతోంది. జటాధారి మోకాళ్లని ఒకదానిమీద ఒకటి వేసుకుని గుండెలకాన్చి కూర్చుని వున్నాడు, తన తోక ఎక్కడ నీళ్లలో తడుస్తుందోనన్న భయంతో.

"జటాధారీ, నీ భుజంపైన గదలా పట్టుకున్న కర్రని ఓ పక్కన పెట్టు" అన్నాడు ఫాదర్ బుల్కె వ్యంగ్యంగా.

అందరూ ఫాదర్ బుల్కెవైపు చూశారు. ఫాదర్ బుల్కె ఇలా ఎందుకన్నట్టు?

తన రెండు బాహువులని ఛాతీపైన ఆన్చి ఫాదర్ బుల్కె అన్నాడు : "అరణ్యకాండలోని తొమ్మిదో సర్గలో మీరు ఓ కథని గమనిస్తారు.ఆయుధాలని ఒడిలోపెట్టుకుని నిద్రపోయిన ఒక జీవితానికి సంబంధించిన కథ అది. దండకారణ్యంలో ఒక ప్రశాంత ఆశ్రమంలో ఎప్పుడూ సత్యాలనే పలికేవాడు, నిర్మలమైన మనస్సు గలవాడూ అయిన ఒక తపస్వి ఏకాగ్రతతో తపస్సు చేసుకుంటుండేవాడు.

ఎవరైనా భూమ్మీద ఏకాగ్రతతో తపస్సు చేస్తుంటే అమరావతిలోని దేవతల అధిపతి ఇంద్రుడు కలత చెందేవాడని మీరు చదివేవుంటారు. ఆ తపస్వి తన తపశ్శక్తితో తనని అమరావతి నుంచి గెంటెస్తాడేమో ఎవరికి తెలుసు ? తన తలమీదున్న కిరీటం భూమిపైన పడిపోతుందేమో ? కపటి అయిన ఇంద్రుడు ఆ ముని తపస్సు భంగపరచడానికి ఒక ఖడ్గాన్ని తీసుకుని భటుని రూపంలో ఆ ఆశ్రమానికి వచ్చాడు. భటుని రూపంలోవున్న ఆ ఇంద్రుడు తన చేతిలో వాడిగా వున్న ఆ మహా ఖడ్గాన్ని ఆ ముని ముందు వుంచుతూ అన్నాడు, "నేను ఈ ఆయుధాన్ని నీ సంరక్షణలో వుంచుతున్నాను. కొన్ని రోజులపాటు దీన్ని జాగ్రత్తగా వుంచు." తన దగ్గర నమ్మకంతో వుంచిన ఆ ఖడ్గాన్ని ఎవరైనా అపహరించి తనని ఓ నమ్మకద్రోహిగా చిత్రిస్తారేమో నన్న భయంతో ఆ ముని ఆ ఖడ్గాన్ని పగలూరాత్రి ఎల్లవేళలా తనదగ్గరే వుంచుకునేవాడు. అతను ఒక్కక్షణం కూడా దాన్ని వదిలిపెట్టలేదు. ఆ ఆయుధం నెమ్మది నెమ్మదిగా అతని బుద్ధిని ప్రభావితం చేయసాగాంది. అనుక్షణం ఆ ఖడ్గాన్ని రక్షించుకోవడంలోనే నిమగ్నమైయుండడం వల్ల క్రమంగా ఆ ముని తన తపస్సులోని ఏకాగ్రతని కోల్పోయాడు. దాంతో అతని బుద్ధి హింసాత్మకంగా మారింది. ఆ ఖడ్గంవల్ల ఆ ముని తపస్సుకి దూరమై అధర్మ మార్గాలకిలోనై హింసాత్మక చర్యలకి దిగాడు.

దాంతో ఆయనకి నరకం ప్రాప్తించింది. విను జటాధారీ, అందుకేనేను ఆ గదని నీ భుజంపైనుంచి తీసేయమన్నాను."

... ...

... ...

మందాకిని వంపు దగ్గర పడవ వెనక్కి మళ్లింది - అది ఎక్కడ దారి తప్పింది ? మాధవానంద వేగవంతమైన ఊపిరి విసురుగా కమలకి తగుల్తోంది.

శాస్త్రిమహారాజ్ గొంతు వినిపించగానే పరధ్యానంలో వున్న కమల ఈలోకంలోక వచ్చింది. ఫాదర్ బుల్కెని సమర్థిస్తూ శాస్త్రిమహారాజ్ అన్నాడు : "సీత దండకారణ్యంలో ప్రయాణిస్తున్నప్పుడు భయపడడానికి ఇదికూడా ఓ కారణమే. దశరథుని కుమారుడు తన ధనుర్బాణాలని అన్నివేళలా తనతోపాటు తీసుకువెళ్ళేవాడు. విశ్వజనని అయిన ఆ తల్లి భావించింది - ఎవరైతే నిరంతరం ఆయుధాలని వుపయోగిస్తారో వాళ్లు అదే పరిస్థితిని ఎదుర్కోవాల్సి వస్తుంది, అగ్ని పక్కన వుంచిన దుంగలాగా."

"అయితే ప్రభువు తగిన సమాధానం చెప్పాడు. అది మరో కథ" అన్నాడు ఫాదర్ బుల్కె.

... ...

... ...

పడవ ముందుకు సాగుతోంది. బానపొట్టతోవున్న సరంగుకి ఉత్సాహానికి కొరతలేదు. అతను కాషాయ రంగు ధోవతి ధరించాడు. దేహం అర్ధనగ్నంగా వుంది, తులసీదాసు పడవ సరంగుని వర్ణించినట్లుగా - రాముడి పాదం సోకగానే రాయి అందమైన అహల్యగా మారడం చూసిన పడవ సరంగుకి భయమేసింది. శ్రీరామచంద్రుడు తన చెక్కపడవని ఎక్కడంవల్ల అది కూడా అందమైన అహల్యలాంటి అప్సరసలా మారిపోతుందేమోనన్న భయం కలగసాగింది.

... ...

... ...

హృదయాంతరాల్లోంచి ప్రతిధ్వనించసాగింది - ఈ ప్రయాణం అనంతం. ఇది అనంతమైనదిగానే కొనసాగుతుందా.

... ...

... ...

వాళ్ల తలలమీంచి రామచిలకల గుంపు ఒకటి ఎగురుకుంటూ పోయింది.

తన కృత్రిమమైన తోక ఎక్కడ తడుస్తుందోనని జటాధారి జాగ్రత్తగా కూర్చోవాల్సివస్తోంది. తన మనస్సులో ఏం జరుగుతోందో జటాధారి గ్రహించగలడా? తనికి వయస్సు కేవలం పందొమ్మిది సంవత్సరాలు. తన ముఖంలోనూ కళ్లలోనూ వున్న భావాలని ఎలా దాచుకోవాలన్న విషయం కూడా ఆమెకి తెలియదు. బహుశా అందువల్లేనేమో అతను బిగ్గరగా పాటని అందుకున్నాడు – రామచంద్రుడు మొదటిసారి సీతని చూడగానే పొందిన మానసిక సంఘర్షణ అది. తులసీదాసు పద్యం అది.

ప్రాచీ దిసి ససి ఉయ ఉ సుహావా
సియ ముఖ సరిస దేఖి సుఖుపావా
బహురి బిచారు కీన్హ మన మాహీం
సీయ బదన సమ హిమకర నాహీం
జనము సింధు పుని బంధు బిషు, దిన మలీన సకలంక
సియ ముఖ సమతాపావ కిమి, చందు బాపురో రంక
ఘట ఇ బఢఇ బిరహిని దుఖదాఈ,
గ్రసఇ రాహు నిజ సంధిహిం పాఈ.
కోక సోకప్రద పంకజ ద్రోహీ,
అవగున బహుత చంద్ర మా తోహీ.

(పూర్వ దిశలో చంద్రోదయమైంది. సీతాదేవి ముఖాన్ని పోలిన చంద్రబింబాన్ని చూసి శ్రీరాముడు సంతోషించాడు. కొంచెం ఆలోచించిన తర్వాత ఈ చంద్రుడు సీతాదేవి ముఖంతో సమానుడు కాడని భావించాడు. చంద్రుడి జన్మస్థానం సముద్రం. ప్రాణాంతక హాలాహల విషం అతని తోబుట్టువు. చంద్రుడు పగలంతా శోభాహీనుడు. ఎన్నో మచ్చలున్నాయి. చంద్రుడు వృద్ధిక్షయాలు కలవాడు. (చంద్రుడు పెరుగుతాడు ఆ తర్వాత తరుగుతాడు, ఏమీలేని స్థితిలా) అప్పుడప్పుడు ఇతడు రాహువుచే కబళించబడుతుంటాడు. ఇతడు చక్రవాకాలకి శోకప్రదుడు. పద్మాలకు ద్రోహం చేసేవాడు. ఇన్ని అవగుణాలున్నందువల్ల సీత ముఖాన్ని చంద్రుడితో ఎలా పోల్చగలను

... ...

... ...

పడవ కార్పీ గ్రామం ఒడ్డుకి చేరుకుంది. ఫాదర్ బుల్కెకి స్వాగతం పలకడానికి అక్కడ చాలామంది బంతిపూల దండలతోను, రామనామం బ్యానర్లతోను వేచివున్నారు.

ఫాదర్ బుల్కె ఉత్సాహంతో పడవ దిగి జాగ్రత్తగా అడుగులు వేసుకుంటూ బయటికి వచ్చాడు. ఎప్పుడూ అతన్ని అనుసరించే పోలిత్ అతని వెనకాలే వున్నాడు.

ఫాదర్ బుల్కె కనిపించేవరకూ జటాధారి, మాధవానంద, శాస్త్రిమహారాజ్ ఇతరులు పడవలో ముకుళిత హస్తాలతో నిలబడి వీడ్కోలు చెప్పారు. పడవ మరోసారి వెనక్కి తిరిగి వెళ్లిపోయింది.

... ...

... ...

మాధవానంద ఒకసారి తలెత్తి ఆమెవంక చూశాడు.

ప్రపంచంలోని అక్షరాలన్నీ మాయమైనట్లు అనిపించిందామెకి. ప్రపంచంలోని తీవ్రమైన భావావేశాలని ప్రకటించడానికి అక్షరాలు అవసరంలేదని, భాషకూడా అవసరంలేదని, మనసులోని భావాలు మూగ భాషలోనే ప్రకటితమవుతాయని మొదటిసారి అవగతమైందామెకి.

... ...

... ...

పన్నెండు సంవత్సరాలు గడిచిపోయాయి. అవును, పన్నెండేళ్లు గతించాయి ఫాదర్ బుల్కె ఈ ప్రపంచాన్ని వదిలి. మరి తన శరీరం ?

కమలాదేవి కళ్లు అశ్రుపూరితాలయ్యాయి. ఆమె వేగంగా మాధవానంద గదిలోకి వెళ్లింది. మిగతా సందర్భాల్లోలాగానే ఈసారికూడా శాస్త్రిమహారాజ్ తనకి ఈ అవకాశాన్ని కలిగించాడు – గత పన్నెండు సంవత్సరాలుగా మాధవానందని ఒంటరిగా కలుసుకునే అవకాశం ఇచ్చిన విధంగా.

సముద్రపు ఒడ్డున నడుస్తున్నప్పుడు సముద్రంలోని కెరటాలు ఉవ్వెత్తున లేచి అలలు అలలుగా దూరంగా వున్న రాళ్లని వేగిరపడుతూ ఢీకొడ్తున్న శబ్దాలు వినిపిస్తున్నాయి. అలలపోటు తగ్గుతున్నట్టుంది. నీళ్లు ఆమె పాదాలని తాకుతున్నాయి.

పిచ్చుకల్లాంటి చిన్న చిన్న పక్షులు సముద్రంపై నుంచి ఎగిరివచ్చి ఒడ్డున వున్న కొబ్బరి చెట్లపైన వాలాయి.

సముద్రం వైపుగా ముఖద్వారం వున్న రెండంతస్తుల సర్క్యూట్ హౌస్ చెక్క భవనంవైపు వెళ్లిందామె.

మాధవానంద బయట కూర్చుని వున్నాడు. కమలాదేవి మొదటి అంతస్తులోకి వెళ్లడానికి చెక్కమెట్లు ఎక్కుతుండగా ఎదురుగావున్న మాధవానందని చూసి ఒక్క అడుగు వెనక్కి వేసింది.

"కమలా ?"

ఆమె తలఎత్తకుండానే "సర్క్యూట్ హౌస్‌లో భక్తులు ఉపయోగించిన సామాన్నంతటినీ తిరిగి ఇవ్వడానికి నీకు సహాయపడాల్సిందిగా చెప్పి శాస్త్రిమహారాజ్ నన్ను పంపించాడు" అంది సమాధానంగా.

"ఈ చిన్నపాటి పనికి ఎలాంటి సహాయం అవసరం లేదు కమలా" అన్నాడు నవ్వుతూ మాధవానంద.

హృదయాతరాల్లోంచి ఏదో శబ్దం వెలువడుతున్నట్లుగా అనిపించిందామెకి. ఆ క్షణంలో అక్కడ శాంతంగా వుండడం ఇబ్బందిగా అనిపించి "ఇక్కడ కూర్చుంటే మీకేమైనా అభ్యంతరమా?" అడిగిందామె.

"నాకెందుకు అభ్యంతరం ?"

ఆమె వరండాలోని కార్పెట్‌మీద బిర్రబిగుసుకున్నట్టుగా కూర్చుంది. "మనం రామాయణ మండలితో కలిసి తిరగడం మొదలుపెట్టి పన్నెండు సంవత్సరాలయ్యింది" అందామె.

మాధవానంద తలెత్తి ఆమెవంక చూస్తూ "ఈ ప్రశ్న అడగడంలో నీ వుద్దేశం?" అన్నాడు.

"మాధవానందా, నీ ఆస్తిపాస్తులు ఎలా వున్నాయో ఎప్పుడైనా ఆలోచించావా? శ్రీ భూమి సరిహద్దు ప్రాంతంలోని నీ భూమి ? రాక్షసులు ఆ ఆస్తుల్ని దోచుకుంటూ లాభాలని గడిస్తున్నారని నువ్వు వినలేదా ? నీ జమిందారీగిరి రూపురేఖలు మారిపోయే స్థితిలో వుంది మాధవానందా ?"

మాధవానంద ఎలాంటి సమాధానం చెప్పలేదు. అకౌంట్స్ తనిఖీ చేసేందుకు తెచ్చిన కాయితాలని ఓ వరుసలో అమర్చుకున్నాడు. తర్వాత నెమ్మదిగా చెక్క మెట్లు దిగసాగాడు.

అతన్ని అనుసరిస్తూ కమలాదేవి బిగ్గరగా అరిచింది : "మాధవానందా ? మాధవానందా ?" మాధవానంద నుంచి ఎలాంటి సమాధానం రాలేదు. అతను స్థిరచిత్తంతో కిందకి దిగసాగాడు. ఆమె కూడా అతని వెనకాలే దిగి కిందకి వచ్చింది.

"మాధవానందా, నేను నీకు ఏవిధంగా సహాయపడగలనో నువ్వు ఆలోచించలేదా ? ఇందుకు నీకు పన్నెండు సంవత్సరాల సుదీర్ఘకాలం సరిపోదా ?"

వెనక్కి తిరిగి చూడకుండా మాధవానంద "రా, మనం వెళ్లి అకౌంట్సు సరిగా వున్నాయో లేవో చూద్దాం." అన్నాడు.

మాధవానంద స్థిర చిత్తంతో ఒక బంగ్లానించి మరో బంగ్లాకి తిరిగాడు. అన్నీ సిద్ధంగా వుంచబడ్డాయి. అకౌంటు పుస్తకాలని తిరగేస్తూ సర్క్యూట్ హౌస్‌లోంచి సభ్యులు విడివిడిగా తెచ్చిన బెడ్‌షీట్లు, బ్లాంకెట్లు, క్రాకరీ మొదలైనవాటిని పరిశీలించాడు.

ఆమెకూడా ప్రతీ గదిలోకి వెళ్లి పరిశీలించసాగింది, అచేతనావస్థలా వున్నదానిలా.

ఏం మనిషి ఇతను ? వాళ్లు ఒకదాని తర్వాత ఒకటిగా బిల్డింగులు ఎక్కి దిగసాగారు.

పైకి ఎక్కారు, కిందకి దిగారు.

మాధవానంద తన గదిలోకి తిరిగి వెళ్లిపోయేముందు అన్నాడు : "ప్రోగ్రాం పూర్తికావడానికి ఇంకా సమయం వుంది. మనం ఈ రోజు హెర్మిట్జ్ గ్రామానికి వెళ్తున్నాం, దానికి 'పంచవటి' అని ఓ కొత్తపేరు పెట్టడానికి. మారిషస్‌లోని మరో గ్రామం అయిన 'అప్పర్‌వ్యాలీ-డి-ప్రెట్సె'కి కొత్తపేరు 'చిత్ర కూట్' అని పెట్టడానికి. మారిషస్ యూనివర్సిటీలోని 'ఆక్టేవో వైహి' ఆడిటోరియంలో రామాయణ గ్రంథాలని ఉచితంగా పంచుతారు. వాక్సేలో స్పెషల్ మొబైల్ ఫోర్స్ డిన్నర్ వుంది."

కమలాదేవి మాధవానంద మాటలు వినదచుకోలేదు. ఆమె వేగంగా సముద్రం ఒడ్డున వున్న ఇసుక తిన్నెవైపు నడిచింది.

సంఘర్షణకి లోనైన ఆమె మనసులోని దు:ఖం బైటకి రాకుండా ఆమె గుండెని పూర్తిగా చీల్చేసింది.

ఓహ్ ! మిగతా భక్తుల్లాగా తాను పూర్తి నిబద్ధతతో దశరథకుమారుని భక్తురాలిగా ఎందుకు వుండలేకపోతోంది ? ఎందరో దశరథకుమారుని పక్షంవహించి వాలి సంహరణ, సీత, శూర్పణఖ మొదలైన కథలతో వేదికపైన తర్కిస్తున్నారు. అయినా తను సిద్ధపడలేదు. ఇంతకీ తనకెందుకిలా అవుతుంది ? తను చేసిందల్లా మాధవానందని ఓ కంట కనిపెడుతుండడమే. రోజ్‌మేరీ, అయోధ్యలో నివసించే యూరోపియన్ వైష్ణవీలు, యువతులు రామాయణ మండలిలో చేరారు – అవును, అవును. పన్నెండు సంవత్సరాలు గడిచిపోయాయి, మాధవానందకి దగ్గరవుతున్న వాళ్లెవరో గమనించడం మొదలైంది.

శ్రీరామ చంద్రుని జీవితంలోని వివిధ దశలు గురించిన పరిశోధన పత్రాలు తను ఎన్ని చదివినప్పటికీ తన మనస్సులో నాటుకున్న వెంటాడేకళ్లు ఎప్పటికీ బలంగానే వుండిపోయాయి.

పన్నెండు సంవత్సరాలు గడిచిపోయాయి. కమలాదేవి మోకాళ్లమధ్య తల ఆన్చి వెక్కివెక్కి ఏడవసాగింది.

~~≈~~

పదకొండవ అధ్యాయం

గవర్నర్ బంగ్లాలో తేనీటి విందు

అందరికీ వీడ్కోలు పలికి తిరిగి వెళ్ళిపోయే ముందురోజు కార్యక్రమంలో గవర్నర్ సర్ వీరాస్వామి రింగడు బంగళాలో విందు, కవి సమ్మేళనం ఉన్నాయి.

గవర్నర్ బంగళా 'లెస్ రెడ్‌విట్' లో వుంది. సర్ రింగడు పొట్టిగా బలిష్ఠంగా వుంటాడు. సాధారణ వర్చస్సు. తలమీద వత్తైన జుట్టు. అతను రాజకీయనాయకుడే కాకుండా ఓ గొప్ప తత్వవేత్తగా అతని ముఖకవళికలు తెలియజేస్తాయి. అతను ధరించిన దుస్తులు సహితం డాబుసరిగా లేవు. అతను బూడిదరంగు సూటు ధరించి కాఫీరంగు టైని మెడచుట్టూ ధరించాడు. ఆయన ఇస్తున్న విందు చాలా కోలాహలంగా వుంది.

సర్ రింగడు భార్య అందరికీ ఆహ్వానం పలకడానికని బయటకి వచ్చింది. ఆమె ఓ సరదా మనిషి. ఆమె సిగలోని పూలు, ధరించిన చీర ఆమె పూర్వీకులు దక్షిణ భారతానికి చెందినవారిగా తెలియజేస్తున్నాయి.

భక్తులందరూ గవర్నర్ బంగళాలోని పరిమళభరితమైన పూలతోటలో తిరగసాగారు.

శాస్త్రిమహారాజ్, సన్యాసి హరినారాయణ్ ఇంకా మాధవానంద పెద్ద కారులోంచి దిగారు. ఈ కారుని ప్రత్యేకించి శాస్త్రి మహారాజ్ కోసం గవర్నర్ పంపారు.

గవర్నర్ సర్ వీరాస్వామి రింగడు ద్వారం దగ్గర నిలబడి శాస్త్రి మహారాజ్‌ని ఆహ్వానించారు. అందుకు ప్రతిఫలంగా శాస్త్రి మహారాజ్ గవర్నర్‌ని పూలమాలతోను రామనామితోను సత్కరించాడు.

సన్యాసి హరినారాయణ్ చేత్తో గీసిన సీతారాముల చిత్రాన్ని, సిల్కు చద్దర్‌ని గవర్నర్ భార్యకి బహుమతిగా ఇచ్చాడు. ఎప్పుడు వచ్చిందో రోజ్‌మేరీ వచ్చి సన్యాసి

హరినారాయణ్ పక్కన నిలబడింది. ఆమె చేతిలో అహల్య శాపవిమోచన పెయింటింగ్ వుంది. ఆ పెయింటింగ్‌ని గవర్నర్ సర్ వీరాస్వామి రింగడుకి బహుమతిగా ఇచ్చింది. ఆయన ఆ పెయింటింగ్‌ని ఎంతో ఉత్సాహంగా చూశాడు.

అందమైన అహల్య ఓ శిల పక్కన నిలబడివుంది. దాని కింద తులసీదాసు పద్యం వుంది:

బినతీ ప్రభు మోరీ మైఁ
మతి భోరీ నాథ న మాగఉ బర ఆనా
పద కమల పరాగా రస అనురాగా మమ మన
మధుప కరై పానా.

(నాకు ఒకవరం ప్రసాదించండి ప్రభూ. నా మనస్సనే తుమ్మెద ఎల్లప్పుడూ మీ పదకమల రసాస్వాదనం చేసేలా అనుగ్రహించండి)

గవర్నర్ దగ్గర నిలబడ్డ భారత దౌత్య కార్యాలయానికి చెందిన ఇద్దరు అధికారులు రోజ్‌మేరీ వైపు తిరస్కార భావంతో తీక్షణంగా చూశారు. గవర్నర్‌కి ఆ బహుమతి ఇచ్చేముందు ఆమె అధికారుల అనుమతి కోరిందేమో.

సమావేశానికి వచ్చిన మీడియా ప్రతినిధులు, యూరోపియన్ విద్యావేత్తలు, మారిషస్‌లోని గొప్ప గొప్ప మంత్రులు, ఉన్నతాధికారులు - రానివారంటూ లేరు. గవర్నర్ బంగళాలోని విశాలమైన పూలతోట జనంతో నిండిపోయింది.

గవర్నర్ వీరాస్వామి రింగడుతో ఫోటో దిగేందుకు భక్తులంతా ఉబలాటపడ్డారు. అంతమంది మంత్రులు, ఉన్నతాధికారులు వున్నప్పటికీ అక్కడ అంగరక్షకుల అవసరం లేకపోయింది.

ఆహా ఆహా, శాస్త్రి మహారాజ్ తన కళ్లని తానే నమ్మలేకుండా వున్నాడు. అతి కొద్దిమందితో ఆయన ప్రారంభించిన చిన్న సంస్థ ఈ రోజు ఇంత భారీ రూపం సంతరించుకుంది. అందమైన తన కల వాస్తవరూపం దాల్చింది.

అక్కడ సమావేశమైన ముఖ్యులందరినీ పేరు పేరునా ఆయన పలకరిస్తూ ఆ పూలతోటలో విహరిస్తున్నాడు. ఆయన మనస్సు మాత్రం మెడలో వున్న రుద్రాక్షలని ధ్యానిస్తూనే వుంది.

అక్కడ ఏర్పాటు చేయబడ్డ ఆహారపదార్థాలు భారీగానే వున్నాయి. వివిధ రకాలైన పళ్లతో నిండిన ట్రేలు గుల్మొహార్, గులాబీ పొదల దగ్గర ఏర్పాటు చేశారు. ఎన్నో ఫలాలు, రకరకాల పళ్లు, రుచికరమైన పుచ్చకాయలు, ఎర్రటి ఆపిల్సు, పచ్చని ఆప్రికాట్‌లు (ఒకరకమైన పండు), బంగారు వన్నెగల పైన్ ఆపిల్ ముక్కలు, పండిన బొప్పాయిలు, కొబ్బరి ముక్కలు, ఒకవిధమైన తియ్యని పళ్లు లీచీస్‌లు, రేగుపళ్లు... రావణుడి ఉద్యానవనం అందాలని పెంచడానికి వాల్మీకి వివరించిన ఫలాలన్నిటినీ వచ్చిన అతిథులు రుచి చూడ్డానికి వీలుగా సర్ వీరాస్వామి అవకాశం కల్పించారు. అక్కడ ఎలాంటి మద్యం ఏర్పాట్లు లేవు. భోజనంలో ఎక్కడా కూడా మాంసాహారమన్నది లేదు. అక్కడ రక్తంతో కూడిన పదార్థాలేవీ లేవు. భావి పౌరులైన విద్యార్థులలో చాలామంది దీని గురించి తర్కించాలనుకున్నారు. వాళ్ల అభిప్రాయం ప్రకారం – మారీచుడిని వధించిన తర్వాత శ్రీరామచంద్రుడు తనంతట తాను జింకలని చంపి వాటి మాంసాన్ని తిన్నాడు, బహుశా అలసటగా వున్నందువల్లగాని లేక ఆకలి బాధతో గాని. అంతేకాదు, ఎండిన వెదురు కఱ్ఱలతోను, వట్టివేళ్ల తడకలతోను సిద్ధం చేసిన పెద్ద తిప్పమీద సీత యమునా నదిని దాటేటప్పుడు నది మధ్య భాగానికి చేరగానే ఈ కింది విధంగా పూజించలేదా.

యక్ష్యే త్వాం గోసహస్రేణ సురాఘట శతేన చ
స్వస్తి ప్రత్యాగతే రామే పురీమ్ ఇక్ష్వాకుపాలితామ్

(నా పతిదేవుడి వనవాస దీక్ష నిర్విఘ్నంగా పూర్తయి అయోధ్యకి క్షేమంగా తిరిగి చేరితే నేను వేలకొద్దీ గోవులతోను, వందల కొద్దీ కలశాల మద్యంతో నిన్ను పూజిస్తాను)

అందువల్ల మద్యం తాగడానికి నిర్బంధం ఏముంది ? ఈ మాటలు విన్న జటాధారి అందుకు సమర్థిస్తూ బిగ్గరగా నవ్వాడు.

మరో భక్తుడు బిగ్గరగా అన్నాడు : "దశరథ కుమారుడు యమునా నదిని దాటి చిత్రకూట పర్వతం దగ్గరున్న వాల్మీకి ఆశ్రమం చేరుకున్నప్పటి దివ్యమైన దృశ్యం మీకు గుర్తుందా ? ఆశ్రమంలో ప్రతీ చెట్టుపైన పెద్ద పెద్ద తేనెపట్లు వున్నాయి. ప్రతి ఒక్క తేనెపట్టు పదిహేను కిలోలకి తక్కువ కాకుండా తేనెతో వేలాడుతున్నాయి. ఆ ప్రాంతమంతా మోదుగుపూలు అరుణకాంతులతో ప్రజ్వలిస్తున్నాయి."

ఆరోజు కూడా జటాధారి హనుమాన్ వేషంలో వచ్చాడు. తన చేతులతో పొడవాటి తోకని ముద్దుపెట్టుకుంటూ అటూ ఇటూ గంతులు వేస్తూ అన్నాడు : "ఓ పండిత శ్రేష్ఠులారా, రాక్షస సమాజంలో మాంసంమీద వున్న ఆసక్తిని గురించి మీరు చదవలేదా ?

వాల్మీకి రాశాడు, లేడికన్నుల సీతని చూసిన రాక్షసి అయిన చండోదరి అంది : 'నేను ఇప్పుడు గర్భవతిని. ఆ లేడి కళ్ల సీతని చూసినప్పటినుంచి ఆమె కాలేయం, పేగులు, గుండె మొదలైన వాటిని తినేయాలని వుంది.'

జటాధారి మాటలకి మరోవ్యక్తి అడ్డు తగుల్తూ అన్నాడు : 'రాక్షసుల గురించి మర్చిపో, రావణుడు అనలేదా, సీతా, రెండు నెలలలోపల నువ్వు నన్ను భర్తగా అంగీకరించకపోతే నా ప్రాత:కాల భోజనం కోసం వంట శాలలో నిన్ను ముక్కలు ముక్కలు చేస్తారు ? ఇంకా విను, నరమాంసం తిని లంక యొక్క భద్రకాళి అయిన 'నికుంభలాదేవి' తృప్తి కోసం నృత్యాలు చేస్తాము.'

వాలి తన మరణశయ్య మీంచి శ్రీరామచంద్రుడిని ఈ క్రింది విధంగా నిందించలేదా ?

"పంచనఖ జంతువులలో ముళ్లపంది, వరాహం, ఉడుము, కుందేలు మరియు తాబేలు లాంటి జంతువుల్ని బ్రాహ్మణ క్షత్రియ వైశ్యులు తినవచ్చు. కానీ ప్రాజ్ఞులు కోతుల చర్మాన్ని కాని, ఎముకలని కాని తాకనే తాకరు. నేను ఐదుగోళ్ల కోతినే అయినా నా మాంసపు ముక్కలు ఎవరూ తినడానికి పనికిరావు. అలాంటప్పుడు నువ్వు నన్ను ఎందుకు చంపినట్టు ?"

మండలి సభ్యుల మధ్య ఎన్నో వాద వివాదాలు జరిగాయి - లేదు, ఎట్టి పరిస్థితుల్లోను శాస్త్రిమహారాజ్ మాంసాహారం వడ్డించడానికి గాని, సదస్సు ప్రాంగణంలోకి మద్యం బాటిళ్లు తీసుకు రావడానికి గాని అనుమతించడు. అంతేకాదు, ఒకానొక సమావేశంలో జంతువులని చంపడం పాపం అంటూ ఉపన్యసించాడు కూడా. అందరూ విశ్వసించేలా చెప్పడంతో విద్యార్థులు తగిన సమాధానం ఇవ్వలేక మౌనంగా తలలు వంచుకుని వినాల్సివచ్చింది.

సర్ వీరాస్వామి రింగడు అందరినీ బంగళాలోకి ఆహ్వానించాడు. బంగళాలో వివిధ గదుల్లో భోజన ఏర్పాట్లు వైభవంగా చేయబడ్డాయి. మారిషస్‌కి 1968

సంవత్సరంలో స్వాతంత్ర్యం వచ్చింది. డచ్చివాళ్ళు, ఫ్రెంచివాళ్లు మారిషస్‌లో వలసరాజ్య పరిపాన చేయాలనుకున్న చిహ్నాలు వున్నాయక్కడ. మారిషస్‌లో వలస రాజ్య పరిపాలన స్థాపించడంలో విఫలమైన అరబ్బులు, పోర్చుగీసుల చిహ్నాలు కూడా వున్నాయి. బ్రిటిష్ కళాకారుల చిత్రాలు, వివిధ ప్రతిమలు ఇంకా బ్రిటిష్‌వారి పరిపానాకాలంలో సేకరించిన వివిధ రకాల సామాగ్రి, గృహోపకరణాలు అక్కడ వున్న అతిథుల్ని మంత్రముగ్ధుల్ని చేశాయి.

స్వర్ణకారులు వాళ్లకి కావల్సిన రత్నాలు, బంగారు ఆభరణాలు ఏ విధంగానైతే దేశవిదేశాలనుండి సేకరిస్తారో అదే విధంగా జాగ్రత్తగా సేకరించిన కళాఖండాలు అవి. వైభవోపేతంగా అలంకరించబడ్డ హాలులో మనోహరమైన ఎలిజబెత్ రాణి నిలువెత్తు ఆయిల్ పెయింటింగ్ చిత్రపటం గోడకి తగిలించబడివుంది. సదస్సుకి వచ్చిన యువ భక్తులు ఆ పెయింటింగు ప్రక్కన నిలబడి ఫోటో దిగాలని ఆరాటపడ్డారు.

హోటల్ మారిటిమ్‌లో బస ఏర్పాటు చేయబడిన సింగపూర్‌కి చెందిన ప్రవాస భారతీయులు గవర్నర్ బంగళాకి వచ్చారు. వాళ్లు పెద్ద పెద్ద కార్లలో రావడం చూశాడు శాస్త్రిమహారాజ్. డబ్బు ఖర్చు చేయడంలో వాళ్లు సమర్థులన్న విషయం సుస్పష్టమే. భారతీయ టూరిస్టులలా వాళ్లు చిల్లర లెక్కపెట్టేపనుండదు. గత రాత్రి శాస్త్రిమహారాజ్‌కి నిద్రపట్టలేదు. అసలు తన చేత ఇవన్నీ చేయిస్తున్నది ఎవరు? కొద్దిపాటి భక్తులతో తను ఏర్పాటు చేసిన ఓ చిన్నపాటి సంస్థ ఇంత పెద్దదిగా ఎలాగయ్యింది?

ఇంతకీ తన చేత ఈ పని ఎవరు చేయిస్తున్నట్టు ? ఎవరు ?

ఎలిజబెత్ రాణి పెయింటింగ్ పక్కన నిలబడి ఫోటో దిగాలనుకుంటున్న విద్యార్థుల గుంపు పక్కన నిలబడ్డ కమలాదేవి అకస్మాత్తుగా టూరిస్టుగైడ్ ప్రేమ్‌కుమార్ రస్పాల్ గొంతు వినబడడంతో ఈలోకంలోకి వచ్చింది. రస్పాల్ అభ్యర్థిస్తున్నట్టుగా ఆమెతో అన్నాడు : "కమలా ! నీతో మాట్లాడే అవకాశం కోసం చూస్తున్నాను."

"ఇన్ని రోజుల నించి ఎక్కడ వున్నావు ?" అడిగింది కమల ఉత్సుకతతో.

"సింగపూర్ నుంచి వచ్చిన ప్రవాస భారతీయులు నన్ను చాలా ప్రాంతాలకి పంపించారు. రోజ్‌హిల్, కోర్, ఫైప్, బ్యూబేసిన్, వకాస్... ఇలా ఒక చోటనుంచి మరో చోటకి. కానీ నేను మాత్రం నీ అందమైన కురులని ఒక్కక్షణం కూడా మర్చిపోలేకపోతున్నాను."

కమలాదేవి తృళ్లిపడింది.

ఈ విధమైన సమ్మేళనానికి హాజరైన తను ఎన్నో అనుభవాలని మూటగట్టుకుంది. ఆమె ఎందరి ప్రవర్తనలనో బహిరంగంగా గమనించింది. ఆమె చిత్రకూట్‌లో ఓ సభాగాయకుడి బారిన పడకుండా తన్ను తాను కాపాడుకోగలిగింది. ఆరోజు ఆమెకిప్పటికీ గుర్తు ! ఆమె ఖజురాహో ఆలయం చూడ్డానికి అదే చిత్రకూట్ భక్తులతో కలిసి వెళ్లింది. ఆలయాన్ని దర్శించుకున్న తర్వాత ఉదయానికల్లా ప్రతి ఒక్కరూ తమ తమ గమ్యాలకి చేరుకోవాల్సి వుంది. ఆ రాత్రి ఓ చిన్న స్టేషనులోని వెయిటింగ్ రూమ్‌లో నిద్ర పోవడానికి పక్క పరుచుకుంది. కొంత సేపటికి ఆమె గాఢమైన నిద్రలో తూలసాగింది. ఒక్కసారిగా అకస్మాత్తుగా మెలకువ రావడంతో నిద్రపోతున్న తన పక్కన సభాగాయకుడు నిలబడివుండడం చూసిందామె. సరిగ్గా అప్పుడే ప్రయాణికులు కొందరు సామాన్లతో గదిలోకి రావడంతో ఆ సభాగాయకుడు మాయమయ్యాడు.

మరోసారి వారణాసిలోని రాంనగర్‌లో ఓ ఘటన జరిగింది. ఆ సంవత్సరం మండలి సదస్సు రాంనగర్‌లో జరిగింది. అక్కడ రకరకాల భక్తులు వున్నారు. ఉజ్జయిని, చిత్రకూట్, బృందావనం ఇంకా అయోధ్య... మండలిలో జేరటం ఆమెకి అదే తొలిసారి. బృందావనం నుంచి వచ్చిన భక్తులు ఆమెని 'రాధే' అంటూ సంబోధించారు. సదస్సులో సుఖ్‌దేవ్ మహారాజ్ ప్రవచనాలని వినడంలో ఆమె పూర్తిగా నిమగ్నమైంది. ఆ సదస్సు చివరి రోజున జరిగింది ఆ సంఘటన. ఆ రాత్రి భక్తులందరూ రాంనగర్‌లోని ప్రఖ్యాతిగాంచిన 'రాంలీలా' చూడ్డానికి వెళ్లారు, ముఖ్యంగా 'భూదేవ్' భట్ట హనుమాన్ విగ్రహాన్ని చూడడంకోసం వెళ్లారు. ఆ సమయంలో అక్కడ సుఖ్‌దేవ్ మహారాజ్, కమలాదేవి ఇద్దరే మిగిలారు. సుఖ్‌దేవ్ మహారాజ్ ఆమె వైపు చూస్తూ "కమలా, దయచేసి నా విజ్ఞప్తిని గౌరవించు" అన్నాడు.

"ఏం విజ్ఞప్తి ?"

"నీ శరీరాన్ని చూడాలని వుంది."

"నేను నిన్ను తాకను. ఒక్కసారి నీ శరీరాన్ని చూస్తాను"

ఆమెకి ఇంకా గుర్తుంది. అవును, నిజమే. ఆమె అంతా జ్ఞాపకం పెట్టుకుంది.

"నువ్వు సాగరంలాంటి ఆలోచనల్లో మునిగిపోయావు. కమలా, రా. అందరిలాగే నేను కూడా ఎలిజబెత్ రాణి పెంయింటింగు పక్కన నిలబడి ఫోటో

142 రామ విహారం

దిగాలనుకుంటున్నాను" అంటూ అతను ఆమె చేతిని అందుకుని మెట్లు ఎక్కి ఆ పెయింటింగ్ దగ్గరకి లాక్కెళ్లాడు. ఆ సమయంలో చాలామంది ఫోటో గ్రాఫర్లు భక్తుల ఫోటోలని తీస్తున్నారు. ప్రేమ్‌కుమార్ తన కెమెరాని వాళ్లలో ఒకరికి ఇచ్చి "మమ్మల్ని ఫోటో తియ్యి - నా జీవితాంతం గుర్తుండిపోయేలా" అన్నాడు.

ఒకటికాదు, రెండుకాదు, అనేక అద్భుతమైన ఫోటోలు సర్ వీరాస్వామి రింగడు బంగళాలో ప్రేమ్‌కుమార్ రస్పాల్ క్లిక్ మనిపించాడు. కాఫీ హౌస్‌లోను, పూలతోటల్లోను, ఇంకా లాబీల్లోను. ప్రతి ఫోటోలో కమలాదేవి పొడవాటి జడని ప్రత్యేకించి చూపించాడు. సాధారణంగా కమలాదేవి తన పొడవాటి జడని ఉపేక్షించే అలవాటుంది. తన పొడవాటి దట్టమైన జడని సక్రమంగా పోషించుకోవడానికి ఇబ్బందిగా వుండడంతో వెంట్రుకలని కత్తిరించుకోవాలని ఎన్నోసార్లు అనుకుంది. కానీ ఎవరో తన చెవిలో గొణిగినట్టు అనిపించింది - నీ పొడవాటి కురులని శుభ్రంగా వుంచుకో. వాటిమీంచి అతను నడిచి వస్తాడు.

ఎవరతను ?

సభాగాయకులు ఓ షామియానా కింద కూర్చున్నారు. వాళ్లిద్దరూ వాళ్ల దగ్గరకి వెళ్లి కూర్చున్నారు. గాయకులు ఆమె పొడవైన జడని చూసి ఆశ్చర్యపోతూ "అందమైనవి. చాలా అందంగా వున్నాయి" అన్నారు. బహుశా వాళ్లు తన పొడవాటి జడని ప్రేమ్‌కుమార్ రస్పాల్ ఫోటో తీయడం గమనించినట్టున్నారు.

మండలితోపాటు వచ్చిన గాయకుడు ఒకడు ప్రత్యేకించి చెప్పాడు: "వైదేహి రాజకుమార్తె సీత జడకూడా ఇలాగే ఇంత పొడవూ వుంటుంది. ఒకసారి తన జడతో సీత ఆత్మహత్య చేసుకోవాలనుకుంది."

"ఆత్మ హత్యా ?"

"అవును, నిజమే. సీత ఆత్మహత్య చేసుకోవాలనుకుంది. సుందరకాండ చదవండి. రావణుడు ప్రపంచంలోని ప్రీతికరమైన వాటినన్నింటిని తీసుకువచ్చి సీత పాదాల దగ్గర ఉంచుదామనుకున్నాడు - నన్ను ఆదరించు. నా అంత:పురంలో వేలకొద్దీ కాంతలున్నారు. వాళ్లందరిలో కెల్లా నువ్వు నాకు పట్టపురాణివి అవుతావు. నీ శరీరంలోని ఏ అవయవాన్ని చూసినా నా దృష్టి అక్కడే నిలిచిపోతుంది. చక్కటి రూపం, నిండు యౌవ్వనం గల నీలాంటి అందమైన స్త్రీని పొందిన వారెవరైనా

అనుచితంగా ప్రవర్తించకుండా వున్నవాడెవడైనా వున్నాడా ? నేను సకల లోకాలని జయించి అక్కడున్న సంపదలనన్నింటిని తీసుకువచ్చాను. అవన్నీ నీవే."

ఇంతలో సభాగాయకుల్లోని గాయకుడొకడు తులసీదాసుని ప్రసిద్ధ పద్యం చదివాడు:

సియ బరన్నిఅ తెఇ ఉపమా దేఈ
కుకబి కహాఇ అజసు కో లే ఈ

(సీత అందాన్ని గురించి ఎవరు ఉపమానాలని ఉపయోగించగలరు ? ఎవరు ఉపమానాలలో వర్ణించినా, వారు 'కుకవి'గా అపకీర్తి పొలవుతారు)

మరోవ్యక్తి అతనితో శృతి కలుపుతూ పాడాడు :

సబ ఉపమా కబి రహే జుఠారీ
కెహిం పటతరౌం బిదేహకుమారీ

(కవుల ఉపమానాలన్నీ ఆమె సౌందర్యం ముందు వెలవెలపోతాయి. వాస్తవంగా ఆమె సౌందర్యంతో పోల్చదగిన ఉపమానం ఏది ?)

ప్రేమ్ కుమార్ రస్పాల్ నెమ్మదైన స్వరంతో "సభా గాయకులారా, మీరు సీత తన జడతో ఆత్మహత్యా ప్రయత్నం గురించి చెప్తున్నారు ?" అన్నాడు.

"అవును, అవును. మేము ఈ సందర్భంలో కొన్ని శ్లోకాలని కూర్చాము. సుందరకాండలో వాటిని జాగ్రత్తగా చదవండి. రావణుడి కబంధ హస్తాలలోంచి విముక్తి పొందడానికి సీత భయంతో అరిచింది – "నేను విషంతాగి కాని, వాడి అయిన ఆయుధంతో కాని ఆత్మహత్య చేసుకోవాలను కుంటున్నాను, ఎవరైనా నాకు ఆయుధాన్ని తెచ్చి యిచ్చినట్లయితే. కానీ, ఈ రాక్షసుని నివాసంలో నాకు విషం ఇచ్చేవాళ్లు గాని, ఆయుధం ఇచ్చేవాళ్లుగాని కనబడ్డంలేదు – చివరకి తన పొడవాటి కేశాలని మెడకి చుట్టుకుని చెట్టుకొమ్మని పట్టుకుని నిలబడింది, ఉరి వేసుకోవడానికి. అంతటి పొడవాటి కేశాలు వైదేహిరాణి కలిగివుంది."

కమలాదేవి బిగ్గరగా అంది : "అవును, నిజమే. తులసీదాసు సీత జడని వర్ణించలేదు. కానీ నేను చదివిన మాధవకందాళీలో స్పష్టమైన వివరణ వుంది. సీతని అన్వేషించడానికి రెండు మార్గాలు వున్నాయనుకున్నాడు హనుమాన్. అందువల్లే అతను రావణాసురుడి శయనాగారంలో పడుకున్న ప్రతి ఒక్క అందమైన స్త్రీ నోటిని

వాసన చూశాడు. ఎవరైతే మద్యం తాగి పడుకున్నారో వాళ్లలో ఎవరూ సీత అయ్యేందుకు వీలులేదు. ఆ తర్వాత అతను కేశాల పొడవుని కొలిచాడు – ఎందుకంటే సీత జడ ఎనిమిది మూరల పొడవుంటుందని హనుమాన్ విన్నాడు.

అవధ్ హధార్ బెనీ సునియాచో భాల్
కేషో జుఖి ముఖ ఘన్ని లోయబోహోప్రమాన్

ప్రతి ఒక్కరూ బిగ్గరగా నవ్వసాగారు. సభాగాయకులు వ్యాఖ్యానించారు :

"తూర్పు దేశాలనుంచి వచ్చిన వాళ్లు వినోదాన్ని ఆస్వాదించే స్వభావం గలవాళ్లు."

"అవును, అవును. తూర్పు దేశస్థులు హాస్యప్రియులు."

సరిగ్గా అప్పుడే గవర్నరు అలంకరించబడ్డ మరో షామియానా కింద అతిథులతో కలిసి కూర్చోవడం గమనించారు సభాగాయకులు. అక్కడ కవులందరితో చిన్న సభ జరుగుతున్నట్టుంది. సభాగాయకులు వాళ్ల సీట్లలోంచి లేచి ఆ షామియానా వైపు వెళ్లారు.

కమలాదేవి ప్రేమ్‌కుమార్ రస్పాల్ దగ్గర ఉన్నదనుమాటే గాని ఆమె కళ్లు మాత్రం మాధవానంద ఎవరెవరితో మాట్లాడుతున్నాడోనని అతన్ని వెంటాడుతున్నాయి. చాలా సేపటినుంచి మాధవానంద, శాస్త్రి మహారాజ్ ఒకే షామియానా కింద కూర్చుని ప్రవాస భారతీయ వ్యాపారవేత్తలతో సుదీర్ఘమైన చర్చలు జరిపారు. వాళ్లు ఇప్పుడు ఆ షామియానా కింద లేరు. ఈ ప్రవాస భారతీయ వ్యాపారవేత్తలు వచ్చినందుకు శాస్త్రిమహారాజ్ చాలా సంతోషంగా వున్నాడు. ఆ వ్యాపార వేత్తలు రాముని భక్తులయ్యారు – కోరుకునేందుకు ఇంతకన్నా మంచి ఏముంటుంది ?

చప్పట్లు, చప్పట్లు, చప్పట్లు, చప్పట్లు. గవర్నర్ పక్కనే తలపై టోపీతో వున్న ఓ వ్యక్తి ముకుళిత హస్తాలతో గవర్నర్ పక్కనేవున్న షామియానాలోకి రావల్సిందిగా ప్రతి ఒక్కరినీ ఆహ్వానించాడు. దాంతో అక్కడే దరిదాపుల్లో తిరుగుతున్న భక్తులంతా షామియానా కింద చేరారు. గవర్నర్ పక్కనే కూర్చున్న తలపైన టోపీతో వున్న వ్యక్తి బిగ్గరగా అన్నాడు : "మారిషస్ దీవికి విచ్చేసిన ఫ్రెంచి ఇంకా ఇంగ్లీష్ రచయితలు శ్రీరాముడు సీతాదేవి గురించి ఎన్నో కవితలు కథలు రాశారు. ఫ్రెంచి మరియు బ్రిటిష్ కవులు కూర్చిన పద్యాలు మారిషస్ గుండెలో గూడు కట్టుకున్న వాటిని

మారిషస్ కవి అరుణ్ చదివి వినిపిస్తాడు. వేదనాభరితమైన సీత గురించి విని కలత చెందిన రాబర్ట్ ఎడ్వర్డ్ హార్ట్ ఇంకా లియోవిల్ లువి కొన్ని అద్భుతమైన కవితలు అల్లారు. ఫ్రెంచి కవి లియోవిల్ లువి అయితే పూర్తిగా సుకుమారమైన సీత అందాలకి బందీ అయిపోయాడు. సీత పుట్టుక, అంతం మొత్తమంతా ఓ మార్మిక క్రీడ కాదా ?

మారిషస్ కవి అరుణ్, లియోవిల్ లువి కూర్చిన పద్యం యొక్క హిందీ అనువాదాన్ని చదవడానికి లేచి నిలబడ్డాడు:

హే గంగే,
జబ్ సీతా తేరే కినార్ పర్
బిచరన్ కర్ రహీధీ
తో ఏసాలగా
మానో బీహార్ జంగాకె
అంధకార్ సె
ఎకాఎక్ చంద్రమా నికల్ ఆయాహై
హే గంగే, సదియా బీత్ గఈ
లేకిన్ సీతాకె నామ్
కల్ కె మన్ మస్తికా మేం
మాయాబీ కీ సుగంధ్ కీ తరహా
ఆజ్ భి విద్యమాన్ హై

(ఓ గంగా, తీరంలోని నీ ఒడ్డుమీద సీత తిరుగుతున్నప్పుడు నాకో అభిప్రాయం ఏర్పడింది – ఏకాంతమైన చంద్రుడు ఒంటరి అడవిలో ఉదయిస్తాడు. ఓ గంగా చాలా సమయం గడిచిపోయింది... అయినా సీత పేరు మనస్సులోనూ మదిలోనూ ఓ భ్రాంతి జనకమైన సుగంధంలా మిగిలిపోయింది)

కవితాగానం ఒకదాని తర్వాత ఒకటిగా సాగాయి. సరిగ్గా అదే సమయంలో షామియానాలో వెనకవైపు కూర్చున్న శాస్త్రి మహారాజ్ లేచి నిలబడ్డాడు.

శాస్త్రి మహారాజ్‌తో నలుగురు ప్రవాస భారతీయ వ్యాపార వేత్తలు కూర్చుని వున్నారు. అందులో ఇద్దరు ఉదారస్వభావులు. వాళ్లు భారీ కాయులు. వాళ్ల శరీరాలు వాళ్లకి భారంగా మారాయి. ఈరోజు వాళ్లు శాస్త్రిమహారాజ్‌ని ఒక్కక్షణం కూడా

వదల్లేదు. గత రెండు రోజులుగా వాళ్లు శాస్త్రి మహారాజ్‌తో కలిసి తిరగడం కుదరలేదు. ఈరోజు చాలా సంతోషకరమైన రోజు–అవును, నిజంగా అద్భుతమైన రోజు. వాళ్లు మాతృభూమిని వదిలిపెట్టి జీవితమంతా బయట చెమటోడ్చి సంపద పోగు చేసుకున్న వాళ్లు ఈ రోజు శాస్త్రిమహారాజ్ ఛత్ర ఛాయలోకి చేరిన రోజు. మొత్తానికి వాళ్లు జీవితానికి ఓ అర్థం పరమార్థం తెలుసుకున్నారు. ఇంతకన్నా ప్రాధాన్యత కలిగిన విషయాలేముంటాయి ? అవును, నిజమే, ఇంతకంటే అధిక ప్రాధాన్యత దేనికుంటుంది? ఎంతో దయతో శాస్త్రి మహారాజ్ వాళ్లకి వసతి, ట్రాన్స్‌పోర్టు స్వయంగా ఏర్పాటు చేశాడు. వ్యాపారవేత్తలు శాస్త్రిమహారాజ్‌ని కలవడానికి బయట నిలబడ్డారు. శాస్త్రిమహారాజ్ కవితాగానాలని వినడంలో పూర్తిగా నిమగ్నమైన భక్తుల్ని, వ్యాపార వేత్తలని వదిలి మరో షామియానాలోకి వెళ్లాడు. వ్యాపారవేత్తలతో నడుస్తూ శాస్త్రిమహారాజ్ తటాలున ఆగి ఒకసారి వెనక్కి తిరిగి చూశాడు. అంతా సవ్యంగానే వుంది. మిష్టర్ పోలిత్ సర్ వీరాస్వామి రింగడు దగ్గర కూర్చున్నాడు. ఇద్దరూ కూడా శ్రద్ధాసక్తులతో కవితలని వింటున్నారు. సభాగాయకుల్లోని ఒకరు ముఘల్ ఎంపరర్ జహంగీర్ సభలో 'ముల్లా మొసిహి' కవితని గానం చేస్తున్నాడు :

సీతాజీ కె శరీర్ కొ కిసీనె
వస్త్రహీన్ నహీ దేఖా,
జైసే ఆత్మా శరీర్‌కె అందర్
రహతీహై,
పరంతు ఆత్మాకో కిసీ
నెనహీ దేఖా.

(ఎవరూ కూడా వైదేహి రాజకుమారిని దుస్తులు లేకుండా చూడలేదు, ఏవిధంగానైతే ఆత్మ శరీరంలో వున్నా, ఎవరూ కూడా ఆత్మని చూడలేదు)

ప్రతి ఒక్కరూ చాలా ఆసక్తిగా కవితలని వింటున్నారు. శాస్త్రిమహారాజ్ ప్రవాస భారతీయ వ్యాపారవేత్తలతో ఎప్పుడు బైటకి వెళ్లాడో ఎవరికీ తెలియదు.

రామభక్తులైన ఆనలుగురు వ్యాపార వేత్తలు శాస్త్రి మహారాజ్ ఎదురుగా కూర్చున్నారు. వాళ్లు సూటు ధరించారు.

అవును, వాళ్లు ఈ విధంగా తనని బయటికి ఎందుకు పిలిచినట్టు? శాస్త్రి మహారాజ్ సందిగ్ధంలో పడ్డాడు. వాళ్లు రెండు దేశాల పౌరసత్వం గురించి మాట్లాడాలనుకుంటున్నారా ? అందుకోసం అయితే తనని ఈ విధంగా బయటికి పిలవాల్సిన అవసరం లేదు. అందరి మదిలోనూ ఈ విధమైన సాలెగూళ్లు వున్నాయా? ప్రతి ఒక్కరి ఆలోచన ఒకే విధంగా వుందా ? ప్రతి వ్యక్తి నరాలలోను, ధమనుల్లోను కాలువలా ప్రవహించే రక్తం సాగరం లాంటి అవయవమైన గుండెకి చేరుకోదా ? అయినా కూడా ఈ వివాదాలు, విభేదాలకి కారణం ఏంటి ? ఓ నిగూఢమైన తెర నిజంగా ! ఆ నిగూఢమైన శక్తి రక్తమాంసాలు, ఎముకలతో కూడిన మానవ శరీరంలోని అన్ని క్రియలని నిజంగా నిర్దేశిస్తోందా ? తనని నిర్దేశించిన విధంగా?

రామ్‌విలాస్ అనే వ్యాపారవేత్త గొంతు వినబడడంతో ఆలోచనల్లోంచి బయటపడ్డాడు శాస్త్రిమహారాజ్. అతను ఏమంటున్నాడు ? ఆ వ్యాపారి ఏమంటాడు?

"శాస్త్రి మహారాజ్ ! ఈ సదస్సుకి ఎందరో మంత్రులు, అధికారులు వచ్చారు"

శాస్త్రిమహారాజ్ ఒకసారి ఆకాశంకేసి చూసి రెండు చేతులూ నుదుటికానించి దణ్ణం పెట్టాడు. మరోసారి ఆయన మదిలో ప్రశ్న తలెత్తింది – ఇవన్నీ ఎవరు చేయిస్తున్నారు ? ఇలాంటి వ్యాపార వేత్తల్ని ఈ సదస్సుకి రప్పిస్తున్న ఆ దివ్య శక్తి ఏంటి ? నేను విద్య , ఆదాయంలేని ఓ మనిషిని మాత్రమే. సామాన్య కుటుంబంలో జన్మించిన నేను ఒకప్పుడు బతకడానికి ఓ వార్తా పత్రిక ఆఫీసులో ప్రూఫ్ రీడర్‌గా పనిచేశాను – గుడిముందు భక్తిగీతాలని పాడాను. అంతటి శ్రమకి ఇంతటి ప్రాపకం ఎలా వచ్చింది ?

"శాస్త్రిమహారాజ్ మాకు ఓ సాయం చెయ్యాలి."

"సహాయమా ?" అప్పటి వరకు సంతోషంగావున్న శాస్త్రిమహారాజ్‌లో స్తబ్ధత చోటు చేసుకుంది.

"అవును శాస్త్రి మహారాజ్, చిన్న సహాయమే."

"ఏంటి అది ? ఎలాంటి సాయం ?"

ఇండియానించి కూలీలని పంపడానికి మాకు పర్మిట్లు గ్రాంట్ చేసినట్లుగా మీకు తెలుసు. ఎన్నో రకాల సౌకర్యాలు ఏర్పడ్డాయి. దేశంలో వున్న కంపెనీల్లో ఉదారంగా పెట్టుబడులు పెట్టడానికి ప్రవాస భారతీయులకి ఎన్నో ప్రలోభాలు. మేము మా వ్యాపారాన్ని మారిషస్‌కి విస్తరించాలనుకుంటున్నాము."

"వ్యాపారమా ?"

వాళ్లు చెబుతున్నది శాస్త్రిమహారాజ్‌కి సరిగ్గా అర్థం కావడంలేదు. ఆయన తన భుజాలమీద వున్న రామనామీతో ఒకసారి ముఖం తుడుచుకుని బిగ్గరగా అన్నాడు: "కానీ మీరు ఈ సమయంలో అలాంటి వ్యాపారం గురించి ఎందుకు మాట్లాడుతున్నారు? ఇక్కడ జనకసీతపైన అపూర్వమైన రీతిలో కవితాపఠనం జరుగుతోంది. మీరువచ్చింది శ్రీరామచంద్ర సదస్సుకి..."

"మేము గత కొద్ది రోజులనించి సదస్సులో గడిపాం. మేము మరో అభిప్రాయంతో కూడా వున్నాము."

"అభిప్రాయమా..."

"అవును స్వామీ మహారాజ్. మంత్రులు, గవర్నర్‌కి మీపట్ల వున్న గౌరవాన్ని చూసి మాకు మీపైన విశ్వాసం కలిగింది..."

"మీకు దేనిగురించి విశ్వాసం కలిగింది ?"

"మాకు ఈ మంత్రులకి మధ్య మీరు మాత్రమే మంచి సంబంధాలని నెలకొల్పగలరు. వాళ్లతో బాంధవ్యం పెంచుకోవడానికి మీరొక్కరే మాకు సహాయడగలరు."

"ఓ, బాంధవ్యమా ? ఏ బాంధవ్యం ? ఎలాంటి బాంధవ్యం ?"

కొనదేరిన ముక్కుతో వున్న ఓ భారీ మనిషి అన్నాడు : శాస్త్రిమహారాజ్ మీరు కనురెప్పపాటులో నెరవేర్చగల విషయమే ఇది. అవును, కన్నుమూసి తెరిచేలోగా."

శాస్త్రిమహారాజ్ ఆ నలుగురు వ్యాపారవేత్తల వైపు నోరు వెళ్లబెట్టి చూశాడు. ఆ నలుగురు వ్యాపారవేత్తలు మెళ్లో రుద్రాక్షదండలు, వేళ్లకి వుంగరాలు ధరించారు. వాళ్ల మెళ్లోని రుద్రాక్షమాలల పైనుంచి దృష్టి మరల్చలేకపోయాడు శాస్త్రిమహారాజ్. ఆయన కళ్లు అస్పష్టంగా కనిపించసాగాయి. తల తిరుగుతున్నట్లు అనిపించసాగింది.

"చూడండి శాస్త్రిమహారాజ్. ఈ మంత్రులు మారిషస్ దీవికి సంబంధించినవాళ్లు. ఒకానొకప్పుడు వీళ్ల పూర్వీకులు భారతదేశం నుంచి వచ్చినవాళ్లే. వాళ్లు చెరకు తోటల్లో పని చేయడానికి కూలీలుగా వచ్చారు. ఇప్పుడు వీళ్లు ఈ ద్వీపాన్ని పాలించేవాళ్లయ్యారు. కేవలం ఇరవై గజాల దూరమే. ముగ్గురు మంత్రులు వాళ్లలో కూర్చుని వున్నారు. మమ్మల్ని వాళ్లకి పరిచయం చేయండి."

"ఎందుకు ? ఎందుకు ?"

"మేము భారత దేశం నుంచి కూలీలని సప్లై చేయడానికి పర్మిట్ పొందాము. మా కూలీలు ప్రపంచంలోని వివిధ దేశాలకి వెళ్లారు. మారిషస్ దీవి భారత దేశం నుంచి కూలీలని దిగుమతి చేసుకోవడానికి ప్రోత్సహించదని మేము విన్నాము. వాళ్లు చైనానుంచి కూలీలని తీసుకువస్తారు. చైనీస్ కూలీలు మంచి పనివాళ్లని వాళ్ల అభిప్రాయం. మేము ఈ దీవులకి భారతీయ కూలీలని పంపడం మళ్లీ మొదలు పెట్టాలనుకుంటున్నాము."

"ఏమైంది ? శాస్త్రిమహారాజ్ కి ఏమైంది ?" అతని తల తిరుగుతున్నట్లనిపిస్తోంది. అతనే సర్వస్వంగా భావించి అతని ఆలోచనలనే పుణికిపుచ్చుకున్న, అతడినే అనుసరించే సన్యాసి హరినారాయణ్ అతని పక్కనే కూర్చున్నాడు.

కేవలం కొద్ది సేపటి క్రితం వరకు చర్చలు పూర్తిగా భిన్నమైనవి.

ఆ నలుగురు వ్యాపార వేత్తలలో బానలాంటి పొట్టవున్న వ్యాపారవేత్త మరోసారి అన్నాడు :

"శాస్త్రిమహారాజ్ మీరు నిష్కారణంగా ఎందుకు కలత చెందుతున్నారు ? మీరు చేయాల్సిందల్లా సరిగ్గా ఇరవై గజాల దూరంలో కూర్చునివున్న ఆ మంత్రులకి మమ్మల్ని పరిచయం చేయడమే. ఇచ్చిపుచ్చుకోవడాలు మేము చూసుకుంటాం. మీరు ముందుకి వెళ్లడానికి మమ్మల్ని ప్రోత్సహించిన వెంటనే వాళ్లు మిమ్మల్ని కాదనే ప్రశ్న వుండదు. మిగతా బాధ్యత అంతామాదే."

ఈమాటలు వినగానే శాస్త్రిమహారాజ్‌కి దిమ్మతిరిగినట్లయింది.

"అసలు ఇదంతా ఎలా బయటకి పొక్కింది ? ఇలా ఎలా జరిగింది ?"

శాస్త్రిమహారాజ్ స్పృహ తప్పి కుర్చీలోంచి కింద పడ్డాడు.

పన్నెండవ అధ్యాయం

ఊరేగింపు

మోకాలోని మహాత్మాగాంధీ ఇన్‌స్టిట్యూట్ నించి ఊరేగింపు మొదలైంది. సదస్సు ముగింపు సందర్భంగా ఎందరో ప్రతినిధులు వెండిలాంటి మారిషస్ తీరాలని వదిలి తిరుగుముఖం పట్టేందుకు సిద్ధమయ్యారు. నేపాల్‌లోని తరై ప్రాంతంలో తర్వాత జరగబోయే సదస్సు ఆహ్వాన పత్రికలు ప్రతినిధులకి అందజేశారు.

ఊరేగింపు, రామాయణ మండలిసేన చూడముచ్చటగొలిపేవి. ప్రతి సదస్సు చివర్లో ఇలాంటి ఊరేగింపులు జరుపుతారు. ఒక్కోసారి రామాయణంలోని 'యాత్రలని' అనుకరిస్తూ ఊరేగింపు నిర్వహిస్తారు.

ఒకసారి అశేషమైన జనసమూహంతో రాక్షసరాజైన రావణుడి ఊరేగింపు అతిసాధారణ రీతిలో మొదలైంది. సీత అంగీకారం పొందడానికి తన పరివారంతో రాక్షసరాజు ప్రయత్నాన్ని రామాయణ మండలి సభ్యులు హృదయవిదారకంగా రూపొందించారు. నూరుగురు అందమైన స్త్రీల సమూహం రాక్షస రాజుని అనుసరించింది. అపూర్వమైన ఈ అందగత్తెలు దేవకన్యల, గంధర్వకాంతల ప్రియ పుత్రికలు. పులస్త్యనందనుడైన విశ్రవసుని కుమారుడైన రావణుడిని వందలకొద్దీ యువతులు అశోక వాటికకి ఊరేగింపుగా అనుసరించారు. కొందరు యువతుల చేతుల్లో బంగారు దీపాలు, మరికొందరి చేతుల్లో జడలబఱ్ఱెతోకవెంట్రుకలతో వున్న వింజామరలు, మరికొందరు తాటాకు విసనకఱ్ఱలు పట్టుకుని రావణుడిని సేవిస్తున్నారు. అందమైన స్త్రీలు కొందరు నీటితో నిండిన మగ్గులు చేతుల్లో పుచ్చుకుని నడుస్తున్నారు. ఇంకా అక్కడున్న కొందరు స్త్రీలు బంగారపు ఆసనాలతో వెనక నడుస్తున్నారు. రావణుడి ప్రియపత్నులందరూ ఊరేగింపులో ముందుకు సాగుతున్నారు. మరొక నెఱజాణ రత్నాలతో పొదగబడిన బంగారు తమలపాకుల డబ్బాని, మద్యంతో నిండిన మగ్గుని

కుడిచేత్తో పట్టుకుని రావణుడి పక్కన నడుస్తుంటే మరో తరుణి రత్నాలు పొదిగిన హేండిలున్న తెల్లనికాంతిగల గొడుగు పట్టుకుని అతని వెనక నడుస్తోంది. రాంలీలా నిర్వాహకుడు రావణుడి అంత:పురంలో వివిధ భంగిమలలోను, మానసిక స్థితుల్లోను వున్న అందమైన స్త్రీలని వాల్మీకి వర్ణించిన విధంగా సూక్ష్మంగా అనుకరించాడు. నిద్రమత్తులో తూలే యువతుల పాత్ర పోషించడానికి, మదిరమత్తులో తూలే యువతుల పాత్ర పోషించడానికి, రాంలీలా గ్రూపులో కొత్తగా చేరిన యువకులని ఉపయోగించారు. గ్రూపులోని మిగతా సభ్యులలో ఉత్సాహానికి ఎలాంటి లోటూ లేదు. వాల్మీకి వివరంగా వర్ణించాడు :

రావణుడి ప్రియపత్నులు తమ పతిని మెరుపులు మేఘాలని అనుసరించినట్టుగా అనుసరించారు. వాళ్ల హారాలు, బాహుభూషణాలు వాటి వాటి స్థానాలనుంచి తొలగివున్నాయి. మద్యం ప్రభావం, నిద్రమత్తులోని ఆనందం వాళ్లని ఇంకా వదల్లేదు. వాళ్ల అడుగులు స్థిరంగా పడటంలేదు. వాళ్ల మెడలో అలంకరించుకున్న పూలమాలలు జారుతున్నాయి. వాళ్ల ఒడ్డాణపు సవ్వడులు, అందెల రవళులు, ధ్వనులు చుట్టు పక్కలంతా ప్రతిధ్వనిస్తున్నాయి. ఊరేగింపు మొదట్లో వున్న రావణుడు పాలలాంటి తెల్లని వస్త్రాలని ధరించాడు. అతని విశాల నేత్రాలు ఎర్రబారి వున్నాయి. వాల్మీకి వర్ణించినట్టుగా – అతను ధనుస్సుని ధరింపక దివినుంచి భువికి దిగివచ్చిన మన్మథుడిలా వున్నాడు.

అవును, ఆ సంవత్సరం జనసమూహం పూర్తిగా వాల్మీకి సుందరకాండలోని ముప్ఫైరెండు శ్లోకాలని వశపర్చుకున్నట్టుగా వుంది.

చిత్రకూట్ దగ్గర ఊరేగింపులో కూడా జనబాహుళ్యం అధికంగావుంది. మందాకినీ తీరం జనసంద్రమైంది. ఆ సంవత్సరం చిత్రకూట్‌లోని రాంలీలా గ్రూపు కూడా ఊరేగింపులో పాల్గొంది. మంగళకరమైన ఊరేగింపు దృశ్యం అది. భరతుడు రాముడిని అరణ్యంనుంచి అయోధ్యకి తీసుకురావడానికి వెళ్లే వర్ణనతో కూడిన దృశ్యం అది. ఆ సంవత్సరం ఊరేగింపు సాగేందుకు చిత్రకూట్‌లోని ఆశ్రమం దగ్గరనించి మందాకినీ నది వరకూ వున్న మరో మార్గాన్ని నిర్వాహకులు ఎంచుకున్నారు. వాల్మీకి వర్ణించాడు : అరణ్యం నుంచి శ్రీరాముడిని అయోధ్యకి తీసుకురావడానికి ముందు మార్గాలని బాగుచేయడానికి సేవాదళాన్ని పంపించారు. ఆ దళంలో నేలని తవ్వేవాళ్లు,

యంత్రాలని ఉపయోగించేవాళ్లు, కార్మికులు, శిల్పులు, తోవలో అడ్డంగా వున్న చెట్లను నరికేవాళ్లు, సమర్థులైన పర్యవేక్షకులు ఇలా ఎందరో మార్గనిర్మాణాలలో నిపుణులైన వాళ్లు, మార్గాలకి అడ్డంగా వున్న చెట్లని, చెట్లకొమ్మల్ని, తీగలని, ముళ్లపొదలని నరికేస్తూ పెద్ద పెద్ద బండలని తొలగిస్తూ, చిన్న చిన్న గులక రాళ్లని ఏరిపారేస్తూ మార్గాలని చక్కబరిచారు. చెట్లులేని చోట్ల మార్గానికి ఇరువైపులా మొక్కలు నాటారు. నీళ్లు దొరకని ప్రదేశాలలో నీళ్లు లభించే ఏర్పాట్లు చేశారు. పల్లపు ప్రాంతాలని సమంగా చేశారు. ఆ దారి అంతటా చందన జలాలతో తడిపి పతాకాలతో అలంకరించారు. నీళ్లు తక్కువగా వున్న ప్రదేశాల చుట్టూ కట్టలని నిర్మించి నీళ్లు ఎక్కువగా నిలబడేలా చేశారు. మహాపురుషుడైన భరతుడు ప్రయాణమార్గంలో రాజభవనాలని, దేవతా మందిరాలని చక్కని ప్రాకారాలని ఏర్పాటు చేశారు. చేసిన మొత్తంపని వివరాలని అయోధ్యకాండలోని ఎనభైవ సర్గలో వివరించబడ్డాయి.

వాల్మీకి వివరించిన విధంగా భరతుడు గుఱ్ఱాలని పూన్చిన రథాన్ని ఊరేగింపులో అధిరోహించాడు.

చిత్రకూట్‌లోని రాంలీలా ట్రూపులో భరతుడి పాత్రపోషించిన వ్యక్తి ఊరేగింపులో అశేష జనవాహిని మధ్యన రథాన్ని నడిపాడు. రాంలీలా ట్రూపులో భరతుడి పాత్ర పోషిస్తున్న వ్యక్తి కుటుంబంలో మూడు తరాలనించి పురుషులు భరతుడి పాత్ర పోషిస్తున్నారు. వాల్మీకి వర్ణించిన విధంగా వెయ్యి ఏనుగుల్ని ఊరేగింపులో తీసుకురాకపోయినా మేలు జాతి ఏనుగులు మూడింటిని ఊరేగింపులో వుంచారు. వాల్మీకి వివరించిన విధంగా వేలకొద్దీ రథాలకు బదులుగా పూలతో అలంకరించబడ్డ రెండు రథాలు చక్కని పందిరితో ముస్తాబుచేసి ఉంచబడ్డాయి. ఎద్దులతో లాగబడే ఈ రెండు రథాలలో ఒక్కో బ్రాహ్మణుడు కూర్చున్నాడు. ఊరేగింపులో జనంకోసం దంతవైద్యులు, కుమ్మరివాళ్లు, సుగంధ వస్తువుల్ని అమ్ముకుంటూ జీవించేవాళ్లు, బంగారపు పనివాళ్లు, వేద పండితులు, కంబళ్లు శుభ్రపరిచేవాళ్లు, అభ్యంగన స్నానాలు చేయించేవాళ్లు, మద్యం విక్రయించే వాళ్లు, నెమలి ఈకలతో గొడుగుల్ని, విసనకఱ్ఱలని తయారుచేసేవాళ్లు, చాకలి మొదలైన వివిధ వృత్తులవాళ్లు వారి వారి భార్యలతో వాల్మీకి వివరించిన విధంగా ఈ ఊరేగింపులోని జనాలలో ఓ భాగంగా రప్పించబడ్డారు.

చిత్రకూట్ ఊరేగింపులో ఓ కొత్తదనం ఉంది. చుట్టు ప్రక్క గ్రామాలలోని ప్రజలు ఊరేగింపు చూడడానికి వీథుల్లోకి వచ్చారు. ఫాదర్ కమీల్ బుల్కె పెయింటింగ్‌తో పాటు గొప్ప కవి అయిన తులసీదాసు ఆయిల్ పెయింటింగ్ చిత్రాన్ని ఊరేగింపులో ఉంచారు. ఊరేగింపు పొడవునా 'ఫాదర్ బుల్కె' వర్థిల్లాలి, 'ఫాదర్ బుల్కె' వర్థిల్లాలి అన్న నినాదాలు ప్రతిధ్వనించాయి. మొగలుల కాలంలో జనబాహుళ్యం, ఇంకా ఊరేగింపుపట్ల ఆసక్తి లేదా ? బహద్దూర్-షా-జఫర్ నీలిరంగు కంఠంవున్న పక్షిని రెక్కలు నిమిరి తెల్లవారకట్ల ఆకాశంలోకి వదిలిపెట్టాడని అంటారు. దసరాకి హిందూ స్కాలర్లని సభల్లో సన్మానించేవారు. "వెళ్లండి, ఊరేగింపు నా ఇంటిమీదుగా వెళ్లాలి. నేను కిటికీ దగ్గర కూర్చుని ఆ ఊరేగింపుని చూసి ఆనందించాలి. ఆ సందర్భంలో ఢిల్లీలో ఆకాశం వేలసంఖ్యలో బాణాసంచాతో మిరుమిట్లు గొలిపే విధంగా వుండాలి" అంటూ బహద్దూర్ షా ఆదేశించాడు.

ఓహ్... ఇంకా సిపాయి తిరుగుబాటు తర్వాత రాంలీలా ఊరేగింపు ? పుణ్యపురుషుడైన రాఘవదాసు లాంతర్లతో కళ్లు మిరుమిట్లు గొలిపేవిధంగా ఊరేగింపు నిర్వహించేవాడని చెబుతుంటారు. ఆ ఊరేగింపుకి ఎలాంటి వివరణ ఇవ్వొచ్చు ? ఊరేగింపు కోటలాంటి నగరం నడిబొడ్డు నుంచి మొదలై తిన్నగా రాంలీలా మైదానం చేరుకున్న విధానాన్ని మహేశ్వర్ దయాళ్ వివరించాడు. ఈ రోజు మారిషస్‌లో మిష్టర్ పోలిత్ ఊరేగింపుని నిర్వహిస్తున్నాడు. ఆరోగ్యం సహకరించకపోయినా ఊరేగింపుకోసం అహర్నిశలు శ్రమించాలని రామాయణ మండలి సదస్సు చివరి రోజున ఆయన నిర్ణయించుకున్నాడు.

ఏదో అతీంద్రయమైన శక్తి తనలో ప్రవేశించినట్టుగా అనిపించి ఆశ్చర్యంతో అతని నోట్లోంచి మాటలు రాలేదు. అతను నిటారుగా నడవలేకపోయినప్పటికీ అతని అడుగులు చురుగ్గా పడుతున్నాయి. అతని రెండు కాళ్లూ ఒక అసాధారణమైన శక్తిని పుంజుకున్నాయి ! రోజ్‌మేరీ అతని వెనకాలే దృఢమైన అడుగులేస్తూ నడుస్తోంది. ఒకవేళ ఏ కారణంగానైనా పోలిత్ అపస్మారక స్థితికి చేరుకుంటే రోజ్‌మేరీ అతని పక్కనే వుండి పట్టుకోవడానికి శాస్త్రి మహారాజ్ ఈ విధమైన ఏర్పాటు చేశాడు. శాస్త్రిమహారాజ్ గతరాత్రి కంటినిండా నిద్రపోవడంతో ఈరోజు ఊరేగింపులో ఓ యువకుడిలా నడుస్తున్నాడు. అతని పక్కనే సన్యాసి హరినారాయణ్ ఉన్నాడు.

శాస్త్రిమహారాజ్ ఓసారి చుట్టూ చూశాడు. ఊరేగింపు పెరుగుతోంది. అయినా ప్రవాస భారతీయ వ్యాపారవేత్తలు ఊరేగింపులో పాల్గోలేదు. బహుశా భారీకాయులు కావడంతో నడవలేక వచ్చి వుండరు. వాళ్లు కూడా ఊరేగింపులో పాల్గొనడానికి వీలుగా ఒక్కోసారి ట్రావెలర్సువాళ్లు కార్లు ఏర్పాటు చేస్తారు. బహుశా వాళ్లు ఊరేగింపు ఏ కూడలిదగ్గరో చేరుకున్నప్పుడు ఊరేగింపులో చేరతారేమో. అయితే నిజంగా వాళ్లు వస్తారా ?

రామాయణ మండలిలోని ఈ ఊరేగింపుకి ఓ ప్రత్యేకత ఉంది. ఈ ఊరేగింపులో పాల్గొనడం ఓ దీవెనలా భావిస్తారు రామాయణ మండలివాళ్లు.

జనం నెమ్మది నెమ్మదిగా పెరుగుతున్నారు. ఎవరూ వెనకబడలేదు. అవును, ఎందరో ప్రతినిధులు-కమ్యూనిస్టు దేశాలయిన రష్యా, హంగేరి ఇంకా జెకొస్లోవేకియా నుంచి వచ్చిన ప్రతినిధులు, క్యాపిటలిస్టు దేశాలయిన అమెరికా, బ్రిటన్, జపాన్, హాలెండ్, బెల్జియం లాంటి దేశాలనుంచి వచ్చిన ప్రతినిధులు, ఇస్లామిక్ దేశాలయిన మలేషియా, ఇండోనేషియా లాంటివి, బౌద్ధ దేశమైన థాయిలాండ్‌కి చెందిన ప్రతినిధులు - అంతా అక్కడ కూడి ఈ ఊరేగింపులో పాల్గొన్నారు. ప్రతి ఒక్కరూ శ్రీరామచంద్రుని కాషాయ జెండా నీడలో రక్షణ పొందారు.

రెండు రోజుల క్రితం ప్రవాసభారతీయ వ్యాపార వేత్తల ప్రవర్తనతో ఖిన్నుడై కలత చెందిన శాస్త్రిమహారాజ్ మనసు నెమ్మదిపడి మళ్లీ ఉత్సాహం, బలం పుంజుకున్నట్టుగా అనిపిస్తున్నాడు.

అన్నింటికంటే ఆశ్చర్యకరమైన విషయమేమిటంటే మారిషస్‌లోని అత్యున్నత పదవిలో వున్న పోలీసు ఆఫీసరు ఈ రోజు హనుమాన్ వేషధారణలో ఊరేగింపులో పాల్గొనడం. అతను భారీ గదని భుజంమీద ఎత్తి పట్టుకున్నాడు. అతనితోపాటు జాంబవంతుడి వేషధారణలో ఎమ్.ఎమ్.ఎఫ్. (మారిషస్ మిలటరీ ఫోర్స్) కమాండింగ్ ఆఫీసరు నడుస్తున్నాడు. అతని వెనకాలే ఎమ్.ఎమ్.ఎఫ్. అధికారులు, సైనికులు గంధమాదన పర్వతాన్ని తలపించే వస్తువొకటి పట్టుకుని నడుస్తున్నారు.

గంధమాదన పర్వతమే ముందుకు కదులుతోందా అన్నట్టుగా వుంది ఆ ఊరేగింపు. కేవలం నలుగురైదుగురు వ్యక్తులు కలిసి గంధమాదన పర్వత దృశ్యాన్ని సృష్టించారు.

ఊరేగింపు ఒక రోడ్డుమీంచి మరో రోడ్డుమీదకి తిరుగుతూ సాగుతోంది. దీనిని రాజసం ఉట్టిపడే దళం ఒకటి ముందుండి తీసుకువెళ్తోంది. ఈ రోడ్డు ఒకప్పుడు భారతదేశం నుంచి వచ్చిన కూలీలు చెమట్లు ధారపోసి నిర్మించినది. అదే రోడ్డుపైన ఈ రోజు శ్రీరాముని ఊరేగింపుసాగుతోంది. భక్తులు ఇక్ష్వాకువంశస్థుడైన రామచంద్రుని పసుపురంగు జెండా పట్టుకున్నారు. చుట్టూ వున్న ప్రాంతమంతా 'శ్రీరామచంద్రునకు జయము జయము' అన్న నినాదాలతో ప్రతిధ్వనిస్తోంది.

ఊరేగింపులోని జనాలపైన పూలజల్లు కురుస్తోంది. శాస్త్రిమహారాజ్ పైన కూడా పూలు పడ్డాయి. రోడ్డు పక్కన ఉండే భవనాలలోని బాల్కనీలలోంచి కూడా ప్రజలు పూలవర్షం కురిపిస్తున్నారు. రోడ్డు కూడలిదగ్గర బారులుతీరి నిలబడ్డ ప్రజలు కూడా పూలని విసురుతున్నారు.

అలాంటి ఓ కూడలిదగ్గర ఓవ్యక్తి ముందుకొచ్చి శాస్త్రిమహారాజ్ మెడలో బంతిపూలదండ వేశాడు.

ప్రతి ఒక్కరూ అపూర్వమైన ఆనందాన్ని పొందుతున్నారు. సాధారణంగా నడక తప్పించుకునే ప్రయత్నం చేసేవాళ్లు కూడా ఏదో తెలియని శక్తి వచ్చినవారై ఉత్సాహంగా నడుస్తున్నారు. మిస్టర్ పోలిత్ నడక చూసి గతంలో అతన్ని చూసిన వాళ్లు నమ్మలేకపోతున్నారు. వివిధ రకాల పూలరేఖలు వెండిలాంటి అతని తెల్ల జుట్టుపైన పడ్డాయి. ఓ కూడలి దగ్గర ఎవరో వ్యక్తి బంతి పూలమాలని అతని మెడలో అలంకరించాడు. రోజ్‌మేరీ ఇంకా మిస్టర్ పోలిత్ పక్కన నడుస్తున్న ఇద్దరు సభాగాయకులు అత్యుత్సాహంతో ఆశ్చర్యపోతూ-'సదస్సు చివర్లో జరిగే ఇలాంటి ఊరేగింపులు మాకు ఆనందాన్ని కలిగిస్తున్నాయి' అన్నారు.

మిస్టర్ పోలిత్ వాళ్లతో జత కలిపాడు : బ్రిటిష్‌వారి పరిపాలనా కాలంలో ఫ్రెడరిక్ గ్రౌచ్ ఆక్స్‌ఫర్డ్‌లో చదివాడు. అతను బెంగాల్ సివిల్ సర్వీసెస్‌లో 1860 సంవత్సరంలో చేరాడు. మధురలో అతను శ్రీరామనవమి ఊరేగింపులో పాల్గొన్నప్పుడు అతను మధురలో మేజిస్ట్రేట్‌గా వున్నాడు.

రోజ్‌మేరీ బిగ్గరగా అంది : "ఈరోజు ఊరేగింపు నన్ను అమితంగా ఆకర్షించింది. ఇదంతా చిత్రీకరించడానికి నా కాన్వాస్‌ని, రంగులని ఈ క్షణంలోనే తీసుకురావాలని నాకనిపిస్తోంది."

"విను, ఫ్రెడరిక్ గ్రౌచ్ సుమారు 123 సంవత్సరాల క్రితం మధురని గురించి తన స్మృతుల ఆధారంగా ఓ కావ్యం రాశాడు. అతను చాలా ఆసక్తికరమైన పనిచేశాడు."

జనాల గందరగోళం మధ్య శ్రీరామ చంద్రుడి భక్తుల జయజయధ్వానాల మధ్య ఏమీ వినబడడంలేదు. అయినప్పటికీ రోజ్‌మేరీ ఫాదర్ పోలిత్ చెబుతున్న విషయాన్ని స్థిరబుద్ధితో వింటోంది.

భావావేశంలో మిస్టర్ పోలిత్ గొంతు గొణుగుతున్నట్లుగా వినిపిస్తోంది. అశ్రావ్యత మధ్యలో కూడా అతను తెచ్చిపెట్టుకున్న శక్తితో గట్టిగా మాట్లాడడం కొనసాగించాడు.

"వినండి, బ్రిటిష్‌వాళ్లు ఫ్రెడరిక్ వ్యవహార శైలిపై పూర్తి అసంతృప్తితో ఉన్నారు. ఆ సమయంలో కొందరు తెల్ల స్కాలర్లు ఎలాంటి ఆధారాలు లేకుండా శ్రీకృష్ణుడు జీసస్‌క్రీస్తు అవతారమంటూ ప్రచారం చేయసాగారు. వాళ్లు చాలా దృష్టాంతాలు చూపే ప్రయత్నం చేశారు. 'హేరోదు' పిల్లలని చంపడం 'కంసుడు' పిల్లలని చంపడం, ఈ రెండిటిమధ్యన పోలికలని అన్వేషించసాగారు. వాళ్లు బలరాముడు, శ్రీకృష్ణుడు జన్మించిన విధానాన్ని జీసస్‌క్రీస్తుతో పోల్చే ప్రయత్నం చేశారు. గ్రౌచ్ ఇంకో అడుగు ముందుకువెళ్లి తన స్వీయ చరిత్రలో రామాయణం తను పేరుపెట్టిన ఓ ప్రత్యేకమైన గ్రంథంలోని ఓ భాగం మాత్రమే అనేదాకా వెళ్లాడు."

రోజ్‌మేరీ అరిచినంత పని చేసింది : "ఏంటీ రామాయణం మరో గ్రంథంలోని ఓ భాగమా !"

ఫాదర్ బెక్షి 17వ శతాబ్దికి పూర్వం ఇండియాకి వచ్చాడు. అతను 42 సంవత్సరాలు ఇండియాలో నివసించాడు. అతను సామాన్య ప్రజలకోసం 'తెంబోభని' పేరుతో 3615 పద్యాలతో ఓ అద్భుతమైన గ్రంథం రచించాడు. అందులో శ్రీరామచంద్రుని జీవితంలోని కొన్ని దివ్యమైన సంఘటనలని జీసస్‌క్రీస్తు జీవితంలోని సంఘటనలతో సరిపోల్చే విషయాలని రాశాడతను. పోయినసారి నేను మధురకి వెళ్లినప్పుడు ఈ 'తెంబోభని' ని చూడడం తటస్థించింది. 'తెంబోభని' అంటే 'వాడనిపూలదండలు' అని అర్థం.

ఊరేగింపు చెరకుతోటల మధ్యలోంచి సాగుతోంది.

పక్వానికి వచ్చిన చెరకుగడలు గాలికి అటూ ఇటూ రమణీయంగా కదులుతున్నాయి.

గాలితోపాటు ఆడకూలీల గొంతులు వినిపిస్తున్నాయి - 150 సంవత్సరాల నాటి పాత గొంతులు.

అన్నీ కలిసి విలీనమైపోయినట్లుగా వుంది. విద్యార్థుల ఊరేగింపు ఎరుపు, పసుపు తోరణాలతో ముందుకి సాగుతోంది. రోడ్లు, పరిసరాలు 'శ్రీరామచంద్రునికి జయము జయము' అనే నినాదాలతో ప్రతిధ్వనిస్తున్నాయి.

సూర్యవంశికి జయము జయము
సూర్యవంశికి జయము జయము

నెమ్మది నెమ్మదిగా ఊరేగింపు పెరుగుతోంది.

రోజ్‌మేరీ ఆదుర్దాగా అంది : "మిస్టర్ పోలిత్ మీరు నడవగలరా ? మీరు నడవడానికి వీలవుతుందా ? ఊరేగింపు కుడివైపు తిరిగి గ్రౌండ్‌దాకా వెళ్తుంది !"

పోలిత్ నవ్వాడు. అలా నవ్వినప్పుడు అతని నోట్లో మిగిలిపోయిన పళ్లు బైటపడ్డాయి.

"విను, రోజ్‌మేరీ, నువ్వు నా పక్కన నడవాల్సినపనిలేదు. వెళ్లు, వెళ్లి మంత్రులతో కలిసి ముందుకినడు. చూడు, ఆ వ్యంగ్య చిత్రాలని. పోలీసు ఉన్నతాధికారి కోతిలా వేషం వేసుకుని వానర చేష్టలు ఎలా చేస్తున్నాడో. చూడు, ఆ ఆఫీసరు ఊరేగింపులోంచి ముందుకి దూకి ఎలాంటి ప్రయాసలేకుండానే చెట్టుపైకి ఎలా ఎక్కాడో."

ఊరేగింపులోని జనం పెద్దపెట్టున నవ్వారు.

పోలిత్ మరోసారి అన్నాడు : "వెళ్లు రోజ్‌మేరీ. ఆ హనుమాన్ దగ్గరకి వెళ్లు."

"లేదు, మిస్టర్ పోలిత్, నాకు శ్రీరామచంద్రుడి భక్తుడైన ఫ్రెడరిక్ గ్రౌచ్ గురించి ఇంకా ఇంకా వినాలనివుంది. నేను ఫ్రెడరిక్ గ్రౌచ్, ఫాదర్ కమీల్ బుల్కె ఇంకా అలెక్సిబరనికోవ్‌ల చిత్రాలని గీయాలనుకుంటున్నాను. వాళ్లు ప్రభువు రాముడి సేవలో తమ జీవితాలని ధారపోశారు."

ఆ మాటలతో ఆ వృద్ధుడికి మరింత శక్తివచ్చినట్లయింది. అతను అన్నాడు: : "గ్రౌచ్ గురించి చాలా విషయాలు నాకు గుర్తున్నాయి. నేను ప్రతీదీ నమోదు

చేశాను... అతనికి బృందావనంతో విడదీయరాని అనుబంధం వుంది. అతను ఎప్పుడూ బృందావనంలోని వీరసమీరఘాట్ దగ్గర వుండే మధుర ఇంకా బృందావనానికి చెందిన స్కాలర్స్‌తో కలిసివుండేవాడు. అతను తులసీ రామాయణంలోని ప్రతీ పదాన్ని, ప్రతీ పద్యాన్ని నందిగ్రామ్, బర్యానా ఇంకా గోకులంలోని స్కాలర్స్ సహాయంతో సరిదిద్దేవాడు."

ఊరేగింపు మరో చెరకుతోటలోంచి సాగిపోతోంది. రోడ్డు పొడవునా బెల్లం తయారీకి చెరకుని మరిగిస్తున్న తియ్యటి వాసనలు ఆక్రమిస్తున్నాయి.

ఇక్ష్వాకు వంశజునికి జయము జయము
సూర్యవంశికి జయము జయము.

పోలిత్‌కి ఏమాత్రం అలసట అనిపించడంలేదు. ఊరేగింపు పెరుగుతూ పోతోంది. అయినా మిస్టర్ పోలిత్ అలసిపోవడంలేదు. కూడలిదగ్గర మరి కొందరు మంత్రులు ఊరేగింపులో జేరారు. సెక్యూరిటీ గార్డుల అవసరం ఏమీ లేదక్కడ. వాళ్ల వైపు ఎవరూ ఎలాంటి తుపాకీ గురిపెట్టలేదు. వాళ్లు చేతుల్ని పైకి ఎత్తి సంఘటితంగా శ్రీరాముని నినాదాలు చేస్తున్న గుంపులో కల్సిపోయారు. ఊరేగింపుకి ఓ నూతనోత్సాహం చేకూరినట్లయింది. ఊరేగింపు అనేక రంగుల తోరణాలతో నిండిపోయింది. కొన్ని తోరణాలు హనుమాన్ చిత్రాన్ని కలిగివుంటే మరికొన్ని శ్రీరామచంద్రుడి బ్యానర్లు కలిగి వున్నాయి. మరికొందరి దగ్గర శబరి చిత్రపటాలు వున్నాయి. ఎరుపు, నీలం, కాషాయం, మరెన్నో రంగులు.

రోజ్‌మేరీ తీవ్రంగా పడిపడి నవ్వుతూ అంది : "నేననుకుంటున్నది ఇదే. ఎంతోకాలంనుంచి ఈ విధమైన చిత్రాన్ని గీయాలనుకుంటున్నాను."

పోలిత్ అడుగులు ఇంకా స్థిరంగానే పడుతుండడం గమనించింది రోజ్‌మేరీ.

"మీరు ఫ్రెడరిక్ గ్రౌచ్ గురించి వివరిస్తున్నారు."

"అవును, నాదగ్గర గ్రౌచ్‌కి సంబంధించిన కాయితాలు, రాతప్రతులు వున్న రెండు ట్రంకు పెట్టెలున్నాయి. నేను బృందావనంలో చాలాకాలం వున్నానని మీకందరికీ తెలుసు. ఈ మధ్య నేను కొంత వ్యాకులతగా వున్నాను. నేను ఆ మహత్తరమైన రచనని పూర్తి చెయ్యగలనా ? విను రోజ్‌మేరీ, వచ్చేసారి మన అంతర్జాతీయ సదస్సు నేపాల్‌లోని జనకపురిలో జరుగుతుంది. నేను జనకపురిలో కొంత కాలం వుండి ఈ గ్రంథాన్ని పూర్తి చేస్తాను."

ఆయన నమ్మకాన్ని మరింత ప్రోత్సహించే విధంగా రోజ్‌మేరీ అంది : "అనుకున్నట్టుగానే మీరు తప్పకుండా పూర్తి చేస్తారు. ఇండియన్ స్కాలర్ ఎవరైనా దాన్ని పూర్తి చేయగలరో లేదో నాకు తెలియదుగానీ మీరు చేయగలరనే నమ్మకం మాత్రం నాకుంది."

ఓ ఆనందకరమైన నవ్వు ఆయన పెదాలని తప్పించుకుంది. "విను, రోజ్‌మేరీ, గ్రౌచ్ తన రామాయణం కోసం సేకరించిన రాత ప్రతులని ఆధారం చేసుకుని నేను రామాయణం గురించి ఎన్నో ఆలోచించాను. ఎన్నో విషయాలని సేకరించాను. ఇంకా ఆయన మధురలో ఎంతో కష్టపడి సంపాదించిన ప్రాచీన రాత ప్రతుల గ్రంథాలు, భాండాగారాల నుంచి ఎన్నో ఉల్లేఖనాలని సేకరించాను. ఆ పురాతన రాతప్రతులలో శ్రీరాముడి గురించిన ఎన్నో విషయాలున్నాయి."

రోజ్‌మేరీ ధైర్యం తెచ్చుకుని ఉల్లాసంగా అంది : "అవును, నేను విన్నాను – నేనూ అలాగే విన్నాను."

"1870 సంవత్సరంలో మధుర డిస్ట్రిక్ట్ కమీషనర్ 'తార్న్‌హిల్' ప్రజలనించి చందాలు సేకరించి అత్యున్నతమైన ఇండియన్ ఆఫీసర్లకోసం ఓ సర్క్యూట్ హౌస్‌ని నిర్మించాడు. కానీ స్థానిక ఆఫీసర్లు అందుకు ఇష్టపడలేదు. ఎందుకంటే ఆ ప్రాంతంలో షాపులుగాని బజార్లుగానీ లేవు."

"షాపులూ బజార్లూనా ?"

"అవును షాపులూ బజార్లూ లేని ప్రాంతాన్ని స్థానిక ఆఫీసర్లు ఎలా ఒప్పుకుంటారు ? హిందువుల పట్ల దయాదృష్టి గల తెల్లవాడైన తార్న్‌హిల్ అద్భుతంగా నిర్మించిన సర్క్యూ ట్ హౌస్ చాలా కాలం ఖాళీగా వుండిపోయింది. సిపాయి తిరుగుబాటు సమయంలో తుంటరి వ్యక్తి 'వెస్ట్' వచ్చాడు. అతను వచ్చేసరికి సర్క్యూట్ హౌస్ ముందు వెడల్పాటి రోడ్డు నిర్మించబడి తోటలు చెట్లతో నిండివుంది. అందమైన సర్క్యూట్ హౌస్ పై కప్పు గడ్డితో కప్పబడివుంది. తోటలని పూర్తిగా ధ్వంసం చేయించి తహసీల్దారులకోసం వరసగా ఇళ్లని నిర్మించాడు. తుంటరి అయిన వెస్ట్ తిరుగుబాటు సిపాయిలతో కొరడాదెబ్బలు తిన్నాడు. దాని తర్వాత ఫ్రెడరిక్ గ్రౌచ్ వచ్చాడు. 'వెస్ట్' నాశనం చేయాలనుకున్న సర్క్యూట్ హౌస్‌కి తిరిగి పూర్వ వైభవాన్ని తెచ్చేందుకు గ్రౌచ్ ఎంత కష్టపడ్డాడో, ఎంతగా శ్రమించాడో అన్నది నిజంగా ఓ అరుదైన కథ.

ఇక్కడ అతని కల ఫలించి తను సృష్టించిన భాండాగారం ఓ రూపుదిద్దుకుని వాస్తవ రూపం దాల్చింది. తలుపులు, కిటికీలు చాలా విలువైన చెక్కతో నిర్మించారు. చెక్క తలుపులు అద్దంలా మెరుస్తున్నాయి. అందువల్ల దానికి సమానాంతరంగా 'ఎఫ్రైసైబ్' భారీ గుమ్మటాన్ని నిర్మించాడు. కవి అయిన 'సౌకత్' ఒకసారి వచ్చి 'తోట ముంగిట పూలు ఎంతగా అసూయపడ్డాయంటే ఆ భవనం అందం ముందు అవి వాడిపోయాయి' అనే అర్థం వచ్చేలా పాడాడు. గ్రౌచ్ తన స్వీయ చరిత్రలో ప్రతీ విషయాన్ని విపులంగా రాశాడు.

తెల్లదొరలు ఎప్పుడు ఎక్కడినించి విషయాలని సేకరించారో మీ ఊహకి అందనిది. 1860 సంవత్సరంలో రోడ్ల నిర్మాణం గురించి తనిఖీలు నిర్వహించినపుడు అతను రోడ్డు పక్కన పడివున్న మీనారు (మసీదు పై స్తంభం) భాగాన్ని చూశాడు. నిర్మాణ ఇంజనీరు దానిని మూడు భాగాలుగా చేశాడు... ఆ మీనారు పైన ఏం రాసివుందో మీకు తెలుసా ?"

పోలిత్ తన ధోరణిలో ఎన్నో విషయాలు చెప్పుకుపోతున్నాడు. రోజ్‌మేరీ మిస్టర్ పోలిత్ చెబుతున్న విషయాలని కొంతసేపు అత్యంత శ్రద్ధతో వింది. కానీ ఊరేగింపులో శబ్దతీవ్రత బాగా పెరిగిపోవడంతో ఒకరిమాటలు మరొకరికి వినిపించడంలేదు. ఊరేగింపు మైదానానికి చేరుకోవడానికి ఇంకా ఎక్కువ సమయం పట్టదు. రోజ్‌మేరీ వెనక్కి తిరిగి శాస్త్రిమహారాజ్‌ని చూసింది. అతని మెడ దండలతోనూ, పూలతోనూ నిండిపోయింది. అంతా గందరగోళంగా ఉంది – "వచ్చేసారి మనం నేపాల్‌లో కలుద్దాం – మైథిలి సీత పుట్టిన స్థలమైన జనకపురిలో." అన్నాడు శాస్త్రిమహారాజ్.

పోలిత్ రోజ్‌మేరీ చేతిని గట్టిగా పట్టుకున్నాడు... బహుశా అతని తల తిరుగుతున్నట్టుంది. అతని పాదాలు తిన్నగా పడకుండా వున్నాయి. అతను అన్నాడు – "ఎందుకో తెలియడంలేదు. నాతల గిర్రున తిరుగుతున్నట్టుగా వుంది."

రోజ్‌మేరీ కంగారుగా – "ఓహ్ లేదు, మీరు ఆ మైదానం వరకూ నడవగలరా మిస్టర్ పోలిత్ ?"

"నథింగ్, నేను నడవగలను. కంగారుపడకు రోజ్‌మేరీ. విను, నా రాతప్రతుల్ని ఈసారి జనకపురికి తీసుకువస్తాను. శాస్త్రిమహారాజ్‌కి చెప్పాల్సిన విషయాలు

ఎన్నోవున్నాయి. నా రాతప్రతులు రెండు ట్రంకుపెట్టెల్లో వున్నాయి.”

వాళ్లిద్దరూ నెమ్మదిగా ముందుకు కదిలారు. ఊరేగింపులో జనాల కోలాహలంతో ఎవరికీ ఏమీ వినిపించడంలేదు. ప్రతి ఒక్కరూ బ్రహ్మాండమైన మైదానం వైపు కదిలారు.

నిష్క్రమణము

ఉదయం. సర్క్యూట్ హౌస్‌లో కోలాహలంగా వుంది. సాయంత్రం అందరూ సీవూసాగర్ రాంగులామ్ ఎయిర్‌పోర్టుకి వెళ్లాల్సివుంది.

శాస్త్రిమహారాజ్ చెప్పినట్లుగా అందరూ పాస్‌పోర్టులు దగ్గర వుంచుకున్నారు.

శాస్త్రిమహారాజ్ గతంలో చెప్పిన పనే మళ్లీ మాధవానందకి కమలాదేవికి చెప్పారు.

వాళ్లిద్దరూ అన్ని గదులూ మరోసారి పరిశీలించి తాళం చేతులు తీసుకువచ్చారు.

బౌద్ధ సన్యాసులెవరూ సర్క్యూట్ హౌస్‌లో వున్న మినీబార్‌లో నీళ్ల బాటిళ్లు కూడా వాడుకోలేదు. సన్యాసి హరినారాయణ్, శాస్త్రిమహారాజ్ కూడా నీళ్ల బాటిల్స్‌ని ముట్టుకోలేదు. మిగిలినవాళ్లంతా సర్క్యూట్‌హౌస్‌లోని మినీ బార్‌ని పూర్తిగా వుపయోగించుకున్నారు. అందరూ వెళ్లిపోయిన తర్వాత రామాయణ మండలివైపు ఎవరూ వేలెత్తి చూపకూడదన్న ఉద్దేశంతో వాళిద్దరూ లెక్కలు కట్టసాగారు. శాస్త్రిమహారాజ్ ఈ విధమైన స్వతంత్రం ఎప్పుడూ ఎవరికీ ఇవ్వరు. ఇండియానుంచి ఆలస్యంగా వచ్చి లాడ్జిలో బసచేసిన విద్యార్థుల రెండు గదుల్లో సీవూసాగర్ రాంగులామ్ ముద్ర వున్న కాయిన్స్ చెల్లాచెదురుగా పడున్నాయి. విద్యార్థులు వెళ్లిపోయేముందు బహుశా కాయిన్స్‌ని లెక్కపెట్టుకుని వుండొచ్చు. ఎందుకంటే మిగిలిపోయిన కాయిన్స్‌ని ఎయిర్‌పోర్టులో డాలర్లుగా మార్చుకోవచ్చు. బహుశా ఈ చిన్న కాయిన్స్‌కి పెద్దగా డాలర్స్ రాకపోవచ్చని అనుకునుండవచ్చు.

మాధవానంద ఉత్తేజితపూరకంగా కమలాదేవితో అన్నాడు – “వృద్ధిలోకి రావాల్సిన విద్యార్థులు రామాయణం పట్ల ఆసక్తి కనబరచడం శాస్త్రిమహారాజ్‌కి సంతృప్తి కలిగించింది. ఈ విద్యార్థులు రామాయణాన్ని గురించి అవగాహన లేకుండా ఇండియా యొక్క వంశపారంపర్య చిత్రాన్ని ఎలా వేయగలరన్నది ఆయన ఆలోచన.

కమలాదేవి టేబుల్ డ్రాయర్లు, కప్‌బోర్డులన్నీ జాగ్రత్తగా వెదికింది. అక్కడక్కడా సిగరెట్టుపీకలు, ఖాళీ సోడా బాటిల్సు, ఖాళీ కోకోకోలా డబ్బాలు వున్నాయి. ఇప్పుడైతే మినీ బార్‌లో ఒక్క మద్యం బాటిల్ కూడా లేదు.

అకస్మాత్తుగా కమలాదేవి అరిచింది : "మాధవానందా ! మాధవానందా ! ఆ మంచంకింద వున్నవేంటి ?"

మాధవానంద వంగి మంచం కింద చూశాడు. ఓ కాయితాల కట్ట అతని కళ్లని ఆకర్షించింది.

ఇద్దరూ కలిసి ఆ కట్టని లాగి విప్పి చూశారు. మరోసారి కమలాదేవి బిగ్గరగా అంది : "ఇవన్నీ సదస్సులో చదివిన అమూల్యమైన రీసెర్చ్ పేపర్లు. ఓహ్ లేదు. విద్యార్థులు ఇలాంటి విలువైన డాక్యుమెంట్లు వదిలేస్తారా !"

మాధవానందకి ఎటూ తోచలేదు కమలాదేవి బాధతో చెప్పడం కొనసాగించింది : "వీళ్లు ఈ విధంగా విలువైన డాక్యుమెంట్లు వదిలేశారని తెలిస్తే శాస్త్రిమహారాజ్ బాధపడతాడు. ఈ సదస్సుకి రావడంలో వాళ్ల అంతరార్థం ఏమిటో తెలుసుకోవడానికి ఈ ఒక్క ఉదంతంచాలు."

మాధవానంద మరోసారి మౌనంగా వుండటానికే మొగ్గు చూపాడు. కమలాదేవి చెప్పడం కొనసాగించింది : "నాకు తెలుసు, వాళ్లు మారిషస్ మద్యం బాటిల్సు తీసుకువెళ్లాలనుకున్నారు. అందుకే విలువైన ఈ డాక్యుమెంట్స్‌ని ఇలా వదిలేశారు. వ్యాటె పిటీ ! వ్యాటె పిటీ !

మాధవానంద డాక్యుమెంట్స్ కట్టని తలపైన పెట్టుకుని ఒక్కమాటయినా మాట్లాడకుండా గదిలోంచి వేగంగా బయటకి వచ్చి మెట్లు దిగాడు.

ఇంతసేపూ అణుచుకున్న ఉద్రేకాన్ని ఆపుకోలేక కమలాదేవి నిస్సిగ్గుగా బిగ్గరగా అంది : "నా పరిస్థితి గురించి నేను కనీసం మాట్లాడనైనా మాట్లాడలేదు. నేను శ్రీరామచంద్రుడిని అన్వేషించడానికి గత పన్నెండేళ్లుగా మండలి చుట్టూ నిజాయితీగా తిరుగుతున్నానా మాధవానందా ?"

పదమూడవ అధ్యాయం

వైదేహి పుట్టిన స్థలం - నేపాల్‌లోని జనకపురి

భక్తులు చాలామంది పాట్నా జంక్షన్‌కి వెళ్లేంతవరకు వైదేహి గురించిన శ్లోకాలని గానం చేయసాగారు. మధురకి చెందిన రాంలీలా ట్రూపు ఇంకా సభాగాయకులు గానం చేస్తున్న శ్లోకాలు, ముగ్ధమనోహర కంఠాలతో ఏదో తెలియని అనుభూతికి గురిచేస్తున్నాయి. ఆ మూడు రిజర్వ్‌డ్ కంపార్టుమెంట్లలో వున్నవాళ్లకి మరేదీ వినిపించనట్టుగా భక్తులందరూ ఆ ముగ్గురు సభాగాయకులని అదే సమధికోత్సాహంతో అనుసరించసాగారు.

మధురకి చెందిన ఆ ముగ్గురు సభాగాయకులు హార్మోనియంలని వెంట తెచ్చుకున్నారు. సమయాభావం వల్ల వాళ్లు రిహార్సల్స్ చేయలేకపోయారు. వాళ్లు తులసీదాసు రచించిన పద్యంతో మొదలుపెట్టారు :

సుందరతా కహుఁ సుందర కర ఈ
ఛబి గృహఁ దీపశిఖా జను బర ఈ
సబ ఉపమా కబి రహే జు ఠారీ
కెహిఁ పటతరౌఁ బిదేహకుమారీ.

(సౌందర్యం అన్న పదానికి సీత మూర్తీభవించిన సౌందర్యం ఓ కొత్త ఆకృతిని చేకూర్చింది. సీత అందాలన్నిటికీ ఓ దీపశిఖ. కవుల ఉపమానాలన్నీ ఆమె సౌందర్యం ముందు వెలవెలపోయాయి. వాస్తవంగా ఆమె సౌందర్యానికి పోల్చదగిన ఉపమానం ఏదీలేదు. ఆమెకి ఆమేసాటి)

సియ బరని తెఇ ఉపమా దేఈ
కుకబి కహాఇ అజసు కో లేఈ.
జౌఁ పటతరిఅ తీయసమ సీయా

జగ అసి జుబతి కహాం కమనీయా.

(ఏ కవి సీతాదేవి అందాన్ని వివిధ ఉపమానాలతో వర్ణించి 'కుకవి'గా అపకీర్తి పొలవుతారు ? ఒకవేళ ఆమె సౌందర్యాన్ని వేరొక స్త్రీతో పోల్చుదామన్నా ప్రపంచంలో అలాంటి మరో సౌందర్యవతి ఎక్కడుంది?)

జౌ ఛబి సుధా పయోనిధి హోఈ
పరమ రూపమయ కచ్ఛపు సోఈ
సోభా రజు మందరు సింగారూ
మథై పాని పంకజ నిజ మారూ.

ఎహి బధి ఉపజై లచ్ఛి జబ, సుందరతా సుఖమూల
తదపి సకోచ సమేచ కబి, కహహిం సీయ సమ తూల.

(లావణ్యమనే అమృత సాగరాన్ని పరమ సౌందర్యమనే కూర్మమును కుదురుగా చేసి, శోభని తాడుగా చేసి శృంగార రసాన్ని మందర పర్వతంగా చేసి మన్మథుడు స్వయంగా మథిస్తే – అలాంటి మథనం వలన శృంగార దేవత అయిన లక్ష్మీదేవి ఉద్భవించినా ఆమెకూడా సీతాదేవికి సాటిరాదు)

ప్రతి ఒక్కరూ పద్యాలని గానం చేయడంలో నిమగ్నమయ్యారు. మధ్యమధ్యలో జానకికి జయము జయము, వైదేహికి జయము జయము, మైథిలికి జయము జయము అన్న నినాదాలు అక్కడంతా మారుమోగాయి. ప్రక్క కంపార్ట్‌మెంట్లలోని జనాలు కూడా అక్కడికి రావడంతో ఆ కంపార్ట్‌మెంటు క్రిక్కిరిసిపోయింది. రాంలీలా గ్రూపువాళ్లు వాళ్ల వాళ్ల డ్రమ్ము (తప్పెట్లు) పఖ్‌వాజ్ (మృదంగం), తబలాలు తీసుకుని సభాగాయకులతో శృతి కలిపారు.

ఈసారి భక్తుల్లో ఎలిజబెత్ వుంది. ఆమె బ్రిటిష్ వనిత. ఆమెతోపాటు ఐదు సంవత్సరాల కొడుకుకూడా వున్నాడు. ఆ పిల్లాడు మధురలో పుట్టాడు. ఆ పిల్లాడు పుట్టే సమయంలో ఎలిజబెత్ భర్త డేవిడ్ హైన్ మధురలోని జానకీవల్లభుని గుడిలో నివసిస్తున్నాడు. ఆ పిల్లాడు పుట్టిన తర్వాత డేవిడ్ హైన్ బృందావనం వదిలిపోయాడు. అప్పుడు వాళ్లు విడాకులు తీసుకున్నారు. అది మరో కథ... ఎలిజబెత్ ఇండియా పౌరసత్వం పొందడానికి ఒకచోట నించి మరో చోటకి అసంతృప్తితో తిరుగుతోంది. మొదట్లో వాళ్లిద్దరూ టూరిస్ట్ వీసాతో వచ్చారు. వాళ్లు తిరుగివెళ్లిపోయి మళ్లీ ఎంట్రీ

వీసాలతో వచ్చారు. ఆమె ఎంట్రీ వీసా గడువుని పొడిగించుకుంటోంది. అయినప్పటికి తిరిగి వచ్చేయాల్సిందిగా ఆమెకి ఏ సమయంలోనైనా సమన్లు రావచ్చు.

అయితే శ్రీరామచంద్రుడి భక్తురాలైన ఆమెకి ఎక్కడో ఆశాకిరణం తళుక్కుమంటోంది - ఈ విధంగానే మరికొన్ని సంవత్సరాలు గడిపిన తర్వాత ఇండియా పౌరసత్వం పొందగలదన్న విశ్వాసం ఆమెకి వుంది. ప్రభువైన రాముడు తను ఆశించిన ఇండియా పౌరసత్వం పొందడానికి సహాయపడ్తాడన్న నమ్మకంతో వుందామె. ఇండియా పౌరసత్వం మంజూరయ్యేందుకు ఆమె నిరంతరం తన మెడలోని రుద్రాక్షమాల పూసలను చేత్తో తిప్పుతూ రామనామాన్ని జపిస్తుంది.

ఎలిజబెత్ కొడుకు అల్లరిపిల్లాడు. భక్తుల మధ్య ఆడుకుంటున్నాడు. ఎలిజబెత్ పొడగరి - ఎరుపు, గోధుమ రంగులు కలబోసిన జుట్టు ! కోటేరులాంటి ముక్కు. తెల్లని మేనిచ్ఛాయ. నీలికళ్లు. ఆమె కదలికల్లోగాని భంగిమల్లోగాని చిత్రకారిణి అయిన రోజ్‌మేరీలా క్రియాశీలతగాని యౌవనంలోని ఉత్సాహం గాని లేవు. బృందావనంలో కొంత కాలంగా ఆమెని ఎరుగున్నవాళ్లు ఆమె ఏకాంతంగా ఉండేందుకు ఇష్టపడుతున్నట్టుగా చెప్పుకుంటూంటారు. అంతేకాకుండా ఆమె తన పిల్లాడి పట్ల చూపించే ప్రేమ, వాత్సల్యం చూసిన తర్వాత చాలామంది ఆమెని ఓ అనురాగమూర్తి అయిన తల్లిగా చూసేందుకే ఇష్టపడతారు. ఎలిజబెత్ హైన్ ఎంతవరకు చదువుకుందో ఎవరికీ తెలియదు; ఆమె రామచరితమానస్‌లోని సుందరకాండ అద్భుతమైన అనువాదం విన్న తర్వాత చాలామందిలో ఆమె ఆక్స్‌ఫర్డ్ యూనివర్శిటీలో చదువుకుందేమోనన్న భావన కలుగుతుంది. ఎలిజబెత్ తన చదువుని గురించిగాని ఇంటిని గురించిగాని ఎప్పుడూ ఎవరికీ చెప్పలేదు.

పొడవుగా, బక్కపలుచగా వుండే జర్మన్ స్కాలర్ మైఖేల్ కప్ ఎలిజబెత్ వెనక కూర్చున్నాడు. అతను ఈమధ్యనే గ్రౌచ్ రచించిన "మధుర జ్ఞాపకాలు" పుస్తకం చదువుతున్నాడు. అప్పుడప్పుడు ముందు కూర్చున్న ఎలిజబెత్‌ని ఏవేవో అడుగుతున్నాడు. "నువ్వు బృందావనంలో చాలా కాలంనుంచి వుంటున్నావు కదా. 'బాంకే బేహారీ' విగ్రహాన్ని చూశావా ? అని అడిగాడు.

"అవును, చూశాను" అంటూ ఎలిజబెత్ "ఆవిగ్రహం స్వామి హరిదాస్‌ది. స్వామి హరిదాస్ తాన్‌సేన్ గురువు" అంది.

తల ఎత్తకుండానే కప్ చెప్పడం కొనసాగించాడు – "శ్రీరాముడి భక్తుడైన గ్రౌచ్ తన స్వీయ చరిత్రలో తాన్‌సేన్ గురించి రాశాడు. తాన్‌సేన్ తండ్రి ఢిల్లీ చక్రవర్తి ఆస్థానంలో మంత్రి. ఈ మంత్రికి బుద్ధిహీనుడైన కొడుకు వున్నాడు. ఒకరోజు ఆ మంత్రి తీవ్ర నిరాశ చెంది ఆ బుద్ధిహీనుడైన కొడుకుని బృందావన వీధుల్లో వదిలేశాడు. స్వామి హరిదాస్ ప్రాతః కాలం స్నానానికి 'నిధువన్'కి వెళ్తున్నప్పుడు రోడ్డుమధ్యలో పడుకుని వున్న ఆ పిల్లవాడు తగిలి పడిపోయాడు. అతను ఆ పిల్లాడిని తన ఆశ్రమానికి తీసుకువచ్చి 'తాన్‌సేన్'గా నామకరణం చేశాడు.

అతను ఆ పిల్లాడికి విద్యాబుద్ధులు నేర్పించాడు. సంగీతం నేర్పించాడు. ఆ పిల్లవాడు సంగీతాన్ని ఔపోసన పట్టి పెద్దవాడై తిరిగి అదే ఆస్థానంలో గాయకశిఖామణిగా రావడమన్నది ఎవరూ నమ్మరు... ఒకసారి అక్బరు స్వామి హరిదాస్‌ని కలవాలనుకున్నాడు. తాన్‌సేన్‌తో కలిసి స్వామి హరిదాస్ ఆశ్రమానికి వచ్చాడు అక్బరు చక్రవర్తి. హరిదాస్ తాన్‌సేన్‌ని అత్యంత ఆదరంగా ఆహ్వానించి లోపలికి తీసుకువెళ్లాడు. అక్బరు గుమ్మం దగ్గరే నిలబడిపోయినట్టున్నాడు."

కప్ ఇంకా ఎలిజబెత్ పడిపడి నవ్వసాగారు. ఎలిజబెత్ సమాధానంగా అంది : "నేను ఆ కథని చదివాను. నేను ఇదికూడా విన్నాను. స్వామి హరిదాస్ అక్బరు చక్రవర్తితో మాట్లాడేందుకు ఏమీలేదని అన్నట్టుగా కూడా విన్నాను. కానీ ఆ చక్రవర్తి శిరస్సు వంచి నమస్కరిస్తూ తన గౌరవ వందనాలని స్వీకరించాల్సిందిగా ఆ స్వామిని కోరాడు. దాంతో ఆపరిస్థితులనుంచి బయటపడలేక స్వామి హరిదాస్ ఆచక్రవర్తిని దగ్గర్లోనే వున్న 'బెహారీ' గట్టు దగ్గరకి తీసుకువెళ్లి "ఇక్కడ ఒక మెట్టు కట్టించండి' అన్నాడు. అక్కడున్న మెట్లు చూసి చక్రవర్తి కళ్లు చెదిరిపోయాయి. ఆమెట్లు విలువైన రత్నాలతోను, వజ్రాలతోను, చుట్టూ బంగారపు పూతతోను ఉన్నాయి. చక్రవర్తికి భయం వేసింది. ఇది తనవల్ల అయ్యే పనికాదని భావించాడు. ఆ చక్రవర్తి ఆ స్వామితో అర్థిస్తున్నట్టుగా అన్నాడు, "నామీద దయ చూపండి స్వామీ, నేను మీ నెమళ్లకోసం, కోతులకోసం ఏదో ఒక ఏర్పాటు చేయిస్తాను. కానీ ఇలాంటి మెట్టు కట్టించాలంటే మాత్రం నావల్ల సాధ్యమయ్యే పనికాదు".

ఎలిజబెత్ మరోసారి ముసిముసి నవ్వులు నవ్వుతూ అంది, "ఈ మధ్యన కోతుల భయంతో బృందావనంలో వుండడం ఇబ్బందికరంగా మారింది. స్వామి

హరిదాస్ నిధువన్‌లో రాధాకృష్ణులు ప్రతీరాత్రి రాసక్రీడలలో మునిగి తేలుతూ వుంటారని విన్నాను. తెల్లవారకట్ల ఎవరైనా నిధువన్‌కి వెళ్తే అక్కడ పూలదండలు, దేవతకి సమర్పించిన నైవేద్యాలు, గుడ్డముక్కలు చెల్లా చెదురుగా పడివుంటాయి. వీటిని రాధాకృష్ణులు వాళ్ల రాసలీల తర్వాత వదిలేసిన పవిత్రమైన వస్తువులుగా భక్తులు భావిస్తారు. నేను ఏమనుకుంటున్నానో తెలుసా ? భక్తులు దేవాలయంలో సమర్పించినవాటిని కోతులు తిన్నంత తిని చిందరవందరచేసినవి" – అంటూ ఎలిజబెత్ మళ్లీ పగలబడి నవ్వసాగింది. ఆమె మళ్లీ చెప్పడం కొనసాగించింది : "నేను నిజంగా కొన్ని అద్భుతమైన కోతుల్నికూడా చూశాను. అవి చీకట్లు తొలగిపోయిన తర్వాత కదంబ వృక్షం రెమ్మతో బ్రహ్మకుండాన్ని ఊడ్చి శుభ్రంచేస్తాయి. నువ్వు తులసీదాసు గురించిన కథలు చదివేవుంటావు ? ఒకసారి తులసీదాసు అద్భుతాలని ప్రదర్శించలేదని చక్రవర్తి అతడ్ని జైల్లో పెట్టాడు. దాంతో వానర సేన ఢిల్లీలోని జైలుపైన దాడి చేశాయి. అవి రాణుల దుస్తుల్ని పీకేసి దిశమొలతో నగ్నంగా చేసేశాయి. దాంతో చక్రవర్తి హతాశుడై తులసీదాసుని జైలునించి విడుదల చేయాల్సి వచ్చింది. ఈ వృత్తాంతం చాలా గ్రంథాలలో వుంది. ఇది రామచరితమానస్ మూలగ్రంథంలో కూడా వుంది."

ఎలిజబెత్ మరోసారి పకపకా నవ్వుతూ "ఈ ఘటన తర్వాత ఆ చక్రవర్తి తులసీదాసుతో చెస్ ఆడ్డం మొదలుపెట్టాడు" అంది.

తులసీదాసు యమునా నదీ తీరంలో శ్రీరామచంద్రుడి పాదముద్రలు వెదకసాగాడు. ఒకచోట వాటిని కనిపెట్టాడు – అతను గోపాలస్వామి గుడిలో శ్రీకృష్ణుడి ముందు సాగిలపడి ప్రార్థించాడు – "ఓ కృష్ణా, నీకు నా శిరస్సు అర్పిస్తున్నాను; నీ విల్లు, బాణం తీసుకుని నాముందు ధనుర్ధారి రామచంద్రుడి రూపంలో ప్రత్యక్షం అవ్వాల్సిందిగా ప్రార్థిస్తున్నాను. సరిగ్గా ఆ క్షణంలోనే శ్రీకృష్ణుడి విగ్రహం శ్రీరామచంద్రుడి విగ్రహంలా మారిపోయింది" అన్నాడు కప్.

ఎలిజబెత్ మరోసారి ఉత్సాహంతో చెప్పడం కొనసాగించింది : "నేను బృందావనంలో నివశిస్తున్నప్పుడు తులసీదాసు ఒకసారి శ్రీరామచంద్రుడిని కలిసినట్టుగా విన్నాను. దీని గురించి కథ కూడా వుంది. తులసీదాసు చిత్రకూట్ దగ్గర మందాకినీ నది ఒడ్డున వున్న రాంఘాట్ దగ్గర దివ్యమైన బాలరూపుడుగా వున్న శ్రీరాముడిని కలిశాడు. ఆ బాలుడు తులసీదాసు పక్కన కూర్చుని "నా నుదుటిపైన

చందన తిలకం దిద్దరా ?' అని అడిగాడు. ఆక్షణంలోనే హనుమాన్ చిలకరూపం ధరించి ఈ దోహాని పలికాడు :

చిత్రకూట్ కే ఘాట్ పర్ భఇ సంతన కీ భీర్
తుసీదాస చందన్ ఘిసేఁ తిలక్ దేత రఘువీర్.

(చిత్రకూటంలో రామఘాట్ దగ్గర సజ్జన సమూహాలున్నాయి. తులసీదాసు చందనం తీశాడు. రఘువీరుడు తిలకాన్ని దిద్దాడు)

కప్‌కి, ఎలిజబెత్‌కి మధ్యన తులసీదాసు గురించి చాలాసేపు వాదోపవాదాలు కొనసాగాయి. ముఖ్యంగా తులసీదాసు వివాహ జీవితాన్ని గురించి చర్చించారు. ఎలిజబెత్ బృందావనంలో వుండగా తులసీదాసు గురించిన వృత్తాంతాలు చాలా వింది. తులసీదాసుకి ఓ వేశ్యకాంతతో సంబంధబాంధవ్యాలు వుండేవన్న విషయం ఎందుకోమరి ఎలిజబెత్ అంగీకరించలేకపోతోంది. మరి తులసీదాసు భార్య రత్నావళి అన్నదంతా వాస్తవమేనా...

అస్థి చర్మమయ యో దేహ మమ తామయి జైసీ ప్రీతి
తైసే జౌ శ్రీరామ ముహు హోతి నతౌభవభీతి.

(రక్తమాంసాలతో కూడిన ఈ నా తనువుపైగల ఆసక్తిలో సగమైనా మీకు భగవంతునిపైన వుంటే మీరు తరించి వుండేవారు)

'కప్' రామాయణ మండలితో కొన్నిసార్లు ప్రయాణాలు చేసినప్పటికీ అతనికి రామచరితమానస్‌తో పెద్దగా సంబంధం లేకపోవడంతో అతను పోలిత్, రోజ్‌మేరీలా ఆ మూలాగ్రం చదవలేదు. గ్రౌచ్ స్వీయ చరిత్రని మాత్రం క్షుణ్ణంగా చదివాడతను. అందువల్లే బృందావనంలో చాలా కాలం నివసించిన ఎలిజబెత్‌తో వాదించ గలుగుతున్నాడతను.

వేరే కంపార్ట్‌మెంట్‌లో సభాగాయకుల పాటలు వింటున్న ఐదు సంవత్సరాల ఎలిజబెత్ కొడుకు 'పాల్' అకస్మాత్తుగా ఓ బుల్లెట్‌లాగా వచ్చి కప్ చేతిలో వున్న పుస్తకాన్ని లాక్కున్నాడు. ఎలిజబెత్ వాడిని పట్టుకునేలోపలే వాడు అక్కణ్ణించి పరిగెత్తాడు.

"వీడు మరీ అల్లరిపిల్లాడైపోయాడు. వీడి అల్లరి భరించలేకపోతున్నాననుకో! వీడు బృందావనంలో రాధే శ్యామీలు వుండే గదులలో కోతిలా తిరుగుతుంటాడు."

కప్ బిగ్గరగా నవ్వుతూ "కృష్ణుడు కూడా చిన్నతనంలో అల్లరివాడే కానీ రాముడు మాత్రం అలాకాదు" అన్నాడు.

"కప్, నువ్వు తప్పుగా భావిస్తున్నావు. తులసీదాసు శ్రీరామచంద్రుడి బాల్యాన్ని గురించి రాశాడు" అంటూ ఎలిజబెత్ హమ్ చేయసాగింది.

బాల చరిత హరి బహుబిధి కీన్హా

అతి ఆనంద దాసన్హా కహఁ దీన్హా

"నీకు తప్పకుండా పౌరసత్వం రావల్సిందే" అంటూ కప్ "గ్రౌచ్ చూసిన ఆ ముఫైరెండు మెట్లు ఇంకా బృందావనంలో వున్నాయా ? రాజులు, చక్రవర్తులు వీటిని నిర్మించినట్టుగా నేను విన్నాను." అన్నాడు ఉత్తేజభరితంగా.

ఎలిజబెత్ మరోసారి పగలబడి నవ్వింది. ఈసారి నవ్వినపుడు ఆమె తెల్లటి పలు వరుస మెరిసింది.

"కప్, విను. రామచంద్రుడి భక్తుడైన గ్రౌచ్ తన గ్రంథంలో వర్ణించిన బ్రహ్మకుండం దగ్గర నేను నివశించాను. మధురలో రోడ్డు పక్కన 'గోవింద కుండం' చౌధరాణి కలిసుందరి నిర్మించినట్టుగా నేను విన్నాను. వివిధ ప్రాంతాల నుంచి వచ్చిన వేశ్యకాంతలు కూడా బృందావనంలో చాలామందిరాలు కట్టించారు."

"వేశ్యకాంతలు మందిరాలు కట్టించడమా ?"

"అవును – వేశ్యకాంతలు మందిరాలు నిర్మించారు, కొలనులు తవ్వించారు. బృందావనంలో మరణించి ముక్తిని పొందాలని వాళ్లు భావించారు."

"రామ భక్తుడైన గ్రౌచ్ ఎందుకోమరి ఈ వివరాలని తన గ్రంథంలో వెల్లడించలేదు. 'కోట' ఇంకా 'భరత్‌పూర్'లోని 'తెహ్రిదతియార్' రాజులు కోతులకోసం, నెమళ్ల కోసం పెద్ద పెద్ద హరితవనాలని సన్యాసులకోసం, మునులకోసం మఠాలని నెలకొల్పారు. సత్రాలని కట్టించి ఇచ్చారు. నీకు తెలిసేవుంటుంది, చక్రవర్తి బృందావనం పేరుని మోమినాబాద్‌గా మార్చేందుకు ప్రయత్నించాడని. ఇదంతా గ్రౌచ్ తన జీవిత చరిత్రలో వెల్లడించాడు. 189వ పేజీచూడు."

ఇంతలో ఏదో స్టేషన్‌లో రైలు ఆగింది. చాలా మంది ఓ ప్రవాహంలా కంపార్ట్‌మెంట్‌లోకి వచ్చిపడ్డారు. వాళ్ల చేతుల్లో కలకండ, పూలదండలు వున్నాయి.

వాళ్లు మండలి సభ్యుల మెడలో పూలమాలలు వేసి కలకండ పంచడం మొదలుపెట్టారు. అంతా పూర్తయిన తర్వాత వాళ్లు ఆనందాతిరేకంతో 'దాశరథులకు జయము, జయము' అంటూ రైలు దిగిపోయారు. ఈసారి మండలి సభ్యులు జనకపురి ధామ్‌కి ప్రయాణిస్తున్నట్టుగా అందరికీ తెలిసిపోయింది.

అందరూ పాట్నా జంక్షన్‌లో దిగారు. కమలాదేవికూడా ఒక చేత్తో సూట్‌కేసు మరో చేత్తో ఫైలు పట్టుకుని దిగింది. ఈరోజు ఆమె మొహంలో అపూర్వమైన కాంతి తొణికిసలాడ్డం అందరూ గమనించారు. వాళ్లంతా గత పన్నెండేళ్లుగా వ్యథా భరితమై కలతతో కూడి ఉదాసీనంగా ఉండే ఆమె మొహాన్ని చూడ్డానికి అలవాటు పడిపోయారు. అవును, బహుశా ఈసారి దృఢమైన నిర్ణయం తీసుకోవాలని ఆమె భావించిందేమో. సభాగాయకులు సీతను గురించిన శతాబ్దాలనాటి పద్యాలని పాడుకుంటూ కంపార్ట్‌మెంటులోంచి తోసుకుంటూ దిగారు.

పెద్ద రాంలీలా ట్రూపు ఒకటి మరో కంపార్ట్‌మెంటులోంచి దిగింది. వాళ్ల మెడలో బంతిపూల మాలలు వున్నాయి. భుజాలకి రామనామీలు వున్నాయి. నుదుటన చందన తిలకం దిద్దబడివుంది. బృందావనానికి చెందిన రాంలీలా ట్రూపు రావడం ఇదే మొదటిసారి. ఆ ట్రూపు 150 సంవత్సరాల పురాతనమైనది.

ఆంగ్లేయులు దౌలత్‌రావ్ సింధియాని ఓడించి మధురని ఆక్రమించిన తర్వాత మధుర నగరాన్ని ఓ సైనిక శిబిరంలా మార్చివేశారు. సైనిక శిబిరంలోని సిపాయిలు మధుర – బృందావనంలో రాంలీలా ఉత్సవాలని మొదలుపెట్టారు. గ్రౌచ్ రాత్రంతా కూర్చుని రాంలీలా ప్రదర్శనలని చూసి ఆనందించేవాడని అంటుంటారు.

హనుమాన్ వేషం వేసే దివాకర్ భట్టారాయ్ ఆ రద్దీలోంచే దిగాడు. విచిత్రం ఏమిటంటే భట్టారాయ్ కదలికలు, నడక అచ్చం కోతిలాగే వుంటాయి.

మనిషి కన్నా అతని చేతులూ, పాదాలూ పెద్దగా వుండడమే కాకుండా అతను భుజాలని కిందకి వేలాడదీసి నడుస్తాడు. దాంతో అతని చేతులు కిందికి వేలాడుతున్నట్టుంటాయి. అందరూ అతడిని 'హనుమాన్‌జీ' అంటూ సంబోధిస్తారు. అతను వదులుగా వున్న పైజామామీద కాషాయరంగు కుర్తా ధరించి పాదాలకి 'నగరా' షూస్ వేసుకున్నాడు. అతడి భుజాలమీద రామనామీ ఉంది. అక్కడంతా అస్రావ్యతగా వుంది – 'హనుమాన్ జీ నా ప్యాకెట్టుని పట్టుకోండి,' 'హనుమాన్ జీ

దయచేసి నాకు ఓ బాటిల్ నీళ్లు తెచ్చిపెట్టండి,' హనుమాన్‌జీ మనవాళ్లు మనకోసం ఎక్కడ ఎదురు చూస్తున్నారో చెప్పండి', హనుమాన్‌జీ ఇక్కడి నుంచి రాక్సల్‌కి బస్సులున్నాయా ?"

పాట్నా జంక్షన్‌లో దిగగానే భక్తులు అధిక సంఖ్యలో దివాకర్ భట్టారాయ్‌ని ఓ నాయకుడిగా భావించి అతడ్ని అనుసరిస్తున్నట్టుగా అక్కడున్నవాళ్లంతా గుర్తించారు. రాంలీలా ట్రూపు సభ్యుల ఉత్సాహానికి హద్దులు లేవు. ఎందుకంటే భట్టారాయ్ జానకి జన్మస్థలమైన ఈ నేపాల్‌లో ఓ అద్భుతమైన విన్యాసాన్ని ప్రదర్శించబోతున్నాడు.

అవును, నిజమే. జానకి జన్మస్థలమైన నేపాల్‌లో భట్టారాయ్ అద్భుతమైన విన్యాసం ప్రదర్శిస్తాడు. అతను జనకపురిలోని కమలా నది ఒడ్డున వారధి నిర్మాణ ఘట్టం ప్రదర్శిస్తాడు. అతను నదిపైన ఈ ఒడ్డునుంచి ఆ ఒడ్డుకి దూకుతాడు. హనుమాన్ సముద్రంపైన ఏ విధంగానైతే ఎగిరాడో ఆవిధంగానే భట్టారాయ్ గతంలో బృందావనంలో యమునానది ఒడ్డున వున్న చిరహరన్ గట్టుమీద నుంచి యమునపైన ఎగిరాడు. ఈసారి అతను జనకపురిలోని కమలానదిపైన ఎగిరే విన్యాసం ప్రదర్శిస్తాడు.

180 సంవత్సరాల క్రితం వారణాశికి చెందిన టెక్రంభట్ అద్భుతమైన విన్యాసాన్ని ప్రదర్శించి నిరూపించాడు. అదే మళ్లీ జరిగింది. టెక్రంభట్ డెభైరెండు అడుగుల వెడల్పు వున్న వరుణ నదిపైన దూకి మెక్ఫర్సన్ సవాలు చేయడాన్ని ఆక్షేపించాడు.

భక్తి ప్రపత్తులు మనిషిని ఎంత వరకైనా చేరుస్తాయని నిరూపించి టెక్రంభట్ స్కాటిష్ మిషనరీ అయిన మెక్ఫర్సన్‌ని పూర్తిగా అవాక్కయ్యేలా చేశాడు. ఆ విధంగానే భట్టారాయ్ లేక హనుమాన్ జనకపురిలో అపురూపమైన విన్యాసాన్ని ప్రదర్శించి జనాన్ని ఆశ్చర్యపరిచేందుకు సిద్ధమై వచ్చాడు.

పాట్నా జంక్షన్‌లోని ఖాళీ ప్రదేశంలో స్థానికులు కొందరు జనకపురికి వెళ్తున్న రామాయణ మండలి సభ్యులకి ఆహ్వానం పలకడానికి స్వాగత ద్వారాలని, షామియానాలని ఏర్పాటు చేశారు. బంతిపూల దండలు, వివిధ రకాల తోరణాలు, ఇంకా రామాయణ సాహిత్యాన్ని అభ్యసించడానికి, పరిశోధనలు జరపడానికి, రామాయణ వ్యాప్తికి జీవితాలని ధారపోసిన స్కాలర్ల పోస్టర్లని అన్నిచోట్లా వేలాడదీశారు. కాషాయరంగు దుస్తుల్లో వున్న ఫాదర్ బుల్కె పోస్టరు కూడా వుందక్కడ. మరుగుతున్న

బెల్లం రంగులో వున్న ఫాదర్ గడ్డం అతను ధరించిన కాషాయదుస్తుల రంగులో కలిసిపోయింది. అక్కడ వేలాడుతున్న వాటిల్లో ఓ కొత్త చిత్తరువు వుంది - అది శ్రీరామచంద్రుడి ముస్లిం భక్తుడైన అబ్దుల్ రహీం ఖన్‌ఖనా చిత్రం. అతను మొఘల్ చక్రవర్తి అక్బరుకి ప్రీతిపాత్రుడైన కవి, తులసీదాసుకి అత్యంత ప్రియమైన స్నేహితుడు. ఖన్‌ఖనా చిత్తరువు మాత్రమే కాకుండా అతను కూర్చిన అందమైన పద్యాలని కూడా స్వాగత ద్వారాల దగ్గర తోరణాల రూపంలో ఏర్పాటు చేశారు. 450 సంవత్సరాల క్రితం నాటి పద్యాలు బంగారు అక్షరాలలో రాసి వున్నాయి.

నహిఁ శరణాగతి రామకి
భవసాగర్ కీ నావ్
రహిమాఁ జగత్ ఒధర్ కర్
అవుర న కహీఁ ఉపాయ్

(ఓ దయగల ప్రభువా, ఈ ప్రపంచంలోని ప్రాణులను కోరికలు, భయాలు, బంధాలనుంచి విముక్తిగావించు. మరో మార్గం లేదు. ఈ జీవితసాగరాన్ని దాటడానికి ఒక్కెఒక్క దారి రాముడిని ఆశ్రయించడమే)

జో రహీం ఉత్తమ్ ప్రకృతి కాకరి సకత్ కుశాంగ
చందన్ బీసా వ్యాపట్ నీ లపెటె రహత్ భుజంగ.

(ఎవరైతే సత్ప్రవర్తన కలిగి వుంటారో వాళ్లని చెడుసాంగత్యం ఏం చేయగలదు ? గంధపు చెక్కని పాము చుట్టుకుని వున్నా విషం ఆ గంధపు చెక్కని ఏం చేయగలదు?)

చిత్రకూట్‌మేఁ రామా రహె రహ్మత్
అవధ్ నరేష్
జ పర బిపద పరత హైఁ
సో అవత యహీ దేశ్

(దు:ఖ సాగరంలో మునిగినవాళ్లు చిత్రకూట్‌కి పరుగెడతారు. ఎందుకంటే చిత్రకూట్‌లో అవధరాజైన రామచంద్రుడు నివశిస్తాడు)

ద్వార తోరణాల దగ్గర ఆంగ్లేయుడైన ఎఫ్.ఎస్.గ్రౌచ్, రష్యన్ భక్తుడైన వార్నికోవ్ చిత్తరువులు వున్నాయి. రోజ్‌మేరీ చిత్రించిన ఆ చిత్తరువులు అద్భుతంగా వున్నాయి.

స్వాగత ద్వారాల లోపల జనబాహుళ్యం అధికంగా వుంది. రోజ్‌మేరీ ఓ ఇనుప మడతకుర్చీలో కూర్చుని వుంది. ఈసారి ఆమె జుట్టుని మరీ కురచగా కత్తిరించుకుంది. నల్లని జీన్స్ ఇంకా టీ షర్టులో ఓ యువకుడిలా వుందామె. స్టేషనులో ఆహ్వాన సంఘం సభ్యులు వేసిన బంతిపూల దండలు మెడలో వేలాడుతున్నాయి. శాస్త్రి మహారాజ్ షామియానా కింద ఓ పెద్ద చాపమీద ధ్యాన ముద్రలో కూర్చుని వున్నాడు. గతంలో కన్నా ఈసారి కొద్దిగా బరువు పెరిగినట్టుగా కనిపిస్తున్నాడతను. అతని శరీరచ్ఛాయ తళుకులీనుతోంది. ఆయన గతంలో మాదిరిగానే సిల్క్ ధోతీపైన కాషాయపు కుర్తా ధరించాడు. మెడలో రుద్రాక్షలు. కాళ్లకి 'నగ్రా' షూస్ ధరించాడు. అతను లోపలికి రాగానే కళ్లు మూసుకుని ధ్యానంలో కూర్చుండిపోయాడు. అతన్ని సదా నీడలా అంటిపెట్టుకుని వుండే హరినారాయణ్ అతని పక్కనే వున్నాడు. స్వామి హరినారాయణ్ శాస్త్రిమహారాజ్‌లది ఓ విడదీయరాని అనుబంధం. అతను అప్పుడప్పుడు విసనకర్రతో శాస్త్రిమహారాజ్‌కి గాలి తగిలేలా విసురుతున్నాడు. అక్కడున్న ప్రతీ ఒక్కరి మెడలో బంతిపూలదండలున్నాయి.

అప్పుడు వచ్చాడు స్వామి ప్రభుపాద అక్కడికి. అప్పుడప్పుడు అలవాటు ప్రకారం అతను వికటాట్టహాసం చేస్తున్నాడు. ఆ వికటాట్టహాసం చుట్టూవున్న ప్రయాణీకులని ఉలిక్కిపడేలా చేస్తోంది... స్వామి ప్రభుపాద అంధుడు. ఐ.సి.సి.ఆర్. ఖర్చుతో స్వామి ప్రభుపాదని బాలి ద్వీపానికి తీసుకువెళ్లినప్పుడు శాస్త్రిమహారాజ్ చాలా విమర్శనలని ఎదుర్కోవాల్సి వచ్చింది. శివసింధు ట్రస్టు ఖర్చులతో వచ్చిన గుంపులోని కొందరు విద్యార్థులు శాస్త్రిమహారాజ్‌తో అవహేళనగా – "ప్రభుత్వ ఖర్చుతో వికటాట్టహాసం చేసే ఈ అంధ సన్యాసిని తీసుకువచ్చినందువల్ల ప్రయోజనం ఏముంది ?" అన్నారు. అక్కడున్న మరికొందరు వాళ్లతో శృతి కలుపుతూ అదే అడిగారు – "అవును. ఈ అంధుడిని తీసుకురావడంలోని ఆంతర్యమేంటి ? అందరూ అతను చేసే వికటాట్టహాసాన్ని చూడాలనా ? అతనికి బదులుగా మరో విద్యార్థిని ఎవరినైనా తీసుకురావల్సింది. యువకుడైన విద్యార్థి అయితే గొప్పగా ప్రభావితం చేసేవాడు."

శాస్త్రిమహారాజ్ అప్పుడు చాలా ఆందోళన చెందాడు. అప్పటి నుంచి అతను స్వామి ప్రభుపాదని మండలి ఖర్చులపైన కూడా ఎక్కడికీ తీసుకురాలేదు.

శాస్త్రిమహారాజ్ తన ఖర్చుపైన అతడిని తీసుకువచ్చాడు. ఈ తెలివిమాలిన జనాలు ప్రభుపాద నవ్వుని ఎప్పటికైనా అర్థం చేసుకుంటారా – రాళ్లని సహితం కరిగించే ఆ నవ్వు, ఎత్తిన కత్తిని దింపగలిగే శక్తిని కలిగిన ఆ నవ్వు, భూమిపైన రక్తపు మరకలని మాయం చేయగల ఆ నవ్వు, నరాలలోను ధమనుల్లోనూ ప్రవహించి నెమ్మదిగా పాకే లతలాంటి ఆ నవ్వు, విశ్వాసమనే పువ్వు వికసించేవిధంగా వున్న ఆ నవ్వు ? అసలు వీళ్లు అంధుడైన ప్రభుపాదని గురించి ఏమనుకుంటున్నారు?

తరచు ఇదే ఆలోచన శాస్త్రిమహారాజ్‌ని సందిగ్ధంలో పడవేస్తోంది.

తనేమైనా ఇతర వ్యక్తుల్లా సాధారణమైన వ్యక్తా ? అసలు తనతో ఈ పనులన్నీ చేయిస్తున్నది ఎవరు ? ఈ మండలికి ఎలాంటి అవరోధాలూ లేవు. వివిధ దేశాల ప్రభుత్వాలు, రాష్ట్రాలూ సహకరిస్తున్నాయి. మరి భక్తగణం ? అవును. భక్తగణం కూడా ఇక్ష్వాకుల వంశపు రాజు పతాకాన్ని పట్టుకుని తన వెనకేవున్నారు.

ఆశ్చర్యం ! నిజంగా ఆశ్చర్యమే ! వివిధ దేశాల దౌత్య కార్యాలయాలకి తిరగవల్సిన అవసరం లేదని కాదు. తను వివిధ దేశాలలో వున్న దౌత్య కార్యాలయాలకి వీసాలు పొందడానికి తిరగాల్సిందే. అంతేకాదు. ఒకసారి ఒక అధికారి కోసం రాత్రంతా దౌత్య కార్యాలయంలో గడపాల్సి వచ్చింది. భక్తుడైన యువకుడు రాబర్ట్ తన పాస్‌పోర్టుని పోగొట్టుకున్నప్పుడు అలా జరిగింది. ఇప్పుడు ఎలిజబెత్ కోసం తను ఇండియన్ పాస్‌పోర్టు కోసం ప్రయత్నిస్తున్నాడు. తను చాలా ఆఫీసుల చుట్టూ తిరగాల్సివచ్చింది. తన చేత ఈ పనులన్నీ చేయిస్తున్నది ఎవరు ?

ఒకసారి రామాయణ మండలి ప్రతినిధి వర్గాన్ని చైనాలోని 'యన్‌జన్' పార్టీకి 1976 వ సంవత్సరంలో తీసుకువెళ్లే సమయంలో వీసాలకోసం అతను ఎన్నో సమస్యలని ఎదుర్కొన్నాడు. యూరప్, రష్యా, టర్కీ, మయన్మార్, ఈజిప్టు, లెబనాన్ ఇంకా మరికొన్ని ఇతర దేశాలు – 1976లో పాస్‌పోర్టులకి అనుమతించాయి. అందులో చైనా లేదు. అయినా చైనా బోర్డరు ప్రాంతాలలోని బౌద్ధ బిక్షువులు హనుమాన్‌ని వెయ్యి సంవత్సరాల క్రిందటే శ్లాఘించారు.

అక్కడ ఎలాంటి ఇబ్బంది కలగలేదు. అంతాసవ్యవంగానే జరిగిపోయింది. గర్వంతో కూడిన అధికారులు సహితం ఎలాంటి అవరోధాలు కలిగించలేదు.

తనచేత ఈ పనులన్నీ చేయిస్తున్నదెవరు ? ఎవరు ?

శాస్త్రి మహారాజ్ యోగముద్రలో కూర్చొని ధ్యానం చేసుకుంటున్నాడు. రష్యన్ స్కాలర్ అలెగ్జాండర్ రావడంతో పూలమాలల తోరణాలతో కూడిన స్వాగత ద్వారం దగ్గర కోలాహలంగా వుంది. ఢిల్లీ నుంచి అందరితోపాటుగా ఒకే ట్రైనులో వచ్చినా సేదతీరడానికి విశ్రాంతి గదిలో వుండిపోవడంతో అతని రాక కొంత ఆలస్యమైంది. అతను టెంట్‌లోకి రాగానే నిర్వాహకులు శంఖనాదాలు చేసి బంతిపూల దండలు ఆయన మెడలో వేసి నుదుటన తిలకం దిద్దారు.

అలెగ్జాండర్ పొడవుగా దృఢంగా వుంటాడు. తలపైన ఒత్తైన పొడవాటి జుట్టు, జీన్సు ప్యాంట్‌మీద కలర్ టీషర్టు ధరించాడు. పాదాలకి బరువైన షూస్ వున్నాయి.

అలెగ్జాండర్ ముందుకి వచ్చి శిరస్సు వంచి శాస్త్రిమహారాజ్‌కి నమస్కారం చేశాడు. శాస్త్రిమహారాజ్ ఇంకా ధ్యానంలోనే వున్నాడు. అలెగ్జాండర్ పోస్టర్లు, పెయింటింగులు వున్న ఆర్చి దగ్గరకి వెళ్లి 'అలెక్సి బరనికోవ్' చిత్తరువు దగ్గర నిలబడ్డాడు. అవును, నిజమే ఇది అలెక్సి బరనికోవ్ చిత్రమే. ఈ రోజు బరనికోవ్ విశిష్టమైన స్థానాన్ని సంపాదించాడు. అలెగ్జాండర్ భక్తిపూర్వకంగా ఆ చిత్తరువుకి శిరస్సువంచి నమస్కరించాడు. అతను ఓస్కాలర్. పవిత్ర గ్రంథం అయిన రామాయణం అతనికి పూర్తిగా కొత్త. ఇంకా చాలా విషయాలలో అతను అనుభవరహితుడు. అతను ఈ మధ్యనే అద్వైత రామాయణం, యోగవశిష్ట రామాయణం, ఆధ్యాత్మ రామాయణం, కలినిర్నె రామాయణం, ఆనంద రామాయణం, భావార్థ రామాయణం, దశరథ జాతక రామాయణం, కోకబిన్, హికాయత్ సేరమ్ మొదలైన వాటిలో కొంత పాండిత్యాన్ని సంపాదించాడు. అతను అలెక్సి బరనికోవ్ అభిప్రాయాలతో పూర్తిగా ఏకీభవిస్తాడు. ఎందుకంటే బరనికోవ్ సరిగ్గా రాశాడు : బ్రిటిష్ సామ్రాజ్యం మినహా భారతీయ భాషలలో అనువదించతగ్గ యోగ్యమైన రచనలు లేవని చాలా కాలంగా ప్రఖ్యాత యూరోపియన్ అనువాదకుల ఉద్దేశం. ఈ ప్రకటన పూర్తిగా వాస్తవ విరుద్ధమని బరనికోవ్ నిరూపించాడు. ఇప్పటికీ బరనికోవ్ ప్రకటన అలెగ్జాండర్ మదిలో పదిలంగా వుండిపోయింది.

"భారతీయ రచయితలు శాశ్వతంగా ఉండిపోయే సాహిత్యాన్ని సృష్టించగలరని ముస్లిం పాలకుల కాలంలో కూడా నేను నిరూపించాను. వీటన్నిటి భావమూ ఒకటే అయినప్పటికీ వీటిని కేవలం సంస్కృత సాహిత్యానికి మరింత మకుటాయమానం గావించేలా జతచేయలేము."

రామచరితమానస్ అనువాదం ఇంకా కవిచక్రవర్తి కంబన్ రామాయణ అనువాదంలోని కొంత భాగం రష్యన్ స్కాలర్ గ్రౌచ్‌పైన ప్రభావం చూపడంతో గ్రౌచ్ రామాయణ మండలిలో చేరాలనుకున్నాడు. శివసింధు ట్రస్టుకి చెందిన విద్యార్థులు, మధురలోని రాం మండలికి చెందిన ఇరవై మంది విద్యార్థులు స్వాగత ద్వారాలని దాటుకుని షామియానాలోకి వచ్చి నిలబడ్డారు. రిసెప్షన్ కమిటీ సభ్యులు వాళ్ల నుదుటన తిలకం దిద్ది మెడలో బంతిపూలదండలు వేసి వాళ్లని ఆహ్వానించారు.

ఆ ప్రాంతమంతా "దాశరథులకి జయము, జయము" అన్న నినాదాలతో మారుమ్రోగింది. ఆ ప్రాంతాన్ని వదిలివెళ్లిపోయే సమయం కావచ్చింది. వాళ్లంతా సీతామర్హీ ద్వారా రాక్సల్‌కి వెళ్లాల్సివుంది. శాస్త్రిమహారాజ్ ధ్యానంలోంచి లేచాడు. అతనికి విశ్రాంతి కొరవడింది : 'పోలిత్ ఢిల్లీ ద్వారా పాట్నాకి చేరుకోవాల్సి వుంది."

శాస్త్రిమహారాజ్‌ని సదా నీడలా అంటిపెట్టుకుని వుండే సన్యాసి హరినారాయణ్ అన్నాడు : "అతను తిన్నగా ఢిల్లీ నుంచి ఖాట్మండూకి విమానంలో వస్తున్నట్టుగా సమాచారం అందింది. అతను చాలా పుస్తకాలని, రాతప్రతులని తన వెంట తీసుకు వస్తున్నాడని కూడా తెలిసింది. అతను వైదేహి జన్మస్థలమైన జనకపురిలో రామాయణ సాహిత్యాన్ని అధ్యయనం చేయడానికి ఓ శాశ్వతమైన రిసెర్చ్ సెంటర్‌ని తెరవాలనే యోచనలోవున్నాడు."

శాస్త్రిమహారాజ్ బిగ్గరగా అన్నాడు : జనకపురి ఓ పవిత్రమైన ప్రాంతం. సీత జనకపురిలో పుట్టింది. నేపాల్‌లోని తరై ప్రాంతంలో వున్న అందమైన జనకపురి మహాముని యాజ్ఞవల్క్యుడి ప్రియమైన భక్తుడైన కర్మయోగిగా ఖ్యాతిగాంచిన జనకమహారాజు నగరం. అక్కడ జనకమహారాజు సదస్సులు నిర్వహించేవాడని ఉపనిషత్తులు పేర్కొన్నాయి. సన్యాసి హరినారాయణ్, నీకు గుర్తులేదా ?"

సన్యాసి హరినారాయణ్ నవ్వుతూ అన్నాడు, "మహారాజ్ ఇండియాలోని రాముడి భక్తులైన ప్రతీ ఒక్కరికీ ఆ సదస్సుల గురించి తెలుసు. ఎందుకంటే

ఇండియానుంచి ఇద్దరు స్కాలర్లు ఆ సదస్సులో పాల్గొన్నారు. ఆ ఇద్దరు స్కాలర్లు గార్గి మరియు మైత్రేయి."

"వెయ్యి సంవత్సరాల క్రితం ఆ సదస్సులో ఆత్మ పరమాత్మకు సంబంధించిన చర్చ జరిగింది. ఆ ఇద్దరు స్త్రీలు యాజ్ఞవల్క్యుడిని విభ్రాంతికి గురిచేశారు. ఆత్మ పరమాత్మకు సంబంధించిన ఈ చర్చలో చాలామంది మునులు పాల్గొన్నారు." అన్నాడు శాస్త్రిమహారాజ్.

అహ్హా హ్హా హ్హా.

స్వామి ప్రభుపాద ఉన్నట్టుండి వికటాట్టహాసం చేశాడు. ఆ నవ్వుకి అక్కడ వున్నవాళ్ళంతా అదిరిపడ్డారు ! సరిగ్గా అప్పుడే సన్యాసిలా కనిపించే జమీందారు మాధవానంద బోర్డరు ప్రాంతం నుంచి వచ్చి అక్కడున్న షామియానాలోకి ప్రవేశించాడు. రిసెప్షన్ కమిటీ సభ్యులు ఆయన నుదుట తిలకం దిద్ది బంతిపూలదండని మెడలో వేసి స్వాగతం పలికారు.

శాస్త్రిమహారాజ్ చుట్టూ చూశాడు - కమలాదేవి వచ్చిందేమోనని ?

ఆశ్చర్యకరమైన విషయమేమిటంటే సరిగ్గా ఆ క్షణంలోనే కమలాదేవి వచ్చింది. చేతిలో ట్రంకుపెట్టె వుంది. పొడవాటి ఆమె కురులు విడిపోయి వున్నాయి. ఆమె కాటన్ మేఖల-చద్దర్ ధరించింది. కాళ్లకి సాండిల్స్ వేసుకుంది. వచ్చీరాగానే ఆమె శాస్త్రిమహారాజ్ కాళ్లమీద పడింది. తెల్లని దుస్తుల్లో ఉండడంతో రిసెప్షన్ కమిటీ సభ్యులు ఆమె నుదుట తిలకం పెట్టలేదు, ఆమె వితంతువా లేక భర్తని కలిగివున్న మహిళా అన్న విషయం తెలియక. ఆమె మెడలో మాత్రం బంతిపూల దండవుంది.

"నేను విశ్రాంతి గదిలో ఫ్రెష్ అయ్యి ఇక్కడికివచ్చాను" అందామె.

శాస్త్రి మహారాజ్, సన్యాసి హరినారాయణ్ కోరస్‌గా "నువ్వు ఎముకలు చర్మాన్ని అంటి కనిపించేలా బాగా చిక్కిపోయావు" అన్నారు.

"మహారాజ్ నేను కొంత ఆర్థిక ఇబ్బందులలో పడ్డాను" అంది సమాధానంగా ఆమె.

"ఆర్థిక ఇబ్బందులా ?"

సరిగ్గా అప్పుడే మళ్లీ స్వాగత ద్వారాల దగ్గర కోలాహలం నెలకొంది. కొంతసేపటి తర్వాత అక్కడంతా మామూలు స్థితి ఏర్పడింది. ఈసారి శాస్త్రిమహారాజ్ దగ్గరికి వచ్చిన వ్యక్తి భండారి."

"భండారి ?"

టెర్రరిస్టులు అపహరించిన తన కొడుకు దొరికాడన్న సమాచారం తప్పుడు సమాచారం. కనిపించిన ఆ కుర్రాడు తన కొడుకు కాదు. ఆ వార్త తట్టుకోలేక అతని భార్య ఇరవై రోజుల క్రితమే మరణించింది.

అస్థిమితంగా నడుస్తూ భండారీ వచ్చి శాస్త్రిమహారాజ్ కాళ్లముందు పడిపోయాడు.

పదునాలుగవ అధ్యాయం

సీతామర్హి, రాక్సల్ - సుదీర్ఘప్రయాణం

శాస్త్రిమహారాజ్ అందరిని షామియానా కింద సమావేశమవ్వాల్సిందిగా కోరాడు. చప్పట్లు చరుస్తూ అందరినీ తన పక్కకి రమ్మనమన్నాడు. అందరూ వచ్చి శాస్త్రిమహారాజ్ ముందు గుంపుగా నిలబడ్డారు. అందరివైపూ చూస్తూ శాస్త్రిమహారాజ్ అన్నాడు : "మనం బయలుదేరడానికి సమయం కావస్తోంది. జనకపురికి వెళ్లేరోడ్లు, ఇండియా నేపాల్ మధ్యన వాణిజ్య సంబంధాలలో సరియైన అవగాహన లేకపోవడంతో మూసేశారు. మనకి ఇప్పుడు ఒకే ఒక్క రోడ్డు వుంది – రాక్సల్ నించి బీర్‌గంజ్ వెళ్లే రోడ్డు అది. బీర్‌గంజ్ నుంచి జనకపురి దగ్గరే. పెద్ద దూరం లేదు. విదేశీ స్కాలర్లు, భక్తులూ అందరూ పాస్‌పోర్టులని సిద్ధంగా వుంచుకోవాలి. రాక్సల్ దగ్గర అవసరమవుతాయి. పరిస్థితులు పెద్దగా అనుకూలంగా లేవు. ఇండియన్ ట్రావెలర్స్ కూడా పాస్‌పోర్టులని సిద్ధంగా వుంచుకోవాలి. బీర్‌గంజ్ సరిహద్దు ప్రాంతంలో వుంది. రాత్రి డిన్నర్ బీర్‌గంజ్‌లో వుంది. వైదేహి జన్మస్థలి జనకపురి చేరుకునేసరికి రాత్రి బాగా పొద్దుపోతుంది. మన కార్యక్రమాలు రేపు ఉదయంనించి మొదలవుతాయి. నేపాల్ విదేశాంగమంత్రి, కార్యదర్శులు హాజరవుతారు. నేపాల్ రాజుగారు కూడా వస్తారని ఆశిస్తున్నాం. మీకెవరికీ ఎలాంటి సమస్య వుండదు. అక్కడక్కడా రోడ్డు అనుకూలంగా లేదు. పగటి ప్రయాణం కాబట్టి ఫరవాలేదు. జంక్షన్ బయట బస్సులు ఆగివున్నాయి. దయచేసి మీ లగేజిని తీసుకుని బస్సు ఎక్కండి."

అందరూ బస్సుల వైపు వెళ్లారు. సభాగాయకులు, మధురకి చెందిన పదిమంది సభ్యులతో కూడిన రాంలీలా ట్రూపు, ఆరుగురు విద్యార్థుల ప్రతినిధులు, అంధుడైన సన్యాసి ప్రభుపాద, శాస్త్రిమహారాజ్‌ని నీడలా వెన్నంటివుండే సన్యాసి హరినారాయణ్, ఎలిజబెత్,రోజ్‌మేరీ, విలియంకప్, అలెగ్జాండర్, మాధవానంద

ఇంకా కమలాదేవి అందరూ బస్సుపైన లగేజీ వేసే పనిలో పడ్డారు. ఎవరు ఎవరి పక్కన కూర్చోవాలి ? ఇదో పెద్ద అతుకుల బొంత. గతంలోలాగే కమలాదేవి కళ్లు మాధవానందని వెతుకుతున్నాయి. భారతదేశ పౌరసత్వం పొందడానికి ఒకచోట నుంచి మరోచోటకి అసంతృప్తితో తిరుగుతున్న ఎలిజబెత్ ఎలాంటి మనిషి ? గతంలో కమలాదేవి ఏ సందర్భంలోనూ ఆమెని కలవలేదు. శాస్త్రిమహారాజ్ బృందావనం వెళ్తూండేవాడు కాబట్టి మహారాజ్‌కి ఆమె బాగా తెలుసు. వాళ్లు వాళ్ల శరీర దాహాన్ని ఏ రేవులోని నీటిలోనైనా తీర్చుకోగలరు. ఎవరికి తెలుసు ? ఎవరికి తెలుసు ?

మాధవానంద విండో పక్కసీట్లో కూర్చున్నాడు. అతని పక్కన ఎలిజబెత్ ఒడిలో అల్లరి పిల్లాడిని పెట్టుకుని కూర్చుంది. కమలాదేవి వెంటనే వచ్చి ఆమె పక్కన నిలబడింది. మాధవానంద లేచినిలబడుతూ అన్నాడు, "మీరిద్దరూ కలిసి కూర్చోండి. భండారీ అక్కడున్నాడు. నేను వెళ్లి అతని పక్కన కూర్చుంటాను. నీకు తెలిసే వుంటుంది, పోయిన వారమే ఆయన భార్య మరణించింది. భార్యని, కొడుకుని పోగొట్టుకుని పాపం చాలా బాధతో వచ్చాడతను.

మాధవానంద భండారీ కూర్చున్న సీటు దగ్గరకి వేగంగా వెళ్లిపోయాడు. కమల తన్ను తాను నిందించుకుంది. ఎల్లప్పుడూ అప్రమత్తతతో వుండే తను ఈ చర్మాన్ని తన దేహంనుంచి వేరుచేయలేకపోతోంది. ఇక ఇప్పుడు ప్రయాణం పొడవునా ఈ అల్లరి పిల్లాడి పక్కన కూర్చోవాల్సిందే - రాక్సల్ దాకా. ఎలిజబెత్ చిరునవ్వుతో ఆమెని తన పక్కన కూర్చోమంటూ సైగ చేసింది. ఆమె ఆ అల్లరి పిల్లాడిని గట్టిగా అదిమిపట్టుకుంది, వాడి రెండు చేతులూ చాచి కమలాదేవిని తాకడానికి వీలులేకుండా.

కప్, అలెగ్జాండర్ పక్కపక్కనే కూర్చున్నారు. జర్మన్ స్కాలర్ కప్ మాటిమాటికీ వెనక్కి తిరిగి ఎలిజబెత్ వైపు చూస్తున్నాడు. అసలు అతను ఎలిజబెత్ పక్కన కూర్చోవాల్సింది. ఢిల్లీ నుంచి పాట్నా వరకు కలిసి ప్రయాణించడంవలన వాళ్లిద్దరూ ఒకరికొకరు బంధువుల్లా కలసి పోయారు. అంతేకాకుండా బృందావనంలో చాలా కాలం నివసించడం వలన ఎలిజబెత్ ఒక విషయం మాత్రం గ్రహించింది - అలాంటి బహిరంగ సందర్భాలలో ఎక్కువమంది తమ వ్యక్తిగత వాస్తవ ప్రవర్తనని ప్రదర్శించే ప్రయత్నం చేస్తారు.

అహ్హా హ్హా హ్హా.

వెనకాల కూర్చున్న ప్రభుపాద అందరూ అదిరిపడేలా మరోసారి వికటాట్టహాసం చేశాడు. మధురలోని రాంలీలా ట్రూప్‌కి చెందిన మేల్ డ్యాన్సర్ అతడిని బస్సులో కూర్చోబెట్టాడు. రామాయణ మండలిలోని ప్రతి ఒక్కరూ ఆయన పాదాలని స్పృశించారు.

శాస్త్రిమహారాజ్ బస్సు ఎక్కి ప్రతి వ్యక్తిని పరిచయం చేసుకున్నాడు. ఈసారి ఆయనతోపాటు ఓ మున్షీ కూడా వున్నాడు. మున్షీ ఓ రిజిస్టరుని బయటకి తీసి ప్రతీ ప్రయాణికుడి పేరు, అడ్రసు సరిచూసుకున్నాడు. అడ్రసుల పక్కన వాళ్ల వాళ్ల పాస్‌పోర్టు నంబర్లు రాసుకున్నాడు.

శాస్త్రిమహారాజ్ అందరికీ వినబడేలా బిగ్గరగా అన్నాడు, "మనలోని చాలామంది భక్తులు, విదేశీప్రతినిధులు ఖాట్మండూ మీదుగా వస్తారు. మీరంతా సీత పుట్టిన వూరు వెళ్తున్నారు. మన సదస్సు సీతారాముల వివాహమైన ఐదవ రోజు మొదలవుతుంది. మనం నిజంగా అదృష్టవంతులం."

కొంతసేపు మౌనం తర్వాత శాస్త్రిమహారాజ్ చెప్పడం కొనసాగించాడు : "మనమందరం ఓ దివ్యమైన, పవిత్రమైన ప్రాంతానికి వెళ్తున్నాం. ప్రపంచంలో కెల్లా ఏకైక హిందూదేశం అదొక్కటే. తెల్లవారి పాలనలో అంటే విప్లవం రోజులలో విద్రోహులనుంచి ప్రాణాంతకమైన బుల్లెట్లనుంచి తప్పించుకోవడానికి విప్లవ కారులెందరో ఇండియా నుంచి ఈ దేశానికి తరలివచ్చి ఈ ప్రాంతంలో ఆశ్రయం పొందారు. నేపాల్‌లోని తరై ప్రాంతంలో ఆశ్రయం పొందిన విప్లవకారులలో అయోధ్యారాణి, నానాసాహెబ్, బలరావ్... ఇంకా రామ రావణ యుద్ధంలో భయపడి తప్పించుకుని ఇక్కడకి వచ్చినవాళ్లు వున్నారు.

రాంలీలా ట్రూపుకి చెందిన ఓ నర్తకి అంది, "ఈరోజుల్లో బందిపోట్లు నేపాల్‌లోని తరై ప్రాంతంలో వున్న అడవుల్లోకి సురక్షితంగా ఆశ్రయం పొందడానికి చేరుతున్నారు. అస్సాంలోని నేరగాళ్లు కూడా నేపాల్‌లోని అరణ్యాలకి ముక్కుసూటిగా దారి చేసుకుంటున్నారు."

స్వామి ప్రభుపాద మరోసారి వికటాట్టహాసం చేశాడు. బస్సులోని ప్రయాణికులు ఉలిక్కిపడ్డారు.

శాస్త్రిమహారాజ్ మళ్లీ చెప్పడం కొనసాగించాడు : "మన విదేశీ స్కాలర్లలో చాలామంది ఖాట్మండూకి చేరుకుని అక్కడి నుంచి జనకపురికి వస్తారు. సీతారాముల

వివాహమైన ఐదవ రోజు జరిగే వూరేగింపులో పాల్గొంటారు. అంతమంది జనసమూహంలో వాళ్లు పాల్గొనగలరో లేదో నాకు తెలియదు. భక్తులారా, వినండి. ఈ పవిత్ర భూమిని గురించి మీరు కొన్ని విషయాలు తెలుసుకోవాలి. కొన్ని యుగాల క్రితం అందమైన ఈ నేపాల్ రాజ్యం నీలి సరస్సు జలాల్లో దాగివుంది. ఆ సరస్సు పేరు 'నాగ్‌తాల్'. విష్ణుమూర్తి అభిలాషమేరకి ఓ అందమైన మట్టి దిబ్బని ఈ సరస్సు లోతుల్లోంచి బైటకి తీశారు. ఒకరి తర్వాత ఒకరు వచ్చి ఈ మట్టి దిబ్బని పండ్లతోను, ధాన్యంతోను నింపేశారు. ఆ తర్వాత జనాభా పెరగడంతో చిన్న చిన్న విషయాల మీద స్థానికులలో కలహాలు చోటు చేసుకున్నాయి. కత్తులతో ఒకరినొకరు నరుక్కోవడం మొదలుపెట్టారు. ఇది జనాభా పెరుగుదల వల్ల తలెత్తిన విధ్వంసానికి ఓ భయంకరమైన పరిణామం."

నాట్య బృందంలోని ఒకరు బిగ్గరగా అన్నారు, "ఇలాంటి పరిస్థితులే మన దగ్గర కూడా నెలకొంటున్నాయి, నేననేది ఇండియాలోని సంగతి."

శాస్త్రి మహారాజ్ చేతులు పైకెత్తి బిగ్గరగా అన్నాడు. "విద్యావేత్తలు భగవంతుడిని ప్రార్థించారు - మాకు మంచి నాయకుడిని ఇవ్వు అని."

అహ్హాహ్హాహ్హా - స్వామి ప్రభుపాద వికటాట్టహాసం బస్సులోని ప్యాసింజర్లని అదిరిపడేలా చేసింది.

"అవును, అవును మాకు ఓమంచి రాజుని ప్రసాదించండి." శాస్త్రిమహారాజ్ చేతులు పైకెత్తుతూ అన్నాడు : "రాజు వచ్చాడు. రాజ్యంలో శాంతి సౌభ్రాతృత్వాలు తిరిగి నెలకొన్నాయి. పాలకుల రాజ్యంగా దానికి 'కాంతిపూర్' గా నామకరణం చేశారు. రాజు 'శాంతకర్' అక్కడ ఓ దేవాలయాన్ని నిర్మించాడు. ఇనుపవస్తువుని దేనినైనా దేవాలయం గోడకి తాకిస్తే అది బంగారంలా మారిపోయేది. సరిగ్గా ఆ సమయంలోనే పాండవులు కురుక్షేత్ర సంగ్రామం తర్వాత అక్కడ తిరుగుతున్నారు. వ్యాసమహాముని ఆదేశానుసారం వాళ్లు నేపాల్‌లోని కేదార్‌ఖండ్ వద్ద శివుడు గంభీరమైన ధ్యానంలో నిమగ్నమై వుండగా అక్కడికి వచ్చారు. కురుక్షేత్ర యుద్ధంలో సగోత్రీయులని చంపిన పాపానికి వాళ్లని ఆ ఈశ్వరుడు క్షమించు గాక."

" సగోత్రీయుల్ని చంపడమా ?"

మరోసారి ప్రభుపాద వికటాట్టహాసం వినిపించింది. బస్సు పైకి సామాను ఎక్కించే పని కొనసాగుతోంది.

ప్రభుపాద వికటాట్టహాసాన్ని ఏమాత్రం పట్టించుకోకుండా శాస్త్రిమహారాజ్ చెప్పడం కొనసాగించాడు : "మరోసారి పరమ శివుడు కేదార్‌నాథ్‌లోని 'నాగ్‌తివా' శిఖరంపైన పాండవులకి ముఖాముఖి తటస్థపడ్డాడు. ఆ పరమశివుడు ఎట్టిపరిస్థితులలోనూ ఆ హంతకులని క్షమించడానికి ఇష్టపడలేదు. తన దివ్యశక్తితో పరమశివుడు గుప్తకాశీలోకి మాయమయ్యాడు. పాండవులు వదలదలచుకోలేదు. అది గమనించిన పరమశివుడు నంది రూపంలో హిమాలయాలవైపు పరుగెట్టాడు. అది గమనించిన భీముడు నంది తోకని పట్టుకున్నాడు. చివరికి పరమశివుడు ఆప్తుల్ని సంహరించిన పాండవులని క్షమించి వాళ్లు మూటకట్టుకున్న పాపాలనుంచి విముక్తి చేసి కాంతిపూర్‌లో వాళ్ళకి ప్రత్యక్షమయ్యాడు. నంది శిరస్సు కనబడిన స్థానంలోనే పశుపతినాథ్ ఆలయం రూపుదాల్చింది. ఇది అన్ని పుస్తకాలలోనూ వుంది. మీరంతా తప్పకుండా చదివి తీరాలి."

భక్తులందరూ మూకుమ్మడిగా అన్నారు, "మహాశంభునికి జయము జయము. మహాశంభునికి జయము జయము." మిగిలిన ప్రయాణికులు కూడా ఆ భక్తులతో శృతి కలపారు.

మహారాజ్ చెప్పడం కొనసాగించాడు : "పశుపతినాథుని దేవత్వం విన్న మానవులు, దేవతలు ఆ ఘటనాస్థలికి తరలివచ్చారు. మరోసారి ఆ ప్రభువు తన రూపాన్ని ప్రదర్శించాడు. ఒకరోజు సంపదలనిచ్చే కల్ప వృక్షం కూడా మానవాకారం పొంది పశుపతినాథుడిని వీక్షించడానికి గుడి దగ్గరకి వచ్చింది."

అహ్హా హ్హా హ్హా – మరోసారి స్వామిప్రభుపాద బిగ్గరగా నవ్వాడు...

శాస్త్రిమహారాజ్ చెబుతున్న విషయాలని వింటున్న ప్రయాణికులు ఒక్కసారిగా అదిరిపడ్డారు !

శాస్త్రిమహారాజ్ ఆనవ్వు పట్టించుకోకుండా చెప్పడం కొనసాగించాడు, "ఈ పరిస్థితులలో ప్రభువు భోళాశంకరుడు ఓ కపటమైన పని చేశాడు."

అందరూ ముక్త కంఠంతో అన్నారు, "ఏం చేశాడు ? ఏం చేశాడు ?"

"భోళాశంకరుడు తన భక్తుల్లో ఒకరిని తన పక్కకి పిలిచి అన్నాడు – నన్ను చూడటానికి కల్పవృక్షం మారువేషంలో వస్తోంది. నువ్వు తక్షణమే వెళ్లి ఆ వృక్షం మరెక్కడికీ తరలిపోకుండా పట్టుకో. ఎందుకంటే కల్పవృక్షం వున్నచోట సౌభాగ్యం

వుంటుంది. శివభక్తులు ఆ కల్పవృక్షాన్ని ఎలా బంధించారో ఆ కల్ప వృక్షం మరో భారీ మఱ్ఱి చెట్టుగా రూపాంతరం చెంది కేంద్రబిందువై కాంతిపూర్‌కి ఏవిధంగా శోభ చేకూర్చిందో, ఆ చెట్టు కొమ్మలు కఱ్ఱతో వున్న హాలుని ఏ విధంగా ప్రకాశవంతం గావించాయో – అది వేరే కథ. తర్వాత ఆ హాలు ఖాట్మండూగా రూపాంతరం చెందింది."

సరిగ్గా అప్పుడే 'భంశివ భంశివ' అనుకుంటూ జటాధారి లగేజీతో బస్సు ఎక్కాడు. అతను ధరించిన దుస్తులు ఒక విధమైన మాగుడు వాసన కొడుతుండటంతో విదేశీ భక్తులు జేమురుమాలుని ముక్కుకి అడ్డం పెట్టుకున్నారు. అతను అక్కడక్కడా చిరిగిన రబ్బరు సాండిల్సు కాళ్లకి ధరించాడు. అతని మెడలో బంతి పూలదండ, నుదుటన గంధపు తిలకం వుంది. అతని దుస్తులు తుప్పు పట్టిన ఇనుపరంగులో వున్నాయి. అతను బస్సు ఎక్కగానే అన్నాడు : "మొఘల్ సరాయ్ నుంచి ప్రతీ స్టేషనులోను భక్తులు గుంపులు గుంపులుగా వచ్చి నాకు పూలమాలలు వేసి కలకండ తినిపించి అన్నారు – సీతారాముల కళ్యానోత్సవంలో నువ్వు పెళ్లికొడుకు తరపువాడివి – పెళ్లికొడుకు తరపు మనిషివి. నువ్వు సీతారాముల వివాహమైన ఐదోరోజు ఉత్సవం అయిన తర్వాతే తిరిగివస్తావు ?"

జటాధారి ఒకసారి చుట్టూ చూశాడు. తన పక్కన కూర్చోవడానికి ఎవరూ ఇష్టపడడంలేదని గ్రహించాడు. వెంటనే అతను వెనక్కి వెళ్లి బాగా సర్దుకుని కూర్చున్నాడు. అతను తన అతుకుల సంచీని పక్కగా వుంచి సణగడం మొదలుపెట్టాడు : "నేను జనకపురి రావడం ఇది ముఫైవసారి. ఆదాయంలేదు. అయినా ధనదేవత లక్ష్మి అయిన కల్పవృక్షం ఖాట్మండూలో స్థిరంగా వుంది. అయినా ప్రజలకి తినడానికి తిండిలేదు, కట్టుకోవడానికి బట్టలేదు."

స్వామి ప్రభుపాద మళ్లీ వికటాట్టహాసం చేశాడు. జనాలమధ్యనుంచి ఎవరో అరిచినట్టు అన్నారు : "శ్రీరామ చంద్రుడి పాదాల అడుగులు పడిన ఈ ప్రాంతంలో మరోసారి ఫలపుష్పాదులు విరబూస్తాయి. ఎంతవరకని ? ఇది పరీక్షా సమయమా?"

శాస్త్రిమహారాజ్ మరోసారి చప్పట్లు చరుస్తూ అన్నాడు, "పదండి, పదండి, త్వరగా బస్సెక్కండి. రాక్సల్‌మీదుగా జనకపురి మార్గం చాలా దూరం. ఆరోడ్డుమీద ప్రయాణం కొన్ని చోట్ల ప్రమాదకరం కూడా."

కొంతసేపటికి ప్రయాణికులందరూ బస్సులోకి చేరుకున్నారు. శాస్త్రిమహారాజ్‌తో వచ్చిన మున్ని ప్రయాణికుల పేర్లు, అడ్రసులు, పాస్‌పోర్టు నంబర్లు నోట్ చేసుకున్నాడు. రామాయణ మండలి బ్యానరుని డ్రైవరు, పనివాళ్లు కలిసి బస్సు ముందుభాగంలో గట్టిగా కట్టారు. అప్పుడే శీతాకాలపు వాతావరణం మొదలవ్వడంతో చల్లగాలి ప్రయాణికుల్లో ఉత్సాహాన్ని మరింతగా పెంచింది. సభా గాయకులు పారవశ్యంతో జనకుడి సామ్రాజ్యంలోని సంపదలని స్తుతిస్తూ గానం చేయసాగారు:

హరిత మనిన్హ కే పత్ర ఫల,
పదమరాగ కే ఫూల.
రచనా దేఖి బిచిత్ర అతి,
మను బిరంచి కర భూల.

(పచ్చలు పొదిగిన పళ్లు, ఆకులు, పద్మరాగ ఖచితమైన పూలు – ఇవన్నీ మనుషులు సృష్టించినవిగా లేవు. అవన్నీ భగవంతుడు స్వయంగా సృష్టించినవే)

కాషాయరంగు ధోతీ కుర్తా ధరించి కళ్లకి కాటుకతో పొడవాటి కేశాలతో చైనా గులాబీ అలంకరించుకున్న ప్రధాన సభాగాయకుడు జనకుడి సభలో పరశురాముడు సృష్టించిన కోలాహలాన్ని వివరించే పద్యాన్ని గానం చేశాడు :

చాప స్రువా సర ఆహుతి జానూ
కోపు మోర అతి ఘోర కృసానూ
సమిధి సేన చతురంగ సుహాఈ
మహా మహీ ప భఏ పసు ఆఈ
మైఁ ఎహిఁ పరసు కాటి బలి దీన్హే
సమర జగ్య జప కోటిన్హ కీన్హే

(నా ధనుస్సు త్యాగానికి అనుబంధం, బాణాలు ఆజ్యములు, నా కోపం మండుతున్న అగ్ని. చతురంగ బలాలు సమిధలు. మహారాజులు బలిపశువులు. వాళ్లని ఈ గొడ్డలితోటే నరికి బలిచేశాను. ఇలాంటి రణయజ్ఞాలని అసంఖ్యాకంగా చేశాను).

సన్యాసి హరినారాయణ్ చేతులు పైకి ఎత్తి ఆ పద్యాన్ని ఆపాల్సిందిగా కోరుతూ అన్నాడు : "మీరంతా జనకపురి గురించి నెమ్మది నెమ్మదిగా చాలా విషయాలు తెలుసుకుంటారు. తులసీదాసు జనకుడిని, అతని సామ్రాజ్యమైన జనకపురిని అంటే

మిథిలానగరాన్ని పూర్తిగా భక్తిభావంతో గానం చేశాడు కానీ వాల్మీకి కొంత సంయమనం పాటించాడు. జనకుడి రాజ్యాన్ని గురించి బాలకాండలోని డెభైఒకటవ సర్గలో ఇరవైనాలుగు శ్లోకాలలో కొంత మటుకే తెలుసుకున్నాం. జనకుడు తన కుమార్తెలతో పాటుగా అపరిమితంగా ధనాన్ని, కామధేనువుతో సమానమైన లక్షలకొద్దీ గోవులని, మిక్కిలి విలువైన పట్టుబట్టలు, బలిష్ఠమైన ఏనుగులని, అందమైన రథాలని కానుకగా ఇవ్వడంతో మిథిలానగరం లేక జనకపురి అయోధ్యకి ఏమాత్రం తక్కువ కాదన్న విషయం సుస్పష్టమే.

ఎలిజబెత్ పక్కన కూర్చున్న కమలాదేవి ఏమాత్రం నిగ్రహించుకోలేక అరిచినట్టుగా అంది : “ఫాదర్ బుల్కె చాలా స్పష్టంగా చెప్పాడు, మొత్తం బాలకాండ అర్థం పర్థంలేనిదని, వాల్మీకి అయోధ్యగురించి విస్తృతంగా వర్ణించాడని, అదే వాల్మీకి జనకుని మిథిలానగరాన్ని వర్ణించడంలో ఎందుకు మిన్నకుండిపోయాడు ? అది తీసి పారేయాల్సిందే తప్ప మరేమీ కాదు.”

బస్సులోని ప్రయాణికులందరూ అవును అవునంటూ తలలూపారు. శాస్త్రి మహారాజ్ చుట్టూ ఒకసారి చూసి అందరికీ వినిపించేలా బిగ్గరగా అన్నాడు : “శాంతి ! శాంతి ! బస్సు బయలుదేరబోతోంది. మనం జనకపురికి సీతారాముల వివాహమైన ఐదవ రోజుకి ముందురోజు చేరుకుంటాం.

నేను మీ అందరికీ ముందే చెప్పాను. రాక్సల్ మీదుగా బీర్‌గంజ్‌కి వెళ్లి అక్కణ్ణించి తిన్నగా జనకపురికి వెళ్తాం. మనం బీర్‌గంజ్ వెళ్లేసరికి రాత్రి ఎనిమిది అవుతుంది. అక్కడున్న సరిహద్దు ప్రాంతంలో భోజన ఏర్పాట్లు చేస్తారు. బీర్‌గంజ్‌లో చాలామంది గూర్ఖా భక్తులున్నారు. వాళ్లు పటాన్, బిరాత్‌నగర్, భట్‌గావ్ ఇంకా ఖాట్మండూ వరకు విస్తరించారు. వాస్తవానికి వాళ్లు రాజపుతానాకి చెందినవాళ్లు. వాళ్లు ముస్లింలకి భయపడి కుమయూన్ పర్వతాలమీదుగా ‘పల్పా’కి చేరుకున్నారు. నేపాల్‌లోని తూర్పు ప్రాంతంలో వారి గెలుపు చాలా ఆసక్తికరమైనది. మీకు ఇవన్నీ చదవడానికి పుస్తకాలలో దొరుకుతాయి. నేను మీకు చెప్పేవి కూడా పుస్తకాలలో చదివినవే.

వాళ్లు చాలా బలిష్ఠంగా వుంటారు - సాయుధ బలంలో వుండాల్సిన వాళ్లు. వాళ్లు చాలా ఆదరంగా వుంటారు. మీరు గూర్ఖారైఫిల్స్ గురించి వినే వుంటారు.”

"అవును, మేము విన్నాం, మేము విన్నాం" అన్నారంతా ఒకేసారి ముక్తకంఠంతో.

గూర్ఖారైఫిల్ రెజిమెంటుకి చెందిన సుబేదార్ భీంబహద్దూర్ కథ ఇది. యుద్ధంలో అతని చెవి ఒకటి బుల్లెట్ తగలడంతో ఛిద్రమైంది. అతను రిటైర్ అయిన తర్వాత వ్యాపారం చేసుకోవడానికి తన మాతృ భూమికి వచ్చాడు. టీ స్టాల్ పెట్టుకున్నాడు. కానీ ఆరునెలల్లోనే దివాలా తీశాడు. ఎందుకో మీకు తెలుసా ? కారణం ఏంటంటే – పొయ్యిమీద కెటిల్‌లో నీళ్లు మరుగుతూ వుంటాయి. కానీ భానుభక్త రామాయణం చదవడంలో పూర్తిగా నిమగ్నమైన ఆ రామ భక్తుడికి ఆ సంగతి తెలియదు. భక్తులు ముచ్చట్లాడుకుంటుంటారు వానర సేనలా ? అందరూ టీలు తాగేసి డబ్బులు ఇవ్వకుండా గ్లాసులు అక్కడ వుంచేసిన సంగతి శ్రీరాముడి భక్తుడైన సుబేదారు గ్రహించడు. అంతేకాదు, వాళ్లంతా డబ్బులివ్వడానికి విముఖంగా వుంటారు. ఆదరణీయంగా వుండే రామభక్తుడైన సుబేదార్ డబ్బులు ఇవ్వమని ఎలా అడగ్గలడు ?"

బస్సులోని ప్రయాణీకులు మనస్ఫూర్తిగా నవ్వారు. రామచంద్రుడి భక్తుడైన సుబేదారు ఒకసారి ఫాదర్ బుల్కెని కలవడానికి చిత్రకూట్ సదస్సుకి నడుముకి ఖుక్రీ (గూర్ఖాల కత్తి) కట్టుకుని నెత్తిమీద టోపీ పెట్టుకుని వచ్చాడు. సుబేదారు ఫాదర్ బుల్కె పాదాలపైన పడి అన్నాడు, "సైనికుడిగా వున్నప్పుడు నేను నా విధుల్ని నిర్వర్తిస్తున్నప్పుడు హత్యలు చేశాను. నేను శత్రు సేనలని నా స్వహస్తాలతో చంపాను. నా విధిలో భాగంగా అలాంటి పనులు చేసిన నాకు – నిష్కృతి లభిస్తుందా ఫాదర్ బుల్కె ? ఫాదర్ బుల్కె అతన్ని పైకి లేవదీసి గుండెలకి హత్తుకున్నాడు. కొంతకాలం తర్వాత ఆ సుబేదారు మరణించాడు. చివరి రోజుల్లో ఆ సుబేదారు ఎవరితోనూ మాట్లాడేవాడు కాదు. అడవులలో ఒంటరిగా తిరిగాడు."

రాంలీలా ట్రూపులోని నటుడు హనుమాన్ లేక దివాకర్ భట్టా గంభీరంగా మారిన ఆ క్షణాలని తేలికపరుస్తూ అన్నాడు : "మన తెల్ల దొరలు గూర్ఖా సిపాయిలని ఆటపట్టించేవాళ్లు. మొదటి ప్రపంచయుద్ధ సమయంలో ఓ గూర్ఖా యువతి ప్రఖ్యాత జనరల్ జాన్‌మోరిస్‌తో కలిసి పడుకోలేదా ?"

మరోసారి ప్రయాణీకులందరూ నవ్వుల్లో మునిగిపోయారు.

“సిపాయి తిరుగుబాటు ముందు తెల్లదొరలైన అధికారులు అందమైన గూర్ఖా అవివాహిత యువతుల్ని వాళ్ల అంత:పురాలలో వుంచుకుని ఆనందించేవాళ్లు. ఆసక్తికరమైన విషయం ఏంటో మీకు తెలుసా ? ఎప్పుడైతే తెల్ల జాతి స్త్రీలు పడవలు ఎక్కి తెల్లదొరల పక్కలు అలంకరించడానికి ఇండియాకి వచ్చారో అప్పటి నుంచి తెల్లదొరలు, భారతీయుల మధ్య సంబంధాలు చెదిరిపోయాయి.”

శాస్త్రిమహారాజ్ మరోసారి చేతులెత్తి అందరినీ నిశ్శబ్దంగా వుండాల్సిందిగా సూచిస్తూ అన్నాడు : “తరై ప్రాంతం నుంచి ప్రతీ ఒక్కరూ సీతారాముల వివాహమైన ఐదవ రోజు ఉత్సవానికి తరలివస్తారు. ‘సెపాన్గ్’ ఇంకా కుషాణులతోపాటు దక్షిణ గూర్ఖా ప్రాంత వాసులుకూడా వస్తారు. వాళ్లు సీతాదేవి కుటుంబ వారసులుగా చెప్పుకోవడానికి గర్వపడతారు. మీకు తెలుసా వాళ్లు ఏమంటారో ? సీత కొంత కాలంపాటు అయోధ్యనించి బహిష్కరింపబడిన తర్వాత గండకీ నదీ తీరంలో గడిపిన విషయం సుస్పష్టమే. అక్కడ ఆమె ఓ బిడ్డకి జన్మనిచ్చింది. అతనికి లహరి అని పేరు పెట్టింది. ఆ పిల్లాడిని ఉయ్యాలలో వుంచి ఆమె నీళ్లు తెచ్చుకోవడం, వంట చేసుకోవడం లాంటి పనులు చేసుకునేది. అవకాశం వచ్చినప్పుడల్లా ఆ పిల్లాడు కోతులతో తిరిగేవాడు. వాల్మీకి మహాముని అప్పుడప్పుడు ఆ పిల్లాడ్ని చూస్తుండేవాడు.”

“కోతులతో స్నేహమా ?” అంటూ ప్రభుపాద మరోసారి వికటాట్టహాసం చేశాడు.

శాస్త్రిమహారాజ్ అవేమీ పట్టించుకోకుండా చెప్పసాగాడు – “వినండి. ఒకసారి వాల్మీకి మహాముని కుటీరంలోకి వచ్చి చూస్తే సీతగాని ఆమె కొడుకుగాని కనిపించలేదు. ఆ పిల్లాడిని ఏ జంతువైనా తినేసిందేమోనని ఆ ముని భయపడి తన యోగశక్తితో ‘కుశ’ అనే గడ్డిపోచతో అదే రూపంలో వున్న పిల్లాడిని సృష్టించి ఉయ్యాలలో పడుకోబెట్టాడు. కొంతసేపటికి లహరితో సీత తిరిగొచ్చింది. వాల్మీకి తన కుటీరం ముందు నిలబడి వుండడం చూసింది. అతనితోపాటు లహరిలాగే వున్న మరో పిల్లాడిని కూడా చూసింది.

వాల్మీకి జరిగిన అద్భుతాన్ని అర్థం చేసుకుని ఆ ఇద్దరి పిల్లల ఆలనాపాలనా చూడాల్సిందిగా సీతకి సూచించాడు. కుశ అనబడే గడ్డిపోచతో సృష్టించబడిన బాలుడికి ‘కుశరి’ అని నామకరణం చేశాడు. నేపాల్‌లోని లహరి వారసులు సెపాంగులు,

కుశరి వారసులు కుషానులు. ఈ విధంగా వాళ్లు సీతారాముల సంతతివారిగా పిలవబడ్డారు."

రాంలీలా ట్రూపులోని ఓ నటుడు అన్నాడు : "అవును, లహరి ఇంకా కుశరి గురించి మాకు అన్నీ తెలుసు. మా రాంలీలా ట్రూపు తరై ప్రాంతంలో ప్రదర్శన ఇవ్వడానికి వెళ్లినపుడు అక్కడ వాళ్ల పరిస్థితి చాలా దయనీయంగా వుంది. అందరూ కూలీలే. అందులో చాలామంది పౌష్టికాహార లోపంతో టి.బి. వ్యాధితో బాధపడ్డారు. వాళ్లు విపరీతమైన దగ్గుతో బాధపడి మరణించారు. సీతారాముల వారసుల గురించి అంతా మాకు తెలుసు."

శాస్త్రిమహరాజ్ మరోసారి చేతులు పైకెత్తి అన్నాడు : "వినండి, ఆ భగవంతుడు అంతా గమనిస్తున్నాడు. ఎవరి దేహాలనించి ఆ భగవంతుడు దుస్తుల్ని లాగేశాడో వాళ్లందరికీ ఆ భగవంతుడు మళ్లీ కొత్త దుస్తులు ప్రసాదిస్తాడు. మార్గం ఒక్కటే గుర్తించాల్సివుంది. మన దేహాలని ఛిద్రం చేస్తున్న మార్గాలని మనం అన్వేషించాలి. వైదేహి నగరమైన జనకపురిలో వున్న మరోజాతి మనుషుల గురించి మీకు తెలుసా?

ఆసక్తి గొలిపే విషయమేమిటంటే 'తరూరు' అనబడేవాళ్లు నేపాల్‌లో పురాతన స్థానికులు. వాళ్లు చిత్తోడ్‌లోని 'రాణా' వంశీయులయ్యుంటారు. వీళ్లు రామ రావణ యుద్ధంలో పాల్గొన్నారన్న విషయం చాలా ఆసక్తికరమైనది. యుద్ధంలో రక్తం ఏరులై పారినపుడు వాళ్లు భయపడి యుద్ధ భూమినుంచి పారిపోయారు. ఎగతాళి చేసే జనాలనించి తప్పించుకోవడానికి వాళ్లు నేపాల్‌లోని అడవిలో ఆశ్రయం పొందారు. వాళ్లని 'తర్రార్' లని అంటారు. లేక కంపించిపోయిన వాళ్లుగా అంటారు. ఎందుకంటే వాళ్లు యుద్ధభూమినుంచి భయపడి పారిపోయివచ్చారు."

మరోసారి బస్సులోని ప్రయాణికులు విరగబడి నవ్వారు.

రాంలీలా ట్రూపుకి చెందిన నటుడు మరోసారి అన్నాడు : "నిజమే మాకు తెలుసు. మేమంతా గతసంవత్సరం అక్కడికి ప్రదర్శన కోసం వెళ్లాము. వాళ్లు తరై ప్రాంతవాసులు. తర్వాత, తరూరుకి చెందిన మనుషులు తరచూ యుద్ధాలలో పాల్గొనడం వల్ల మరణించారు. స్త్రీలు రాజపుత్ర పురుషులతో బలవంతంగా జీవించేలా చేశారు. అందువల్లే తరూర్‌స్త్రీలు ఒక్కొక్కరూ 'పోటేశ్వరి' మగవాళ్లు 'బన్‌మనుష్'.

మరోసారి ప్రయాణికులు విరగబడి నవ్వారు.

ఈలోగా బస్సు డ్రైవరు హారన్ మోగించాడు. లేదు, ఎవరూ లేరు. అందరూ బస్సు ఎక్కారు. ఇంత పెద్ద బస్సులో కొన్ని సీట్లు మాత్రమే మిగిలాయి. మహారాజ్‌ని సదా నీడలా అంటిపెట్టుకుని వుండే సన్యాసి హరినారాయణ్ తన సంచీలోంచి శంఖాన్ని తీసి వినసొంపుగా వూదాడు.

అందరూ ఏక కంఠంతో అరిచారు : "రఘువంశికి జయము జయము. రఘువంశికి జయము జయము."

శాస్త్రి మహారాజ్ మళ్లీ చేతులు పైకెత్తి నెమ్మదిగా పాడాడు :

నీలాంబుజ శ్యామల కోమలాంగం
సీతా సమారోపిత వామ భాగమ్
పాణౌ మహాసాయక చారుచాపం
నమామిరామం రఘువంశ నాథమ్.

(నీలాంబుజంలా శ్యామలం, అతి కోమలమైన శరీరం గలవాడును, వామాంకమున సీతాదేవితో శోభిల్లుచుండు వాడును, అమోఘమైన ధనుర్బాణాలని చేతబట్టిన వాడును అయిన రఘువంశ ప్రభువైన శ్రీరామచంద్రుడికి నేను నమస్కరిస్తున్నాను)

అదే సమయంలో బస్సు బయలుదేరింది. అందరూ రామచంద్రునికి జయము జయము అన్న నినాదానాలతో వాళ్ల వాళ్ల సీట్లలో తలలు వెనక్కి ఆన్చుకొని కూర్చున్నారు.

రెండు వైపులా దట్టమైన అరణ్యంలోంచి బస్సు సాగుతోంది. కిటికీలోంచి తలలు బైటపెట్టి కూర్చున్నవాళ్ల తలలని మర్రిచెట్టు ఆకు గుబుర్లు తగులుతున్నాయి. బస్సు ముందుకు కదుల్తోంది. అందరూ కిటికీలోంచి బయట కనిపిస్తున్న అందమైన ప్రకృతి దృశ్యాలని చూసి సంతృప్తి చెందుతున్నారు. అక్కడక్కడా విరగబూసిన సంపెంగలు, కలువపూలు కనిపిస్తున్నాయి. ఈ మార్గం లంకలోని అశోకవాటికని తలపిస్తోంది. అవును, నిజమే. ఇది వాల్మీకి వర్ణించిన దారిలాగే వుంది – దారిలో అలంకరించబడ్డ మద్దిచెట్లు, అందమైన అశోక వృక్షాలు, మధురమైన కోతిమామిడిచెట్లు ఇంకా కోతి ముఖాలని తలపించే పుష్పాలు, రోడ్డు కిరువైపులా పెద్ద పెద్ద తోకలున్న కోతులు అన్ని వైపులా గంతులేస్తున్నాయి – సాక్షాత్ హనుమాన్ అశోకవాటికలోకి దిగివచ్చినట్టుగా అక్కడున్న చెట్లన్నీ చిందరవందరగా కనిపిస్తున్నాయి – హనుమాన్

తోకతోను, చేతులతోను, కాళ్లతోను మర్దించినట్లుగా – వాల్మీకి వర్ణించిన విధంగా – ప్రియుడి శృంగార చేష్టలతో నలిగినదై, చెదిరిన జుట్టుతో పెదాలపైన ముద్దులతోను, గోళ్లతో రక్కడం వల్ల గాయపడ్డట్టుగాను అప్పుడప్పుడు పర్వతాల పక్కనించి కిందికి పారుతున్న సెలయేర్లు కనిపిస్తున్నాయి.

కొండనించి కిందికి ప్రవహిస్తున్న నదిని ప్రేమికుల్లా వాల్మీకి వర్ణించాడు. ఆ నది కోపంతో ప్రియురాలు ప్రియుడి ఒడినుంచి తటాలున దిగిపోయి భూమిపైన నిద్రిస్తున్నట్లుగా వుంది. కోపంగావున్న ఆ ప్రియురాలిని తమ చేతులతో అడ్డగించి వారిస్తున్న ప్రియ బంధువుల్లా నదీ తీరంలో వున్న చెట్ల కొమ్మలు నీళ్లని తాకేలా వంగి ప్రవాహాన్ని అడ్డగిస్తున్నాయా అన్నట్లుగా శోభిల్లుతున్నాయి. ఇదంతా వాల్మీకి వర్ణన; కానీ ఇప్పుడు అలాంటి దృశ్యమే రోడ్డుకిరువైపులా కనిపిస్తోంది.

రెండు గంటలు గడిచాయి. ముందు కూర్చున్న కమలాదేవి అకస్మాత్తుగా తన సీట్లోంచి లేచి వెనకాల జడలు కట్టిన జుట్టుతో వున్న సన్యాసి పక్కన వున్న ఖాళీ సీట్లోకి వెళ్లి కూలబడింది. జేబురుమాలుతో ముఖం తుడుచుకుంటూ ఆమె అంది "ఎంత తుంటరిపిల్లాడు, చూడు వాడేం చేశాడో అంటూ జటాధారిని చూడాల్సిందిగా గిచ్చి గీకింది."

జటాధారి అన్నాడు, "అవును, నాకు అన్నీ తెలుసు. భారతదేశ పౌరసత్వం కోసం ఇటూ అటూ అసంతృప్తితో తిరుగుతున్న ఎలిజబెత్ రాక్షసి పిల్లాడేనా ? నీకు తెలుసా. ఒకసారి వాడు మధురలో జడలు కట్టిన నా వెంట్రుకల ముడిని విప్పేశాడు. అగ్గిపుల్లగీసి అంటించే ప్రయత్నం చేశాడు." అంటూ జటాధారి గట్టిగా నవ్వాడు. జటాధారి ఒక్కక్షణం ఆగి మళ్లీ చెప్పసాగాడు : "చూడు ఆ తల్లికి ఆ పిల్లాడంటే పంచప్రాణాలు. వాడి వెకిలి చేష్టలని గమనించినా ఆమె నవ్వుతూ నాబాబే, నాతండ్రే, నా నాయనే అంటూ ముద్దు చేస్తూనే వుంటుంది. కమలాదేవీ, ఈసారి నువ్వు మాధవానందతో ఏదో ఒకటి తేల్చుకోవాల్సిందే. నీకా వయస్సు పెరుగుతోంది. ఇంకా ఎంతో జీవితం మిగిలివుంది. సంసార జీవితంలో స్థిరపడే ఈ వయస్సు గనక దాటిపోతే నువ్వు మండలిలో సన్యాసినిగా ఉండిపోవాల్సి వస్తుంది. ఇక మాధవానంద అంటావా, అతను ఇంకా సన్యాసం స్వీకరించలేదు. అతను గనక సన్యాసం తీసుకుంటే తిన్నగా హిమాలయాలకి వెళ్లిపోతాడు."

కమలాదేవి జటాధారి వైపు చూస్తూ "చెప్పండి, నేనేం చెయ్యాలి ? నన్నేం చేయమంటారో చెప్పండి" అంది.

జటాధారి కొంచెం సేపు మౌనం వహించాడు. ఆ తర్వాత అతను తన అతుకుల సంచీవైపు వేలు చూపిస్తూ అన్నాడు: "ఈ సంచీలో చాలా అద్భుతమైన వస్తువులున్నాయి. నీకు తెలుసుగా బస్సు దిగగానే భక్తులు నన్ను ఎలా చుట్టుముడ్తారో - వాళ్లకి తాయెత్తులు కావాలి. వాళ్ల జాతకాలు చెప్పాలి. వాళ్ల చేతులు చూడాలి. నేను ఈ విధంగా చేసి కొన్ని రూపాయలు సంపాదించుకుంటాను, గంజాయి కోసం ఇంకా మద్యం కోసం. ఈసారి నేను పూర్తిగా పేద దేశానికి వస్తున్నాను, ప్రపంచం మొత్తంమీద ఉన్న ఏకైక హిందూదేశం. ఈ దేశంలో నేనేమైనా సంపాదించగలనో లేదో అనుమానమే. కానీ ఈసారి నేను రాసిన మంత్రాల పుస్తకం తీసుకు వస్తున్నాను."

"మంత్రాల పుస్తకమా ?"

జడలు గట్టిన జుట్టుతో వున్న సన్యాసి కమలాదేవి వైపు వంగి ఆమె చెవిలో గుసగుసలాడాడు, "ఈసారి నాదగ్గర వశం చేసుకునే మంత్రాలున్నాయి. వాటిని నేను నేపాల్‌లో కనుగొన్నాను. వివిధ మంత్రాలు, మహాయానం ఉపాసన సర్వజ్ఞులు కనిపెట్టినవి. నీవు ఎరగవు."

"అయితే ?"

"అయితే ఏంటి ? నేను నిన్ను గత పన్నెండేళ్లనించి చూస్తున్నాను. నీ బాధల్ని చూస్తూకూడా నేను మౌనంగా ఎలావుండగలను ? నువ్వు తప్పకుండా మాధవానందపైన గెలుపు సాధిస్తావు. మాధవానంద నీవాడవుతాడు. ఇదే ఆఖరి ప్రయత్నం."

కమల గుండె వేగంగా కొట్టుకుంది. ఆమె తనలో తాను గొణుక్కుంది : "నేను ఈ వశం చేసుకునే మంత్రం పెట్టించి మాధవానందపైన విజయం సాధించగలనా ? వశం చేసుకోవడం ? ఆహా ! ఆహా !".

పదేహేనవ అధ్యాయం

ప్రతికూల అవరోధాలు

నెమ్మది నెమ్మదిగా చీకట్లు ముసురుకుంటున్నాయి. సరిగ్గా అప్పుడే ముందు కూర్చున్న ప్రయాణికులలో కలకలం. శివసింధు ట్రస్టుకి చెందిన విద్యార్థుల గుంపు మూకుమ్మడిగా అరిచారు : "బస్సాపండి, బస్సాపండి."

శాస్త్రిమహారాజ్ సీట్లోంచి లేచి "ఏమైంది. ఏమైంది ? ఏం జరుగుతోంది"? అని అడిగాడు.

ముగ్గురు విద్యార్థులు ముక్త కంఠంతో అరిచారు : "మనం దారి తప్పాం. ఇది రాక్సల్ దారికాదు. ఈరోడ్డు బాగుండదు. ఈ రోడ్డుపైన వెళ్తే మనం బీర్‌గంజ్ వెళ్లలేము."

శాస్త్రిమహారాజ్ బస్సు ఆపాల్సిందిగా డ్రైవర్‌కి చెప్పాడు.

డ్రైవరు బ్రేకు వేసి బస్సు ఆపాడు. బస్సుని ఆపమన్నందుకు అతను కోపంగా అమాంతం బస్సు నుండి కిందకి దూకాడు.

పూర్తిగా ముడతలు పడ్డ మొహం. చెంపలూ బుగ్గలూ లోపలికి నొక్కుకుపోయి ఖాకీ దుస్తుల్లో వున్నాడతను. మెడదాకా ఉంగరాల జుట్టు. "ఎవరన్నారు, నేను బీర్‌గంజ్‌కి వెళ్తున్నానని ?" అంటూ గట్టిగా అరిచాడు కిందకి దిగిన డ్రైవరు.

"బీర్‌గంజ్ కాకపోతే మరెక్కడికి ?" అంటూ ఉద్విగ్నంగా అరిచారు బస్సులోని ప్రయాణికులు.

డ్రైవరు చికాకు ప్రదర్శిస్తూ అహంకారంతో అన్నాడు, "అయితే గియితేలు వద్దు. నేను వినను. నేను సీతామర్హి ద్వారా వెళ్తాను. నా పర్మిట్టు సీతామర్హి వరకే చెల్లుతుంది."

శాస్త్రిమహారాజ్ అస్థిమితంగా లేచి నిలబడ్డాడు. అతను బస్సు దిగి చిరాకు పడ్డ డ్రైవరు భుజాలమీద చేతులు వేస్తూ "చూడు బ్రదర్, ఇది 1989 వ సంవత్సరం. మన దేశానికీ నేపాల్‌కీ మధ్యన సంబంధాలు సరిగాలేవు. ఇండియా, నేపాల్ మధ్య వ్యాపార ఒడంబడికలో ప్రతిబంధకాలు ఏర్పడ్డాయి. సీతామర్హి దారి మూసేశారు. కేవలం రాక్సల్ – బీర్‌గంజ్ మార్గమే తీసివుంది – సీతామర్హి దారి మూసేశారు" అన్నాడు సాధ్యమైనంత సౌమ్యంగా.

"సీతామర్హి దారి మూసేశారా ?" అంటూ కోపంగా వున్న డ్రైవరు "నేనేమీ వినదల్చుకోలేదు. సీతామర్హి ద్వారా వెళ్లడానికి మాత్రమే నా పర్మిట్ చెల్లుతుంది" అన్నాడు.

శాస్త్రిమహారాజ్ శాంత స్వభావంతో మరోసారి అన్నాడు : "సీతామర్హి ద్వారా మనం ఎలా వెళ్లగలం ? సరిహద్దు ప్రాంతంలోని వంతెన పడిపోయింది. అంతేకాక ఇమిగ్రేషన్‌కి, కస్టమ్స్ క్లియరెన్స్‌కి ఏర్పాట్లు లేవు. మన దగ్గర ఫ్రెంచ్, రష్యన్ ఇంకా బ్రిటన్ ప్రయాణికులు వున్నారు. వాళ్లని ఏం చెయ్యాలి ?"

సరిహద్దులో వంతెన పడిపోయిందా ? ఏంటిదంతా ?" అంటూ ఇదంతా ఇరుదేశాల మధ్య వ్యాపార ఒప్పందాలు ఆగిపోయినందుకేనా ?" అంటూ గట్టిగా అరిచారు ప్రయాణికులు.

"అవును. అందుకే ఇండియా, నేపాల్ మధ్యన ఉండే వ్యాపార ఒడంబడికని నిలిపేశారు. బస్సు వెళ్లడానికి లేదు. బోర్డర్ సెక్యూరిటీ ఫోర్స్‌కి చెందిన గార్డులు బస్సు స్వాధీనం చేసుకుంటారు. మనం ఏదో రకంగా ఆగిపోయినా మన విదేశీ ప్రతినిధులు ఇబ్బందుల్లో పడతారు."

ప్రయాణికులందరూ భయంతో బస్సు దిగేశారు.

డ్రైవరు కఠినంగాను మొరటుగాను అన్నాడు : "ఎట్టి పరిస్థితుల్లోను నేనిప్పుడు బీర్‌గంజ్ మీదుగా బస్సుని తీసుకువెళ్లలేను. నా పర్మిట్ కేవలం సీతామర్హి వరకే."

శాస్త్రిమహారాజ్ మరోసారి అతని భుజాలపైన చేతులుంచుతూ "బస్సుని వెనక్కి తిప్పు. చాలా ఆలస్యమవుతోంది. మనం సీతామర్హి ద్వారా ఎలాంటి పరిస్థితులలోనూ వెళ్లలేము." అంటూ అతనికి నచ్చజెప్పే ప్రయత్నం చేశాడు.

శాస్త్రిమహారాజ్‌ని "ఆగండి ఆగండి" అంటూ ఆ కోపిష్టి డ్రైవరు "నా పర్మిట్‌లో సీతామర్హి అని రాసివుంది. ఇదిగో పర్మిట్..." అంటూ అతను బస్సు దగ్గరకెళ్లి తన సీటుపైకి ఒక్క గెంతుతో ఎగిరి ఓ సంచీలోంచి పర్మిట్ తీసి గాల్లో వూపాడు.

హనుమాన్‌లా నటించే భట్టారాయ్ డ్రైవరుని ముందునుంచీ గమనిస్తున్నాడు. డ్రైవరు శాస్త్రిమహారాజ్ మొహంకేసి పర్మిట్‌ని గాల్లో వూపుతుండగా అతను ఒక్కవూపున డ్రైవరు భుజాలపైకి దూకి అతన్ని వణికించాడు. అతను ఆ వ్యక్తిని వణికించేలోపే ఆ డ్రైవరు కింద పడిపోయాడు.

శాస్త్రిమహారాజ్ గబగబా ముందుకు వెళ్లి డ్రైవర్‌ని పైకి లేపుతూ "ఏంటి నువ్వు చేస్తున్నపని భట్టారాయ్, ఏం చేస్తున్నావు? అతని పర్మిట్‌ని ఒకసారి చూడు" అన్నాడు.

డ్రైవరు పైకి లేచి నిలదొక్కుకుంటూ అన్నాడు : "మీరు వచ్చేది రాముడి దర్శనానికి. అయినా గూండాగిరీ చేస్తున్నారు..."

"నోటిని అదుపులో పెట్టుకో" అంటూ "మాకు రూల్స్ నేర్పుతున్నావా !" తిరగబడ్డాడు భట్టారాయ్.

"రండి, మీ అందరి సంగతి చూస్కుంటా" అంటూ డ్రైవరు భట్టారాయ్ మీదకి వెళ్లబోతుండగా శాస్త్రిమహారాజ్ నిలువరించడంతో డ్రైవరు ఆగిపోయాడు. శాస్త్రిమహారాజ్ బట్టలు దులుపుకున్నాడు.

ఒకరొకరుగా అందరూ అతని పర్మిట్‌ని చదివారు. చీకట్లు ముసురు కుంటుండంతో శాస్త్రిమహారాజ్ టార్చ్ లైటు వెలుగులో దాన్ని చదివాడు. "ఇందులో డ్రైవరు తప్పు ఏమీ లేదు. పర్మిట్‌మీద గవర్నమెంటు స్టాంపు కూడా వుంది. అధికారులు ఎక్కడో చిన్న పొరపాటు చేసి వుంటారు. అధికారులు పొరపాటు చేశారు."

"కేంద్రంలో రక్షణశాఖలో మార్పులు చోటుచేసుకున్నాయి. పరిపాలన జనతాపార్టీ చేతుల్లోకి వెళ్లింది. సరిహద్దులోని గేట్లు తెరిచే వుంటారు " అన్నారు శివసింధు ట్రస్టు విద్యార్థులు.

ఈసారి అందరూ మూకుమ్మడిగా అన్నారు : "ఇప్పుడు మనం ఏ మార్గంలోనైనా ప్రయాణించవచ్చు. ఏ మార్గమైనా ఫరవాలేదు. సీతామర్హి గాని, గోరఖ్‌పూర్‌గాని, బీర్‌గంజ్ వగైరా వగైరా."

మూడు గంటలకి పైగా బస్సులో ప్రయాణించిన వాళ్లలో కొత్త ఉత్సాహం కనిపించింది.

ఇంతలో ఎలిజబెత్ అరుపులకి అందరూ ఒక్కసారిగా ఉలిక్కిపడ్డారు : "పాల్ ! పాల్ ఎక్కడికెళ్లాడు ? ఇప్పటి దాకా బస్సులోనే వున్నాడు ?"

బస్సులోని ప్రయాణికులు అందరూ కిందకి దిగి ఆవైపు ఈవైపు పిల్లాడికోసం వెతకడం మొదలుపెట్టారు.

"ఓహ్ లేదు. బాగా వెతకండి. దగ్గర్లోనే ఎక్కడో వుంటాడు."

ఇది మృగాలు వుండే దట్టమైన అడవి. పట్టుకోలేనప్పుడు పిల్లాడిని ఎందుకు తీసుకురావాలి ?" అంటూ గొణిగారు రాంలీలా ట్రూపులోని నటులు.

ఎలిజబెత్ బస్సు దిగి రోడ్డు పక్కనే వున్న అడవిలోకి వెళ్లడానికి ప్రయత్నించింది. మైఖేల్ కప్ ఆమెని ఆపే ప్రయత్నం చేశాడు. సరిగ్గా అప్పుడే 'భమ్ శివా భమ్ శివా' అనుకుంటూ భుజాన వేసుకున్న పిల్లాడితో అడవిలోంచి రోడ్డుపైకి వచ్చాడు జటాధారి. అందరూ బస్సు ఎక్కారు. ఎలిజబెత్ హైన్ కళ్లు తుడుచుకుంటూ చేతులు జోడించి అందరిని మన్నించమని వేడుకుంటూ అంది : " నా కొడుకు ప్రభువు శ్రీరామ చంద్రుని ఛత్ర ఛాయలో వుంటే ఆశీర్వాదాలుంటాయి. వీడిని నేను పట్టుకోలేకుండా వున్నాను."

శాస్త్రిమహారాజ్ ఎలిజబెత్‌ని సాంత్వనపరుస్తూ ఊరడించాడు. అయినా కొంత సేపటివరకు వెక్కిళ్లు పెడుతూనే వుంది ఎలిజబెత్.

బస్సు కదిలింది. ఆలస్యమైనందుకు డ్రైవరు గొణుక్కుంటూ బస్సుని యధాతథంగా పోనిస్తున్నాడు.

రోడ్డంతా గతుకులతో అధ్వాన్నంగా వుంది. దానికి తోడు బండలు, దుంగలు, రెమ్మలు ఇంకా పనికిరాని చెత్తా చెదారం రోడ్డుమీద పడేశారు. ఇండో - నేపాల్ ఫ్రెండ్‌షిప్ ట్రీటీని ఇది కడు దీనంగా ప్రతిబింబిస్తోంది.

బస్సు సడెన్ బ్రేక్‌తో ఆగింది. ప్రయాణికులు ఎవరూ ఆ కుదుపుకి పడిపోలేదు.

ఎలిజబెత్ హైన్ పిల్లాడిని ఒడిలో గట్టిగా పట్టుకుంది. అందరూ సంచుల్లోంచి టార్చ్‌లైట్లని తీసుకుని ఆ వెలుగులో చుట్టూ చూశారు. కోపిష్టి డ్రైవరు, ఖాకీ నిక్కరుతో వున్న అతని సహాయకుడు బస్సుదిగి రోడ్డు మధ్యన వున్న దుంగల్ని పక్కకి లాగసాగారు.

టార్చ్‌లైటు వెలుగులో కొద్దిగా ముందుకి వెళ్లిన డ్రైవరు సంతోషంతో అన్నాడు : "మనం దగ్గర దగ్గరగా సీతామర్హి వచ్చినట్లే. ఇంకెంతో దూరంలేదు."

ప్రయాణికులంతా ఉపశమనంగా ఊపిరి పీల్చుకున్నారు. బస్సులోంచి దిగిన ప్రయాణికులు వెంటనే బస్సు ఎక్కి వాళ్ల వాళ్ల సీట్లలో కూర్చున్నారు.

ఈలోపల జర్మన్ స్కాలర్ కప్ రోజ్‌మేరీని స్నేహపూర్వకంగా మాటల్లో పెట్టాలని తన సీట్లోంచి లేచి రోజ్‌మేరీ పక్కకి వచ్చి కూర్చున్నాడు.

బస్సు ఓ చీకటి గుహలోంచి వెళ్తోంది. నిజమే, సీతామర్హి ఎక్కువ దూరంలేదు.

సభా గాయకులు తులసీదాసు పద్యాలని గానం చేయసాగారు :

రామ అనంత అనంత గునానీ
జన్మ కర్మ అనంత నామానీ
జలసీకర మహిరజ గని జాహీఁ
రఘుపతి చరిత న బరణి సిరాహీఁ

(శ్రీరామ చంద్రుడు అనంతుడు. అలాగే ఆయన గుణాలు అనంతం. ఆయన జన్మలు, కర్మలు నామాలు అనంతం. ఈ భూమండలంలోని ధూళికణాలని లెక్కపెట్టవచ్చేమో కానీ రామచంద్రుడి గుణగణాలని లెక్కపెట్టడం అనితర సాధ్యం)

సిర జటా ముకుట ప్రసూన బిచ బిచ అతి మనోహర రాజహీఁ
జను నీలగిరి పర తడిత పటల
సమేత ఉడుగన భ్రాజహీఁ
భుజదండ సర కోదండ ఫేరత
రుధిర కన తన అతి బనే
జను రాయ మునీఁ తమాల పర బైరీఁ
బిపుల సుఖ ఆపనే.

(శ్రీరామ చంద్రుడు శిరస్సుపైన జటామకుటం ధరించాడు. ఈ జటామకుటం పూలతో అలంకరించబడివుంది. అది నక్షత్ర శోభలలాగా, విద్యుల్లతా ప్రభలలాగా, నీలగిరి శోభలలాగా అత్యంత మనోహర శోభలని విరజిమ్ముతోంది. అతను ధనుర్ధారి అయిన శ్రీరాముడు. అతని మేనిపై గల రక్త బిందువులు తమాల వృక్షంమీద నిశ్చలంగా హాయిగా కూర్చునివున్న పక్షుల్లా మనోజ్ఞంగా అలరారుతున్నాయి)

డ్రైవరూ అతని సహాయకుడూ పళ్లు పటపట కొరుకుతూ కోరస్‌గా అరిచారు : "మాట్లాడకండి. పాటలు ఆపండి. రోడ్డు సరిగాలేదు. రోడ్డుకి అడ్డంగా బండలున్నాయి. దిగండి – బండల్ని తీయండి."

మరోసారి బస్సు ఆగింది. వెన్నెల రాత్రి. ఒక్కొక్కరే బస్సు దిగారు. మిణుగురు పురుగులు రోడ్డుకిరువైపులా వున్న అడవిలో చీకటిని మరింత చిక్కబరుస్తున్నాయి. వెన్నెల అంతటా పరుచుకోలేదు. జేబుల్లోంచి టార్చ్‌లైట్లు తీసి ఆ వెలుగులో రోడ్డు మధ్య ఎవరో పడేసిన పెద్ద చెట్టు బోదెని చూశారు. దాని వేరు చచ్చిపోయిన జంతు కళేబరంలా వుంది.

ఎలిజబెత్ తన ఒడిలో పిల్లాడిని పట్టుకుని దిగడానికి ప్రయత్నించింది. కానీ అందరూ "వద్దు, దిగొద్దు. నువ్వు దిగాల్సిన అవసరంలేదు. మేమంతా వున్నాం కదా" అనడంతో ఆగిపోయింది.

హనుమాన్ అలియాస్ భట్టారాయ్ ఆ చెట్టు బోదె దగ్గరకి ఒక్క గెంతు గెంతి దాన్ని భుజంపైకి ఎత్తి రోడ్డు పక్కగా పడేశాడు. అందరూ ఆశ్చర్యపోయారు.

రాంలీలా ట్రూపు నటులు అత్యుత్సాహంతో అరిచారు : "సంకటమోచన హనుమాన్‌కీ జై".

ప్రయాణికులందరూ బస్సు ఎక్కి ఎవరి సీట్లలో వాళ్లు కూర్చున్నారు. భారత పర్యాటకులు అలాంటి విషయాల పట్ల హైరానా పడరు. కానీ విదేశీ పర్యాటకులు నిజంగా చాలా ఆశ్చర్యపోయారు. వాళ్లకి ఇదంతా వింతగా వుంది.

బస్సు నెమ్మదిగా సాగుతోంది. కొన్నిచోట్ల అక్కడక్కడా బస్సు ఆపాల్సివస్తోంది. అందరిలోనూ ఒకటే ఆలోచన. సభాగాయకులు పాటలు పాడడం ఆపేశారు. అందరి గొంతులో ఒకటే మాట ఇరుక్కుపోయింది – 'సీతామర్హి'.

సీతామర్హి చేరుకోవడం నిజంగా సాధ్యమేనా ?

అది వెన్నెల రాత్రే అయినా రోడ్డు సాఫీగా వుందో లేదో సరిగ్గా కనిపించడంలేదు. అందరూ కిటికీల్లోంచి తొంగి చూస్తున్నారు. చంద్రుని వెన్నెల, నీడ ఒకదానితో ఒకటి చేతిలో చేయి వేసుకున్నట్టగా వున్నాయి. రోడ్డు కిరువైపులా వున్న అడవులు ఫ్లోరల్ డిజైన్లతో కూడిన పాము చర్మంతో చుట్టబడినట్టుగా వున్నాయి. కొన్ని చోట్ల నక్కల ఊళలు వినిపిస్తున్నాయి. నిశాచర పక్షులు రెక్కలల్లార్చుడం కూడా వినిపిస్తోంది.

వెన్నెల రాత్రిలో సమంగాలేని ఈ రోడ్డు ఫ్లోరల్ డిజైన్‌తో వున్న పాములా రూపాంతరం చెందినట్టుగా కనిపిస్తోంది.

కొంత దూరం వెళ్లిన తర్వాత బస్సు ఓ వంతెన దగ్గర ఆగింది. డ్రైవరు, సహాయకుడు కిందకి దూకి బ్రిడ్జి దగ్గర నిలబడ్డారు. బ్రిడ్జిపైన వున్న గుడ్లగూబ ఒకటి రెక్కలు కొట్టుకుంటూ ఎగిరిపోయింది.

"ఈ వంతెన దాటడం అసాధ్యం" అన్నారు వాళ్లిద్దరూ బిగ్గరగా.

బస్సు ఈ వంతెన దాటిపోలేదు. అయ్యో లేదు ! ఇదేంపీడ ! ఇప్పుడెలా?"

సభాగాయకుడు ఒకడు బిగ్గరగా పాడాడు :

మామరలోకయ పంకజలోచన
కృపాబిలోకని శోక బిమోచన
నీల తామరస స్యామ కామ అరి
హృదయ కంజ మకరంద మధుపహారి

(ఇక్కట్లు తొలగించే ఓ కమలలోచనుడా, మామీద నీ చూపు నిలుపు. నీల కమలంలా నువ్వు నిత్యనూతనుడివి. నువ్వు శంకరుని హృదయ కమలంపైన విహరించే తేనెటీగవి)

చాలామంది ప్రయాణికులు దశరథకుమారుని, సూర్యవంశిని స్తుతిస్తూ బస్సులోంచి కిందకి దిగారు. ఈలోపల ఎలిజబెత్ కొడుకు ఆమె భుజంమీద తల ఆన్చి నిద్రపోయాడు. ఈసారి ఆమె బస్సు దిగలేదు.

"బ్రిడ్జి విరిగింది" అంటూ డ్రైవరు గట్టిగా అరిచాడు.

సరిగ్గా అప్పుడే పొడవాటి కోటు, మందపాటి పెద్ద పెద్ద బూట్లతోవున్న ఇద్దరు పోలీసులు బ్రిడ్జి అవతలివైపు గుడారంలోంచి బైటకి వచ్చారు. బ్రిడ్జి అవతలవైపు నుంచి వాళ్లు బిగ్గరగా అరిచారు : "ఆగండి, ఎక్కడికి వెళ్తున్నారు ?"

"మీ పర్మిట్ చూపించండి" అంటూ అరిచాడు వాళ్లలో ఒకడు.

డ్రైవరు ఉన్నపళంగా డ్రైవింగు సీట్లోకి వెళ్లి చిన్న సంచితో కిందకి దిగాడు. అతను జాగ్రత్తగా అడుగులు వేసుకుంటూ బ్రిడ్జి అవతలికి వెళ్లి ఆ పోలీసులకి పేపర్లని చూపించాడు.

పోలీసులు టార్చ్‌లైటు వెలుగులో వాటిని పరిశీలించి సక్రమంగా వున్నట్లు తలలూపారు. అప్పుడే భట్టారాయ్ అలియాస్ హనుమాన్ కూడా బ్రిడ్జిపైకి ఎక్కి

వాళ్లతో అన్నాడు : "మేము మగపెళ్లి తరపు వాళ్లం. సీతారాముల వివాహమైన ఐదవ రోజు ఉత్సవం కోసం... మాకు జనకపురిలో రామాయణ సదస్సు కూడా వుంది."

ఓ కానిస్టేబుల్ ఒత్తి పలుకుతూ అన్నాడు : "అవును, నిజమే కావచ్చు. జనాలు విపరీతంగా రావడం మొదలైంది. సీతారాముల ఆలయాలదగ్గర తోరణాలతో ఆర్చీలు కట్టడాన్ని చూశాము."

భట్టారాయ్ అలియాస్ హనుమాన్ వాళ్లతో మాటలు కలుపుతూ "నేపాల్‌లోని తరై ప్రాంతం వాళ్లే కాకుండా ఉత్తర కాశీనుంచి, హిమాలయాలనుంచి సిద్ధపురుషులు కూడా ఊరేగింపులో పాల్గొనడానికి వచ్చారని విన్నాను" అన్నాడు.

ఒక పోలీసు కానిస్టేబులు అన్నాడు : మీలో పెద్దవాళ్లు గనక వున్నట్లయితే వెళ్లలేరు. దిగంబర సన్యాసులు, జటాజూటధారులు మీదపడితే వాళ్లు తట్టుకోలేరు."

డ్రైవరు పర్మిట్‌ని గాల్లోకి ఊపుతూ మరో కానిస్టేబుల్ అన్నాడు : "ఊరేగింపులో జనం మధ్యలోకి విదేశీయులని తొయ్యకండి. పోయినసారి ఊరేగింపులో విదేశీయుడొకడు మరణించాడు. అతని పార్థివ దేహం జనకపురి దగ్గర మూడు రోజులు వుండిపోయింది. ఆ తర్వాత అది ఉబ్బిపోవడంతో ఖాట్మండూకి తీసుకుపోయారు."

"అయ్యో ! లేదు, అయ్యో లేదు, అయ్యోలేదు "అంటూ జటాధారి అరిచాడు. బస్సులోని ప్రయాణీకులు కూడా అరిచారు : "ఇప్పుడు ఈ వంతెన దాటేదెలా ?"

అందుకు సమాధానంగా పోలీసు కానిస్టేబుల్స్ "ఇంతకు క్రితమే ఒక బస్సు దాటుకుని పోయింది. ప్రయాణికులంతా బస్సులోంచి దిగాల్సివచ్చింది" అన్నారు.

దాంతో అందరూ బస్సు దిగిపోయారు. వాళ్లు రోడ్డు పక్కన వున్న అడవుల్లో తిరగసాగారు. ముందుకెళ్లిన బస్సు వంతెనమీద ఉపయోగించిన చెక్కబల్లలు చుట్టూరా పడివున్నాయి. భట్టారాయ్ అలియాస్ హనుమాన్ రాంలీలా ట్రూప్‌కి చెందిన మరో యువకుడు, ఇద్దరూ కలిసి చెక్కబల్లల్ని బ్రిడ్జి దగ్గరకంటా లాగారు. మాధవానంద మరికొందరు విదేశీయులు కూడా చెక్కబల్లల్ని, చెట్టు కొమ్మలని బ్రిడ్జి దగ్గర వేయడంలో సహకరించారు.

అద్భుతమైన రాత్రి. ఏదో తెలియని నిశ్శబ్దం వంతెన కిరువైపులా ఆవరించి వుంది. దుప్పటిలా పరుచుకున్న వెన్నెల సమంగా లేని అడవి ప్రాంతంలో

ముడుచుకున్నట్టుగా వుంది. ఆ దుప్పటి ఒకచోట చిరిగినట్టుగానో లేక బురదగానో వున్నట్టుంది. ముత్యాలు, విలువైన రత్నాలు ఆ దుప్పటికి అల్లుకుని వున్నాయి – ఆ దుప్పటి మీద పెద్ద పద్యం ఉంది.

నిశాచార పక్షుల రెక్కల చప్పుళ్లు వినిపిస్తున్నాయి. దూరంగా నక్కల ఊళలు వినిపిస్తున్నాయి. విసిరేస్తున్న చెక్కబల్లల చప్పుళ్లు కొంత సేపటి వరకూ కొనసాగాయి.

ఆ ఇద్దరు కానిస్టేబుల్స్ విజిల్స్ వూదారు. అందరినీ అప్రమత్తమయ్యేలా చేశారు : "ఆ ఖాళీ బస్సుని వంతెనపై నుంచి పోనివ్వండి. ఎవరైనా బస్సులో వుండిపోయారా ? ఉండిపోతే దిగండి, దిగండి" అంటూ అందరినీ అప్రమత్తమయ్యేలా చేశారు.

డ్రైవరూ, సహాయకుడూ బస్సు ఎక్కారు. హనుమాన్ అలియాస్ భట్టారాయ్ బస్సులో ఎవరన్నా ఉండిపోయారేమోనని బస్సులోకి ఎక్కాడు. ఒక్కసారిగా షాకయినట్లుగా అరిచాడతను : "బస్సులో ఎవరో పడుకున్నారు."

అందరూ గబగబా వచ్చి బస్సు చుట్టూ చేరారు. రాంలీలా ట్రూపుకి చెందిన నటులు బస్సులోపలికి వెళ్లి లోపలవున్న వ్యక్తిని బయటకి తీసుకువచ్చారు. శాస్త్రిమహారాజ్ అతన్ని చూడగానే "అరె భండారి. అయ్యో లేదు, అయ్యోలేదు. కొడుకు, భార్య వియోగ దు:ఖంలోంచి కోలుకోలేకపోతున్నాడు. వెళ్లండి, వెళ్లి నీళ్లు తీసుకురండి" అన్నాడు.

వెంటనే రోజ్‌మేరీ తన భుజానికున్న నీళ్ల బాటిల్ తీసి భండారీ మొహంపైన నీళ్లు చిలకరించింది. భండారీ లేచి కూర్చున్నాడు. కళ్లు తెరిచి చుట్టూ చూశాడు. ఎదురుగా వున్న శాస్త్రిమహారాజ్‌ని చూడగానే వెక్కిళ్లు పెట్టసాగాడు.

శాస్త్రిమహారాజ్ రెండు చేతులతో అతన్ని కౌగిలించుకున్నాడు సాంత్వనగా.

సరిగ్గా అప్పుడే పోలీసు కానిస్టేబుల్స్ గట్టిగా అరిచారు : ఇప్పుడు బస్సు వంతెనపై నుంచి వెళ్లగలదు."

జీవితంలో అందరినీ పోగొట్టుకుని భండారీ రామాయణ మండలిలో శరణు పొందాడని, మునిగిపోతున్న వ్యక్తి ఊత దొరికిన కొమ్మని అందిపుచ్చుకున్నట్లుగా అతను రామాయణ మండలిని అంటిపెట్టుకున్నాడని రామాయణ మండలిలోని ప్రతి సభ్యుడికి అర్థమైపోయింది.

ఈలోగా డ్రైవరు బస్సుపోనిచ్చాడు. ఖాళీ బస్సు బ్రిడ్జిపైకి ఎక్కింది. అందరూ ఊపిరి బిగపట్టి చూస్తున్నారు. బస్సు పెద్దగా శబ్దం చేసుకుంటూ నింపాదిగా కదిలింది. బస్సు వెళ్తున్నప్పుడు చెక్కలమీది కిర్రుకిర్రుమన్న శబ్దాలు కూడా వచ్చాయి.

దశరథ కుమారునికి జయము జయము

సూర్యవంశికి జయము జయము

ఇక్ష్వాకు వంశస్థుడి పుత్రునికి జయము జయము.

"బస్సు దాటిపోయింది. బస్సు దాటిపోయింది" అంటూ అంతా ఉత్సాహంగా అరిచారు. బస్సు ఎక్కడానికి అందరూ బ్రిడ్జి దాటుకుని వచ్చారు. భండారీ కూడా శాస్త్రి భుజాలు మీద వాలిపోయి బ్రిడ్జి దాటి వచ్చాడు. అతన్ని ఆ పరిస్థితిలో చూసిన హనుమాన్ అలియాస్ భట్టారాయ్ అతన్ని చేతులతో పైకెత్తి ముందుకు ఎగిరివచ్చి బస్సుముందు నిలబడ్డాడు. రాంలీలా ట్రూపు నటులందరూ అతన్ని అభినందించారు. వాళ్లు హనుమాన్‌ని కీర్తించసాగారు :

అతులిత బలధామం స్వర్ణ శైలాభ దేహం

ధనుజవన కృశానుం జ్ఞానినా మగ్రగణ్యమ్

సకల గుణ నిధానం వానరాణా మధీశం

రఘుపతి వరదూతం వాతజాతం నమామి.

(నిరుపమాన బలసంపదలు గలవాడు, స్వర్ణ సమాన శోభలు గలవాడు, దానవులనే వనాలని దహించివేయడంలో అగ్నివంటివాడు, జ్ఞానులలో సర్వశ్రేష్ఠుడు, వానరుల్లో ప్రముఖుడు, శ్రీరాముడికి పరమభక్తుడు, వాయునందనుడు అట్టి ఆంజనేయుడికి నేను నమస్కరిస్తున్నాను)

భట్టారాయ్ పేరుతో ప్రార్థించినందుకు బస్సులోని ప్రయాణికులందరూ నవ్వారు. కానీ భట్టారాయ్ భారీ శరీరంగల భండారీని తన భుజాలపైన బస్సులోకి తీసుకువచ్చిన విధానాన్ని ప్రయాణికులందరూ అపనమ్మకంగా చూస్తూండిపోయారు.

ప్రయాణికులందరూ బస్సులో కూర్చున్నారు. కమల మరోసారి జటాధారి పక్కసీటు వదిలి ఎలిజబెత్ పక్క సీట్లో కూర్చుంది. ఆ అల్లరి పిల్లాడు తల్లి ఒడిలో నిద్రపోయాడు.

బస్సు వెళ్లవచ్చు అన్నట్టుగా పోలీస్ కానిస్టేబుల్స్ చేతులతో సైగ చేశారు.

మరోసారి చాలా నింపాదిగా బస్సు కదిలింది. ఎవరికి తెలుసు అక్కడక్కడా దోవకి అడ్డంగా బండలు, దుంగలు ఉంటాయేమో, ఇండో-నేపాల్ ట్రీటీ విఫలమైందనడానికి సంకేతంగా.

లేదు, లేదు, ఇప్పుడు ప్రతీ ఒక్కరికీ నమ్మకం కలిగింది - కేంద్రంలో రక్షణశాఖ మారడంతో మరో బ్రిడ్జి దాటాల్సిన పనిలేదు.

చివరికి రాత్రి ఒంటిగంటకి బస్సు సీతామర్హి చేరింది. చిన్న చిన్న హోటళ్లు వున్నచోట బస్సు ఆగింది. లేదు, ఇంత అర్థరాత్రివేళ దగ్గర దగ్గర అరవై మందికి తిండి పెట్టాలంటే ఎవరికైనా కుదరని పని. బస్సు 'వైదేహి భూమి' రెస్ట్ హౌస్ దగ్గరికి చేరుకుంది. పక్కనే ఓ భవన శకలాలు పడివున్నాయి.

శాస్త్రిమహారాజ్ బస్సుదిగి రెస్ట్‌హౌస్ యజమాని ముందు నిలబడ్డాడు. యజమాని చిన్న కార్పెట్‌పైన వున్న పరుపుమీద పెద్ద లాంతరు దగ్గరుంచుకుని గుడూక్ గుడూక్ అంటూ హుక్కా పీలుస్తూ చిరునవ్వుతో ఆసీనుడై వున్నాడు.

బాగా దృఢంగా వున్న ఆ వ్యక్తి ఒంటినిండా పువ్వుల దుప్పటి కప్పుకున్నాడు. కళ్లకి గుండ్రటి ఫ్రేం వున్న అద్దాలు. నొసటన గంధపు తిలకం. అతను చాలా మర్యాదస్తుడిలా, మృదుస్వభావిలా కనిపిస్తున్నాడు.

శాస్త్రిమహారాజ్‌ని చూడగానే ఆ వ్యక్తి హుక్కా గొట్టం కిందపెట్టి లేచి నిలబడి అన్నాడు : "ఉదయం ఎనిమిది గంటలకి వస్తున్న వరుడి తరపువారి కోసం నా గెస్ట్‌హౌస్ అలంకరించబడి సిద్ధంగా వుంది. అటు చూడండి. అక్కడ జంబుఖానాలూ, పరుపులూ వేసివున్నాయి.

శాస్త్రిమహారాజ్ సంతోషంతో "మేము కూడా వరుడి పక్షం వాళ్లమే. సీతాదేవి తత్వం కలిగిన వరుడి పక్షం" అన్నాడు.

యజమాని నవ్వుతూ "అవును, నాకు అర్థం అయ్యింది. మీరు సీతమ్మవారి వివాహమైన ఐదవ రోజు వేడుకలకి హాజరయ్యేందుకు వచ్చారు" అన్నాడు.

"అవును, మా విదేశీ ప్రతినిధులు పాట్నానించి వచ్చారు. బాగా అలసిపోయారు" అంటూ వినమ్రతతో సమాధానమిచ్చాడు. శాస్త్రిమహారాజ్ గంభీరమైన వ్యక్తిత్వాన్ని చూసి యజమానిలో గౌరవమర్యాదలు ఉట్టిపడ్డాయి. అతను సమాధానంగా "రేపు ఉదయం ఎనిమిది గంటల వరకు మీరు ఇక్కడ ఉండవచ్చు. మీరు ఆ

తివాచీలపైన విశ్రాంతి తీసుకోవచ్చు. ఈ సమయంలో ఇంతమందికి భోజన ఏర్పాట్లు చేయడం వీలుపడదు. కానీ అందరికీ టీ ఏర్పాటు చేయగలను. టీ తాగండి. ఉత్సాహం కలిగిస్తుంది" అన్నాడు.

రాంలీలా ట్రూపులోని నటులు ఆ మాటలు వినగానే సంతోషంతో అరిచారు : "వైదేహికి జయము జయము. సీతామర్హి, వైదేహికి ప్రియమైన భూమికి జయము జయము"

ఆ రాత్రి విదేశీ ప్రతినిధులు గడపడానికి ఓ పెద్ద గదిని ఇచ్చారు. శకలాల పక్కనే వున్న చిన్న గదిని రోజ్‌మేరీ, కమల, ఎలిజబెత్‌లు వాడుకోవడానికి ఇచ్చారు. ఆ గదిలో తివాచీలు పరిచారు. వాళ్లు సంచీలని తలగడలా ఉపయోగించుకున్నారు. బస్సుపైన వున్న సామాను దింపడానికి సమయం లేకపోయింది.

మిగతా వాళ్లందరికీ ఓ పెద్ద హాలు ఇచ్చారు. శాస్త్రిమహారాజ్, భండారీకోసం తలుపు దగ్గర పరుపు వేశారు.

శాస్త్రిమహారాజ్, అతన్ని సదా నీడలా అంటిపెట్టుకుని వుండే సన్యాసి హరినారాయణ్ బయట నేలమీద ఎదురుబదురుగా కూర్చున్నారు. వాళ్లకి కొంచెం దూరంలో జటాధారి తన అతుకుల సంచీలోంచి కొంత చిల్లర సామాను తీసుకుని హాయిగా కూర్చున్నాడు. భోజన విషయంలో గాని, వసతి విషయంలోగాని అతనికి ఖచ్చితమైన నిర్ణయాలంటూ ఏవీ లేవు.

నీటికి కరువు లేకపోవడంతో ప్రయాణ బడలిక తీర్చుకునేందుకు అందరూ చేతులు, కాళ్లు, మొహాలు కడుక్కున్నారు. ఆ తర్వాత అల్లం టీ రావడంతో అందరూ ఆనందంగా టీ తాగారు.

ప్రయాణికులందరూ అలసిపోవడంతో వెంటనే నిద్రపట్టేసింది. శాస్త్రి మహారాజ్ పడుకోలేదు. అతను ధ్యానంలో కూర్చున్నాడు. జటాధారి శకలాల కుప్పలో వెతుకులాట మొదలెట్టాడు.

అప్పటికే కమలాదేవి కళ్లు మూతలు పడుతున్నాయి. మాధవానంద రాంలీలా ట్రూపు నటుల మధ్య విశ్రాంతి తీసుకుంటున్నట్టుగా వింది తను. ఇంతలో అకస్మాత్తుగా దగ్గరగా వున్న కిటికీగుండా శకలాలవైపు నడిచివెళ్తున్న ఒక ఆకారం కనిపించడంతో తన విచిత్రమైన ఆలోచనలకి భంగం కలిగింది. అవును, నిజమే. శకలాలకుప్ప వైపు

వెళ్తున్న ఆ వ్యక్తి మాధవానందే. అయ్యో ! ఆ భవంతి ఎవరిదో ? ఆ భవంతి పూర్తిగా శిథిలమైనట్లుగా కనిపిస్తోంది.

చంద్రకాంతిలో కొన్ని శిథిలాలు అస్పష్టంగా కనిపిస్తున్నాయి. కొన్ని చోట్ల పూర్తిగా చీకటిగా వుంది.

కూలిపోయిన గోడలోని సగభాగం తేనెపట్టులా వేలాడుతోంది. అది చంద్రకాంతిలో జడలు కట్టిన సన్యాసి జుట్టులా కనిపిస్తోంది. మారుమూలల్లో పొడుగాటి వెలుగులు దట్టమైన పొగలా పైకి లేస్తున్నాయి. అవేంటి ? అది హోమగుండంలోంచి వస్తున్న పొగలా కనిపిస్తోంది. అది ఏదైనా ఆశ్రమంలోని ఆశ్రమవాసిదా ? అగస్త్యుడా? ఆ పొగ దక్షిణాన గల ఆర్యుల నాగరికత నుంచి వస్తోందా లేక ఉత్తర భారత నాగరికత సంరక్షకుడు, ఆయుధాలు ప్రయోగించడంలో ప్రజ్ఞ కలిగిన విశ్వామిత్రుడి హోమగుండంలోంచి వచ్చేదా ?

ఇలా ఊహించడంలో కమలాదేవి శరీరం ఉత్తేజితమైంది. వేకువజామునే మళ్లీ ప్రయాణం. ఆమె గబగబాలేచి సంచీ తెచ్చుకుంది. ఆ చేతి సంచీలో ఆమె పెట్టుకున్న రెండు జతల బట్టలున్నాయి. అందులోంచి ఒక జత తీసుకుని ఆమె బాత్రూంలోకి వెళ్లింది. లైట్లు కాంతివంతంగా మిరుమిట్లు గొల్పుతున్నాయి. ఎలిజబెత్, రోజ్‌మేరీ, షూస్ విప్పకుండానే నిద్రలోకి జారుకున్నారు. వాళ్లు మంచి నిద్రలో వున్నారు. ఆ అల్లరి పిల్లాడు చేతుల్ని ఎలిజబెత్ మెడచుట్టూ వేసి పడుకున్నాడు. వరుడి తరపువాళ్లకి దుప్పట్లు, మెత్తలు చక్కగా ఏర్పాటు చేశారు. వేకువజామున మళ్లీ ప్రయాణం ఉండడంతో కమలాదేవికి స్నానం చేయాలన్న ఆలోచన కలిగింది. మాధవానంద అప్పటిదాకా శిథిలాల కుప్పదగ్గర వుంటాడా ?

ఆమె త్వరత్వరగా స్నానం ముగించింది. తల దువ్వుకుని షాల్ కప్పుకుని బైటకి వచ్చింది.

దివ్యంగా వుంది ! దివ్యంగా వుంది ! ఆమె వెనకద్వారం గుండా బయటికి వెళ్లింది. ద్వారం దగ్గర జటాధారి తన చిల్లర సామానులో ఏదో వెతుక్కుంటున్నాడు. అతను ఏవో శ్లోకాలు వల్లెవేస్తున్నాడు. అతని నిద్రకూడా అతనిలాగే అస్థిరంగా వుంటుంది.

కమలాదేవి తనని దాటుకుంటూ వేగంగా వెళ్లడం చూసి – "ఎక్కడికి వెళ్తున్నావు ? ఎక్కడికి వెళ్తున్నావు ?" అని అడిగాడు జటాధారి.

అంత పెద్ద భవంతి ఈ విధంగా ఇటుక ఇటుకగా ముక్కలైపోయింది. ఆ భవంతిని ప్రజలు ధ్వంసం చేశారు. సమ్మెటపోట్లతో గోడలు పడిపోయాయి. రాళ్లు రువ్వడంతో కిటికీల అద్దాలు ధ్వంసమైపోయాయి. ఆ భవంతి ఇప్పుడు జంతు కళేబరంలా పడివుంది. ఎందుకని ? ఎందుకని ?

“ ఆ భవంతి వేశ్యకాంతలది. దాని దగ్గరే సీతమ్మ తల్లికి అంకితం చేయబడ్డ గుడి వెలసింది. వేశ్యకాంతల భవనం గోడలు సుగుణవతి అయిన సీత మందిరానికి ఆనుకుని వుండడమేంటి ? అలా ఎలా ?

. . .   .

ఆరోజులలో పాలకులైన తెల్లవారు వేశ్యకాంతలకి పునరావాసం ఎక్కడ కల్పించారో ఎవరికీ తెలియదు ! తెల్లదొరలు నేపాళీ వేశ్యకాంతలకి రక్షణ కల్పించేవాళ్లు. ఎందుకని – వాళ్ల చర్మం రత్నమాల పువ్వులా మృదువుగా వుంటుందన్న విషయం వాస్తవం.

లేదు, రాత్రి చివరి సమయంలో జటాధారి మాటలని వింటానికి ఇది సమయం కాదు. జనాలు విసిరిపారేసిన చెత్తకుప్పల వైపు అడుగులు వేసిందామె.

అహ్హా హ్హా హ్హా హ్హా హ్హా హ్హా

ఎవరు అలా నవ్వుతున్నారు ? యువ ఋష్యశృంగుడ్ని వలపించి మరులు గొలిపించిన వేశ్యకాంతలా ? మంత్రి బయటకి వెళ్లి అందమైన వేశ్యకాంతలని ఋష్యశృంగుని ఆశ్రమానికి పంపినట్టుగా రామాయణం చెబుతోంది.

ఓహో ! మధురమైన లడ్డూలు మరియు కౌగిలింతలు. ఎవరి దీవెనలతో రామచంద్రుడు జన్మించాడు ? అయోధ్యలోని వేశ్యకాంతలకి అంత:పురంలో స్థానం ప్రసాదించినందుకా ? అయ్యో ! అయోధ్యలోని వేశ్యకాంతలు కూలిన గోడల మధ్య కదిలించడానికి కూడా వీలులేకుండా పడివున్నారు. మరి అయోధ్య ? కాంభోజ ఇంకా వింధ్యకి చెందిన ఏనుగులతో దివ్యశోభలతో అలంకరించబడ్డ అయోధ్య !

కమలాదేవి పై కప్పులు లేక మొండి గోడలతో శిథిలమైన వేశ్యకాంతల భవనంవైపు కదిలింది. దృఢమైన పెద్ద పెద్ద స్తంభాలు అక్కడంతా చెల్లాచెదురుగా పడివున్నాయి. ఇవి పనికిరాని రాళ్ల ముక్కలా ? లేక వేశ్యకాంతల అవయవాలా ? అందమైన తుంటి భాగాలు, మృదువైన భుజాలు, దృఢమైన స్తనాలు ? ఒక గుడ్లగూబ

అరుచుకుంటూ తలమీంచి వెళ్ళిపోయింది. అకస్మాత్తుగా కుప్పలు తెప్పలుగా వున్న శిథిలాల దగ్గర ఘల్లు ఘల్లు మంటున్న మువ్వల సవ్వడి వినిపించింది. అవి కులపురోహితుడైన వశిష్ఠమహాముని ఆజ్ఞానుసారం అయోధ్యలోని భవంతిలోకి వచ్చిన వేశ్యకాంతలదా ? శ్రీరామచంద్రుడు అయోధ్యకి తిరిగివచ్చిన తర్వాత జరిగిన వేడుకలకి భరతుడు ఆహ్వానించిన వేశ్యకాంతలు ? రండి, రండి - అందరూ రండి - ప్రఖ్యాత కళాకారులు, సంగీతకారులు, నటులు, వందిమాగధులు, పండితులు, వేశ్యకాంతలు - ప్రతీ ఒక్కరూ రండి. అందరూ రండి. దివ్యమైన శ్రీరామచంద్రుని మోహాన్ని పన్నెండు సంవత్సరాల తర్వాత మరోసారి దర్శించుకోవచ్చు."

కొంతదూరంలో చిన్న పొదపైన కూర్చుని వున్న గుడ్లగూబ వికృతంగా అరిచింది.

ఆ శిథిలమైన కట్టడంలో చిన్న చిన్న స్తంభాలు కూడా పడివున్నాయి. అవి దండకారణ్యంలోని రాక్షసులు తినేయగా మిగిలిన ధర్మనిరతులైన మునీశ్వరుల ఎముకల్లా గోచరిస్తున్నాయి. అవి శ్రీరాముడు చూడాలని అక్కడున్నట్టుగా వున్నాయి. వెన్నెల వెలుగులో అవి ఆయుధాల్లా కనిపిస్తున్నాయి. ఎవరి ఆయుధాలవి? చెల్లా చెదురుగా పడివున్నాయి? ఇవి ఆ వేశ్యకాంతలవా? ఆయుధాలని ఉపయోగించడంలోను, ప్రదర్శించడంలోను నైపుణ్యం కలిగిన అయోధ్యలోని వేశ్యకాంతలవా ? దశరథుడు సుమంత్రుడితో అన్నమాటలు కమల చెవుల్లో గింగురు మంటున్నాయి : ఓ సుమంత్రా ! శ్రీరామ చంద్రుడితో వెళ్ళు. రత్నాలతో సుసంపన్నమైన చతురంగ బలాలని రాముడి సేవలకై ఆయనతో పంపించు. సంపన్నులైన వ్యాపారుల్ని కూడా పంపు. వేటగాళ్లని పంపడం మర్చిపోకు. ఆ వేటగాళ్లు అడవుల్లో లభించే తేనెలని కనిపెడ్తారు. క్రూర మృగాలని వేటాడతారు. వాటినుంచి లభించే తేనెలని, ఆహారాన్ని శ్రీరామచంద్రుడికి పెట్టి అయోధ్యని వదిలిపోయాడనే బాధని మర్చిపోయేలా సహకరిస్తారు. మనసుల్ని దోచే వేశ్యకాంతలని కూడా ఆ సేనలతో వినోదార్థమై పంపించు."

ఆ మాననీయ వేశ్యకాంత ఎక్కడుంది ? దట్టమైన అడవిలో శ్రీరామచంద్రుడికి వినోదం కలిగించేందుకు పంపబడిన...?

అంతా ధ్వంసమైపోయింది. మనసు, దానితోపాటు మనిషి. విషపూరితమైన పాము తన రంగుల కుబుసం మార్చుకుని మరల దుష్టమైన విషపూరిత కుబుసం ధరించింది.

వీటన్నింటిపైన గుట్టలుగా పేరుకుపోయిన ఇటుక కుప్పలు, ఇసుక కుప్పలు, మట్టికుప్పలు ఇంకా ఇనుప ఊచల కుప్పలు – వీటన్నింటిపైన చంద్రకాంతుల దూలాలు పడ్డాయి. జెండా రాటలు, తెల్లని గొడుగు, పులి చర్మాలు, రథాల చక్రాలు, చామరాలు, శుభ్రపరిచిన వెన్న వున్న కుండ, బంగారు కలశాలు... రకరకాల ఈ వస్తువులు శ్రీరామచంద్రుడి పట్టాభిషేకానికి సేకరించినట్టుగా తెలుస్తున్నాయి. అవన్నీ ఇప్పుడు చిందరవందరగా పడివున్నాయి.

కమలాదేవి ముందుకు కదిలింది. జడలు కట్టివున్న జటాధారి గట్టిగా అరిచాడు – “కమలా దూరం వెళ్లకు.”

లేదు, కమల జటాధారి హెచ్చరికలు వినదల్చుకోలేదు. ప్రజలు వేశ్యల భవనాన్ని పూర్తిగా ధ్వంసం చేసేశారు. చంద్రకిరణాలు శిథిలాలపైన తేనె చుక్కల్లా పడ్డాయి. విరిగిపోయి, వూడి వేలాడుతున్న కిటికీల తలుపులు, శిథిలమైన గోడలు, స్తంభాల శిథిలాలు – అన్నీ పడివున్నాయి, బరువైన పెద్ద పెద్ద మాంసం ముక్కల్లా.

అద్దాలు – వాటి ముందు నిలుచుని ఓ అందమైన యువతి తన పెదవుల అందాలని పరిశీలనగా చూసుకుంటోంది. చంద్రకాంత దూలాలు పైన పడ్డంతో ముక్కముక్కలయిన ఆ అద్దాలు మిరుమిట్లు గొల్పుతున్నాయి.

కమలాదేవి జాగ్రత్తగా అడుగులు వేసుకుంటూ ఆ చెత్త కుప్పల్లోకి వెళ్లింది. అదే సమయంలో దగ్గర్లో వున్న గబ్బిలాల గుంపొకటి అకస్మాత్తుగా అరుచుకుంటూ ఎగిరిపోయింది.

మాధవానంద ఇటువైపు రావడం స్నానానికి వెళ్లేముందు చూసింది కమలాదేవి. వెన్నెల కాంతిలో అతన్ని స్పష్టంగా చూసిందామె – అతను ఇటే వచ్చాడు. ఇది జరిగి ఎంతసేపో అవ్వలేదు. కమల ముందుకు కదిలింది.

జటాధారి కంఠం మరోసారి వినిపించింది : “ఇవన్నీ మనకి అపరిచిత ప్రాంతాలు. ఇంకా ముందుకి వెళ్లకు కమలా.”

స్నానించిన ఆమెకి అలసట దూరమైనట్లనిపించింది. ఎవరికి తెలుసు - ఏమో మాధవానంద ఇటువైపు వెళ్లడం తనకి ఓ రకమైన సంకేతమేమో. ఆమె అతనికి రెండు ఉత్తరాలు రాసింది, సమాధానం రాదని తెలిసీ కూడా. ఆ ఉత్తరంలో ఎలాంటి సంకోచం లేకుండా తన బాధల్ని, దు:ఖాన్ని వెళ్లగక్కిందామె. పన్నెండు సంవత్సరాలంటే తక్కువేంకాదు. ఓ వ్యక్తిలో ప్రవహిస్తున్న రక్తాన్ని తెలుసుకోవడానికి ఆ సమయం చాలు. ఆమె ఎలాంటి స్థితికి చేరుకుందంటే ఆఖరికి తన కుటుంబ సభ్యుల్ని కూడా ఆమె చూడదలచుకోలేదు. ఆమె చిన్న తమ్ముడు ప్రతిఘటించాడు కూడా - "పన్నెండు సంవత్సరాలు నువ్వు ఆ జమిందారు వెంటబడ్డావు. నువ్వు రామాయణ మండలిలో సభ్యురాలిగా ఎందుకున్నావో అందరికీ తెలుసు."

లేదు, ఉత్తరంలో ఈ విషయాలేవీ రాయలేదామె. కానీ ఓ ముఖ్యమైన విషయాన్ని మాత్రం రాయడం మర్చిపోలేదామె. ఆమె తల్లి ఓ మున్షీని పట్టుకుంది - దశరథ అఖాడాలోని మున్షీ తన తల్లిని చూసిన తర్వాత అతను తన తల్లిని జలగలా పట్టుకున్నాడు. ఈ విషయాన్ని కూడా ఆమె రాసింది.

లేదు, అతన్నించి ఎలాంటి సమాధానం లేదు. ఆమెకి తెలుసు మాధవానందకి ఉత్తరాలు రాసే అలవాటు లేదని !

ఆమె ముందుకి నడవడం ఆపలేదు. ఆమె ఎక్కడా తొట్రుపాటుకి గురవకుండా ఉత్సాహంగా ముందుకి అడుగులేస్తోంది. ఈ మనిషి ఎక్కడికి వెళ్లినట్టు ? తను కిటికీలోంచి స్పష్టంగా చూసింది. చిన్న ఇటుక ముక్కమీద కాలు వేయడంతో తడబడిందామె.

ఇంతలో కర్కశమైన నవ్వు. ముసుగు ధరించి పళ్లు బైటపెట్టి ఎవరో గట్టిగా నవ్వినట్టు. రత్నమంజరియా ? పద్మప్రియా?

లేదు, త్వరగా ముగించాలి. పైన తూర్పు దిగంతంలో ఆకాశం ఎర్రదనాన్ని సంతరించుకుంటోంది - నేపాలీ వేశ్యకాంత రత్నమంజరి బుగ్గలు తెల్లదొర పట్టుకున్నప్పుడు కలిగిన రంగులా.

అవును, అవును. చలువరాతి స్తంభాల ముక్కలు చెల్లాచెదురుగా పడివున్నాయి, వేశ్యకాంతల వక్షోజాలు ఇంకా అంగాంగాలవలె ఉన్నాయి. వీటిని తొక్కుకుంటూ కమల ఆందోళనగా నడుస్తోంది.

ఈ క్షణమే ఆ వ్యక్తిని కలవాలి. మాధవానంద ఇటువైపు రావడం స్పష్టంగా చూసిందామె.

పాదాలకి చిరిగిన గుడ్డపేలికలు పక్షి ఈకల్లా మృదువుగా తగిలాయి. చాలాసార్లు ఉలిక్కిపడిందామె. ఇంతలో అకస్మాత్తుగా ఆమె ఓ వ్యక్తిని చూసింది. అతని వీపు తనవైపుకి తిరిగివుంది.

అవును, అతనే అయ్యుంటాడు. అతను తలనుంచి పాదాలవరకు తెల్ల చీమల పుట్టల గుట్టలా షాల్ కప్పుకుని కూర్చుని వున్నాడు. ఆమె అడుగుల సవ్వడికి కూడా అతను వెనక్కి తిరిగి చూడలేదు. ఇతను మాధవానందే. మాధవానంద ఏదైనా బాధపడుతున్నాడా లేక ధ్యానంలో కూర్చున్నాడా. ఓహ్ లేదు ! ఓహ్ లేదు! ఈసారి, ఇదే ఆఖరుసారి – మాధవానందకి తెలియాలి ఇదే ఆఖరిసారని.

ఆవ్యక్తి వైపు రెండు అడుగులు వేసిందామె. మరో రెండడుగులు.

"మాధవానందా ! మాధవానందా, నేను కమలని."

దగ్గరకంటా వెళ్లి తలవైపు నిలబడిందామె.

ఓ మట్టి దిబ్బలా కూర్చున్న ఆ వ్యక్తి వెనక్కి తిరిగి చూశాడు. కమల దిగ్భ్రాంతికి గురై రెండడుగులు వెనక్కి జరిగింది. ఓహ్ లేదు ! ఓహ్ లేదు ! కళ్లు లోతుకుపోయి పగిలిన గాజుగోళీల్లా వున్నాయి. గడ్డం పెరిగివుంది.

"భండారీ, నువ్వు ఇలా... ఇక్కడెందుకు కూర్చున్నట్టు ?" అరుస్తున్నట్టుగా అంది కమల.

"టెర్రరిస్టులు ఇక్కడ ఎవరిని చంపారు ? ఓహ్..."

ఆమె మరోసారి అరిచింది : "భండారీ రా, నాతో రా. నీబాధ నాకు తెలుసు" ఆమె బుగ్గలమీదుగా కన్నీరు కారసాగింది. కొంత దూరాన్నించి శాస్త్రిమహారాజ్ గొంతు వినవస్తోంది – "లేవండి, లేవండి. మనం బయుదేరాలి. వరుడితరపు వాళ్లు ఇక్కడికి వచ్చేలోగా మనం రాక్సల్ మార్గంలో వుండాలి."

పదహారవ అధ్యాయం

పోలిత్ నిష్క్రమణ

ప్రయాణికులందరూ మరోసారి బస్సు ఎక్కారు. అప్పుడే మళ్లీ డ్రైవరు గొడవ చేశాడు.

నా పర్మిట్ రాక్సల్ వరకు లేదు. నేను రాక్సల్ దాకా బస్సు తీసుకువెళ్లలేను.

శాస్త్రిమహారాజ్ మృదువుగా డ్రైవరు భుజాలపైన చేతులు వేస్తూ "నీ సమస్యని మేము అర్థం చేసుకోగలం. ఓ పని చెయ్యి. నువ్వు బస్సుని తీసుకువెళ్లి అక్కడున్న పోలీసు సూపరింటెండెంటు ఇంటి ముందు ఆపు" అన్నాడు.

అతను మళ్లీ గొడవ చేయడం మొదలెట్టాడు.

"లేదు, నేను వెళ్లలేను. పర్మిట్‌లో లేకుండా ఇక్కడినించి ఒక్క అడుగు ముందుకు కదలలేను." అంటూ తన మాట మీద స్థిరంగా వున్నాడు డ్రైవరు.

మరోసారి శాస్త్రిమహారాజ్ అప్యాయతగా అతని భుజాల్ని తడ్తూ "ఆ ఏర్పాట్లు నాకు వదిలేయ్..." అన్నాడు సౌమ్యంగా. కానీ అతను శాస్త్రిమహారాజ్ చెప్తున్నది ఖాతరు చేయలేదు. డ్రైవరు మరోసారి అక్కడున్నవాళ్లందరినీ దూషించసాగాడు. అతను మాట్లాడే భాషకూడా అసభ్యతగా మారింది.

ఓ లేదు, ఆ నీచుడు అలా మాట్లాడుతున్నాడేంటి - ఆ పిచ్చాడిని ఒకటిచ్చుకోండి - అంటూ అరిచారు రాంలీలా ట్రూపులోని నటులు.

సరిగ్గా అప్పుడే హనుమాన్ అలియాస్ భట్టారాయ్ అందరిని పక్కకి తోసుకుంటూవచ్చి ఖాకీ దుస్తుల్లో వున్న ఆ డ్రైవరు జుట్టు పట్టుకున్నాడు.

డ్రైవరు అరవసాగాడు. అతనితోపాటు నిక్కరుతో వున్న సహాయకుడు కూడా అరవడం మొదలెట్టాడు.

రాంలీలా ట్రూపులోని యువకులైన నటులు ఇక ఏమాత్రం నిగ్రహించుకోలేకపోయారు. అందులోని కొందరు ముందుకువెళ్లి అతడ్ని కొంతదూరం

ఈడ్చుకువెళ్లే ప్రయత్నం చేశారు. శాస్త్రిమహారాజ్ వాళ్ల చేతుల్ని పట్టుకుని వారించాడు. సదా నీడలా అంటిపెట్టుకుని వుండే హరినారాయణ్ శాస్త్రిమహారాజ్ని అనుసరించాడు. మరో మార్గం లేకపోవడంతో శాస్త్రిమహారాజ్ జటాధారితో వాళ్లని పక్కకి తీసుకువెళ్లి సర్ది చెప్పే ప్రయత్నం చేయమన్నాడు.

జటాధారి వాళ్లిద్దరినీ ఓ స్నేహితుడిలా చేతులు పట్టుకుని రోడ్డు పక్కకి తీసుకువెళ్లాడు. ఆశ్చర్యకరమైన విషయం ఏమిటంటే జటాధారి వాళ్లతో ఏం చెప్పాడో, వాళ్లిద్దరూ ఏం విన్నారో, వాళ్లు ఏం మాట్లాడుకున్నారో ఎవరికీ వినిపించలేదు. వాళ్లు తిన్నగా బస్సు ఎక్కి వాళ్ల వాళ్ల స్థానాల్లో కూర్చున్నారు.

ఇప్పటివరకూ రాంలీలా ట్రూపు నటులు వాళ్ల పక్కన ఎంతో ప్రేమతో కూర్చోబెట్టుకున్న అంధ సన్యాసి స్వామి ప్రభుపాదని ఏమీ పట్టించుకోలేదు. అతను మరోసారి వికటాట్టహాసం చేశాడు. హ్హా హ్హా హ్హా హ్హా

ఆ నటులు బిగ్గరగా నవ్వారు. వాళ్లు భక్తి గౌరవాలు ఉట్టిపడేలా అంధ సన్యాసిని అడిగారు, "స్వామీ మనం అనుకున్న సమయానికి జనకపురికి చేరుకుంటామా?"

స్వామి ప్రభుపాద మరోసారి బిగ్గరగా నవ్వాడు, అహ్హా హ్హా హ్హా హ్హా

"అవును చేరుకుంటాం. అవును చేరుకుంటాం" అంటూ ఆ నటులు మరోసారి నవ్వసాగారు.

ఒకానొక సమయంలో బస్సు పోలీసు సూపరింటెండెంటు బంగ్లాముందు ఆగింది.

ఆరుబయట బల్లలూ కుర్చీలు వున్నాయి. ఆఫీసరు బయట సూర్యకాంతిలో కూర్చుని వున్నాడు. అతను ఓ ఉన్నతమైన వ్యక్తిలా అనిపిస్తున్నాడు. పెద్ద పెద్ద మీసాలతో సన్నగా వున్న ఆ వ్యక్తి యువకుడిలా వున్నాడు. పెద్ద పెద్ద కళ్లు. ఆ కళ్లలోని తీక్షణత దేనినైనా ముక్కలు చేసేలావుంది.

శాస్త్రిమహారాజ్ హరినారాయణ్తో కలిసి జరిగినదంతా వినయంగా అతనికి వినిపించాడు. ఆ సూపరింటెండెంటు కేవలం నోటి మాటతో తృప్తి చెందే రకంకాదు; ఆయన ఇద్దరు కానిస్టేబుల్స్ని బస్సు వద్దకు పంపి అందరినీ క్షుణ్ణంగా తనిఖీ చేయించాడు. విదేశీయుల పాస్పోర్టుల్ని అతి జాగ్రత్తగా పరిశీలించాడు. ఆ తర్వాత

ఆయన లోపలికి వెళ్లి ఓ కాయితంపైన ఏదో రాసి స్టాంపు వేసి బయటికి వచ్చి శాస్త్రిమహారాజ్‌కి ఆ కాయితాన్ని ఇస్తూ "దీన్ని దగ్గరుంచండి. మీరు రాక్సల్ వెళ్లడానికి ఎలాంటి ఇబ్బందీ వుండదు" అన్నాడు.

బస్సులోని ప్రయాణికులు ఉత్సాహంగా నవ్వారు.

శాస్త్రిమహారాజ్ బస్సు ఎక్కి ఆ పేపర్‌ని డ్రైవరుకి, సహాయకుడికి చూపించి అన్నాడు : "మీరు ఇక ఏమాత్రం చింతించనవసరంలేదు. దీన్ని మీ దగ్గరే వుంచండి. మేము కూడా మీతోపాటే వుంటాము." ఆ ఇద్దరూ ఆశ్చర్యంతో ఏమీ మాట్లాడలేదు. అందరిలోనూ ఒకటే ఆలోచన – జటాధారి ఏం చేశాడు ? వాళ్లకి లంచం ఇచ్చాడా లేక మంత్రాలతో మచ్చిక చేసుకున్నాడా లేక నేపాలీ కత్తి 'ఖుక్రీ' చూపించాడా ?"

తమ మనసులోని సందేహాన్ని బయటపెట్టే ధైర్యం మాత్రం ఎవరూ చేయలేకపోయారు.

లంచం ? మంత్రాలు ? నేపాలీ కత్తి ? అవును, అది లంచమా, మంత్రబలమా లేక నేపాలీ కత్తా ?

బస్సు రాక్సల్‌కి బయలుదేరింది. సీతామర్హి గెస్ట్‌హౌస్‌లో పూర్తిగా నిశ్శబ్దం పాటించిన స్వామిప్రభుపాద మరోసారి వికటాట్టహాసం చేశాడు.

శివసింధు ట్రస్ట్ నుంచి వచ్చిన విద్యార్థులు పూర్తిగా మౌనంగా వున్నారు. వాళ్లు సీతామర్హి గెస్ట్‌హౌస్‌లో కూడా అందరికీ దూరంగా వుండి వాళ్లలో వాళ్లు మాట్లాడుకున్నారు. ఈసారి స్పాన్సరు కాబట్ట విద్యార్థుల గుంపు శాంత స్వభావులే కాక ఎంతో కొంత పరిజ్ఞానం వున్నవాళ్లు. శాస్త్రిమహారాజ్‌లో ఓ విధమైన ఆశ చిగురించింది.

అదే జరుగుతుంది. నిజమే అదే జరుగుతుంది. ఈ విద్యార్థుల్లో రామాయణ సాహిత్యాన్ని చదవడంలో తమ జీవితాల్ని ధారపోసిన ఓ బరనికోవ్, గ్రౌచ్, పోలిత్‌లు ఉండొచ్చు.

ఉదయించే సూర్యుని బంగారు కిరణాలు అందమైన తూర్పు చంపారన్ జిల్లాకి ప్రయానిస్తున్న బస్సు వెన్నంటి సాగుతున్నాయి. గతరాత్రి అర్థంకాని దుష్టరీతిలో కనిపించిన అదే అందమైన ప్రాంతం ఉదయపు సూర్య కాంతిలో విభిన్నమైన వస్త్రంతో అలంకరించబడినట్టుగా వుంది.

డ్రైవరు, సహాయకుడి మొహాలలో ఇప్పుడు ఎలాంటి ఆందోళన కనిపించడంలేదు.

రాంలీలా ట్రూపులోని నటులు మరోసారి బిగ్గరగా నవ్వారు – ఆ శక్తి మంత్రాలదా, డబ్బుదా లేక నేపాళీ కత్తికి భయపడా ?

సభాగాయకులు రామరాజ్యానికి చెందిన అందమైన పద్యాలు పాడారు. వాళ్లు వాళ్ల మృదంగాలని తీసుకువచ్చి ఉత్తేజ భరితంగా గానం చేశారు :

దండ జతిన్హ కర భేద జహఁ, నర్తక నృత్య సమాజ
జీతహు మనహి సునిఅ అస, రామచంద్రకేఁ రాజ.

(రామరాజ్యంలో ఏ ప్రభువైనా ఎవరినైనా దండించాడా ? 'దండము' సన్యాసుల చేతుల్లోనే ఉండేది. నేరం అనేదే లేనప్పుడు 'దండం'తో రాజు ఏం చేయగలడు ? రాజదండం సన్యాసి చేతి కర్రగా మారింది. కుటిలత్వం లేనప్పుడు 'భేదం' అన్న పదం కేవలం రాంలీల ప్రదర్శకులపని. 'జయం' అనే పదం ప్రయోగించాల్సిన పనిలేదు. ఆ పదం కేవలం మనస్సుని జయించినప్పుడే ప్రయోగింపబడేది. ఎందుకంటే శత్రువులు లేరు కాబట్టి – ఇదీ రామ రాజ్యం)

జలజ బిలోచన స్యామల గాతహి
పలక నయన ఇవ సేవక త్రాతహి

(కమల నేత్రుడయిన శ్రీరామచంద్రుని దేహం శ్యామల వర్ణమైనది. కంటిరెప్ప కంటికి హాని కలగకుండా ఎలా కాపాడుతుందో ఆవిధంగా ఆయన తన భక్తుల్ని కాపాడతాడు)

నటుల్లోని ఒకడు లేచి నాట్యం చేస్తూ పాడాడు :

సంత అసంతన్హికై అసి కరనీ
జిమి కుఠార చందన ఆచరనీ
కాట ఇ పరసు మలయ సును భాఈ
నిజ గున దేఇ సుగంధ బసాఈ

(శ్రీరామచంద్రుడు చెప్తున్నాడు, సజ్జనులు చందన వృక్షంవంటివాళ్లు. దుర్జనులు గొడ్డలివంటి వాళ్లు. గొడ్డలి చందన వృక్షాన్ని నరికివేస్తుంది. కాని ! చందన వృక్షం తనని నరికిన గొడ్డలికే తన సువాసనని చేకూరుస్తుంది)

పాటలు, ఉల్లాసాలు, సరదాలు, కేరింతల మధ్య బస్సు చివరికి రాక్సల్ చేరుకుంది. శాస్త్రిమహారాజ్‌ని సదా నీడలా అంటి పెట్టుకుని వుండే హరినారాయణ్ అందరి పాస్‌పోర్టులూ సేకరించాల్సిందిగా మున్నీని ఆదేశించాడు. ఎవరికి తెలుసు, నేపాల్ ప్రభుత్వంతో గల వాణిజ్య లావాదేవీల సమస్యల వల్ల భారతీయ పౌరుల్ని కూడా నిశితంగా పరిశీలించవచ్చు. గతంలో మాత్రం భారతీయ పౌరుల పాస్‌పోర్టులు అంతగా చెక్ చెయ్యలేదు. ఇక విదేశీ యాత్రికుల సంగతి వేరు.

భుజానికి ఓ సంచీ వేలాడదీసుకుని మున్నీ ప్రతీ ప్రయాణికుడి దగ్గరకి వెళ్లి పాస్‌పోర్టులని సేకరించి సంచీలో ఉంచసాగాడు. అతను ప్రతీ ఒక్కరికి వినబడేలా బిగ్గరగా అన్నాడు : "నేపాల్‌లోకి ప్రవేశించడానికి కేవలం రెండు ద్వారాలే తెరచి వున్నాయి. రెండే ద్వారాలు నేపాల్‌లోకి ప్రవేశించడానికి తెరవబడ్డాయి. ప్రతి ఒక్కరూ మీ మీ పేపర్లని సిద్ధంగా వుంచుకోండి..."

రాంలీలా ట్రూపుకి చెందిన విద్యార్థి ఒకడు ప్రశ్నించాడు – "రెండు రోజుల క్రితం కేంద్రంలో జనతా పార్టీ అధికారంలోకొచ్చింది. ఎవరికి తెలుసు, మొత్తం పన్నెండు ద్వారాలూ తెరిచి వున్నాయేమో ?"

విదేశీ యాత్రికులు తమతో తెచ్చుకున్న కెమేరాలు, టేపురికార్డులు మొత్తం వివరాలని తెలియజేయడానికి బయటకి తీశారు. బస్సుపైన వున్న రాక్‌మీంచి సామాన్లు దింపేచోట రద్దీగా వుంది.

ప్రయాణికులందరూ కిందకి దిగి ఇమిగ్రేషన్ కౌంటరు పక్కన నిలబడ్డారు. సరిహద్దు గుండా ప్రయాణించే ట్రక్కులు వరసగా నిలబడివున్నాయి. కొన్ని ట్రక్కుల్లోంచి సామాన్లు దించడం ఎక్కించడంలాంటివి చేస్తున్నారు. సరిగ్గా అప్పుడే రాక్సల్‌లోని కొందరు భక్తులు ప్రయాణికుల్ని చుట్టుముట్టారు. వాళ్ల చేతుల్లో బంతి పూలదండలున్నాయి. ప్రయాణికులు సీతారాముల కళ్యాణ మహోత్సవాలకి వెళ్తున్నట్టుగా వాళ్లకి తెలిసింది.

వాళ్లు ప్రతీ ప్రయాణికుడి మెడలో బంతిపూలదండ అలంకరించారు. కొంత సేపటివరకు అక్కడ సందడి నెలకొంది. "అందరం ఇక్కడ బ్రేక్‌ఫాస్ట్ చేద్దాం. మీరు బస్సు దిగిన వెంటనే మీ ఎడం వైపు రోడ్డుమీద ఓ సైన్‌బోర్డు కనిపిస్తుంది. ఆ సైన్ బోర్డు చదువుకోండి" అంటూ శాస్త్రిమహారాజ్ అందరికీ గుర్తు చేశాడు. అందరూ

216 రామ విహారం

సందడి చేసుకుంటూ బస్సు దిగి సైన్ బోర్డు పక్కన నిలబడ్డారు. శివసింధు ట్రస్టుకి చెందిన విద్యార్థులు అంధుడైన ప్రభుపాదకి ఎప్పటికప్పుడు సహాయపడుతున్నారు. బహుశా అలసిపోవడం వల్లనో లేక మరే ఇతర కారణాలవల్లనో ఈసారి స్వామి వికటాట్టహాసం చేయడంలేదు –

అందరూ అక్కడున్న సైన్ బోర్డులోని విషయాలు చదివారు. అందులో ఈ విధంగా ఉంది – "నేపాల్‌లోకి విదేశీవస్తువులు తేవడం నిషిద్ధం. నేపాల్‌లో తయారైన స్టీలు పాత్రలు సరిహద్దు దాటి తీసుకువెళ్లడం నిషిద్ధం. ఒకవేళ అలాంటిది ఏదైనా జరిగితే స్వాధీనం చేసుకుంటారు."

ఇంకా చాలా రాశారు. కానీ చదవడానికి ప్రయాణికులు పెద్దగా ఆసక్తి చూపలేదు. విదేశీ గెస్టులు తప్ప మిగిలినవారంతా టీస్టాల్స్ వైపు కదిలారు. అక్కడంతా వింతగొలిపే వ్యక్తులతో గుంపులు గుంపులుగా తొక్కిసలాటగా వుంది. అనేకమంది వ్యక్తులు, నల్ల కళ్లద్దాలు, దుమ్ము రేగిన నిక్కర్లు, శుభ్రంగా వున్న నిక్కర్లు, వివిధ రకాల జీన్స్, కార్డ్రాయ్ ట్రౌజర్లు, తెలుపు, నలుపు, గోధుమరంగు వర్చస్సు గల వ్యక్తులు. పొడవు, పొట్టి, లావు, బక్క పలుచన – ఈ ప్రాంతం దొంగలకి స్వర్గధామంగా పిలవ బడుతుంది.

స్వామి ప్రభుపాద అకస్మాత్తుగా మళ్లీ బిగ్గరగా నవ్వాడు.

రాక్సల్ విడిచిపెట్టేటప్పుడు అందరూ ఇండో – నేపాల్ సరిహద్దుల్లో వున్న ప్రధాన స్వాగత ద్వారాన్ని చూశారు. భక్తులంతా వైదేహిని ప్రశంసిస్తూ అన్నారు :

జానకికి జయము జయము
మైథిలికి జయము జయము
వైదేహికి జయము జయము.

సరిహద్దుల్లో వున్న భారీ స్వాగత ద్వారం దంతపు రంగులో వుంది. బంగారు పూలు, రంగుల్లో పెయింటు చేయబడిన లతలతో పాటు ఏనుగులు, తామరలు ఇంకా ధనలక్ష్మి చిత్రాలతో ఈ స్వాగత ద్వారం శోభ మరింత ద్విగుణీకృతమైంది. కూర్చున్న వారిలో ఎవరో ప్రత్యేకంగా అన్నారు – " ఈ ద్వారాన్ని జగద్గురువులు శంకరాచార్యులవారు ప్రారంభోత్సవం చేశారు. జగద్గురువుకి జయము జయము." దాన్ని దాటగానే అందరూ మరోసారి బిగ్గరగా అన్నారు –

మిథిలానగర రాజైన జనకునకు జయము జయము
మైథిలికి జయము జయము.

ఈ దశలో శాస్త్రిమహారాజ్ రాక్సల్‌లో ఎక్కిన ఓ కొత్త సభ్యుడిని అందరికీ పరిచయం చేశాడు – "ఇతను మన పాత భక్తుడు శ్రీహరిఓం. బహుశా మీకు తెలిసివుండకపోవచ్చు. ఇతను రాక్సల్‌లో శ్రీరాముని గుడి పోషకుడు. ఆ దేవాలయాన్ని ఈ మధ్యనే నిర్మించారు." అందరూ రాక్సల్ దగ్గర బస్సు ఎక్కిన ఆ వ్యక్తివైపు చూశారు. అతని వయసు నిర్ధారించడం కష్టమే – యాభై–అరవై మధ్యన వుండొచ్చు. తలపైన వత్తయిన జుట్టు ఉప్పు మిరియాలు కలగలసిన రంగులో వుంది. సన్నని దేహం. కొనదేరిన ముక్కు. కళ్లకి దృఢమైన ఫ్రేముతో వున్న అద్దాలు. అతను కాషాయ దుస్తులు ధరించలేదు. అతను పైజామా కుర్తా ధరించాడు. చేతిలో దండలతోవున్న సంచీవుంది. అతను సంచీలోవున్న జపమాలలోని పూసల్ని చేత్తో తిప్పుతూ ధ్యానం చేసుకుంటున్నాడు. ముగ్గురు కూర్చునే సీట్లో ఆ కొత్త వ్యక్తి హరిఓం శాస్త్రిమహారాజ్‌ని సదా నీడలా అంటిపెట్టుకుని వుండే సన్యాసి హరినారాయణ్‌తో కలిసి సౌకర్యవంతంగా కూర్చున్నాడు.

రాణీసతి దేవాలయంలో

సాయంత్రం బీర్‌గంజ్‌లోని రాణీసతి దేవాలయం పక్కన బస్సు ఆగింది. ఆ రాత్రి గెస్ట్‌హౌస్‌లో గడపడానికి తగిన ఏర్పాట్లు జరిగాయి. అందరూ వారివారి స్థానాలకోసం గబగబా ముందుకు నడిచారు.

శాస్త్రిమహారాజ్ అందరివైపు చూస్తూ అన్నాడు – "రాణీ సతి దేవాలయానికి ఆనుకుని వున్న గది స్త్రీలకోసం. అందరూ వెళ్లి విశ్రాంతి తీసుకోండి..." బస్సులోంచి సామాన్లు దింపడం, భోజన ఏర్పాట్లు చేయడంలాంటి వాటితో అక్కడంతా గందరగోళంగా వుంది. మొహం, కాళ్లూ చేతులూ కడుక్కుని భోజనం చేసి కమలాదేవి నిద్రపోవడానికి గదిలోకి వచ్చింది. అక్కడ ఎలిజబెత్ పిల్లాడితో ఇబ్బంది పడడం చూసింది. ఎక్కడ ఏం తిన్నాడో ఆ పిల్లాడికి విరేచనాలు పట్టుకున్నాయి. ఆ పిల్లాడిని మాటి మాటికీ టాయ్‌లెట్‌కి తీసుకువెళ్లాల్సి రావడంతో ఎలిజబెత్ బాగా అలసిపోయింది. దార్లో కూడా వాడికోసం బస్సు రెండు మూడు చోట్ల ఆపాల్సివచ్చింది.

కమలాదేవికి నిద్ర రావడంలేదు. గత రాత్రి కూడా సరిగ్గా నిద్రపోకపోవడంతో బస్సులోనే కునికిపాట్లు పడింది. ఆమె రాణి సతి దేవాలయం వైపు వెళ్లింది. పూజాదికాలు ముగిసినా ఆలయం తలుపులు ఇంకా తెరిచే వున్నాయి. దేవాలయ ఆవరణలో జర్మన్ స్కాలర్ కప్, రాక్సల్ దగ్గర బస్సు ఎక్కిన భక్తుడు హరిఓం ఏదో తర్కించుకుంటున్నారు. అవును, ఈ దేవాలయం ఓ మహిళ ప్రాణాలు త్యాగం చేసినచోట నిర్మించబడింది. అక్కడ రాణీ సతి విగ్రహం తెల్లగా జీవం వుట్టిపడేలా వుంది. మరణించిన భర్త తలని తన ఒడిలో పెట్టుకుని కూర్చుని వుందామె. ఆమె నుదుట రక్తవర్ణంతో కూడిన బొట్టు వుంది. నుదుటిపైనే కాదు, ఆమె శరీరం మొత్తం అదే రక్తవర్ణంతో వుంది, ఎవరో గాయపరచినట్టుగాను, శరీరం రక్తం ఓడుతున్నట్టుగాను. కమల అక్కడ అద్భుతంగా వున్న స్తంభాల దగ్గరకి వెళ్ళి ఓ స్తంభానికి ఆనుకుని కూర్చుంది. విలియం కప్ లేవనెత్తిన కొన్ని ప్రశ్నలు కమలాదేవి చెవుల్లో గింగురు మంటున్నాయి – 'సతి' గురించి నీ అభిప్రాయం ఏంటి? రామాయణంలోని స్త్రీలందరూ సతులేనా?"

శ్రీహరిఓం సమాధానం చెప్పడానికి కొద్దిగా జంకాడు. అయినా కాస్త ధైర్యం తెచ్చుకుని అన్నాడు – "నీతిబాహ్యమైన స్త్రీలకి వాల్మీకి ఎలాంటి ప్రాధాన్యత ఇవ్వలేదు. దానికి భిన్నంగా నీతి బాహ్యమైన స్త్రీలని వాల్మీకి తక్కువ చేస్తూ విమర్శించాడు. వాల్మీకి స్పష్టంగా అన్నాడు – మరొకరి భార్యని కోరుకోవడం విషం కలిపిన అన్నం తినడంలాంటిదని."

"తవ భార్యా మహాబాహో భక్ష్యం విషకృతం యథా" మిస్టర్ కప్, కిష్కింధా కాండలోని ఆరవ సర్గలోని ఎనిమిదో శ్లోకం చదువు."

నేలపైన పరచివున్న చాపమీద హాయిగా కూర్చున్న విలియం కప్ ఉత్సాహ పూరితంగా అన్నాడు – "విను, రామాయణం మొత్తంలో నన్ను ఎక్కువగా ఆకర్షించిన స్త్రీ తార."

"తార? చాలా ఆశ్చర్యంగా వుంది! కప్, నీకు తెలుసా, భారతీయ కవులలో చాలామంది తారని పక్కదోవ పట్టించే ప్రయత్నం చేశారు. తులసీదాసు కూడా తార గురించి క్లుప్తంగా వివరించాడు కానీ ఆమె ప్రవర్తన గురించి లోతుగా విస్తారంగా వెళ్లడానికి సిగ్గుపడ్డాడు."

రాక్సల్ దగ్గర బస్సు ఎక్కిన స్కాలర్ అంత తేలికగా వదిలిపెట్టేరకం కాదు. అతను చెప్పడం కొనసాగించాడు – రామాయణం భర్తలకి మిక్కిలి అనుకూల వతులైన స్త్రీలకి సుగుణాలని చేర్చిందికాబోలు. సీత, అనసూయ, మండోదరి, కౌసల్య వీళ్లంతా ధర్మాచరణగలవాళ్లు. సీత ఎంతో ఆర్తిగా అంది – "ఓ రావణా ! విను, జగన్నాథుడైన శ్రీరాముడిని భుజాన్ని తలగడగా చేసుకున్న నేను ఇప్పుడు మరొకరి భుజాన్ని ఏ విధంగా ఆశ్రయించగలను ?" మరి రాక్షసరాజు రావణుడు ? మిస్టర్ కప్, విను. రామాయణ మండలిని ఆకళింపు చేసుకున్న నువ్వు సుందరకాండలోని 22వ సర్గలో చివరి శ్లోకాలు చదువు – ప్రతీదీ స్పష్టంగా వుంది. రాక్షస జాతిలో కూడా ప్రతీ ఒక్కరూ ధర్మపరాయణత కలిగిన మహిళల పట్ల జాగరూకత కలిగి వున్నారు. రాక్షసరాజు తన ప్రియ సతుల్ని సీత తన వశమయ్యేలా చూడాల్సిందిగా ఆదేశించాడు – "మీరంతా కలిసి అనుకూల విధానంతోగాని, ప్రతికూల విధానంతోగాని (మంచి మాటలతో గాని, భయవచనాలతో గాని) సామదాన భేదోపాయాలతో గాని చివరికి దండోపాయం చేతగాని వెంటనే సీత నాకు వశమయ్యేలా చూడండి. తన ప్రయత్నాలేవీ ఫలించకపోవడంతో రావణుడు సీతని చంపుతానని భయపెట్టి వెళ్లే సమయంలో ధాన్యమాలిని అనే రాక్షస స్త్రీ వెంటనే రావణుడిని సమీపించి అతన్ని కౌగలించుకుని అంది – "నాతో రమించు. ఓ ప్రభూ ! నీ దివ్య భోగాలని అనుభవించే యోగం సృష్టికర్తయైన బ్రహ్మ ఈమె నొసట వ్రాయలేదు. నీపైన ప్రేమలేని స్త్రీని కోరుకోవడంవల్ల నీకు తాపమే మిగులుతుంది. నీపై వలపు గల తరుణిని కోరుకుంటే నీకు ఆనందం దక్కుతుంది" అంటూ ధాన్యమాలిని బలశాలి అయిన ఆ రాక్షసుడిని పక్కకి తీసుకుపోయింది."

శ్రీహరిఓం చెబుతున్నది విలియంకప్ అత్యంత శ్రద్ధతో వింటున్నాడు – అతను అన్నాడు – "అంటే దాని అర్థం అక్కడ చాలామంది ధర్మాచరణగల స్త్రీలు దశకంఠుడు, బలశాలి అయిన రావణుడికోసం ప్రాణాలు అర్పించడానికి కూడా సిద్ధంగా వున్నారనా ?"

"అవును, మిస్టర్ కప్. రావణుడికోసం తమ జీవితాలని త్యాగం చేసిన దేవతలు, దేవ గాంధర్వ కన్యలు చాలా మంది వున్నారు. వాళ్లందరూ పతివ్రతలు. నువ్వు గనక లంకాకాండలోని 112వ అధ్యాయం గనక చదివితే నీకు ప్రతీదీ అర్థమవుతుంది. నువ్వు సంస్కృతం చదువుకున్నావు కదా ! లేదా ?"

"అవును చదువుకున్నాను. నిజమే."

"రామరావణ సంగ్రామంలో రావణుడు మృతిచెందిన వార్త అంత:పురానికి చేరగానే ధర్మ పరాయణులైన రావణుని భార్యలు ఏమాత్రం ఆలస్యం చేయకుండా ఆడపులులు వాటి కూనలకోసం పరిగెట్టినట్టుగా యుద్ధభూమికి పరుగుపెట్టారు. వాల్మీకి చెప్పాడు – 'ఈ రాక్షస స్త్రీలు రావణుని మృత శరీరంపైన, పెద్ద చెట్టునించి తెగిపడిపోయిన తీగలలాగా పడిపోయారు. అతన్ని కౌగిలించుకునేందుకు వాళ్లు ఒకళ్లనొకళ్లు తోసుకున్నారు. కొందరు సర్వస్వం కోల్పోయినట్లుగా భూమ్మీద పడి పొర్లాడారు. మంచునీటిలో కమలం ధూమ్రవర్ణంలోకి మారినట్లుగా రావణుడి ముఖం కూడా ఈ ధర్మపరాయణస్త్రీల కన్నీళ్లతో కలిసి ధూమ్రవర్ణంలోకి మారిపోయింది." విలియం కప్ అతని మాటలని ప్రశంసిస్తూ అన్నాడు – "దశకంఠుడైన రావణున్ని కమలంతో పోల్చారు !"

"విను, పవిత్రమైన మండోదరి శోకించిన విధం లంకాకాండలోని తొంభై శ్లోకాలలో వివరించబడ్డాయి. తన భర్త రావణుడు మరణించడంతో మండోదరి గుండెలవిశేలా ఏడ్చింది. మండోదరి అంది – "అందచందాల విషయంలో నేను సీతాదేవి కంటే తక్కువైన దాన్నికాను ? నేను ఉన్నతమైన వంశంలో పుట్టిన దాన్ని. ఎలాంటి కారణం లేకుండా ఈ మృత్యువు ప్రాప్తించలేదు ? నీకు ఈ మృత్యువు దాపురించడానికి సీతాదేవియే కారణం. ఇకమీదట సీతాదేవి శ్రీరాముడితో కలిసి హాయిగా గడుపుతుంది. దురదృష్టవంతురాలినైన నేను అంతులేని ఈ శోక సముద్రంలో పడిపోయాను. మహావీరా ! నువ్వు నన్ను పక్కన ఉంచుకుని దివ్యమైన వనాల్లోను, మేరు పర్వతాలమీద తిరిగావు. నేను చిత్రవిచిత్రములైన వస్త్రాభరణాలని ధరించి వైభవోపేతంగా వివిధ దేశాలని దర్శిస్తూ నీతో విహరించాను. నాకిప్పుడు అర్థమైంది, తామరాకుమీద నీటిబొట్టులాంటివి ఈ రాజభోగాలూ, సంపదలు – ఛీ ! ఛీ ! ఓ రావణా నీ ముఖం మిక్కిలి సుకుమారమైంది. నీ కనుబొమలు, చర్మం అందమైనవి. నాసిక సమున్నతమై మనోజ్ఞంగా ఉండేది. నీ శరీర ఛాయ చంద్రుని కాంతిని పద్మ శోభలని కలిగి సూర్య తేజస్సుతో విరాజిల్లుతుండేది. నీ ముఖం కిరీట కాంతుల ధగధగలతో తేజరిల్లేది. పానశాలలో మద్యం సేవించిన తర్వాత సొగసైన నీ చూపులు మత్తుగా చంచలంగా వుండేవి. లే నాథా – ఇంతవరకు నీకు భయపడి వెనకాడిన

సూర్యకిరణాలు నేడే లంకలో ప్రసరిస్తున్నాయి. సూర్యకాంతితో విరాజిల్లే నీ ఆయుధాలు వేలకొద్దీ ముక్కలై యుద్ధ భూమిలో పడిపోయాయి. నా ఈ హృదయం వేయిముక్కలుగా బద్దలవడం లేదెందుకని ?" రాక్సల్ నివాసి శ్రీహరిఓం అతని మాటలకి అడ్డు తగులుతూ "మిస్టర్ కప్, మండోదరి శోకాలు నీక్కూడా కన్నీరు తెప్పిస్తున్నాయి. మండోదరి చాలా విషయాలు చెప్పింది..." అన్నాడు.

సరిగ్గా అప్పుడే దేవాలయంలో ఓ స్తంభానికి ఆనుకుని కూర్చున్న కమలాదేవి అంది – "తూర్పు ప్రాంతంలోని మన కవులు రావణుడు మరణించినప్పుడు రావణుడి భార్యల రూపాలని కూడా అందమైన రీతిలో వర్ణించారు. మాధవ కందాళి దాన్ని లయ బద్ధంగా వర్ణించాడు :

దస నరి కందె దసో ముఖె సుమ పరి
హృదయత్ పొరి కతు ఘకకులాహబె
రావణార హతె అపనాకొ సవాతాయ్
కేష అజోరాయొ కొతొ సవతోయ్ మథె.

హరిఓం ఇంకా కప్ కమల చెప్పిన దాన్ని ఏకాగ్ర చిత్తంతో విన్నారు. అప్పటివరకు విలియంకప్ కమలని సరిగా చూడలేదు. ఇప్పుడు ఏదో కొత్త విషయం తెలుసుకున్నట్లుగా కమలకేసి చూశాడు కప్.

రాక్సల్ దగ్గర బస్సు ఎక్కిన శ్రీహరిఓం అడిగాడు – "మిస్టర్ కప్, భారతీయ కవులకి ఎక్కువగా తెలియని తారని గురించి నువ్వు అడిగావు ?"

కప్ ఉత్సాహంగా సమాధానమిచ్చాడు – "అవును, నిజమే. తార నన్ను అమితంగా ఆకర్షించింది. ఆమెని వింధ్య పర్వతంలోని ఓ నదితోగాని, దండకారణ్యంలోని పంపానదితోగాని లేక కేవలం సువేల కొండలలోనే పుష్పించి పరిమళాల్ని వెదజల్లే అడవిపూవుతోగాని పోల్చవచ్చని నా అభిప్రాయం... తార ఓ అద్భుతమైన ఉల్లాసకర స్వభావం కలది ఇంకా అద్భుతమైన ఉత్తేజపరిచే స్వభావం కలది."

సరిగ్గా అప్పుడే జటాధారి తన సంచీలో వున్న పులి చర్మాన్ని తీసి దేవాలయం మధ్యలో వేసి కూర్చుని 'ఓం భం భం శివ' అంటూ అదేపనిగా ఉచ్ఛరించసాగాడు. అతను కమలాసనం వేసుకుని కూర్చుని ధ్యానం చేయసాగాడు. అదే సమయంలో

సన్యాసి గొణిగాడు – "నేను ఉత్తర కాశీలోని సతీ దేవాలయాల తలుపులు చూడడమే కాకుండా వాటిని యమునానది ఒడ్డున పడేయడం కూడా చూశాను – నేను స్త్రీలు ఊరేగింపుగా రావడం కూడా చూశాను. 'సతి' విగ్రహాలు మాయమయ్యాయి."

ఓం భంభం శివా

ఓం భంభం శివా

అందరూ రాక్సల్ నుంచి వచ్చిన ఆ స్కాలర్‌ని చూశారు. అతను తలవంచుకుని కూర్చుని వున్నాడు. ప్రపంచంలోకెల్లా ఏకైక హిందూ దేశం అయిన అతని దేశంలో ఇప్పటి వరకు పెద్దగా ఆందోళనలు ఏవీ జరగలేదు. పతివ్రత అయిన స్త్రీ జీవించి వుండగానే మరణించిన తన భర్తతో సజీవదహనం కావడానికి గుర్తుగావున్న విగ్రహాలు అదృశ్యం కావడంగాని, పూజలు జరిగే ఆలయాలని పడగొట్టడం కాని లేక ఆరాధనని ఆటంకపరచడంగాని ఎవరూ చేయలేదు... అంతకుముందురోజే గూర్ఖాలు సతిని కీర్తిస్తూ శతకాలు గానం చేయలేదా...? తెల్లదొరలు అలాంటి భయంకర దృశ్యాల గురించి మాట్లాడారు.

"నాకు తార గురించి చెప్పు" అన్నాడు విలియం కప్.

"తార ?"

జటాధారి మరోసారి అరిచాడు –

భంభం భంభం శివ శంభో

భంభం భంభం శివ శంభో

ఆ తర్వాత అతను అన్నాడు – "తార మద్యానికి బానిస అయింది. తార అందచందాల్ని సమాజంలో చర్చించారు. వాల్మీకి ఆమెని ఎన్నో పేర్లతో సంబోధించాడు – చంద్రనయని, చారుహాసిని, ఇంకా ప్రియదర్శిని. వాలి యుద్ధానికి వెళ్లే సమయంలో తార శోకాన్ని ఎన్నో శ్లోకాలలో బంధించాడు. వాలి మరణించిన దృశ్యం యుద్ధభూమిలో నిజంగా భీతి గొలుపుతుంది. తార శోకాలు హృదయవిదారకాలు. ఒకానొక సమయంలో భవిష్యత్తును గురించిన దిగులుతో అరిచింది – నిజంగా నా హృదయం ఇనుములా చాలా కఠినమైంది. అందువల్లే కాబోలు నా భర్త మరణించడం చూసికూడా అది ముక్కలు కాలేదు... స్త్రీ సంతానవతి అయినా, ధన ధాన్య సంపదలకి ఏమాత్రం లోటులేకపోయినా పతిని కోల్పోతే లోకులు ఆమెని 'విధవ' అనే పిలుస్తారు."

శ్రీరాముడు సంధించిన బాణం వాలి గుండెలపైన నాటుకుపోయి అడ్డురావడంతో ఆమె యుద్ధ భూమిలో పడివున్న వాలిని మమకారంతో కౌగిలించుకోలేకపోయింది. తార శోకతప్త హృదయాన్ని చూసి సుగ్రీవుడి సేనాపతి అయిన నీలుడు ముందుకు ఉరికి మెరుస్తున్న సర్పంలా వున్న వాలి గుండెలపైన గుచ్చుకున్న బాణాన్ని లాగేశాడు... మరి తార ? కవి అంటాడు తార ఆ గాయాన్ని తన కన్నీళ్లతో కడిగిందని... అబ్బా. ఆ తర్వాత తార హృదయ విదారకంగా రోదించింది."

విలియం కప్‌లో ఆసక్తి పెరిగింది.

ఓం భం శివా ! ఓం భం శివా ! అంటూ జడలు కట్టిన జటాధారి చెప్పసాగాడు..."విను, తార రామచంద్రుడితో ఏమందో – ఓ రామా ! నా నాధుని చంపిన బాణంతోటే నన్ను చంపేయ్ వాలి నాతో తప్ప ఎవరితోనూ ఎప్పుడూ ఆనందించలేదు. స్వర్గంలోని అప్సరసని కూడా అతను సంభోగించలేదు. ఓ రఘువీరా! విను, నీ అర్ధాంగి అయిన సీత నీచెంత లేకపోవడంతో అందమైన ఋశ్యమూక పర్వతంమీద సీతా విరహంతో నీవెంత బాధపడుతున్నావో స్వర్గలోకంలో నా విరహంతో నాభర్త అయిన వాలి కూడా సకల సుఖాలకీ ఆలవాలమైన స్వర్గంలో దుఃఖాలకిలోనై అంతే బాధపడతాడు. రామా, నన్ను చంపేయ్. స్త్రీ హత్య మహాపాతకమని సంకోచిస్తావేమో ? నన్ను చంపినా స్త్రీ హత్యాపాపం నీకు చుట్టుకోదు. ఎందుకంటే నాదీ వాలిదీ ఒకటే ఆత్మ.

అహ్హా హ్హా హ్హా – ప్రభుపాద వికటాట్టహాసం చేశాడు. అంతా అదిరిపడ్డారు! అసలు ఆయన్ని దేవాలయంలో ఎవరు తీసుకువచ్చి ఓమూల కూర్చోబెట్టారో ఎవరికీ తెలియదు.

జటాధారి మరోసారి అరిచాడు –

భం భం శివా

భం భం శివా.

"ఇదే తార బాగా మద్యం తాగి సుగ్రీవుడి అంతఃపురంలో మత్తుగా పడివుంది... వాలి మరణించినపుడు సహగమనానికి సిద్ధపడిన ఇదే తార మద్యానికి బానిస అయి ఇప్పుడు సుగ్రీవుడి ప్రేమలో పడిపోయింది.

... భం భం భం భం భం భం

రాక్సల్ స్కాలర్ హారిఓం అన్నాడు - "ఆ వానరులు నిజంగా మానవమాత్రులే. దక్షిణ భారతానికి చెందిన నాగరిక సమాజానికి చెందిన వాళ్లయ్యుంటారు. వాళ్లు ఆర్యన్‌ల లాగా ఎంపిక కాబడనప్పటికీ ఈ సమాజంలో వాళ్లకంటూ విశిష్ట నాగరికత వుంది. వీళ్లు భారత దేశ మూల పురుషులని కొందరు స్కాలర్ల అభిప్రాయం. తార ఈ సమాజానికి చెందిన నాగరికతని అనుసరించింది - సుగ్రీవుడు ప్రతిపాదించిన ప్రేమని ఆమోదించి ఆమె తన కొడుకుని కిష్కింధకి రాజుని చేస్తానన్న హామీ ఇచ్చింది. ఆమె తన తెలివితేటలతో, అందచందాలతో ఎలాంటి వారినైనా మోహింపజేయగలిగే యుక్తా యుక్తాలని పెంపొందించుకుంది. అయినప్పటికీ ఆమె ఒక పవిత్రమైన స్త్రీగానే గుర్తించబడింది. అంతేకాకుండా ప్రతివారి నాలుకపైన తరచూ తెలియాడే శ్లోకాలు కూడా ఉన్నాయి.

అహల్యా ద్రౌపదీ కుంతీ
తారా మండోదరీ తధా
పంచకం నాః స్మ రేన్నిత్యం
మహా పాతకనాశనమ్.

పాపకృత్యం తర్వాత ముక్తి పొందడానికి ఒకే ఒక్క మార్గం పేరు తార... జటాధారీ, ఒకవేళ నువ్వు పురుషుల్ని తన అందచందాలతోను, సొగసు కులుకుల్తోను, తెలివితేటలతోను వ్యామోహపరచడంలోను సామర్థ్యంగల తార స్వభావాన్ని గురించి తెలసుకోవాలనుకుంటే కిష్కంధాకాండలోని ఎన్నో పద్యాలని చదవాల్సివుంటుంది. సుగ్రీవుడు తన ధర్మాన్ని నిర్వర్తించనందుకు లక్ష్మణుడికి కోపం వచ్చినప్పుడు అతన్ని శాంత పరచేందుకు తార అంది - "సుఖభోగాలు ప్రాప్తించగానే వాటిలో పడి మైమరచి విశ్వామిత్ర మహా మునిలా కాలం గడిచిపోతోందన్న విషయాన్నే ఎరగలేదు సుగ్రీవుడు. ధర్మాత్ముడైన విశ్వామిత్రమహాముని మేనక వలపులో చిక్కుకుని కాలాన్నే మర్చిపోయాడు. మహా తేజస్వి, కాలం విలువ తెలిసినవాడు అయిన విశ్వామిత్రుని యంతటివాడే భోగాసక్తుడై కాలాన్ని మర్చిపోవడం సంభవించినప్పుడు ఇక సామాన్యులైన సుగ్రీవుడెంత అంటూ మాటల్లో అప్సరస ఘృతాచి, విశ్వామిత్రుల గురించి చెప్పింది తార, విషయాన్ని మరుగుపరచడానికి" - "దాని వెనకకూడా ఏదో మర్మం ఉంది జటాధారీ. చాలా విషయాల వెనక లోతైన బాధలు వుంటాయి."

జటాధారి ఇంకా రాక్సల్ నుంచి వచ్చిన స్కాలర్ మధ్య సంభాషణ కొనసాగుతుండగానే విలియం కప్ కళ్ళు మాటిమాటికీ స్తంభానికి ఆనుకుని కూర్చున్న కమలాదేవి వైపే చూస్తున్నాయి. సరిగ్గా అప్పుడే శాస్త్రిమహారాజ్, అతన్ని సదా నీడలా అంటిపెట్టుకుని వుండే హరినారాయణ్ "రండి, దేవాలయ ప్రాంతంనుంచి ఇక లేవండి. కొంచెంసేపు విశ్రాంతి తీసుకుని మనం జనకపురికి ఒకానొక దివ్య ముహూర్తంలో వెళ్ళాల్సి వుంది" అంటూ చప్పట్లు చరుస్తూ అందరినీ ఆ దేవాలయ ప్రాంగణాన్ని వదిలి రావల్సిందిగా సూచించారు.

దాంతో అందరూ హడావిడిగా లేచారు. ట్రస్ట్ విద్యార్థులు వచ్చి ప్రభుపాద తన గదిలోకి వెళ్ళేందుకు సహకరించారు. జటాధారి తన చిల్లర వస్తువులన్నింటినీ తిరిగి మూట కట్టుకుని 'భంశివా, భంశివా, భంశివా' అంటూ విశ్రాంతి కోసం పరిగెత్తాడు.

విలియం కప్ స్తంభానికి ఆనుకుని కూర్చున్న కమల దగ్గరికి వచ్చి "అందరూ లేచారు. నువ్వింకా కూర్చునే వున్నావేంటి?" అన్నాడు.

ఆమె విలియం కప్‌కేసి చూసింది. విలియం కప్ ఒక అడుగు ముందుకేసి తన చేతులతో ఆమె చేతిని అందుకున్నాడు... అంతేకాదు, అందరూ చూస్తూండగానే ఆ జర్మన్ స్కాలర్ ఆమె చేతిని పెదాలవరకూ లాగి ముద్దు పెట్టుకున్నాడు. అస్సలు ఊహించని ఈ సంఘటనతో దిగ్భ్రాంతికి గురైన కమల ఓ క్షణంపాటు బిత్తరపోయింది. ఆ తర్వాత తేరుకుని అంది – "నువ్వు నా చేతిని తాకకుండా వుండాల్సింది. అక్కడ సతిని చూడు – ఆమె ముఖంమీద, బుగ్గలపైన రక్తం సరిగ్గా చూడు..." విలియం కప్ తలెత్తి ఒడిలో భర్త తలని పెట్టుకుని కూర్చుని వున్న ఆ సతిని చూశాడు. ఆమె శరీరమంతా సింధూరం పూయబడి వుంది. అది రక్తంలా కనిపిస్తోంది. అది సతిలా కాకుండా ఓ లేడిలా కనిపిస్తోంది – శరీరమంతా బల్లెంతో పొడిచినట్లుగా.

కప్ మొదటిసారి చూస్తున్నట్లుగా ఆ విగ్రహాన్ని దిగ్భ్రాంతిగా మరోసారి చూశాడు. శాస్త్రిమహారాజ్ బిగ్గరగా అన్నాడు – "ఆ రామచంద్రుడు మనలనందరినీ ఈ యాత్రలకి తీసుకువచ్చాడన్నది నిజమే. అంతమాత్రాన పెయింటింగ్స్ విషయంలో నన్ను సంప్రదించాల్సిన అవసరంలేదని కాదు. ఈ పెయింటింగ్స్‌ని కొన్ని వేలమంది జనాలు చూస్తారు. పరమ భక్తుడైన భరతుడి ముందున్న పళ్లెంలో రక్త మాంసాలతో కూడిన వంటకమా ? అయ్యో వద్దు, అయ్యో వద్దు....!"

226 రామ విహారం

సదస్సులోని సభ్యుడొకడు ధైర్యాన్ని కూడదీసుకుని అన్నాడు – “మహారాజ్ ఆ తెల్ల మహిళ వాల్మీకి వర్ణించిన దాన్ని చిత్రీకరించింది.”

శాస్త్రిమహారాజ్ కోపంగా అన్నాడు – “బయటికి విసిరేయండి ఇలాంటివాటిని. రెండువందల సంవత్సరాల క్రిందటే బయటకి విసిరేశారు. కుషాణుల ఇంకా రోమన్‌ల సామ్రాజ్యాలు ఉన్నతిలో వున్నప్పుడు అంతర్జాతీయ జలమార్గాలు కనుగొనడం జరిగిందని స్కాలర్లు రాశారు. అప్పుడు సిల్కు బట్టలు, బంగారం, మద్యం వ్యాపారాలు ఊపందుకున్నాయి. ఏం హరినారాయణా, దక్షిణ భారత దేశ భక్తులు రెండు పురాతన రోమన్ కాయిన్స్‌ని మన ఖజానాకి ఇచ్చారన్న విషయం నీకు గుర్తు లేదా ?”

“నాకు గుర్తుంది మహారాజ్. నిజమే. నేను జ్ఞాపకం పెట్టుకున్నాను.”

“ఆ రోమన్ కాయిన్స్‌తో పాటుగా ఎందరో మహిళలు వచ్చారు. బయటికి విసిరిపారేసే పెయింటింగ్స్ వేసేకన్నా మరెన్నో అంశాలున్నాయి, పెయింటింగ్స్ వేయడానికి. ప్రభువు శ్రీరామచంద్రుడు నారచీరలు, మృగ చర్మం ధరించి అడవులకి బయలుదేరే చిత్రంగాని లేక కోసల దేశ ప్రజలకి ప్రియపుత్రుడైన రామచంద్రుడు దండకారణ్యంలోకి ప్రవేశించే దృశ్యంకాని చూడాలని నా కళ్లు అవిశ్రాంతంగా నిరీక్షిస్తున్నాయి. అయ్యో ! ఎందుకని ఆ తెల్ల మహిళ ఈ అంశాలని పెయింటింగ్ కోసం ఎంచుకోలేదు ?”

సభ్యులందరూ ఆయన మాటలతో ఏకీభవిస్తున్నట్టుగా అన్నారు – “అవును మహారాజ్, అవును.”

రోజ్‌మేరీ చలన రహితంగా వుండిపోయింది. శాస్త్రిమహారాజ్ అసహనంతో ముందుకు కదిలాడు. అతను చివరి పెయింటింగ్ ముందు నిలబడి చూడసాగాడు. శ్రీరామచంద్రుడు అడవిలో వేటాడే సమయంలో బాణంతో కొట్టబడ్డ ఓ జింక రామచంద్రుడి పాదాలముందు పడివున్న పెయింటింగ్ అది. ఆ చిత్రం కింద శ్రీరామచంద్రుడి సూక్తులలో ఒకటి అందమైన అక్షరాలతో ఇలా రాసివుంది – “అడవులనించి తిరిగి వచ్చిన తర్వాత నేను మరోసారి సరయూ నదీ తీరాలలో వందలకొద్దీ బాగా వికసించిన పుష్పాలతో విలసిల్లుతున్న ఉద్యాన వనంలోకి ఎప్పుడు వెళ్లగలను ? ఆ విధంగా వేటాడ్డం నన్ను సంతోషపరచ

లేకపోయినప్పటికీ నేను వేటాడ్డాన్ని కేవలం అడవిలో వున్న మహామునుల కోసం నిషేధించలేను...” శాస్త్రిమహారాజ్ కళ్లలో నీరు ఉబికింది.

రామాయణంలోని ఈ విషయాన్ని శాస్త్రిమహారాజ్ దృష్టిలో విసిరి పారేయాల్సినవి.

అతను తన కుర్తా జేబులోంచి రుమాలు బయటకి తీసి ముఖం తుడుచుకున్నాడు. అతను “ఈ రెండు పెయింటింగ్స్‌ని నా గుడారానికి పంపించండి. ఈ ప్రదేశాన్ని పూలతో అలంకరించండి, రోజ్‌మేరీ, నువ్వు నా గుడారంలోకి రా” అంటూ కొందరు సదస్సు సభ్యులని ఆదేశించాడు.

శాస్త్రిమహారాజ్ ఎప్పుడూ మండలి సభ్యుల విషయాలలో గాని వాళ్ల స్వతంత్రతలో గాని జోక్యం చేసుకోలేదు. అతను ఎన్నడూ ఇలాంటి ముఖ్యమైన సదస్సులలో సభ్యులు సమర్పించిన పత్రాలపైన చేయి పెట్టలేదు. కానీ ఈ చిత్రాలు?

మిస్టర్ పోలిత్

ఈ లోపల జనకపురిలోని మొజీలియా శిబిరంలోని గుడారంలో బాగా రద్దీగా వుంది. సీతారాముల వివాహమైన ఐదవ రోజు వేడుకలకి జనకపురి సామర్థ్యానికి మించి జనంతో నిండిపోయింది. జనకపురి సరిహద్దులు తరై ప్రాంతం నుంచి మొదలై హిమాలయాలని తాకాయి. ఈ జనకపురిలోనే జనక మహారాజు గొప్ప ఋషి అయిన యాజ్ఞవల్క్య ముని ముందు కూర్చుని నిరంతరాయంగా ఒక ప్రశ్న అడిగాడు. ఆ ప్రశ్నతో బృహదారణ్యకం నిండిపోయింది. జనకుడు అడిగిన ప్రశ్న –

“పురుషులు ఏ జ్యోతి కింద సన్మార్గాన్ని మర్చిపోకుండా ఉండగలరు ?”

“సూర్యుని కాంతిలో ?”

“సూర్యుడు అస్తమిస్తే ?”

“చంద్రుని కాంతిలో”

“సూర్యుడు, చంద్రుడు అస్తమిస్తే ?”

“అప్పుడు అగ్నియే జ్యోతి అవుతుంది”

“సూర్యుడు అస్తమించి, చంద్రుడు అస్తమించి అగ్ని కూడా ఆరిపోతే ?”

"అప్పుడు పురుషులు శక్తిమంతమైన శబ్దాన్ని ఆశ్రయిస్తారు. ఆ శబ్దానికున్న శక్తివల్ల ఒకరినొకరు పలకరించుకుంటారు. ప్రపంచంలోని వెలుగులన్నీ ఆరిపోయినా శబ్దం పురుషుల్ని సజీవంగా వుంచుతుంది."

"ఒకవేళ రాక్షసుడు గాని పాలకుడుగాని కేవలం శారీరక బలంతో శబ్దాన్ని నిలిపేస్తే ? తీవ్రమైన విభ్రాంతికి గురైన జనక మహారాజు చివరి ప్రశ్నగా – ఓ మునీశ్వరా, ఒకవేళ శబ్దం ఆగిపోతే ?"

"అప్పుడు పురుషులకి ఆత్మయే జ్యోతి అవుతుంది. దేహేంద్రియాలని ప్రకాశింపజేసే ఆత్మ జ్యోతి తీవ్రమైన ప్రమాదాన్ని అతిక్రమించగలదు."

పురాతన ఇంకా సౌభాగ్యవంతమైన వైదేహి రాజధాని అయిన జనకపురికి ఎన్నో పేర్లున్నాయి – విదేహ, తీర్‌భుక్తి, యజ్ఞక్షేత్ర, క్రియాపీఠ్ ఇంకా వైజయంత్ – ఇలా ఎన్నో పేర్లు.

శాస్త్రిమహారాజ్ మండలి సభ్యుల్ని జనకపురిలోని వంద అసాధారణ దేవాలయాలకి తీసుకువెళ్లాలని నిశ్చయించుకున్నాడు. అప్పటి జనకపురిలోని నాలుగు శివాలయాలలోనూ దణ్ణం పెట్టుకుని వచ్చిన శ్వైట్ జడలుగట్టిన జటాధారి అన్నాడు – "మన సభ్యులు తూర్పున జాలేశ్వర్ దేవాలయం, పడమట కపిలేశ్వర దేవాలయం, ఇంకా దక్షిణాన కళ్యానేశ్వర మహాదేవ్ ఆలయం ఇవన్నీ దర్శించుకున్న తర్వాతే సదస్సు మొదలుపెడ్తారు."

ఓం భం భం. ఇది జనకపురి. 'తరై' ప్రాంతం నుంచి మొదలై ప్రభువు శివుడి సన్నిధానమైన హిమాలయాలని తాకుతుంది.

దిగంబర సన్యాసులు హిమాలయానించి వచ్చారు. సామంతులు, సిద్ధపురుషులు వచ్చి ఈ స్వర్గధామంలో ఆశ్రయం పొందారు. జటాధారి అందరి ముందు నృత్యం చేస్తూ పాడసాగాడు –

ఆప్‌నే సియాజీ కె డొలాయిబె

హమ్ మిథిలామెఁ రహాబె

శాస్త్రిమహారాజ్ ఎదురుగా గుంపుగా వున్న భక్తులు నవ్వారు.

భట్టారాయ్ అలియాస్ హనుమాన్ కొన్ని కుప్పిగంతులు వేసి ఆ తర్వాత పాడాడు.

అపన్ సియాజీ కె చమర్ డొలాయిబె

హమ్ మిథిలా రహబె

మరో మారు అందరూ పగలబడి నవ్వారు.

అబ్బో! అబ్బో! ఊరేగింపులో ఏనుగులు, గుర్రాలు. ఆకాశంలో బాణాసంచా, గాల్లోకి తుపాకులు పేలుస్తూ భటులు, నృత్యం చేస్తూ ముందుకిసాగే నర్తకీమణులు, జనకపురి ధూళిని తమ శరీరాలకి పూసుకుని రథాన్ని అనుసరించే దిగంబర సన్యాసులు, పెళ్లికుమారుడి వేషంలో ఊరేగే రాముడి విగ్రహం, సీతారాముల వైభవ కీర్తనలు...

జటాధారి మరోసారి అరిచాడు :

ఓం భం భం

ఓం భం భం

విలియం కప్, రోజ్‌మేరీ, ఎలిజబెత్ మధుర రామాయణ ట్రూపు నటులు, శివసింధు ట్రస్ట్ విద్యార్థులు, మాధవానంద, కమలాదేవి – అందరూ ఉత్తేజితులయ్యారు. ఎందుకంటే సదస్సు ప్రారంభమయ్యేందుకు సమయం ఎక్కువ లేదు. ప్రతీ ఒక్కరూ మంచి మంచి దుస్తులు ధరించారు. జటాధారి కూడా జనకపురి ధూళిని తన నిత్య దిగంబర దేహానికి పులుముకున్నాడు.

అకస్మాత్తుగా అందరి కళ్లు పరుగులాంటి నడకతో వచ్చిన మున్షీపైన పడ్డాయి. శాస్త్రిమహారాజ్ దగ్గరకి వచ్చిన అతను బిగ్గరగా అన్నాడు – "దుర్వార్త. నిజంగా చెడ్డవార్త."

హరినారాయణ్ అతన్ని స్థిమితంగా పట్టుకుని అడిగాడు – "ఏం జరిగింది? జరిగిందేంటి ?"

మిస్టర్ పోలిత్ కాలం చేశాడు. ఖాట్మండూ ఎయిర్‌పోర్టు దగ్గర ప్రాణాలు వదిలేశాడు. జనకపురిలో హిందూ సాంప్రదాయ ప్రకారం తన దహన సంస్కారాలని జరిపించాలని అతని చివరి కోరిక. అతని పార్థివ దేహం రేపు ఉదయం వస్తుంది."

శాస్త్రిమహారాజ్ మూర్ఛిల్లి కిందపడ్డాడు.

దహన సంస్కారం

కమలానది ఒడ్డు మంచుతో కప్పబడిపోయింది. మిస్టర్ పోలిత్ అంత్యక్రియలకి వచ్చిన సభ్యులు నిశ్శబ్దంగా నిలబడ్డారు.

దట్టమైన మంచు కారణంగా వాళ్లు సరిగ్గా కనిపించడంలేదు. ప్రతీ ఒక్కరూ నీడలాంటి ఆకారంలో కనిపిస్తున్నారు.

అందరూ ఒక్కసారిగా అన్నారు – “అవును, అవును, నిజమే. అందువల్లే జనకపురి ధూళిపరదా కప్పుకున్నట్టుగా వుంది.

శాస్త్రిమహారాజ్ ఓసారి చుట్టూ చూశాడు. ఆ ప్రాంతమంతా సన్యాసులతోనూ, సిద్ధపురుషులతోనూ నిండిపోయింది. కొందరు పూర్తి దిగంబరంగా వుంటే మరికొందరు నడుముకి మృగ చర్మాలు కట్టుకున్నారు. వాళ్లు పొడవాటి జుట్టు, గడ్డంతో వున్నారు. శరీరాలకి బూడిద పులుముకున్నారు. ఆ పరిసరాలలో వాళ్లందరూ ఒంటెల్లా తిరుగుతున్నారు.

శాస్త్రిమహారాజ్ సదస్సు అధికారుల్ని వినమ్రతతో అర్థించాడు – “విదేశీ యాత్రీకులపట్ల ప్రత్యేక శ్రద్ధ వహించండి. ఆహ్వాన పత్రికలు అందగానే వాళ్లందరూ సొంత ఖర్చుమీద వెంటనే వచ్చారు. మనవాళ్లలా మాకు ఇది కావాలి, అదికావాలి అని వాళ్లు అడగలేదు... వాళ్లకి వాళ్ల జీవితాలకన్నా సీత ప్రభువైన రాముడు ప్రియమైనవాడు.

అందరూ ముక్త కంఠంతో అన్నారు – “అవును మహారాజ్, మాకు అంతా తెలుసు. థాయిలాండ్‌కి చెందిన శ్రీమతి పుల్‌తూపియా తన జీవితమంతా రామ్కియన్ రామాయణం ఇంకా వాల్మీకి రామాయణం చదవడంలోనే గడిపింది. చైనాకి చెందిన మిస్టర్ హున్ రామచరితమానస్ అనువదించాడు.

సదస్సులో పొట్టిగా వున్న గూర్ఖా అధికారి “మహారాజ్, ఈ అంతర్జాతీయ సదస్సులో రామ్కియన్ రామాయణం, వాల్మీకి రామాయణం చదవచ్చా ?” అడిగాడు.

శాస్త్రిమహారాజ్ ఉత్సాహంతో అన్నాడు – “అలాగే, అలాగే. ఈ సంవత్సరం మనం చర్చించాల్సిన ముఖ్యాంశం 'రామాయణం – ప్రస్తుత సమాజం'. ముగింపు సమావేశాలలో కొక్బిన్ రామాయణం ఇంకా హికయాత్ సేరమ్ రామాయణాలు ఉంటాయి.”

సదస్సులోని ఓ అధికారి ఉత్తేజితమైన స్వరంతో అన్నాడు – 'ప్రాంతీయ మరియు విదేశీ కవుల చేతుల్లో హనుమాన్' – “ఈ విషయంమీద కూడా చర్చకి సమయం కేటాయించబడింది. ఈ విషయంపైన చర్చా కార్యక్రమాన్ని భట్టారాయ్ హనుమాన్ వేషంలో కమలా నదిపైన లంఘించే క్రమంలో వుంచబడింది.”

శాస్త్రిమహారాజ్ నవ్వుతూ "భట్టారాయ్ చేసే సాహసకృత్యమైన ఈ విన్యాసాన్ని చూడ్డానికి వేలకొద్దీ జనం వస్తారు" అన్నాడు.

ఆ అధికారి ఉత్తేజితంగా అన్నాడు – "అవును మహారాజ్, తెల్లదొరల పాలనలో మొదలైన మధురలోని రాంలీలా ట్రూపు, హనుమాన్ వేషంలోని భట్టారాయ్ సదస్సులో ప్రధానమైన ఆకర్షణలు". అతని మాటలతో జతకలుపుతూ మరో సభ్యుడు నవ్వుతూ "మహారాజ్, భట్టారాయ్ ఉండే చోటికి మహిళలు, పిల్లలు, సన్యాసులు అప్పుడే ఎంతమంది వచ్చారో చూడండి" అన్నాడు.

శాస్త్రిమహారాజ్ తలెత్తి చూస్తూ "అవును, నిజమే గుడారాల చుట్టూతా జనం గుంపులు గుంపులుగా వున్నారు" అన్నాడు.

శాస్త్రిమహారాజ్ సంతోషంతో అధికారులతో కలిసి ప్రదర్శనా స్థలం దగ్గర ఏర్పాటైన సమావేశపు హాల్లోకి వెళ్లాడు. సదానీడలా అంటిపెట్టుకుని వుండే హరినారాయణ్ అతన్ని అనుసరించాడు.

సమావేశపు హాల్లోకి చేరుకోగానే శాస్త్రిమహారాజ్ దిగ్భ్రమ చెందాడు. హాల్లోకి అడుగుపెట్టగానే రోజ్‌మేరీ తన పెయింటింగ్స్‌తో హాలుని అలంకరించడం చూశాడు.

అదే స్ఫూర్తి. అదే ఉత్తేజం. శాస్త్రిమహారాజ్ హృదయం రోజ్‌మేరీ పట్ల గౌరవంతో కూడిన అనురాగంతో నిండిపోయింది. శాస్త్రిమహారాజ్‌ని గమనించిన రోజ్‌మేరీ వెంటనే నోట్లో వున్న సిగరెట్ పొగని దాచే ప్రయత్నం చేస్తూ అతి వినయంగా అంది – "ఈసారి బస్సులో ప్రయాణించాల్సి రావడంతో నేను కేవలం ఐదు పెయింటింగుల్ని మాత్రమే తీసుకురాగలిగాను. జనకపురి సదస్సు నిర్వాహకులు 'రామాయణంలో విందు' గురించిన ఓ ప్రత్యేక సమావేశం ఉన్నట్టుగా నాతో చెప్పారు."

"రామాయణంలో విందు దృశ్యాలా ?"

మండలి సభ్యులు కొందరు కోరస్‌గా అరిచారు – "అవును మహారాజ్, చివరిరోజు కార్యక్రమంగా 'రామాయణంలో విందు' చిత్రాలని వుంచాము."

అకస్మాత్తుగా శాస్త్రిమహారాజ్ పెదాలపైన చిరునవ్వు విరిసింది. శ్రీరామచంద్రుడి భక్తుడైన హనుమాన్ ఆహారపు అలవాట్లుని గురించి 'పొద్దార్' చాలా విషయాలు రాశాడు. అతను ఆహారానికి పవిత్రత, శుద్ధి చేకూర్చే మంత్రాన్ని ఒకటి చూశాడు. శాస్త్రిమహారాజ్ దాన్ని హమ్ చేయసాగాడు :

ఓమ్ అమృతో పస్తరణమసి స్వాహా;

ఓమ్ అమృతాపి ధానమసి స్వాహా.

రోజ్‌మేరీ, మాధవకందాళి ఆధునిక ఆర్యభాషలో వ్రాసిన సప్తకాండ రామాయణంలోని ఉత్తరకాండలో మహాపురుషుడైన శంకర దేవ్ రాసిన విధంగా దుర్వాసుడి చిత్రాన్ని చిత్రీకరిస్తోంది. శాస్త్రిమహారాజ్ ఇంకా సమితిలోని ఇతర సభ్యులు భోజనప్రియుడైన దుర్వాసుని, అతను ఇష్టపడే భోజన నమూనాల పెయింటింగుని చూసి ఆనందించారు. జనాలు నవ్వుకునేందుకు గీసిన పెయింటింగ్ అది – బానపొట్టతో వున్న దుర్వాస మహాముని ఆశగా భోజనం వంకే చూస్తున్నా అతని కళ్లు ఇంకా పాలతో తడిసిన అతని తలవెంట్రుకలు, గడ్డం దృశ్యం అందరికీ నవ్వు తెప్పించాయి.

శాస్త్రిమహారాజ్ రోజ్‌మేరీని ప్రోత్సహిస్తున్నట్లుగా అభినందించాడు.

... అక్కడేవున్న మూడో చిత్రం చూసి శాస్త్రిమహారాజ్ విస్మయం చెందాడు. ఆ చిత్రాన్ని చూసి అతను కలత చెందినట్టుగా అతని నుదుటిమీద ఏర్పడ్డ మూడు అడ్డరేఖలు సూచిస్తున్నాయి.

అయ్యోలేదు ! అయ్యోలేదు ! శాస్త్రి పెదాలమీంచి అశ్రావ్యమైన మాటలు రాసాగాయి. అతను రోజ్‌మేరీ పెయింటింగుని నిశితంగా గమనించసాగాడు. నీడలా అతని వెన్నంటి వుండే హరినారాయణ్ గట్టిగా అరిచాడు... వద్దు, వద్దు. ఈ పెయింటింగ్‌ని ప్రదర్శించడం కుదరదు."

అది భరద్వాజ మహాముని ఆశ్రమంలోని భోజనశాల పెయింటింగు. అందమైన స్త్రీలు కొందరు ఒక్కొక్క వ్యక్తిని స్నానం చేయించడానికి నదీ తీరానికి తీసుకువెళ్తున్నారు. పెద్ద పెద్ద కళ్లున్న వేశ్యకాంతలు ఒడలుపట్టి స్నానం చేయించిన తడిగావున్న శరీర భాగాలని తుడుస్తూ వాళ్లకి మద్యం సరఫరా చేయడానికి సిద్ధమవుతున్న చిత్రం అది...

సైనికుల పారవశ్యాన్ని వివరించే మరో పెయింటింగు – ఏనుగులపైన, వాటి వెనక గుర్రాలపైన సవారీ చేస్తున్న సైనికులు, వాటి చుట్టూ నడుస్తున్న అప్సరసల గుంపులు. సైనికులు ఉత్సాహంతో అరిచారు – మాకు అయోధ్య గాని, దండకారణ్యంగాని అవసరంలేదు. భరతుడు క్షేమంగా ఉండుగాక ! శ్రీరాముడు క్షేమంగా ఉండు గాక ! స్వర్గమంటే ఇదే. స్వర్గమంటే ఇదే.

అబ్బా ! ఎంతో అందంగా గ్లాసుతో మలచిన మద్యంతో కూడిన పాత్రలు. రోజ్‌మేరీ చిత్రించిన పెయింటింగు. సంతోషంతో పరవశులైన సైనికులు, వాళ్లకి అతిథిమర్యాదలు చేసిన భరద్వాజ మహాముని. శాస్త్రిని అనుసరించిన భక్తులు, సమితి సభ్యులు మూకుమ్మడిగా అరిచారు – "అద్భుతమైన పనితనం! ఎంత అందమైనవి!"

రోజ్‌మేరీ దక్షిణ భారత కథనాన్ని అనుసరించింది – ఉన్నదున్నట్టుగా అనుసరించిందామె.

శాస్త్రిమహారాజ్ నుదుటిమీద క్లేశంతో ఏర్పడ్డ అడ్డరేఖలు చెరిగిపోలేదు. ఆ చిత్రం పక్కనే నిలబడ్డ శాస్త్రి మౌనం వహించాడు. అక్కడ, అక్కడే మరో పెయింటింగ్.

వివిధ రకాల భోజన పదార్థాలు పెద్ద పెద్ద లోహపాత్రలలో వుంచబడ్డాయి. మామిడిపళ్ల రసంలో ఉడకబెట్టిన అడవిపంది మాంసం. మరోపాత్రలో కోసి వండడానికి సిద్ధంగా వుంచిన పెద్ద పెద్ద మాంసం ముక్కలు. కోసిన మాంసం ముక్కల్లోంచి కారుతున్న రక్తం వల్ల పాత్రని అలంకరించిన పూలతోరణాలు నీరుకావి రంగులోకి మారినట్టుగా కనిపిస్తోంది. అవును, అవును నిజమే. దాక్షిణాత్య వాల్మీకి రామాయణంలో వివరించినదానికి వాస్తవ ప్రతిరూపం.

... శాస్త్రిమహారాజ్ దీర్ఘాలోచనలో మునిగిపోయాడు. అవును, నిజమే. అతనికి బాగాతెలుసు. భరద్వాజ మహర్షి భరతుని సేనకి ఇచ్చిన విందు అయోధ్యాకాండలోని 83 శ్లోకాలలో వాల్మీకి వర్ణించాడు – బ్రహ్మ పంపిన దివ్యాభరణాలు ధరించిన ఇరవై వేలమంది అప్సరసలు భరతుని సేనలని సంతోషపరిచారు. కుబేరుడు కూడా అందమైన యువతుల దళాన్ని పంపించాడు. భరద్వాజుడు ఆజ్ఞాపించడంతో మిశ్రకేశి, పుండరీక, వామన అనే అప్సరసలు భరతుడి ముందు నాట్యం చేశారు. భరద్వాజ మహర్షి దేవ గంధర్వులని, దేవ జాతికి, గంధర్వ జాతికి చెందిన అప్సరసలని ఆహ్వానించాడు – మహేంద్రగిరిపైన మయుడు నిర్మించిన ప్రదేశాలలో నివశించే అందమైన అప్సరసలు ఘృతాచి, విశ్వాచి, నాగదంత, హేమ, హిమ అందరూ అక్కడ వున్నారు. ఎల్లప్పుడూ వస్త్రాలు, భూషణాలు ఆకులుగా గలది, దివ్యస్త్రీలే ఫలాలుగా గలది, ఇంకా దివ్యమైన స్త్రీలు విహరించే చైత్ర రథాన్ని ఉత్తరకురులోని తన ఆశ్రమానికి రప్పించాడు. ఆ దివ్యమైన చైత్రరథంలో మహర్షి

ఆశ్రమం శోభలతో విలసిల్లింది. విశ్వామిత్రుడు సమర్పించినవి, సోమదేవుడు ఇచ్చిన మద్యాన్ని ఇంకా అందమైన పుష్పాలని ఆయన అర్పించాడు.

ఇది భరద్వాజ మహర్షి దివ్యమైన శక్తులకి ఉదాహరణ - అది అగస్త్యుడు పొందిన ఉత్తేజపరిచే దివ్యమైన శక్తుల్ని పోలివుంది. అలాంటి దివ్యమైన శక్తులేవీ లేకుండా దట్టమైన అడవుల మధ్య ఒంటరి రామచంద్రప్రభువు 14000 మంది రాక్షసులతో యుద్ధం చేయగలడా ? కానీ అక్కడ కళ్లముందు పందిమాంసంతో వున్న పాత్రవుంది. రక్తంతో వున్న పెయింటింగు. మనుషుల రక్తం తాగిన పెయింటింగు.

బస్సులోపల చెవులు చిల్లులుపడేలా స్వామి ప్రభుపాద నవ్వు !

కమల ఉలిక్కిపడింది.

బస్సు ముందుకు కదిలింది.

తన విషయంలో ప్రయత్నం, చొరవ తీసుకునేదెవరు ? ఎవరు ?

... మొదటిసారి కమల హృదయం పగటి కలల సాలెగూడులో చిక్కుకుపోయింది. తను మాధవానంద భుజాలపైన తల ఆన్చి అందమైన చిత్రకూట్ గార్డెన్‌లో నిద్రిస్తున్నట్టుగా... అదే చిత్రకూట్‌లో మందాకినీ నదీ తీరంలో తులసీదాసు శ్రీరామచంద్రప్రభువుతో ముఖాముఖి తటస్థపడినట్లుగా చెప్పబడ్డాడు.

చిత్రకూట్ కే ఘాట్ పర్ భఇ
సంతన కీ భీర్
తులసీదాస చందన్ ఘిసేఁ
తిలక్ దేత రఘువీర్.

... అబ్బా ! శ్రీరామచంద్రుడు ఈరోజు తన చుట్టూ అదృశ్య రూపంలో తిరుగుతున్నాడు. తను విలక్షణమైన చెట్లతో కూడిన అడవిలో మాధవానంద అలియాస్ శ్రీరామచంద్రుడి చుట్టూ తిరుగుతోంది. మాధవానంద తన అందమైన వక్షోజాలని పచ్చని 'రంజిత' లతలతోవున్న ఎర్రని పర్వత శిఖరాలతో పోల్చాడు. ఊహల్లోనే తనవాడైన అలాంటి వ్యక్తిని గురించి ఇలా భావించడం ధర్మమేనా ?

వెంటనే ఛీ, ఏమిటింత నీచంగా ఆలోచిస్తున్నాను అనుకుందామె.

ఈరోజు ఆమె తన మనస్సుని నియంత్రించుకోలేకపోతోంది. అతని ఒంటినుంచి వస్తున్న పరిమళం ఆమె శరీరంలోని ప్రతీ భాగాన్ని, ఆత్మని చుట్టుముట్టి

పరవశింపజేస్తోంది. ఈ పురుషోచిత పరిమళం కేవలం ప్రియమైన వాళ్ల దగ్గరనించే వస్తోంది.

కమల గతంలో ఎన్నడూ ఈ విధంగా ఊహించలేదు. మాధవానందతో దూరంగా వున్నప్పుడు ఆమెకి ఇలాంటి అనుభూతి ఎన్నడూ కలగలేదు. ఆమె దేహంలోని కొన్ని భాగాలు ఈ విధంగా ఎన్నడూ వ్యాకోచించలేదు... రామాయణ మండలితో కలిసి వివిధ ప్రాంతాలకి వెళ్లినపుడు ఆమెకి ఎందరితోనో పరిచయం ఏర్పడింది. ఆ సమయంలో రకరకాల మనుషుల వికృతమైన వాంఛల్ని సహితం ఆమె ఎదుర్కొంది. విలియం కప్‌తో కేవలం కొన్ని గంటల క్రితమే కలిగిన శారీరక స్పర్శ ఆమెకి ఓ భయంకరమైన కోరికని గుర్తుచేసింది. అబ్బా, మరోసారి ఆమె మాధవానంద చేతిలో చెయ్యివేసి దండకారణ్యంలో ప్రవేశించినట్టుగా ఊహించుకుంది. దూరంనించి సన్యాసులు పాడుతున్న కీర్తనలు గాలిలో అలలు అలలుగా తేలి వచ్చి ఆమె చెవులలో పడుతున్నట్టుగా అనిపిస్తోంది –

"మేము మా కోరికలని జయించాము. మేము 'దండం'లని నీ చేతుల్లోకి గిరాటువేశాం. మాకు సంపదలు లేవు. నీవు కడుపులో వున్న బిడ్డని రక్షించినట్లుగా మమ్మల్ని కూడా రక్షించు రాఘవా."

తన ప్రియమైన పత్నికోసం అవతారమూర్తి అయిన శ్రీరామచంద్రుడు పలికిన పలుకులు పాట రూపంలో ఆమె చెవులకి సోకింది –

"ఓ సీతా, నక్షత్రాలతో తళుకులీనే సాయంకాలం అయ్యింది. శరీరమంతా వెన్నెల పులుముకుని ఆకాశంలో చంద్రుడు వెలిశాడు. తియ్యని నీ కంఠం పూర్తిగా నన్ను వశపరుచుకుంది. ఓ మైథిలీ, నువ్వు ఆభరణాలు అలంకరించుకో. ప్రకాశవంతమైన ఆభరణాలు నీకు మరింత వన్నెను చేకూర్చడమే కాక పరిసరాలని ప్రకాశవంతమొనరుస్తాయి."... ఆహా ప్రతీది శ్లోకాలుగా రూపాంతరం చెంది హృదయంలో పాడుతున్నాయి. ప్రతి శ్లోకం ఒక ఇటుకగా మారి తన హృదయంలో ఈ ప్రేమమందిరం కోసం గోడలు కట్టడానికి ఉపయోగపడుతున్నాయి. ఈ క్షణంలో ఫ్రెంచ్ కవి 'లియోవిల్' రచించి సీతకి అంకితం చేసిన కవిత కూడా పూలరథంపైన తేలియాడుతూ తన హృదయ మందిర ద్వారాల దగ్గరకి వచ్చినట్లుగా వుంది –

ఓ గంగా, సీత నీ తీరంలో తిరిగి నపుడు
చంద్రుడు ఒక్కడే ఉదయించినట్లయింది
అడవిలోని చీకట్లలోనించి
ఓ గంగా చాలా సమయం గడిచిపోయింది
అయినా సీతపేరు ప్రవహిస్తూనే వుంది,
మస్తిష్కంలో పరిమళించే నిరంతర నామంలా.

జడలు గట్టిన జుట్టువున్న జటాధారి అకస్మాత్తుగా అరిచాడు –

"ఓమ్ భం శివా"

అతను బిగ్గరగా అన్నాడు – "ఎవరి శరీరం శంఖంలా, చంద్రునిలా అందంగా వుంటుందో, ఎవరు పులి చర్మాన్ని ధరించారో, నేను ఆ కాశీ విశ్వేశ్వరునికి నమస్కరిస్తాను... భంభంభం." అతను తన మెదని పొడవుగా సాచి కమలవైపు చూశాడు. అప్పుడు ఆమె కామరహితంగా శరీరం, మనసు ఉండడం సాధ్యపడుతుందా? అసలు కామ స్వభావం ఏంటి? వాస్తవాన్ని గుర్తించేవారెవరూ లేరు అని గట్టిగా ఆక్రోశించింది – అవకాశాన్ని వినియోగించుకో. అవకాశం మళ్లీ మళ్లీ తలుపుతట్టదు. భగవంతుడు మార్గం... ఓ అద్భుతమైన అవకాశం... గోటితో గుచ్చినట్లుగా ఆ మాటలు కమల హృదయంలో నాటుకుపోయాయి.

ఆమె మాధవానంద వైపు చూస్తూ – "నీ భూమి, ఆస్తి పాస్తుల విషయంలో ఈసారైనా ఏర్పాటు ఏమైనా చేశావా?" అని అడిగింది.

మాధవానంద కొంతసేపు మౌనం దాల్చాడు. సరిగ్గా అప్పుడే బస్సు ఓ దట్టమైన అడవిలోకి ప్రవేశించింది. దాంతో మరోసారి మొత్తం చీకటిగా మారింది. ప్రపంచంలోకెల్లా ఏకైక హిందూరాజ్యం ఇప్పటికీ ఓ గుహలో వున్నట్టుగా వుంది – కిష్కింధలోని గుహలో ఉన్నట్టుగా.

"వాళ్లు వచ్చారు."

"ఎవరు?"

"రైతులు, రైతులు."

"ఏం చెప్పావు?"

మరోసారి మాధవానంద మౌనం వహించాడు.

"వాళ్లతో నువ్వు ఏం చెప్పావు? ఏం చెప్పావు మాధవానందా?"

మొదటిసారి మాధవానంద చేతిని తన చేతిలోకి తీసుకునే ప్రయత్నం చేసింది కమలాదేవి.

ఆమె చేతిలోంచి తన చేతిని వెనక్కి తీసుకోలేదు మాధవానంద.

కమలాదేవిలో వెయ్యి శంఖనాదాలు ప్రతిధ్వనించినట్లయింది. తన శృంగార తంత్రుల్ని మీటినట్లయింది. దండకారణ్యంలోని మహేంద్రగిరిపైన వుండే తెల్ల జెండా గూఢమైన హృదయ కుహరంలో పడినట్లనిపించింది. ఓ వెయ్యి పక్షులు పూల చెట్లమీంచి కీచుమంటూ కూసినట్లయింది. పెద్ద సంతోషపు కెరటం బలంగా తాకి ఉక్కిరిబిక్కిరి చేసినట్లయింది.

జనకపురి దగ్గర.

బస్సు పవిత్రమైన జనకపురి దగ్గరకి వచ్చి ఆగింది. ఈసారి 'మజిల్లా' లోని రంగ భూమి దగ్గర యాత్రికుల కోసం చిన్న చిన్న గుడారాలని ఏర్పాటు చేశారు. దాంతోపాటుగా టీ, భోజన సదుపాయాలు సమకూర్చారు. అందరూ బస్సు దిగారు. జనకపురి అంతర్జాతీయ సదస్సు నిర్వాహకులలోని ఒకరు శాస్త్రిమహారాజ్‌ని చుట్టుముట్టాడు – అందరిలోనూ ఒకటే ఆలోచన. మిస్టర్ పోలిత్ రాలేదు. రెండు రోజుల క్రిందటే అతను రావాల్సి వుంది. శాస్త్రిమహారాజ్ "మిస్టర్ పోలిత్ తన స్వంత ఖర్చుతో నిర్మించాలనుకున్న రీసెర్చ్ ఇన్‌స్టిట్యూట్ కోసం స్థలం ఎంపిక నిర్ణయం పూర్తయ్యిందా?" అని అడిగాడు.

అందరూ ముక్త కంఠంతో అన్నారు – "అవును మహారాజ్. రేపు భవనానికి పునాది రాయి పడుతుంది. మన మంత్రివర్యులు, మిస్టర్ పోలిత్ కలిసి పునాదిరాయి వేసే వేడుక నిర్వహించాల్సి వుంది. ఇప్పుడెలా ?"

ముఖ్య అధికారి అన్నాడు – ఖాట్మండూనించి భక్తులూ, స్కాలర్లూ విమానంలో వచ్చారు. చైనానించి మిస్టర్ హున్, థాయిలాండ్ నుంచి పండితురాలు శ్రీ సురంగ్ ఇంకా రష్యానించి మరోస్కాలర్ ఇప్పటికే వచ్చారు. కానీ మిస్టర్ పోలిత్ ఈరోజు లేరు." పొట్టిగా, నడుముకి కట్టుకున్న నేపాలీ కత్తితో వున్న గూర్ఖా అధికారి అన్నాడు: "ఇప్పటివరకు అతను చేరుకోలేదు. అతను వచ్చేవరకూ రేపటి వేడుకని మనం వాయిదావేద్దాం."

...సరిగ్గా అప్పుడే సమితి సభ్యుడొకడు శాస్త్రిమహారాజ్ దగ్గరకి వచ్చి రొప్పుతూ

అన్నాడు – "విదేశీ స్కాలర్లు నగరంలోని హోటళ్లలో ఉండేందుకు ఏర్పాట్లు చేసుకుని గుడారాలని వదిలేస్తున్నారు. వాళ్లు వాళ్ల స్వంత ఖర్చుతోటే హోటళ్లలో ఉంటారట."

అందుకు సమాధానంగా గూర్ఖా అన్నాడు – హోటళ్లలో ఏర్పాట్లు కూడా చేయబడ్డాయి. జనకపురి పూర్తిగా ధూళి దూసరితమైపోయింది. అన్ని ప్రాంతాలనించి వచ్చిన మునులతోను, సిద్ధపురుషులతోను క్రిక్కిరిసిపోయింది."

శాస్త్రిమహారాజ్ "సీతారాముల వివాహమైన ఐదవరోజు వేడుకల సమయంలో జనకపురి ఇలా దుమ్ము ధూళితో నిండిపోతుందని ఎవరూ ఊహించలేదు" అన్నాడు విచారంగా.

అధికారులు మూకుమ్మడిగా అన్నారు – "నగరం అంతా సిద్ధపురుషులతో నిండిపోయింది. ఇలాంటి ఉత్సవ సమయాల్లో ఇలా క్రిక్కిరిసిపోవడం ఎప్పుడూ ఉండేదే. కానీ ఈసారి ఉన్నంత జనబాహుళ్యం మునుపెన్నడూ లేదు."

మరోవ్యక్తి అన్నాడు – "పురాతన కాలంనించి జనకపురి సిద్ధపురుషులు ఇంకా వేదపండితుల భూమి. ముస్లిం పాలకులకి భయపడి సన్యాసులు ఉజ్జయిని, వారణాసి, అయోధ్య ఇంకా బృందావనం నుంచి కూడా వైదేహీ నిలయమైన జనకపురిలో ఆశ్రయం పొందడానికి పారిపోయివచ్చారు. ఈసారి కొన్నివేలమంది సిద్ధపురుషులు సీతారాముల వివాహమైన ఐదవరోజు వేడుకలకి వచ్చారు. అంతేకాదు, చుట్టుపక్కల ప్రాంతాలనించి బలిష్ఠమైన యువకులు వరుడి పక్షాన వచ్చారు. అందువల్లే 'మజిల్లా' ప్రాంతం ఇంత దుమ్ము ధూళితో నిండిపోయింది.

పదిహేడవ అధ్యాయం

జానకి - జనకపురి

తెల్లవారువేళలో అందరూ బస్సు ఎక్కారు. మధ్యాహ్నానికి ముందే జనకపురి చేరుకోవాలి.

బస్సు ఎక్కేముందు శాస్త్రిమహారాజ్ కమలాదేవినీ మాధవానందనీ ఇద్దరినీ పిలిచి అన్నాడు – "మీ ఇద్దరితో కార్యక్రమం గురించి మాట్లాడాలి మీరిద్దరూ నాకు దగ్గరగా వుండే సీట్లలో కూర్చోండి."

ఇదివరకులానే సన్యాసి హరినారాయణ్ ఓ నీడలా అంటిపెట్టుకుని శాస్త్రిమహారాజ్ పక్కనే కూర్చున్నాడు.

విలియం కప్ రోజ్‌మేరీ పక్కన కూర్చున్నాడు.

బస్సు ఓ అపురూపమైన మార్గంలో సాగుతోంది. అది తెల్లవారు వేళ – చీకటి వెలుగుల సమ్మేలన బిందువు. చెట్లు ఒక్కోసారి విగ్రహాల నీడల్లా కనిపిస్తున్నాయి. ఆకాశంలో చంద్రుడు ఇంకా కనిపిస్తున్నాడు, ఆకుల కొమ్మల మధ్యలోంచి మెల్లగా ప్రయాణిస్తూ రోడ్డు పక్కన వున్న సైడు కాలువలోకి జారుతున్నట్లుగాను ఎవరో వెండిని ముక్కముక్కలుగా చేసి కాలవ గర్భంలో విసిరేసినట్టుగాను కనిపించింది.

ఓ విభిన్నమైన దైవపీఠం ప్రయాణీకుల హృదయాలలో రూపుదిద్దుకోసాగింది. ఈ పీఠాలనించి శంఖనాదాలు వెలువడుతున్నాయి. సభాగాయకులు, నటులు శ్రీరామచంద్రుణ్ణి కీర్తిస్తూ శ్లోకాలు పాడుతున్నారు –

ప్రసన్నతాం యా న గతాభిషేకతస్తథా
న మ మ్లౌ వనవాసదుఃఖతః
ముఖాంబుజశ్రీ రఘునందనస్యమే సదాస్తు
సామంజుల మంగళప్రదా.

(ఆయన పట్టాభిషేక సమయంలో ఉప్పొంగిపోలేదు. అలాగే వనవాస క్లేశాలకి దుఃఖపడలేదు. అందరూ సర్వకాల సర్వావ్యవస్థలందు ఒకే రీతిగా విలసిల్లే ఆయన ముఖకాంతుల ద్వారా శుభాలని పొందుదురుగాక)

... మాధవానంద శరీరాన్నుంచి వస్తున్న పరిమళం కమల ముక్కుపుటాలకి తాకుతోంది. ఇది దాదాపు వాడిపోయి ముడుచుకుపోయిన పూల తీగల్ని మళ్లీ పునరుజ్జీవింపజేస్తున్నట్టుగా వుంది. ఓ వ్యక్తి మరో వ్యక్తిలో జీవం పోయవచ్చు. ఒక దేహం మరో దేహంలో కాంతిని నింపవచ్చు. అవును, మరణించే దశలో వున్న వ్యక్తిని పునరుజ్జీవితుని గావించవచ్చు. ఈ క్షణం దానంతట అదే వస్తుంది. తన జీవితమే తనతో ముఖాముఖి తటస్థపడుతోంది.

... అయ్యో ! అయ్యో ! ఇందుకా గత పన్నెండేళ్లుగా తను రామాయణ మండలితో సంబంధం పెట్టుకున్నది ?

కానీ ఈ క్షణంలో శ్రీరామచంద్రుని, మాధవానందుని ఇంకా భక్తుల ఊపిరులన్నీ ఏకమై తను ఆ ఊపిరిలో చుట్టబడిపోయినట్లుగా భావన కలుగుతోంది. ఇలాంటి పరిస్థితుల్లో ఇదీ ఓ జీవితమేనా ?... ఆకాశంలోని ఇంద్రధనుస్సు నిజంగా తనకి అందుబాటులో ఉంటుందా ? అవును, ఉంటుంది. అవును, నిజమే. ఈ భూమిపైన కొందరి జీవితాశయాలు తప్పకుండా నెరవేరతాయి.

హా హా హా

అంతటా నిశ్శబ్దంగా వుంది.

మిస్టర్ పోలిత్ ఓ ఆత్మయా ? అది ఈ రామాయణ మండలి ఆత్మయా ?

... అతని పార్థివ శరీరాన్ని నలుపురంగు శవపేటికలోంచి బయటికి తీసి షామియానాలో వుంచారు. కమలానది ఒడ్డుకి తీసుకువచ్చే ముందు శాస్త్రిమహారాజ్, సన్యాసి హరినారాయణ్ ఆ పార్థివ శరీరానికి శాస్త్రోక్తంగా స్నానం చేయించారు.

మిస్టర్ పోలిత్ నగ్న దేహాన్ని మండలి భక్తులముందు, స్కాలర్స్ ముందు బహిరంగపరిచారు. అతని దేహం కళేబరంలా మారింది. దేహం మొత్తం పచ్చగా మారింది – సరిగ్గా దశరథ మహారాజు శరీరంలా, పసుపు పచ్చగా, వాల్మీకి వర్ణించిన విధంగా దశరథ మహారాజు మృతదేహాన్ని నూనె తొట్టెలోంచి తీసి నేలపైన వుంచారు. చాలాకాలం నూనెతొట్టెలో భద్రపరచడంవల్ల దశరథుని దేహం పాలిపోయివుంది.

కానీ మిస్టర్ పోలిత్ దేహం ? అతనిది అంతగా ఆరోగ్యకరమైన దేహం కాదు. అతను ఏదైనా అంతర్గత వ్యాధితో బాధపడుతున్నాడా. అతను తిండి విషయంలో సరైన జాగ్రత్తలు పాటించడు. అతను రాముడి సాహిత్యాన్వేషణలో అంతటా తిరిగాడు. తరచూ అలా తిరగడంతో అతని శరీం అస్థిపంజరంలా మారింది. అది టి.బి. వ్యాధితో బాధపడ్డ గ్రౌచ్ శరీరంలా వుంది. భారీగా వుండే ఫాదర్ బుల్కె శరీరం అస్థిపంజరంలా మారినట్లుగా వుంది. తెల్లదొరలైన వీళ్లు దశరథపుత్రుని పాదముద్రల అన్వేషణలో తమ జీవితాలని ధారపోసిన వాళ్లు.

మిస్టర్ పోలిత్‌తో సుదీర్ఘకాలం సంబంధం వున్న వాళ్లు రోదించారు. థాయిలాండ్‌కు చెందిన శ్రీసురంగ, మిస్టర్ భండారి, మాధవానంద, కమలాదేవి, మున్నీ ఇంకా సభాగాయకుల చెక్కిళ్ల మీదుగా కన్నీళ్లు కారుతున్నాయి. వీళ్లందరికీ మిస్టర్ పోలిత్‌తో దీర్ఘకాలంగా సంబంధాలున్నాయి.

శాస్త్రిమహారాజ్ అతని దేహానికి గంధం పూశాడు. అతని దేహానికి పసుపు ధోవతి చుట్టి రామనామీని ధరింపజేశాడు.

అందరూ అతని దగ్గరకంటావచ్చి పాదాల దగ్గర పుష్పాలుంచి నమస్కరించి నివాళులర్పించారు.

దేనికదే అన్నీ జరిగిపోతున్నాయి – మిస్టర్ పోలిత్ కోరుకున్న విధంగా.

మిస్టర్ పోలిత్ పార్థివ శరీరాన్ని రెండున్నర మణుగుల టేకు చెక్కలు ఇంకా గంధపు చెక్కలు పేర్చిన చితిపైన పెట్టారు. మిస్టర్ పోలిత్ అంతిమసంస్కారాలు నిర్వహించడానికి వచ్చిన ఎర్రటి వస్త్రాలు ధరించిన పురోహితుడు పోలిత్ గొంతులో తేనె ఇంకా గంగనుంచి తెచ్చిన కొన్ని నీటి చుక్కలు వదిలాడు.

భక్తులు తులసీదాసుని ఆ పద్యాన్ని పఠించారు :

రామర్ నామై సత్య

రామర్ నామై సత్య

విలియం కప్, అలెగ్జాండర్, రోజ్‌మేరీ, రాఘవానంద, ఎలిజబెత్, ఖాట్మండూనించి వచ్చిన థాయిలాండ్‌కి చెందిన స్కాలర్ శ్రీసురంగ ఇంకా చాలామంది విదేశీ స్కాలర్లు మిస్టర్ పోలిత్ మృతదేహంపైన దుప్పట్లు పరిచారు.

ఎరుపురంగు దుస్తులు ధరించిన పురోహితుడు తన పంటితో ఒక్కొక్క దుప్పటి కొసలు కొరికి ఆ దుప్పట్లని అక్కడ గుమిగూడిన బిచ్చగాళ్లవైపు విసిరేశాడు. వాళ్లు వాటిని మళ్లీ అమ్ముకోకుండా వాటి చివర్లని కొరికి ముక్కలు చేశాడు. మృతదేహంపైన పరిచిన ఆ దుప్పటికోసం అక్కడ గుమిగూడిన బిచ్చగాళ్లలో తొక్కిసలాట జరిగింది.

అక్కడున్న గుంపులోని దిగంబర సన్యాసులు రాళ్లు విసిరి బిచ్చగాళ్లని చెదరగొట్టే ప్రయత్నం చేశారు.

మంచువల్ల అక్కడ గుమిగూడిన జనాల మొహాలు సరిగా కనిపించడంలేదు. కమలానదివైపు వీపులతో వున్న దిగంబర సన్యాసులు అందరికీ మార్కండేయుడు, మౌద్గల్యుడు, వామదేవుడు, కాత్యాయనుడు, గౌతముడు, జాబాలి మొదలైన సుప్రసిద్ధ బ్రాహ్మణోత్తములందరినీ జ్ఞప్తికి తెచ్చారు. పొడవాటి జుట్టు, పొడవాటి గడ్డం, దిగంబర శరీరాలు, చేతిలో కమండలాలు. వాళ్లందరూ నిరంతరం శబ్దాలలో పరబ్రహ్మ స్వరూపమైన 'ఓం' శబ్దాన్ని ఉచ్చరిస్తున్నారు.

శాస్త్రిమహారాజ్ ముందు నడుస్తుండగా మండలి సభ్యులందరూ మిస్టర్ పోలిత్ చితి చుట్టూ ప్రదక్షిణలు చేశారు. అందరూ రామనామ స్మరణ చేశారు. మిస్టర్ పోలిత్ పాదాలని తాకి శాస్త్రిమహారాజ్ చితికి నిప్పంటించేందుకు ముందుకి వెళ్లాడు.

అందరూ ముక్తకంఠంతో అరిచారు : "మిస్టర్ పోలిత్ అమర్ హై, మిస్టర్ పోలిత్ అమర్ హై. శ్రీరామచంద్రుని పరమభక్తుడైన మిస్టర్ పోలిత్‌కి అమరత్వం సిద్ధించుగాక."

చితి అంటుకుంది. మంటలు ఎగసిపడుతున్నాయి. చితిలోంచి ఫెరేల్ ఫెరేల్ మంటూ శబ్దాలు వస్తున్నాయి... విదేశీ అతిథులు జేబురుమాళ్లు తీసి ముక్కుకి అడ్డుగా పెట్టుకున్నారు. ఎలిజబెత్ ఒడిలోని పిల్లాడికి దగ్గుతెర ముంచుకొచ్చింది. కానీ ఆమె అక్కణ్ణించి కదల్లేదు.

సరిగ్గా అప్పుడే పురోహితుడు 'కపాలక్రియ' కోసం ఎనిమిది-పది అడుగుల పొడవైన కర్రని తీసుకువచ్చి శాస్త్రిమహారాజ్‌కి ఇచ్చి అన్నాడు - "మహారాజ్ కపాలక్రియని ఆచరించండి."

శాస్త్రిమహారాజ్ ఓ అడుగు వెనక్కివేశాడు. తన భుజంమీదున్న చద్దర్‌తో కళ్లు వత్తుకున్నాడు. సదానీడలా అంటిపెట్టుకుని వుండే సన్యాసి హరినారాయణ్ అతని చేతుల్లోంచి కర్రని అందుకుని కాలుతున్న చితిపైన కొట్టసాగాడు... విస్ఫోటంలా పెద్ద పెద్ద శబ్దాలు వస్తుండడంతో విదేశీ అతిథులు గబగబా వెనక్కి జరిగారు. చితిమంటలు ఎగిసిపడుతున్నాయి.

శాస్త్రిమహారాజ్ సన్యాసి హరినారాయణ్ భుజంపైన తలని ఆనించాడు. "అక్కడ... అక్కడున్నారు..." తనముందు భక్తులు నిలబడివున్నారు – వాళ్లలో మరో పోలిత్ కనిపిస్తాడా ?"

మంటలు మిస్టర్ పోలిత్ స్థూల శరీరాన్ని ఆవరించగానే సన్యాసి హరినారాయణ్ అన్నాడు – "దహన సంస్కారాల తర్వాత అందరూ స్నానం చేయాలి."

అత్యంత శ్రద్ధగా దహన సంస్కారాన్ని చూస్తున్న విలియం, అలెగ్జాండర్, రోజ్‌మేరీ, ఎలిజబెత్ ఇంకా ఆమె కొడుకు,శివసింధు విద్యార్థులు, రాంలీలా ట్రూపు నటులు ఇంకా సభాగాయకులు అందరూ కమలానది ఒడ్డువైపు కదిలారు.

కొంతదూరంలో ఓ చెట్టు కొమ్మపైన కూర్చున్న కమలాదేవి ఒక్కసారిగా కుప్పకూలిపోయింది. మిస్టర్ పోలిత్ శవం కాలుతున్న వాసన, శుభ్రపరచిన వెన్నతో కాలుతున్న చర్మం, అగరవత్తులు, సల్ఫర్, టేకు, గంధపు చెక్కలు కాలుతున్న వాసనలు అంతటా వ్యాపించాయి.

సరిగ్గా అప్పుడే ఎరుపురంగు దుస్తుల్లో వున్న పురోహితుడు శాస్త్రిమహారాజ్ దగ్గరకి వచ్చి నిలబడ్డాడు. పొడవైన బక్కపలుచని ఆ పురోహితుడు, భుజంమీద వున్న చద్దర్‌ని ముక్కుకి అడ్డుగా పెట్టుకుని దుఃఖిస్తున్న శాస్త్రిమహారాజ్ చెవిలో అన్నాడు – "సీతారాముల వివాహమైన ఐదవ రోజు వేడుకలకి వచ్చినవాళ్లు, ఇంకా దిగంబర సన్యాసులు ఇక్కడ తిరుగుతున్నారు. ఇక్కడే గడుపుతున్న ఓ తాంత్రికుడ్ని నేను స్వయంగా చూశాను" అంటూ అతను వాళ్లవైపు వేలెత్తి చూపిస్తూ అన్నాడు – "ఆ గుంపు వచ్చింది – వాళ్లు కొసలు చిరిగిన దుప్పట్లకోసం తోసుకుంటున్నారు. ఎవరికి తెలుసు ? శరీరంపైన వున్న విలువైన వస్తువుల్ని తీసుకుపోవడానికి నిరీక్షిస్తున్నారేమో."

ఆ పురోహితుడు కళ్లతో సైగలు చేస్తూ "మీరు ఉదయం అస్తికలని తీసే సమయంలో నేను వచ్చి తగలబడిపోయిన మిస్టర్ పోలిత్ శరీరంపైన వుండే విలువైన వస్తువుల్ని తీసి పక్కన వుంచుతాను. మీరు వాటిని అస్తికలతోపాటు ఏరవచ్చు" అన్నాడు.

శాస్త్రిమహారాజ్ పురోహితుడి వైపు ఓసారి చూశాడు. దూరంగా దిగంబర సన్యాసులు చేసే గందరగోళం వినిపిస్తోంది

పద్దెనిమిదవ అధ్యాయం

భ్రాంతి

వెలుగురేఖలు ఇంకా పూర్తిగా విచ్చుకోలేదు.

మాధవానంద తోడురాగా శాస్త్రిమహారాజ్ కమలాదేవి గుడారం దగ్గరికి వెళ్ళి బైటనించి మృదువుగా పిలిచాడు, "బయటకి రా, తెల్లవారేలోగా మనం నది ఒడ్డున వుండాలి."

తెల్లవారకముందే మనం పోలిత్ చితి దగ్గరకి వెళ్ళాలని మాధవానందకి, కమలాదేవికి గతరాత్రే శాస్త్రిమహారాజ్ సూచించడంతో వాళ్ళు తయారుగానే వున్నారు. అలాంటి పనులకి శాస్త్రి మాధవానందని, కమలాదేవిని ఎందుకు వినియోగించుకుంటాడో అందరికీ తెలిసిందే. ఏదో ఒక రోజు వాళ్ళు ఇద్దరూ ఒకటవుతారని ఆయన దృఢ విశ్వాసం. ఏదీ నెరవేరక వెలితిగా వున్న కమల ఆత్మ ఏదో ఒకరోజు అన్నీ నెరవేరి తృప్తి పడుతుంది.

కమలాదేవి తలనుంచి కాళ్లవరకు షాల్ కప్పుకుని గుడారంలోంచి బయటికి వచ్చింది. మాధవానందకూడా ఒంటినిండా షాల్ కప్పుకున్నాడు.

ఆ ముగ్గురూ వేగంగా ముందుకు కదిలారు. సరిగ్గా అప్పుడే శాస్త్రిమహారాజ్‌ని సదానీడలా అంటిపెట్టుకుని వుండే సన్యాసి హరినారాయణ్ చేతిలో లాంతరుతో వాళ్లవైపు వేగంగా రావడం కనిపించింది. సన్యాసి హరినారాయణ్ ఒక్క క్షణంకూడా శాస్త్రిమహారాజ్‌ని వదిలి వుండలేదు. వాళ్లిద్దరి ఆత్మ ఒక్కటే అన్నట్లుగా కనిపిస్తారు. ఆకాశంలో నక్షత్రాలు భూమిపైన వుండే దీపాల్లా ఇంకా మినుకుమినుకుమంటున్నాయి. ఆ క్షణంలో వీస్తున్న చల్లగాలి వాళ్ల శరీరంలోని పొరల్ని దాటుకుని ఎముకల్ని తాకుతోంది.

ఆ నలుగురూ అక్కడవున్న కారు ఎక్కారు. కారు కమలానది ఒడ్డున వున్న దహనవాటికకి బయల్దేరింది. కారులో శాస్త్రిమహారాజ్ తనతో తీసుకువస్తున్న మట్టి పాత్రలని మిస్టర్ పోలిత్ అస్తికలని భద్రపరచడానికి పరిశీలించాడు. గతరాత్రే భక్తులు వాటిని కడిగి ఆరబెట్టి వాటి చుట్టూ బంతిపూలదండలు చుట్టి వుంచారు... మూతలున్న ఆ పాత్రలకి సింధూరంతో బొట్లు పెట్టి పసుపుపచ్చని గంధాన్ని అద్దారు. కారులో అందరూ మౌనంగా వున్నారు - అందరి హృదయాల్ని ఓ రకమైన ఉదాసీనతతో కూడిన చల్లదనం స్పృశిస్తోంది.

పూర్తిగా వెలుగురేఖలు విచ్చుకోని ఆ సమయంలో బూడిదగా మారిన మిస్టర్ పోలిత్ శరీరం రావణాసురుడి చేతిలో రెక్కలు ఖండించబడి చచ్చిపోయి గుట్టమీద పడివున్న జటాయువులా వుంది.

అక్కడే కొంచెం దూరంలో వున్న షెడ్డు కింద మిస్టర్ పోలిత్‌కి చెందిన వివిధ వస్తువులు పడివున్నాయి. దహనవాటికకి చెందిన కాపలాదారులు షెడ్డు పక్కన కూర్చుని చలినుంచి రక్షణకోసం నెగళ్లు వేసుకున్నారు.

శాస్త్రిమహారాజ్ కారు దిగి కమలాదేవితో "నువ్వు వెళ్లు. మిస్టర్ పోలిత్ సామాన్లు శిబిరానికి చేర్చాలి. నువ్వు ఇక్కడ నిలబడనక్కరలేదు. వెళ్లు, వెళ్లి సామాను పోగు చేయడంలో మాధవానందకి సహాయపడు."

ఆ ఇద్దరూ షెడ్డువైపు అడుగులు వేశారు.

ఒక గొడుగు, పైజామాలు, కోటు, కళ్లద్దాలు, వాకింగ్ స్టిక్, మందుల డబ్బా, టోపీ ఇంకా ఇతర వస్తువులు షెడ్డులో చిందరవందరగా పడున్నాయి. ఆ విధంగా చిందరవందరగా పడివున్న వస్తువులని చూసి కమలాదేవి మోకాళ్ల మధ్య తల ఆనించి ఏడ్వసాగింది.

మాధవానంద ఆమె పక్కకి వచ్చి ఏం చేయాలో అర్థంకాక అలాగే నిలబడిపోయాడు. ఆ తర్వాత అతను అన్నాడు - "కమలా ఏడవడానికి ఇది సమయంకాదు. లే, లేచి ప్రతీ వస్తువు తీసుకువెళ్లేందుకు వీలుగా మూటకట్టు."

కమల మాధవానందకేసి చూసి నెమ్మదిగా ఓ మరబొమ్మలా లేచి నుంచుని ఒక్కొక్క వస్తువూ తీసి దులిపి ఒక్కచోట పేర్చసాగింది. మాధవానంద కూడా అక్కడున్న వస్తువుల దుమ్ము దులపసాగాడు. మిస్టర్ పోలిత్ కోటు, పైజామాలు దులుపుతుండగా

ఓ నోట్‌బుక్కు కిందపడింది. అతను ఆ నోట్‌బుక్కుని కమలాదేవికి ఇస్తూ – "దీన్ని జాగ్రత్తగా వుంచు" అన్నాడు.

వెలుగురేఖలు పూర్తిగా విచ్చుకున్నాయి. కమలానదిలోని నీళ్లు శుభ్రపరచిన అద్దంలా మెరుస్తున్నాయి. ఉదయించే ముదురు ఎరుపు రంగులోవున్న సూర్యబింబం సూర్యుడిలా కనిపించడంలేదు, ఓ రక్తపు గిన్నెలా కనిపిస్తోంది.

మిస్టర్ పోలిత్ ఈ నోటు బుక్కులో ఏం రాసి వుంటాడు ?... రత్నాలు పొదగబడ్డ అమూల్యమైన సమాచారం కలిగివున్న పుస్తకం ఇది. ఎవరో అనువాదకుడి నుంచి సేకరించినది. ఆ పుస్తకంలో ఓ మూల అనువాదకుడి పేరు రాసివుంది.

శ్రీరామ చంద్రుడు అన్నాడు – "ఎవరూ కూడా విధిని తప్పించుకుని ఏ కార్యాన్ని సాధించలేరు. విధి ముందు సమస్తం తలవంచాల్సిందే ! విధాత నిర్ణయం మొత్తం జీవితాన్ని ప్రభావితంగావిస్తుంది. ఏ వ్యక్తి మరోవ్యక్తికి విధాత కాలేడు. ఇంకా ఏ మనిషీ కూడా ఎన్నటికీ విధాత కాలేడు. ప్రతీ వ్యక్తి గత జీవితంలో తను చేసిన పాప కర్మల మూలంగా ఈ ప్రపంచంలోకి అడుగుపెట్టాడు. భగవంతుడి విధి రూపంలో ఎప్పటికీ జీవిత చక్రాల్లాంటి చావు పుట్టుకల్ని దాటలేడు. మట్టిలో పుట్టిన శరీరం మట్టిలో కలసిపోవాల్సిందే. విధికి బంధుత్వంగాని, మిత్రత్వంగాని, జ్ఞాతి భావంగాని వుండదు. మంత్రతంత్రాలుగాని, ఔషధాలుగాని విధినించి ఏమనిషినీ తప్పించలేవు. చివరికి ఎంత సాహసవంతుడైనా సరే విధిముందు తలవంచాల్సిందే. విధి ఎవరికీ లొంగివుండేది కాదు. మతం, ధనం ఇంకా కోరికలు అన్నీ విధికి లోబడినవే, జీవిత చక్రభ్రమణంతో ముడిపడినవే. ప్రజలు మాత్రం ఆత్మసాక్షిగా ఈ కాలభ్రమణాన్ని చూస్తుంటారు."

ఆనోటు బుక్కులో ఇంకా ఇలా వుంది – "వైదేహీ, సువర్చల సూర్యుని అనుసరించినట్టు నువ్వు నన్ను అనుసరించు. నేను మా తండ్రి ఆజ్ఞని పాలించేందుకే వనవాసానికి వచ్చాను. తల్లి దండ్రులని ధిక్కరించి నేను నివసించలేను. ప్రాయశ్చిత్తంతో దివ్యమైన కనిపించని వస్తువుతో పవిత్రమైన సౌహార్దం సాధించవచ్చు. కానీ ఎదురుగా కనిపించే తల్లిదండ్రులు దైవస్వరూపులు. అందువల్లే నా తల్లిదండ్రులని కాదని మోక్షాన్ని పొందలేను. భక్తితో తల్లిదండ్రులని గౌరవించడం మినహా ఈ లోకంలో పవిత్రమైనది

మరొకటి ఏముంటుంది. దానివల్ల ఎవరైనా సరే సంపద, విద్య, సమస్త సుఖాలు పొందవచ్చు."

(శ్లోకం ముఫై - ఆయోధ్యాకాండ)

మరోచోట ఇలా రాసి వుంది - వృద్ధులు లేనిదాన్ని నేను సభ అనలేను. ఎవరైతే వృద్ధులు మతపరమైన విషయాలు వాస్తవంగా చెప్పరో వాళ్లు వృద్ధులనబడరు; మతమనేది మతమేకాదు ఒకవేళ అది వాస్తవాలు పలక్కపోతే, ఇంకా వాస్తవమనేది వాస్తవమే కాదు అతి ఆత్మసాక్షి కాకపోతే. సగం వాస్తవాలు పలకడం తప్పు. ప్రభువు వాస్తవాలు దాచి మౌనంగా వుంటే అబద్ధాలకోరుగా భావించబడతాడు. ప్రభువు కోపంతోగాని, భయంతోగాని స్వార్థంకోసం వాస్తవాన్ని వెల్లడించకపోతే నరకానికి పంపబడతాడు. కోపం, భయం, దురభిమానం, లోభం లేకుండా అభిప్రాయాలని చెప్పడం ప్రతి ప్రభువు బాధ్యత.

(చాప్టర్ 29-2 లంకాకాండ)

"పద, లే కమలా, లే. శాస్త్రిమహారాజ్ అస్తికల్ని ఏరేపని ముగించి వుంటాడు." అన్నాడు మాధవానంద.

మాధవానంద మాటలతో కమలాదేవి ఉలిక్కిపడింది. వెంటనే ఆమె ఆ నోటుబుక్కుని పైజామాలు, కోటు, గొడుగు ఇంకా ఇతర వస్తువులతోపాటు ఆదరాబాదరాగా జాగ్రత్త పెట్టింది. కానీ అమూల్యమైన ఆ నోట్‌బుక్కుని ఏదో విధంగా ఎప్పటికైనా చదవాలని నిర్ణయించుకుంది.

వెలుగురేఖలు పూర్తిగా విచ్చుకున్నాయి. సూర్యుడు రక్తపు గిన్నెలా కనిపిస్తున్నాడు.

అయ్యో ! కంటికి కనిపించని ఆప్రభువు ఈరోజు తన కరవాలాన్ని ఎవరి గుండెల్లో గుచ్చుతాడు ?

ఎవరి హృదయాన్ని అది చీలుస్తుంది ? కమలాదేవి బిగ్గరగా అరిచింది - "మాధవానందా ? నా చెయ్యిపట్టుకో. నేను లేవలేకపోతున్నాను. నేను లేవలేకపోతున్నాను.

ఈలోగా సదస్సు మొదలైంది. సభ్యులందరూ సీతారాముల వివాహమైన ఐదవ రోజు ఊరేగింపు మహోత్సవంలో పాల్గొనడానికి సిద్ధంగా వున్నారు. శ్రీరామచంద్రుడి చిత్రపటానికి, ప్రపంచంలోకెల్లా ఏకైక హిందూ దేశంలోని రాజు, రాణి చిత్రపటాలకి దండలువేసి సదస్సు ప్రారంభించారు.

అయోధ్యాకాండలోని ఒకటో సర్గని సభాగాయకులు ప్రచండమైన గొంతుతో గానం చేశారు. దాని తర్వాత సదస్సులో పాల్గొనే స్కాలర్ల పరిచయం మొదలైంది. శాస్త్రిమహారాజ్ వాళ్లని సభలోనివారికి పరిచయం చేశాడు. థాయిలాండ్‌కి చెందిన శ్రీసురంగ, జర్మనీ స్కాలర్లు, విలియం కప్, రష్యన్ స్కాలర్ అలెగ్జాండర్, బ్రిటిష్ యువతి ఎలిజబెత్ హైన్, శివసింధూ ట్రస్ట్ విద్యార్థులు, సభాగాయకులు, మధురకి చెందిన రాంలీలా ట్రూపు నటులు, అంధ సన్యాసి ప్రభుపాద, జడలుగట్టిన సన్యాసి జటాధారి, శాస్త్రిమహారాజ్‌ని సదానీడలా అంటిపెట్టుకుని వుండే సన్యాసి హరినారాయణ్ ఇంకా రాక్సల్, జనకపురి బృందంలో చేరిన భక్త స్కాలర్లు.

పూర్తిగా ప్రశంసలలో మునిగిపోయిన శాస్త్రిమహారాజ్ మూడువేలమంది సమక్షంలో ఉద్వేగంతో ప్రకటించాడు – “మన విదేశీభక్తులు ఇక్కడికి వచ్చి మనందరినీ కలవడానికి తమ కష్టార్జితమైన డబ్బుని ఖర్చుచేశారు. మన ఆతిథ్యాన్ని మాత్రమే వాళ్లు అంగీకరిస్తున్నారు. ఇది విస్మయం గొలిపే రఘుపతి కార్యం.” కొంత సేపు మౌనం తర్వాత శాస్త్రిమహారాజ్ పాడ్డం మొదలెట్టాడు :

జహాఁ లగి జగత సనేహ సగాఈ
ప్రీతి ప్రతీతి నిగమ నిజు గాఈ
మోరేఁ సబఇ ఏక తుమ్హ స్వామీ
దీనబంధు ఉర అంతరజామీ.

(ఓ దీనబంధూ ! అంతర్యామీ ! వేదాలు ప్రవచించిన స్నేహ బంధాలు, ప్రేమ, విశ్వాసం, ఈ జగత్తులో నాకుమీరే)

మిస్టర్ పోలిత్ రాసిన వీలునామాని శాస్త్రిమహారాజ్ ఈ సదస్సు ప్రారంభోత్సవ కార్యక్రమంలో చదివాడు. వీలునామాలో తను కలలు గన్న రామాయణ వాఙ్మయంకోసం ఏర్పాటు కావించే రీసెర్చ్ సెంటర్ గురించి వివరించాడు. అక్కడ

గుమిగూడిన వాళ్లందరూ మిస్టర్ పోలిత్ ఆత్మశాంతికోసం కొన్ని నిమిషాలు మౌనం పాటించారు. ఆ వీలునామాలోని విషయాలు సవాలు చేయడానికి మిస్టర్ పోలిత్ కుటుంబంలో ఎవరూ లేరు. ఈ ప్రపంచంలో అతను పొందినదంతా శ్రీరామచంద్రుని పాదాలకి అర్పించాడు. రీసెర్చ్ సెంటర్ ఆయన పేరుతో జనకపురిలో అప్పటికే ప్రారంభమైంది.

ప్రారంభోత్సవ కార్యక్రమం ముగియగానే శాస్త్రిమహారాజ్ తన గుడారంలోకి తిరిగి వచ్చాడు. అతను స్నానం చేసి సేదదీరాడు. అతను సహపంక్తి భోజనానికి షామియానా దగ్గరకి వెళ్లలేదు.

ఉదయాన్నించి అతను తల తిప్పుతుండడంతో బాధ పడుతున్నాడు. మిస్టర్ పోలిత్ రాసిన విల్లు చదివిన తర్వాత అతని మనస్సంతా గందరగోళంగా మారింది. అలాంటి వ్యక్తి మరెక్కడైనా కనిపిస్తాడా ? ఈ ప్రశ్న అతని మస్తిష్కంలో మాటి మాటికీ కదలాడుతోంది.

ఎవరో తన చెవిలో గుసగుసలాడినట్టు అనిపించింది శాస్త్రికి – జీవితంలో అంతా పోగొట్టుకుని భండారీ వచ్చాడు. తన హృదయంలో ఎంతో భక్తిని నింపుకుని వచ్చింది ఎలిజబెత్. ఎన్నో యోగ్యతలున్న స్ఫురద్రూపి అయిన సన్యాసి హరినారాయణ్ తనని ఒక్కక్షణం కూడా వదలడు. థాయిలాండ్‌కి చెందిన ముముక్షువు శ్రీ సురంగ వచ్చింది. ప్రతి ఒక్కరూ తనతోపాటుగా అక్కడే వున్నారు.

శాస్త్రిమహారాజ్ అకస్మాత్తుగా హరినారాయణ్, హరినారాయణ్ అంటూ బిగ్గరగా పిలిచాడు.

లేదు. ఈ క్షణంలో ఎవరూ దగ్గర లేరు. తన చెంతనే అంధుడైన ప్రభుపాద నిద్రపోతున్నాడు. ప్రభుపాద నవ్వడానికి ప్రయత్నిస్తున్నాడు కానీ అతని గొంతులోంచి ఓ అసంబద్ధమైన ధ్వని వెలువడింది.

శాస్త్రిమహారాజ్ గొంతు వినగానే గుడారం బయట మసకబారిన లాంతరు చిమ్నీ తుడుస్తున్న మున్షీ పరుగెత్తుకుంటూ వచ్చి అన్నాడు – "మహారాజ్ మిస్టర్ పోలిత్ దహన సంస్కారాలైన తర్వాత సన్యాసి హరినారాయణ్ వంటగది వైపు వెళ్లడం చూశాను. ఈ సాయంత్రం నుంచి అతను ఉపవాసముంటున్నాడు. నిన్నకూడా అతను ఏమీ తినలేదు."

"అయ్యో! అలాగా, నాకు పళ్లు ఇచ్చినపుడు అతన్ని ఎందుకు పిలవలేదు?"

మున్షీ ఏమీ మాట్లాడలేదు. శాస్త్రిమహారాజ్ తనలో తను గొణుక్కున్నాడు – "నువ్వు మాత్రం అతనికి పళ్లు ఎలా ఇవ్వగలవు? అతను గంభీరమైన నియమనిష్ఠలతో కూడిన సంప్రదాయాలని క్షుణ్ణంగా పాటించే వ్యక్తి. అర్ఘ్యం వదిలి సూర్యుణ్ణి ఆరాధించకుండా అతను కనీసం మంచినీరు కూడా ముట్టడు. అతను చాలా సమయం యోగాలో గడుపుతాడు... అతనొక అంతర్ముఖుడు! అతను కోరికలకోసం తపిస్తున్నాడా? అవును, అవును... ప్రాచీన కాలంలో కూడా మునులకి వాంఛలు వుండేవి. మహర్షి అయిన విశ్వామిత్రుడు బ్రహ్మర్షి అవ్వడానికి కఠోర నియమాలతో తపస్సు చేయడం ఎవరికి తెలియదు ? బ్రహ్మత్వం పొందడానికి ఆ మహర్షి ఏం చేయలేదని? తనకు తాను విధించుకున్న క్రమశిక్షణతో కోపాన్ని కోరికల్ని నిగ్రహించుకోలేదా? అతను తన దృఢ దీక్షతో, పట్టుదలతో లోకాన్ని జయించాడు. కష్టతరమైన ఈ క్రమశిక్షణ వల్ల మోక్షానికి కొత్త మార్గం ఏర్పడినట్లయింది. మునులందరిలో కెల్లా శ్రేష్ఠుడైన వశిష్ఠమహర్షి "ఓ బ్రహ్మర్షీ! విశ్వామిత్రా! ఓ బ్రహ్మర్షి విశ్వామిత్రా!" అని సంబోధించలేదా?

అవును, మనోధైర్యం ఎత్తైన శిఖరాలని ఎక్కగలదు, సముద్ర గర్భంలోకి వెళ్లగలదు, ఎర్రని కమలాన్ని తేగలదు. అది కులమతాల అడ్డుగోడల్ని పగలగొట్టగలదు. సన్యాసి హరినారాయణ్ కూడా బహుశా అలాంటి వాంఛలో మునిగి వుండవచ్చు.

వాల్మీకి మహాముని కూడా శాస్త్రిమహారాజ్ అంతర్నేత్రంలో కనిపించినట్టున్నాడు. వాల్మీకి గురించిన చర్చలు ఎన్నో ! అయినప్పటికీ స్కాంధ పురాణంలో చెప్పబడినట్లుగా వాల్మీకి పదమూడు సంవత్సరాలు తపస్సు కొనసాగించాడు. అతను తపస్సులో వుండగానే అతడి చుట్టూ పెద్ద పుట్ట పెరిగింది. ఈ వాల్మీకి అందరి హృదయాల్లో వైభవోపేతంగా వున్నాడు. ఫాదర్ బుల్కె అంటే అననివ్వండి – యుద్ధకాండలోని సర్గని మినహాయిస్తే రామాయణంలోని వివిధ సర్గలలో వాల్మీకి జీవితాన్ని గురించిన సమాచారం లోపించింది. కాని ఓ బందిపోటు తన తపశ్శక్తితో స్కంధపురాణం ప్రకారం మహర్షిగా మారి అందరి హృదయాల్లో స్థానం సంపాదించుకున్నాడు... దేహంలాంటి భూమిపైనుంచి ప్రతీ ఒక్కరూ వాల్మీకి మహాముని మొర వింటున్నారు.

శాస్త్రిమహారాజ్ కళ్లు మూసుకున్నాడు. అతని మనస్సు సన్యాసి హరినారాయణ్ వైపుమళ్లింది. దాంతో అతను ఉద్విగ్న భరితమయ్యాడు. అవును, నిజమే సన్యాసి హరినారాయణ్ అంతటివాడు.

సరిగ్గా అప్పుడే గుడారంలోకి భండారీ ప్రవేశించాడు. అతను ధరించిన టోపీ జుట్టుని చెవుల్ని కప్పేసింది. అతను కుర్తాపైన వెచ్చని షాల్ కప్పుకున్నాడు. ఇప్పుడతను గుర్తుపట్టలేనంతగా తయారయ్యాడు.

భండారీ శాస్త్రిమహారాజ్ పక్కన కూర్చుంటూ అన్నాడు – "నేను నీ దగ్గరకి వచ్చాను. నా కొడుకుని, భార్యని పోగొట్టుకున్న సందర్భంలో ఇక్కడికి వచ్చినందుకు నా మనసులో ఒక దృఢ నిశ్చయం ఏర్పడింది."

శాస్త్రిమహారాజ్ భండారీ తలమీద ఓదార్పుగా నిమిరాడు. కొంత సేపటివరకు భండారి శాస్త్రిమహారాజ్ ముందర మోకాళ్లపైన కూర్చుని రోదించాడు.... కొంత సేపటి తర్వాత తన్ను తాను నిగ్రహించుకుని భండారీ అన్నాడు – "నేను కూడా మిస్టర్ పోలిత్ రాసినట్టుగా వీలునామా రాద్దామనుకుంటున్నాను. ఇప్పుడు నాకంటూ నావాళ్లెవరూ లేరు. నాభార్య, కొడుకు పేర వున్న ఆ కొంత ఆస్తిని మీపాదాల చెంత వుంచాలనుకుంటున్నాను."

శాస్త్రిమహారాజ్ అన్నాడు – "వద్దు, అలావద్దు భండారీ. గందరగోళంగా వున్న భావాలనించి నువ్వింకా బయటపడలేదు. రామాయణ మండలితో నువ్వు ఇంకా ఎన్నో ప్రాంతాలు తిరగాల్సివుంది. మనం బాలి ద్వీపానికి వెళ్దాం, థాయిలాండ్‌కి వెళ్దాం. దశరథ కుమారుని పాదముద్రలు అక్కడ దృఢంగా వున్నాయి. దృఢంగా వున్నవాటిని నువ్వు తవ్వి తియ్యాలి. భండారీ, నీలోనే నిక్షిప్తమైవున్న ఆ పాదముద్రల్ని నువ్వు వెలికి తీయాలి. చాలాకాలం నిన్ను నువ్వు పరీక్షించుకోవాలి. దాని తర్వాతే మిస్టర్ పోలిత్‌లా నువ్వు ఓ నిర్ణయానికి రాగలవు."

ఇద్దరూ లేచారు. భండారీ లాంతరు, టార్చిలైటు రెండూ చేతుల్లోకి తీసుకున్నాడు. ఇద్దరూ భారీకాయులే కావడంతో వాళ్ల అడుగులు నెమ్మదిగా పడుతున్నాయి.

"భండారీ, విను చాలామంది విదేశీస్కాలర్లు సొంత ఖర్చుతోనే హోటళ్లలో దిగారు. కొందరు మాత్రం గుడారాల్లో వున్నారనుకో. నేను వాళ్లని సరిగా

చూడలేకపోతున్నాను. వాళ్లు కూడా భోజనం చేయడానికి దూరంగా వుండే వంట గదులకి వెళ్లాల్సిందే. టాయ్‌లెట్ సౌకర్యాలు కూడా తగిన విధంగా లేవు."

"వాళ్లు ఈ విధంగా వుండడంకూడా మంచిదే. వాళ్లంతట వాళ్లు ప్రపంచంలోకెల్లా ఏకైక హిందూ రాజ్యాన్ని చూడనీ" అన్నాడు భండారీ సమాధానంగా.

వాళ్లిద్దరూ కుంటివాళ్లలా ముందుకుకదిలారు. జనకపురి సన్యాసులతోను, సదస్సు సభ్యులతోను, వేదపండితులతోను నిండిపోయింది. అక్కడి పరిసరాలన్నీ జనాల పాదధూళితో కూడిన దుప్పటి పరిచినట్టుగా వుంది.

ఆ ఇద్దరూ ముందుకు కదిలారు. మొదటి గుడారం దగ్గరకెళ్లి కర్టెన్‌ని పైకి జరిపారు. థాయిలాండ్‌కి చెందిన శ్రీ సురంగ పుల్‌తూపియా తన ముందు కొన్ని కాయితాల దొంతర వుంచుకుని ఏదో అభ్యసిస్తూండడం కనిపించింది. ఆమె ఇంగ్లీషు మాట్లాడే పద్ధతి మిగతా 'సయామీస్' దేశ ప్రజలలాగే వుంది.

శాస్త్రిమహారాజ్‌ని చూడగానే ఆమె శిరస్సు వంచి నమస్కరించింది. భండారీ అన్నాడు : "భట్టారాయ్ అలియాస్ హనుమాన్ రెండు రోజుల తర్వాత సముద్రాన్ని లంఘించే విన్యాసాన్ని ప్రదర్శిస్తాడు."

శాస్త్రిమహారాజ్ తలూపుతూ అన్నాడు – "అవును ఈ మధ్యన అతని గుడారం చుట్టూ జనాలు విపరీతంగా చేరుకుంటున్నారు. అంతేకాక సన్యాసులు, మునులు సీతారాముల వివాహమైన ఐదవ రోజు వేడుకలు పూర్తవ్వగానే హిమాయాలవైపు వెళ్లిపోతారు. అందువల్లే మేము ముగింపు ఉత్సవాల్లో భాగంగా హనుమాన్ సముద్రాన్ని లంఘించే విన్యాసంతో రాంలీలా ప్రదర్శనని మొదటుపెట్టాలని నిర్ణయించాం. రాంలీలాకి ఓ కొత్త కాన్సెప్ట్‌ని తీసుకురావానుకుంటున్నాం. మీరు వినేవుంటారు, దివాకర్ భట్టారాయ్ అలియాస్ హనుమాన్ కమలానదిపైన ఎగిరేందుకు ప్రణాళిక సిద్ధం చేసుకుంటున్నాడు. ఫాదర్ మెక్ఫర్సన్ కాలంలో టెక్రంభట్ ఏవిధంగానైతే వరుణ నదిపైన ఎగిరాడో అదేవిధంగా భట్టారాయ్ కమలానదిపైన ఎగిరి సంచలనం సృష్టిద్దామనుకుంటున్నాడు. తప్పకుండా ఈ విషయంలో భట్టారాయ్ విజయం సాధించగలడనే నమ్మకం నాకుంది. భట్టారాయ్ తప్పక విజయం సాధిస్తాడు."

శ్రీ సురంగ పుల్‌తూపియా అంది – "లోపలికి రండి. మా రామ్కియన్‌లోని హనుమాన్ కథల్ని కొన్నింటిని వివరిస్తాను."

శాస్త్రిమహారాజ్‌కి సమయంలేదు. అంతే కాకుండా సదానీడలా అంటిపెట్టుకుని వుండే హరినారాయణ్ పక్కన లేకపోవడంతో ఆయన అశాంతితో వున్నాడు. బహుశా హరినారాయణ్ మహారాణి తిక్రంఘర్ దగ్గర నిర్మించిన రామ్–జానకి దేవాలయం ముందరున్న ఆవరణలో ధ్యానముద్రలో వుండివుంటాడు. గతంలో ఈ దేవాలయంలోని భారీ వృక్షం కింద కూర్చుని వాల్మీకి సీతని స్తుతిస్తూ కూర్చిన వేయి శ్లోకాలను గురించి తనతో చెప్పేవాడు హరినారాయణ్. రాత్రి అయినా సరే ఆలయాన్ని సందర్శించాలని నిర్ణయించుకున్నాడు శాస్త్రిమహారాజ్. కానీ శ్రీ సురంగ పుల్‌తూపియా హనుమాన్ గురించి ఏం చెప్పాలనుకుంటోంది ?

భండారి, శాస్త్రిమహారాజ్ నేలమీద పరచిన చాపలమీద సౌకర్యవంతంగా కూర్చున్నారు.

శ్రీ సురంగ అంది – "రామ్కియన్ రామాయణాన్ని ఓ మహారాజు రచించాడు. మహారాజైన రాముడు రామ్కియన్ రామాయణం రాశాడు. ఈ వంశం ఇప్పటికీ సింహాసనాన్ని అధిష్టించేవుంది. విను, శాస్త్రిమహారాజ్, మా రామ్కియన్ దివ్యమైన హనుమాన్ రూపాన్ని కేవలం శ్రీరామచంద్రుడు మాత్రమే చూశాడు."

భండారీ అన్నాడు – "హనుమాన్ శ్రీరాముడికి ప్రియమైన భక్తుడు."

"మా హనుమాన్ చక్కని దేహచ్ఛాయ గలవాడు అతని శరీర వర్ణం హిమాలయాల్లా తెల్లగా వుంటుంది. కానీ అతని శరీరంపైన వున్న వెంట్రుకలు రత్నాల సముదాయంలా వుంటాయి. అతను దివ్యమైన నాలుగు తలలని ఎనిమిది చేతుల్ని కేవలం రామచంద్రుడి సమక్షంలోనే బహిరంగపరుస్తాడు."

భండారీ మరోసారి అన్నాడు – "హనుమాన్ శ్రీరాముడికి ప్రియమైన భక్తుడు."

"విను మహారాజ్, థాయిలాండ్ హనుమాన్ తల్లి గర్భంలో ముప్పై మాసాలు వున్నాడు. కానీ మా థాయిలాండ్ హనుమాన్ వాల్మీకి హనుమాన్‌లా బ్రహ్మచారికాదు."

శాస్త్రిమహారాజ్, శ్రీ సురంగ పుల్ తూపియా ఇంకా భండారీ నవ్వసాగారు.

భండారీ సమాధానంగా అన్నాడు : "రాజు చేతిలో హనుమాన్‌కూడా రంగులు మార్చాడు. మన వాల్మీకి రామాయణంలో మన హనుమాన్ తన కళ్లు రావణుడి అంతఃపురంలో వివిధ రకాల కాముకస్థితిలో వున్న పరకాంతలని చూసి తన బ్రహ్మచర్య ధర్మనిష్ట దెబ్బ తింటుందేమోనని అనుకోలేదా మహారాజ్."

"అవును, నిజమే." అన్నాడు శాస్త్రిమహారాజ్ తలూపుతూ.

శ్రీ సురంగ పుల్‌తూపియా అందమైన భంగిమలో అంది: "థాయిలాండ్ ప్రజలు సహజంగా శృంగార పురుషులు. హనుమాన్‌ని శృంగార పురుషునిగా చిత్రీకరించడానికి బహుశా అదో కారణమయ్యింటుంది. చాలా ప్రచండమైన ప్రేమికుడు మా హనుమాన్. హనుమాన్ శ్రీరామచంద్రుడి ప్రబల శత్రువైన రావణాసురుడి భార్య మండోదరితోను, విభీషణుడి పుత్రికతోను మరియు మేఘనాథుడి భార్యతోను శృంగారంలో చిక్కుకున్నాడు."

వెంటనే శాస్త్రిమహారాజ్ కలగజేసుకుంటూ అన్నాడు : నాకు కూడా తెలుసు, సముద్రంలో వారధి నిర్మాణ సమయంలో మేఘనాథుడి భార్య సువర్ణమత్య చేపల సైన్యం సంతరించుకుని వారధిని నిర్మూలించే ప్రయత్నం చేయలేదా ?"

శాస్త్రిమహారాజ్, శ్రీ సురంగ నవ్వసాగారు. శ్రీ సురంగ అంది : "మహారాజ్, చురుకైన హనుమాన్ కళ్లు సువర్ణమత్స కుట్రని పసిగట్టాయి. హనుమాన్ దాని రెక్కలు పట్టుకున్నాడు ఎన్నో విజ్ఞప్తుల తర్వాత వాళ్లిద్దరిమధ్య ప్రేమ సరసాలు రూపు దిద్దుకున్నాయి. ఆ తర్వాత సువర్ణమత్స వారధి నిర్మాణానికి సహాయపడింది."

మరోసారి అందరూ నవ్వారు.

"విను, మా రామ్కియన్‌లో మరిన్ని ఆసక్తికరమైన కథలున్నాయి. మా 'టోస్కాన్' (థాయ్ భాషలో రావణున్ని 'టోస్కాన్' అని అంటారు) వాల్మీకి రామాయణంలో రావణుడు. రావణుడి ఆదేశంతో వినాయకి అంటే మండోదరి ఒకసారి శ్రీరాముడు తన ఆకర్షణలో పడడానికి ఓ సాలెగూడులాంటిది సృష్టించింది. ఆశ్చర్యకరమైన విషయం ఏంటంటే ఆమె సాలెగూడులో చిక్కుకుపోయింది శ్రీరామచంద్రుడు కాదు, హనుమాన్."

మరోసారి అంతా నవ్వేశారు.

"రావణుడి భార్య కుట్ర తెలుసుకుని హనుమాన్ మండోదరిని వశం చేసుకోవడానికి తనవంతుకోసం నిరీక్షించాడు. అదే సమయంలో ఆమె అతని బాహువుల్లో ఒదిగిపోయింది."

మరోసారి అందరూ గొల్లున నవ్వారు.

శ్రీ సురంగ నవ్వుతూ అంది : "వినండి, అది కేవలం కౌగిలింత మాత్రమే కాదు. అతను ఆమెని తన భార్యగా చేసుకున్నాడు. థాయిలాండ్‌లో అందరి నోళ్లలో నానుతున్న విషయమే ఇది. వెయ్యేళ్లకిందట 'లుప్‌బురి'లో రాముడు హనుమాన్ కోసం కొంత భూభాగంలో ఓ చిన్న పట్టణాన్ని నిర్మించాడు. నిర్మాణ సమయంలో లుప్‌బురిలోని నేల తెలుపుదనం సంతరించుకుంది. మా దేశంలోని పిల్లలు ఈ తెల్లని మట్టిని అలంకరణ కోసం ఉపయోగిస్తారు."

శాస్త్రిమహారాజ్ కూర్చున్న చోటునించి లేచాడు. అదే సమయంలో భండారీకూడా లేచాడు. ఆ తర్వాత శాస్త్రి అన్నాడు: "గత రెండు రోజులుగా మీరు ఎలా వున్నారోనని నేను అడగలేకపోయాను. అందువల్లే ఈవేళలో అడుగుదామని వచ్చాను.

శ్రీ సురంగ మర్యాద పూర్వకంగా అంది : "దయచేసి జాగ్రత్తగా వెళ్లండి మహారాజ్. రోడ్లు బాగుండలేదు. నా వుద్దేశం గుడారం దగ్గర నేల సమంగా లేదు.

"నాతో కూడా ఈ లాంతర్ని తీసుకువచ్చాను జేబులో టార్చ్‌లైటు కూడా వుంది" అన్నాడు భండారి.

ఇద్దరూ జాగ్రత్తగా ముందుకు కదిలారు. దారిలో శాస్త్రిమహారాజ్ అన్నాడు: "శ్రీ సురంగ పుల్ తూపియా నిజంగా మంచి స్వభావురాలు."

ఏదో ఆలోచన వచ్చినవాడై శాస్త్రిమహారాజ్ ఒకచోట ఆగి భండారి చెవిలో గుసగుసగా అన్నాడు : "విను, భండారీ, నేను పోయింతర్వాత కూడా శ్రీ సురంగ పుల్ తూపియా లాంటి జనాలు కొందరు దశరథ కుమారుని పాదముద్రలు అన్వేషించడానికి వెళ్తారు. ఇది ఓ నిత్య పరిశోధన. 2000 సంవత్సరాల నాటినుంచీ సాగుతోంది. శ్రీ సురంగ దగ్గిర కూర్చున్నప్పుడు నాకు ఓ దివ్యమైన ఆలోచన కలిగింది. మిస్టర్ పోలిత్, బరనికోవ్, ఫాదర్ కమీల్ బుల్కె, సన్యాసి హరినారాయణ్ మొహాలు నా అంతర్నేత్రంలో కదలాడాయి." అంటూ శాస్త్రిమహారాజ్ కొంచెంసేపు ఆలోచనల్లో మునిగిపోయాడు. కాసేపు కళ్లుమూసుకున్నాడు. ఆ తర్వాత భండారీ భుజంమ్మీద చెయ్యి వేస్తూ ముందుకు కదిలాడు.

ప్రక్కనే వున్న మరో గుడారంలో డాన్సులు చేస్తూ పాటలు పాడుతున్న శబ్దాలు వినబడుతున్నాయి. రెండురోజులు మాత్రమే వుంది హనుమాన్ సాగరంపైన

ఎగిరే విన్యాసం ప్రదర్శించడానికి. దాని తర్వాత రంగస్థలం వుంది. హనుమాన్ నదిపైన ఎగిరే రోజున ఎలాంటి సదస్సు జరగదు. ఎందుకంటే ప్రతి ఒక్కరూ కమలానది ఒడ్డుకి వెళ్తారు. అక్కడ భట్టారాయ్‌నది పైన ఎగురుతాడు. నది సంద్రమవుతుంది. హనుమాన్ సముద్రంపైన ఎగిరే సన్నివేశాన్ని భట్టారాయ్ ప్రదర్శిస్తాడు.

భండారీ బిగ్గరగా అన్నాడు – "అటు చూడు, భట్టారాయ్ వున్న గుడారం దగ్గర జనం ఎలా క్రిక్కిరిసిపోయారో."

హనుమాన్ సముద్రాన్ని లంఘించే పాటలు వాళ్ల చెవులకి సోకాయి :

జో జన భరి తెహిఁ బదను పసారా
కపి తను కీన్హ దుగున బిస్తారా
సోరహ భోజనముఖ తెహిఁ రయ ఊ
తురత పవనసుత బత్తిసభయ ఊ

(నాగమాత సురస తన నోటిని ఒక యోజనం వెడల్పు చేసింది. అప్పుడు హనుమాన్ తన దేహాన్ని దానికి రెండింతలు విస్తరింపజేశాడు. అప్పుడు సురస తన నోటిని పదహారు యోజనాల వెడల్పు చేసింది. వెంటనే హనుమాన్ తన దేహాన్ని ముప్పైరెండు యోజనాలు పెంచాడు)

జస జస సురసా బరును బఢావా
తాసు దూన కపి రూప దెఖావా
సత జోజన తెహిఁ ఆనన కీన్హా
అతి లఘురూప పవనసుత లీన్హా

(సురస తన నోటిని వెడల్పు చేసిన కొద్దీ హనుమాన్ తన శరీరాన్ని దానికి రెండింతలు పెంచుతూ వచ్చాడు. చివరికి ఆమె తన నోటిని నూరు యోజనాల వెడల్పు చేసి తెరవగానే హనుమాన్ అతి సూక్ష్మమైన రూపాన్ని దాల్చాడు)

బదన పఇరి పుని బాహెర ఆవా
మాగా బిదా తాహి సిరునావా
మోహి సురన్హ జెహి లాగి పఠావా
బుద్ధి బల మరము తోరమైఁ పావా

(హనుమాన్ అతివేగంగా ఆమె నోట్లో దూరి వెంటనే బయటకి వచ్చాడు. ఆమెకి నమస్కరించి, వెళ్లడానికి అనుమతిని అడిగాడు. సురస అతనితో అంది : "విను, నీ బుద్ధి కౌశలాన్ని తెలుసుకోడానికి దేవతలు నన్ను పంపారు. నాకు అదంతా తెలిసిపోయింది)

భండారీ, శాస్త్రిమహారాజ్ గుడారం దగ్గరకి రావడం గమనించిన రాంలీలా ట్రూపు నటులు, గాయకులు పెద్ద పెద్ద డ్రమ్స్ (తప్పెట్లు), సింబాల్స్ ఇంకా ఇతర వాయిద్యాలని మరింత గట్టిగా వాయించడం మొదలుపెట్టారు. హార్మోనియం, తబలాలు గాయకుల ముందే వున్నాయి.

శాస్త్రిమహారాజ్ చేతులెత్తి అందరికీ అభివాదం చేశాడు. భండారీ మోకాళ్లపైన వంగి చేతులెత్తి అందరికీ నమస్కరించాడు. భారీ వ్యక్తి కావడంతో మోకాళ్లపైన వంగడానికి భండారీ కొంత ఇబ్బంది పడ్డాడు. అయినా ఆధ్యాత్మిక వాతావరణం చూసి అతను కొంత సమయోచితంగా యోచించాడు.

భట్టారాయ్ అలియాస్ హనుమాన్ ఆ ట్రూపులోంచి ఓ గెంతు గెంతి శాస్త్రిమహారాజ్ పాదాలని తాకాడు, ఆశీర్వదించమన్నట్టుగా. ఆ శిబిరంలో నేలమీద పడివున్న హనుమాన్ కవచాలు, ఆభూషణాలు అతని పాదాల తాకిడికి అంతటా చెల్లాచెదురయ్యాయి. వారణాసిలోని రాంలీలా ట్రూపులోలాగా ఈ మధుర ట్రూపు కూడా సుమారు 22 రకాల హనుమాన్ తొడుగులు ఉపయోగిస్తున్నట్లుగా శాస్త్రిమహారాజ్ గమనించాడు. బహుశా గణేష్, రావణుడు, కుంభకర్ణుడు వగైరా ముడుపులు కాగితం గుజ్జుతో తయారైనవాటిని వాడుతున్నారు. అక్కడే గాడిదలాంటి తొడుగు, ఇత్తడితో తయారైనవి వున్నాయి. వాటిని బహుశా ఖరుడు ఇంకా దూషణుడు వాడివుండొచ్చు!

"భట్టారాయ్, నువ్వు కమలానదిపైన ఎగరబోతున్నావు. వరుణ నదిపైన ఎగిరినప్పుడు టెక్రంభట్ ఆరున్నర కిలోల తొడుగు ధరించాడు. నువ్వు ఎలాంటి తొడుగు ధరిస్తున్నావు?" అడిగాడు శాస్త్రిమహారాజ్.

అందరూ ఒక్కసారిగా అన్నారు – "వరుణ నదిపైన ఎగిరిన వెంటనే టెక్రంభట్ మరణించి స్వర్గానికి చేరుకున్నాడు. మన భట్టారాయ్ కలకాలం జీవిస్తాడు."

మరోసారి అందరూ కోరస్‌గా అన్నారు : "కమలానదిపైన ఎగిరేందుకు ప్రయత్నిస్తున్న భట్టారాయ్ ప్రయత్నం సఫలమగుగాక."

రాంలీలా ట్రూపు నటుల దుస్తులు గుడారంలో కుప్పలా పడివున్నాయి. దేవుళ్ల వేషధారణకి బంగారపు జరీమీద ఎంబ్రాయిడరీ చేయబడిన దుస్తులు, కోతుల వేషధారణకి పసుపు, నీలం ఇంకా ఎరుపు అంచులున్న రంగు దుస్తులు, రావణుడి వేషధారణకోసం స్కర్టులు, పైజామాలు ఇంకా పొడవాటి వయొలెట్ వస్త్రం, బంగారు వన్నెతో వున్న పొడవాటి ఊదారంగు వస్త్రం, సీత ఇంకా ఇతర స్త్రీల కోసం బనారసు చీరలు అక్కడవున్నాయి. చిందరవందరగా వున్నవాటిలో ఛాతీపైన ధరించే బంగారు డిజైన్లతోవున్న అల్ఫిస్, తులసి మాలలు ఇంకా రకరకాల పూలదండలూ వున్నాయి.

భండారీ భుజాలపైన ఒరిగి శాస్త్రిమహారాజ్ గుడారం బయటకివచ్చాడు. బయటకి రాగానే శాస్త్రి అన్నాడు – "అయ్యో లేదు ! ఇంకా చూడాల్సిన గుడారాలు చాలా వున్నాయి !"

"వద్దు, ఈ రాత్రివద్దు. మనం వెనక్కి వెళ్లిపోదాం. ఇప్పటికే అర్ధరాత్రి దాటింది."

"అదిగో ఆ గుడారం వైపు చూడు. అక్కడ ఎలాంటి కోలాహలం లేదు." అంటూ శాస్త్రిమహారాజ్ ఆ గుడారంవైపు నడిచాడు. లాంతరు నుంచి మందమైన కాంతి గుడారం దగ్గర పరచుకుంది. గుడారం లోపల చీకటిగా వుండడంతో "ఏమైందిక్కడ, లైటు లేదా" అంటూ శాస్త్రిమహారాజ్ టార్చ్‌లైటు వేసి గుడారం లోపలికి చూశాడు. టార్చ్‌లైటు వెలుతురు పడగానే లోపలవున్న రెండు జీవులూ వులిక్కిపడ్తూ లేచి కూర్చున్నాయి.

టార్చ్ లైటు కాంతిలో అక్కడ స్పష్టంగా రెండు నగ్న శరీరాలు కనిపించాయి. అయ్యోలేదు ! అయ్యోలేదు ! అంటూ అక్కడి దృశ్యాన్ని చూసి శాస్త్రిమహారాజ్ ఒక్కసారిగా వెనక్కి తూలాడు. అతను తన కళ్లని తను నమ్మలేకున్నాడు. అక్కడ కూర్చున్నది మరెవరోకాదు, సన్యాసి హరినారాయణ్. అతని పక్కన నగ్నంగా వున్న స్త్రీ ఎవరు ? ఎలిజబెత్ ! శాస్త్రిమహారాజ్ చేతిలోని టార్చ్ జారిపోయి దొర్లుకుంటూ కొంతదూరం పోయింది. శాస్త్రిమహారాజ్ స్పృహకోల్పోయి కిందపడ్డాడు.

పందొమ్మిదవ అధ్యాయం

నదిపైన హనుమాన్ గెంతు

ఉత్తర భారతావనికి చెందిన రాంలీలా ట్రూపులు హనుమాన్ సముద్రాన్ని లంఘించే విన్యాసానికి ఏ విధంగానైతే కొత్త ఆలోచనలని ప్రవేశపెట్టారో మధురలోని రాంలీలా ట్రూపుకూడా దుస్తుల్లోనూ, ఆయుధాలలోనూ కొత్త ఆలోచనలని ప్రవేశపెట్టారు. స్త్రీ పురుషుల వేషధారుల దుస్తుల్లో ప్రత్యేకతని తీసుకువచ్చేందుకు ఓ కొత్త ఒరవడికి నాంది పలికారు. 'కోట' ఇంకా 'కలబస్తు' పనితనం గల దుస్తులు ఎక్కడ మాయమయ్యాయి ? వాటి స్థానాన్ని మెరిసిపోయే సిల్కు భర్తీ చేసింది. బనారసు వైరుతోను, జరీతోను చేయబడ్డ అంచుల్ని ప్రవేశపెట్టారు. 'కమ్కా' వస్తువులు దొరకడం అసాధ్యం కావడంతో దానిస్థానంలో మెత్తటి సిల్కు ఉపయోగించారు. ఆడకోతుల లోదుస్తుల కోసం నైలాన్‌ని ఉపయోగించారు.

శిబిరంలో ఉదయంనించి కోలాహలంగా వుంది. కోతి సేన వేషధారులు గుడారాల్లోంచి బయటికి వచ్చి హడావిడిగా తొడుగులు ధరించే ప్రయత్నంలో వున్నారు. సీతారాముల వివాహమైన ఐదవ రోజు ఉత్సవాలకి వచ్చిన స్త్రీపురుషులు, సన్యాసులు, మునులు ఇంకా పిల్లలు నటుల్ని చుట్టుముట్టారు. అక్కడ రకరకాల తొడుగులున్నాయి. ఇత్తడితో తయారైనవి, కాగితపుగుజ్జు ఇంకా బట్టతో తయారైనవి కూడా అక్కడ వున్నాయి. దివాకర్ భట్టారాయ్ అలియాస్ హనుమాన్ ఆరున్నర కిలోగ్రాముల బరువున్న తన తొడుగుని తీసుకువచ్చి పరీక్షిస్తున్నప్పుడు అక్కడ కోలాహలంతో హర్షధ్వానాలు మిన్నుముట్టాయి.

ట్రూపు నిర్వాహకులు హనుమాన్ సముద్రాన్ని లంఘించిన తర్వాత లంకలోకి ప్రవేశించే సన్నివేశాన్ని కూడా ప్రదర్శించాలని నిర్ణయించుకోవడంతో టెంటులో

రిహార్సల్స్ జరుగుతున్నట్టుగా అక్కణ్ణించి వస్తున్న శబ్దాలు తెలియజేస్తున్నాయి. గాయకులు వాళ్ల వాళ్ల హార్మోనియంలని ముందు వుంచుకుని గానం చేశారు :

పుర రఖవారే దేఖి బహు
కపి మన కీన్హ బిచార
అతి లఘురూప ధరౌఁనిసి,
నగర కరౌఁ ప ఇసార

(అసంఖ్యాకులైన రక్షక భటులు నగరాన్ని రక్షిస్తుండగా చూసి, మిక్కిలి సూక్ష్మరూపాన్ని ధరించి నగర ప్రవేశం చేయాలని హనుమాన్ నిర్ణయించుకున్నాడు)

తాత స్వర్గీ అపబర్గ సుఖ
ధర్మి తులా ఎక అంగ
తూల న తాహి సకల మిలి
జో సుఖ లవ సతసంగ

(నాయనా ! స్వర్గ మోక్షాలవల్ల లభించే సుఖాలన్నిటిని త్రాసులో ఒక పక్కన ఉంచినా అవన్నీ ఒక క్షణమాత్రం లభించిన సాధుజన సాంగత్య సుఖంతో సమానం కావు)

ప్రబిసి నగర కీజే సబ కాజా
హృదయఁ రాఖి కోసలపుర రాజా
గరల సుధారిపు కరహిఁ మితాఈ
గోపద సింధు అనల సితలాఈ

(ఓ హనుమాన్, నువ్వు కోసలాధిపతియైన శ్రీరామచంద్రుని నీ మనస్సులో స్మరిస్తూ లంకలో ప్రవేశించి నీ కార్యాలన్నిటినీ నెరవేర్చుకో. విషం అమృతమవుతుంది, శత్రువులు మిత్రులవుతారు, సముద్రం గోష్పాదమంత అవుతుంది. ఇంకా అగ్ని శీతలమవుతుంది)

గరుడ సుమేరు రేను సమతాహీ
రామ కృపా కరి చితవా జాహీ

(శ్రీరామచంద్రుడి కృపకి పాత్రుడైన వ్యక్తికి మేరు పర్వతం కూడా సైకత రేణుతుల్యమవుతాయి)

ఒక సమయంలో కమలానది ఒడ్డు జనంతో కిట కిటలాడిపోయింది. జనాలతో నిండిన ఆ దృశ్యం - అడవినుంచి శ్రీరాముడిని తీసుకురావడానికి

చేతిపనివాళ్లు, వివిధ వృత్తులవాళ్లతో వెళ్లిన దృశ్యం వాల్మీకి వివరించిన విధంగా మరోసారి కమలానది ఒడ్డున సజీవంగా సాక్షాత్కరించినట్లయింది. అనేక రకాల జనం ! హిమాలయాలనించి, వింధ్యనించి ఐదవరోజు వేడుకకి వచ్చిన సన్యాసులు, గ్రామప్రాంతాల్లోని రైతులు, వాళ్లు ధరించిన వివిధ రకాల దుస్తులు మొత్తం దృశ్యానికి ఓ విధమైన శోభని చేకూర్చాయి. అందరూ రాంలీలా ట్రూపులో వున్నారు. రాంలీలా ట్రూపులో దృశ్యాలని అభినయించే వాళ్లంతా నది ఒడ్డున తాత్కాలికంగా వేసిన గుడారంలోపల వున్నారు.

చుట్టూరా జనం వుండడంతో దుస్తులు వేసుకోవడంలోను, అలంకరణ చేసుకోవడంలోను నటులకి ఇబ్బందిగా మారింది.

కోతుల వేషాలు వేసేనటులు 'రాంరోజ్' లేక పచ్చటి మట్టిని శరీరమంతా పులుముకున్నారు. ముఖాలకి తొడుగులు ధరించినా కళ్లకి కాటుక పెట్టుకోవడం వాళ్లు మర్చిపోలేదు. వాళ్లు శరీరమంతా గంధం పూసుకున్నారు. దిష్టి తగలకుండా బుగ్గలకి నల్ల చుక్క పెట్టుకున్నారు. వాస్తవానికి కోతి వేషధారులందరూ చేతుల్లో చెక్క గదల్ని పట్టుకున్నారు. జనాల రద్దీతో గదలని వాళ్లు పరిశీలించడం వీలుపడలేదు.

మాధవానంద రాంలీలా ట్రూపులో ఉదయాన్నించి పనిలో పడ్డాడు. నటులందరూ తొడుగులు తగిలించుకోవడంలోను, ఒంటికి గంధం పూసుకోవడంలోను అతను సహకరించాడు. మాధవానంద తెల్లవారకట్ల వచ్చి స్వచ్ఛందంగా సేవలందించాడు. సూర్యుని తొలి కిరణాలు కమలానదిలో వెలిశాయి. ఆకాశంలో ఎర్రటి మబ్బుతునకలు తేలుతున్నాయి. ఓహ్ – ఇవి మబ్బులు కావు. అశ్వమేధయాగంలో త్యాగం చేసిన గుర్రాల మాంసం ముక్కలు. అది అశ్వమేధయాగం కోసం కౌసల్య ఖడ్గంతో కోసిన గుర్రపుమాంసం ముక్కలు ఆకాశంలో ఎర్రని మబ్బు తునకల్లా కనిపిస్తున్నాయి. ఖడ్గం, గుర్రపు శరీరం ముక్కలు, ఎరుపు మబ్బుతునకలు – అక్కడి వాతావరణం ఓ విభిన్నమైన రంగుని సంతరించుకుంది. సరిగ్గా అదే సమయంలో మాధవానంద రాంలీలా ట్రూపులోకి వచ్చి చేరాడు.

హనుమాన్ దుస్తులు

కమలానది ఒడ్డున తాత్కాలికంగా ఏర్పాటు చేయబడిన గుడారంలోపల హనుమాన్ అలియాస్ భట్టారాయ్ వేషం వేసుకుంటూ తీరిక లేకుండా వున్నాడు.

భట్టారాయ్ దృఢకాయుడు. భుజాలని కిందకి వేలాడదీసి నడుస్తాడు, చేతులు విడిపోయాయా అన్నట్టుగా. వెడల్పు పాదాలు. సాధారణమనిషి కన్నా పొడవైన భుజాలు. మిగతావారితో పోల్చినపుడు అతని వేళ్లు చాలా మొరటుగావుంటాయి. జుట్టుని పొట్టిగా తామరపువ్వులా కత్తిరించుకున్నాడు.

రాంలీలా ట్రూపులోని భారీగావున్న ఇద్దరు నటులు అతని శరీరాన్ని మర్దన చేస్తున్నారు. వెండి పాత్రల్లో నూరిన గంధపు ముద్ద, పసుపు వున్నాయి. రాంలీలా ట్రూపులోని నటులందరికీ, నటించే పాత్రధారులకి మేకప్ వేయడం అలవాటైనదే. ఆశ్చర్యకరమైన విషయమేమిటంటే భట్టారాయ్ శరీరమంతా పొడవైన వెంట్రుకలు - కోతిలాగా. జుట్టుకి రంగు ఎలావేశారంటే చూస్తే సరిగ్గా హనుమాన్ శరీరంపైన వుండే రోమాలలాగే ఉండడమే కాకుండా నిజంగా హనుమాన్ అవతారం దాల్చాడా అన్నట్లుంది. ఇద్దరు నటులు హనుమాన్ శరీరంపైన పూతపూస్తూ అతడ్ని కీర్తించసాగారు–

అతులిత బంలధామం స్వర్ణ శైలాభ దేహం
ధనుజవన కృశానుం జ్ఞానినా మగ్రగణ్యమ్,
సకల గుణ నిధానం వానరాణా మధీశం
రఘుపతి వరదూతం వాతజాతం నమామి.

(నిరుపమాన బల సంపదలు కలిగివున్నవాడు, మేరు పర్వతంతో సమానమైన శోభలు గలవాడు, దానవులనే వనాలని దహించి వేయడంలో అగ్నివంటివాడు, జ్ఞానుల్లో సర్వశ్రేష్టుడు, వానరుల్లో ప్రముఖుడు, సకలసద్గుణరాశి, శ్రీరాముడికి పరమభక్తుడు అయిన ఓ వాయునందనా నీకు నమస్కారాలు)

వాళ్లు శ్లోకాలు హమ్ చేస్తున్నారు. హనుమాన్ అలియాస్ భట్టారాయ్ కూడా భక్తిపూర్వకంగా నిలబడ్డాడు.

ఈ విధంగా భట్టారాయ్ అలియాస్ హనుమాన్ సముద్రాన్ని లంఘించే విన్యాసం ప్రదర్శించడానికి అలాంటి అసాధారణ వేషం ధరించాడు. నెత్తిమీద భారీ కిరీటం అలంకరించబడివుంది. అది ఇంద్రనీలమణి పొదిగిన రేవా మహారాజు ధరించిన కిరీటంలా వుంది. బాహువులకి నవరత్నాలు ఇంకానుదుటన 'ధోనీ హజారా'. అతను చెవులకి ముత్యాల రింగులు ధరించాడు. మణికట్టుకి మందమైన గాజులు

ఇంకా వేళ్లకి వివిధరకాల ఉంగరాలు వున్నాయి. అతను దళసరి జరీ పనితనంతో తయారైన పట్టుదట్టీతో కూడిన కాషాయరంగు ధోతీ ధరించాడు. అతన్ని ఊరేగింపుగా నది ఒడ్డుకి తీసుకు వెళ్లేందుకు వచ్చిన ఇద్దరు సభాగాయకులు పాడారు –

రామ బిరహ సాగర మహం, భరత మగన మన హోత

బిప్ర రూప ధరి పవన సుత, ఆఇ గయ ఉ జనుపోత.

(భరతుని మనస్సు శ్రీరాముని విరహ సముద్రంలో మునిగిపోతుండగా రక్షించడానికి వచ్చిన ఓడలా హనుమాన్ బ్రాహ్మణ వేషంతోవచ్చాడు)

అందరూ అరవసాగారు 'విరహసముద్రం శ్రీరాముడు'. ఈలోగా గుడారం పక్కన గుంపులు గుంపులుగా జనం ఎక్కువ కాసాగారు. రామాయణి గ్రూపుకి చెందిన స్కాలర్లు వచ్చి గుడారం పక్కన నిలబడ్డారు. రోజ్‌మేరీ, మిస్టర్ కప్, అలెగ్జాండర్, అంధసన్యాసి, ప్రభుపాద, శివసింధు ట్రస్టు విద్యార్థులు, రాక్సల్‌లో వాళ్లతో కలిసిన స్కాలర్, జడలు గట్టిన సన్యాసి – అందరూవచ్చి గుడారం ముందున్న గుంపులో కలిశారు.

జటాధారి నడుముకింద చిన్న గుడ్డపీలిక తప్ప ఒంటిమీద ఎటువంటి ఆచ్ఛాదనాలేదు. శరీరమంతా బూడిద పూసుకున్నాడతను. ఈరోజు అతని చేతిలో త్రిశూలం కూడా వుంది. మధ్యమధ్యన అతను నది ఒడ్డుకివెళ్లి 'శివతాండవం' చేస్తున్నాడు. పిల్లలు జటాధారిని చుట్టుముట్టారు. కానీ లేదు, ఎవరూ ఏదీ పట్టించుకునే స్థితిలో లేరు. అక్కడ గుడారంలోంచి హనుమాన్ బయటికివస్తాడు. ఇప్పుడు నదిపైన ఎగరడానికి సమయం కావస్తోంది. అతను నది ఒడ్డుకి ఊరేగింపుగా వెళ్లాల్సివుంది.

గడచిన రోజుల్లో అంటే అరవై సంవత్సరాల క్రితం హనుమాన్ చిరహరన్ ఘాట్ దగ్గరున్న యమునానదిని లంఘించాడు. నది సముద్రంగా రూపాంతరం చెందింది. అరవై ఏళ్ల క్రిందటకూడా కుంటివాళ్లు, గుడ్డివాళ్లు అయిన రాక్షసులు హనుమాన్ వెనకాల ఊరేగింపుగా వెళ్లారు. ముఖానికి భారీ తొడుగుతోవున్న శూర్పణఖ తెగిన ముక్కుతో ఊరేగింపుకి నాయకత్వం వహించింది. అది ఓ భయానక దృశ్యం. ఆమె తలమీద వెంట్రుకలు విడిపోయివున్నాయి. ఆమె మోకాలిక్రింది వరకూ వేలాడే ఎరుపు స్కర్టు ధరించింది. ముక్కులో ఏదో పెట్టుకుంది – తెగిన ముక్కుమధ్య నుంచి నెత్తురోడుతున్నట్టుగా కనిపిస్తోంది. గొట్టం దేంతో తయారు చేయబడింది ? రక్తం

ఓడుతున్న ముక్కుమీద చెయ్యిపెట్టుకొని అరుస్తోందామె. రెండు భారీ తొడుగులు ధరించి ఖరదూషణులు కూడా ముందుకు కదిలారు. వాళ్ల తొడుగులు గాడిద తలల్లా వున్నాయి. వాళ్లు ఆకుప్చని పైజామాలు ధరించారు.

వాళ్లని అనుసరిస్తున్న పిల్లలు స్ట్రెచర్ పైన ఒడిసెల తీసుకువెళ్తున్న రాక్షసుల్ని పొడుస్తున్నారు.

బృందావనంలోని ఈ ఊరేగింపు నైతికంగా భ్రష్టుపట్టిన సాంఘిక వ్యవస్థని నగ్నంగా ప్రజలు దర్శించే ఓ సూచనలా ఉంది. ఇది ధ్వంసం చేయాల్సిన ఒక దుర్గంధభూయిష్టమైన సాంఘిక వ్యవస్థ చిత్తరువు. శూర్పణఖ తెగిపోయిన ముక్కుతో ఊరేగింపులోకి రావడం; బయటికి పొడుచుకువచ్చిన కోఱపళ్లతో భ్రష్ట రాక్షసుల్ని స్ట్రెచర్లమీద తీసుకువెళ్లడం; ఇప్పుడు ఇలాంటి ఊరేగింపు జరగదు. అటువంటప్పుడు భట్టారాయ్‌ని అనుసరించే ఊరేగింపు ఏం ఉంటుంది ?

హనుమాన్ అలియాస్ భట్టారాయ్ గంభీరంగాను, గౌరవంగాను కనిపిస్తున్నాడు. ఆశ్చర్యకరమైన విషయం ఏమిటంటే భట్టారాయ్ అప్పటికే కవచాలు, ఆయుధాలు ధరించి వున్నాడు. సముద్రాన్ని లంఘించే సమయంలో హనుమాన్ ఆయుధాలు ధరించినట్లుగా వాల్మీకి మహాముని ఎలాంటి వర్ణన చేయలేదు !

ఇతను ఆ హనుమాన్, దేవేంద్రుడు అతన్ని ప్రశంసిస్తూ "హనుమాన్ అజేయుడు పిడుగు పడినాసరే" అంటూ వరమిచ్చాడు. సూర్యభగవానుడు "నేను నా తేజస్సులోని నూఱవ భాగాన్ని ప్రసాదిస్తున్నాను" అన్నాడు. దున్నపోతు మీద వెళ్లే మృత్యుదేవుడైన యముడు "నా దండంవలన ఇతనికి మృత్యువు కలగదు" అంటూ దీవించాడు. వరప్రదుడైన కుబేరుడు "యుద్ధరంగంలో నా గదకూడా హనుమాన్‌ని తాకలేదు" అని పలికాడు.

అరవై సంవత్సరాల క్రిందట జరిగిన ఊరేగింపు మరోసారి పునరుద్ధరించ బడుతుందా ?

అక్కడ హనుమాన్ తన ఆయుధాలతో తయారవుతున్నాడు. భట్టారాయ్ ముందు ఆయుధాలన్నీ ఉంచబడ్డాయి. అనేక వస్తువుల్లో ఒక చిన్న నేపాళీ కత్తి కూడా వుంది. భట్టారాయ్ ఆ నేపాళీ కత్తిని తీశాడు. ఆ కత్తి విలువైన రత్నాలతో పొదగబడి దానిమీద ఓపేరు చెక్కబడివుంది. గుడారం దగ్గరకి వచ్చిన భక్తుడెవరో

ఆ కత్తిని అక్కడ వదిలివెళ్లిపోయాడు. హనుమాన్ ఆ కత్తిని తీసి నడుముకి తగిలించుకున్నాడు.

ఈలోగా కమలానది ఒడ్డు దగ్గర భట్టారాయ్ ఎగిరే ప్రాంతంలో ఓ పెద్ద షామియానా వేశారు. శాస్త్రిమహారాజ్ మానిసికంగాను, శారీరకంగాను సుస్తీగా వున్నాడు. కమలాదేవి ఇంకా శివసింధు ట్రస్టు విద్యార్థులు అతన్ని ఆ గుడారంలోకి తీసుకువచ్చి ఆయన కోసం వేసివుంచిన చెక్క కుర్చీలో కూర్చోబెట్టారు. అక్కణ్ణించి అతను అక్కడ జరిగే ఏర్పాట్లని స్పష్టంగా చూడగలడు. కమలాదేవి ఆయన పాదాల దగ్గర మోకాళ్లు పొట్టకిందకి చేర్చి పూర్తిగా వంగి కూర్చుంది. మండలి సభ్యులు వాళ్ల చుట్టూ చేరారు. వాళ్లు అచ్చం మహేంద్రగిరిలా వుండే ఓ గుట్టని కృత్రిమంగా కమలానది ఒడ్డున నిర్మించారు. వాళ్లు వాల్మీకి వర్ణించిన విధానాన్ని అనుసరించారు. కొన్ని కృత్రిమమైన పూలచెట్లు కూడా అక్కడ నాటారు. వాల్మీకి వర్ణించినట్టుగా అక్కడ సెలయేరు దృశ్యాన్ని కూడా పెట్టారు. విద్యాధరులు తమ తమ భార్యలతో గుంపులు గుంపులుగా విజయగర్వంతో అక్కడ నిలబడ్డారు. ఈ విద్యాధరులు హనుమాన్ పాదాల ఒత్తిడికి ఆ పర్వతం కంపించడంతో భయంతో ఆ గిరి సానువుల్ని వదిలి ఎగిరిపోవడానికి సిద్ధమయ్యారు. వాళ్ల బంగారు సింహాసనాలు పైకీ కిందకి తిరిగాయి. ఇంకా అక్కడ పులిచర్మంతో తయారు చేయబడిన గృహోపకరణాలు, బంగారం పొదగబడిన పాత్రలు వున్నాయి. కృత్రిమంగా కట్టిన మహేంద్రగిరిపైన ఎన్నో రంగురాళ్లు ఇంకా విషపూరితమైన పాములు కూడా రూపాలలో ఏమాత్రం తేడాలేకుండా ఉంచబడ్డాయి. కమలానది ఒడ్డున లెక్కకుమించిన జనాలతో నిండిపోయింది. అదుగో ! హనుమాన్ వస్తున్నాడు – అదుగో ! హనుమాన్ వస్తున్నాడు అంటూ అందరూ చూడసాగారు.

హనుమాన్ తన గుడారంలోంచి మితిమీరిన వేగంతో ఠీవిగా కార్యరంగంలో అడుగుపెట్టాడు. భట్టారాయ్ మహేంద్రగిరిని అధిరోహించడానికి ముందుకి వచ్చాడు. అతని వెనకాల మూకుమ్మడిగా నటులు కోతులవేషంలో నాట్యం చేస్తూ కుప్పిగంతులు వేస్తూ వచ్చారు. జనం ఓ మహానదిలా ఆ హనుమాన్‌ని అనుసరించారు.

భట్టారాయ్ కృత్రిమమైన మహేంద్రగిరిపైకి దూకాడు. అదే సమయంలో వాల్మీకి వర్ణించిన విధంగా చెట్ల కొమ్మలనించి వివిధ రంగుల పూలసమూహాలు

జలజల రాలాయి. అవన్నీ భట్టారాయ్ అలియాస్ హనుమాన్ శరీరంపైన పడడంతో అతడు ఓ పూలకొండలా భాసించాడు.

అతన్ని చూడగానే అందరూ జయజయ ధ్వానాలు చేశారు - సంకటమోచన హనుమాన్‌కి జయము జయము జయము.

ధప్ ! ధప్ ! ధప్ !!

ధప్ ! ధప్ ! ధప్ !!

కృత్రిమపూలు కృత్రిమ చెట్లకొమ్మలనించి పాదాల అడుగుకి రాలిపడ్డాయి.

అదే సమయంలో భట్టారాయ్ వాల్మీకి హనుమాన్ ఒక్కసారి ఒడలు విఱిచాడు. రోమాలని విదిల్చాడు. శరీరాన్ని కదిలించాడు. అతను ప్రళయ కాలమేఘం గర్జించినట్టుగా బిగ్గరగా అరిచాడు ఆకాశం బద్దలయ్యేలా, కింది భూమి రెండుగా చీలిపోయేలా. అతను తను కృత్రిమంగా అమర్చుకున్న తోకని నిటారుగా సరిచేసుకుని ఒక్కసారిగా విదల్చడంతో దూరంనుంచి అది ఒక కొండ చిలువలా కనిపించింది. ఆశ్చర్యకరం. ప్రతి ఒక్కరూ చకితులయ్యారు. అవాక్కయ్యారు.

భట్టారాయ్ అలియాస్ హనుమాన్ గర్జించాడు. "నేను వాయువేగంతో సాగిపోయే రామబాణంలా రావణుడి లంకకి వెళ్తాను. అక్కడ నేను సీతామాతని కాంచజాలకపోతే అదే వేగంతో స్వర్గానికి వెళ్తాను. ఆ స్వర్గంలో కూడా సీతని దర్శించకపోతే రావణుడితో సహా లంకని పెకలించుకుని తీసుకువస్తాను. అహ్హా హ్హా హ్హా హ్హా".

భట్టారాయ్ బాహువుల్ని పొడవుగా జాపి వేగంగా ముందుకురికాడు, గాల్లో ఎగిరే జీవిలా. అతను 1811 సంవత్సరంలో 45 అడుగుల వెడల్పయిన వరుణ నదిని దాటిన టెక్రంభట్ లా కనిపించాడు.

హుర్ హర్ హురత్

హుర్ హుర్ హురత్

ఎగిరే జీవిలా అతివేగంగా పరుగెడుతూ నది ఒడ్డుకి చేరుకున్నాడు భట్టారాయ్. అక్కడ కోలాహలం మరింత తీవ్రస్థాయిని అందుకుంది. పక్కనించే దూసుకుపోయినా తనని నెట్టేసినట్టుగా దగ్గర్లోనే నిలబడ్డ మాధవానందకి తెలియలేదు.

ఊపిరి బిగబట్టి, పాదాలని కుదించి భట్టారాయ్ అత్యధిక ప్రమాణంలో ఆవల తీరానికి లంఘించాడు. వెంటనే అతను నీళ్లు చెదిరేలా ఆవలి ఒడ్డు దగ్గరున్న నీళ్లలో కొండపైనుంచి రాయి దొర్లిపోయి ఇసుకపైన పడ్డట్టు దభ్‌మని శబ్దం చేసుకుంటూ పడ్డాడు. మొదట్లో ఏమయిందో తెలియని అయోమయస్థితి. నీళ్లలోపడి కొట్టుమిట్టాడుతున్న ఆ వ్యక్తిని బయటకి లాగడానికి మాధవానంద నదిలో దూకాడు. అదే సమయంలో మండలిలోని చాలామంది నదిలో కొట్టుమిట్టాడుతున్న ఆ వ్యక్తిని నీళ్లలోంచి బయటకి లాగడానికి నదిలో దూకారు.

మొత్తం సంఘటన క్షణాలలో జరిగిపోయింది. భట్టారాయ్‌ని నీళ్లలోంచి బయటకి లాగారు. కానీ మాధవానంద? మాధవానంద ఎక్కడ?

ఆ రాత్రి జనాలు కమలా నదిలో ఈదుకుంటూ మాధవానంద కోసం వెతికారు. రాత్రి బాగా పొద్దుపోయిన తర్వాత ప్రాణంలేని మాధవానంద శరీరాన్ని నదిలోంచి వెలికి తీశారు.

శాస్త్రిమహారాజ్ మండలితో బాలిద్వీపం, థాయిలాండ్, సురినాం, ఫిజీ ద్వీపం ఇంకా మరెన్నో ప్రాంతాలకి దశరథ కుమారుని పాదముద్రలు వెతకడానికి తిరిగాడు.

రామాయణ మండలి సభ్యులలో ఎవరూ కూడా కమలాదేవిని చూడలేదు. ఆమెతోపాటు హనుమాన్ తన నడుముకి కట్టుకున్న నేపాలీ కత్తి 'ఖుక్రీ' కూడా మాయమైంది.

వ్యధార్త జీవిత యధార్థ రచయిత్రి

డా॥ ఇందిరా గోస్వామి

"బ్రహ్మపుత్రానది తీర ప్రాంతమంతా సువిశాలమైన పర్వత పంక్తులతో, విచ్చుకున్న పచ్చని పొలాలతో, దుప్పటిలా పరుచుకున్న విస్తృతమైన అరణ్యాలతో అలరారడమే కాదు, తుపాకి మోతలు వినబడని, విధ్వంస దృశ్యాలు కనబడని ప్రశాంతమైన జీవనంతో వికసించాలనీ నేను కోరుకుంటున్నాను.!"

అని స్వప్నించిన మానవతావాద రచయిత్రి డా॥ ఇందిరా గోస్వామి.

అస్సాం తీవ్రవాద సంస్థ 'ఉల్ఫా'కు, భారత ప్రభుత్వానికీ మధ్య నెలకొన్న ప్రతిష్టంభన తొలగిపోవాలనీ, చర్చల ద్వారా సామరస్యపూర్వక పరిష్కారాలు సాధించాలనీ పరితపించిన శాంతిదూత డా॥ ఇందిరాగోస్వామి.

భారతదేశంలోని అందమైన, అతి సుందరమైన ప్రాంతాల్లో అస్సాం విశిష్టమైంది. బ్రహ్మపుత్ర నది మధ్యలో గౌహతి నగరానికి ఎదురుగా గోరంగ ద్వీపంగా ప్రసిద్ధికెక్కిన ఉమానంద్ ద్వీపం లేదా భస్మాచల ద్వీపం ఉంది. అక్కడి నీలిరంగు పర్వతాల మధ్య అరుణకాంతులీనే సప్తవర్ణాల నది వాతావరణంలో శివుడూ, పార్వతి నృత్యం చేస్తుంటారని అక్కడి ప్రజల విశ్వాసం. అలాంటి కాల్పనిక మధుర సంగీత, నృత్యాలతో శోభిల్లవలసిన ప్రాంతం ఇప్పుడు రక్తపాతంతో తల్లడిల్లిపోతుంది. గత రెండు దశాబ్దాల కాలంలోనే హింసాయుత ఉద్యమాల మూలంగా పదివేలకు పైగా జనం అక్కడ మరణించారు. వేలాదిమంది క్షతగాత్రులయ్యారు.

అక్కడ హింసకు చరమగీతం పాడలేమా? రక్తపాతాన్ని ఆపలేమా? అంటూ త్రికరణ శుద్ధిగా ప్రశ్నించిన సామాజిక యోధ, సృజనశీల రచయిత్రి డా॥ ఇందిరా గోస్వామి.

జీవితం

సుప్రసిద్ధ అస్సామీ రచయిత్రి ఇందిరా గోస్వామికి మరోపేరు కూడా ప్రాచుర్యంలో ఉంది. 'మామోనీ రాయసం గోస్వామి', 'మామోనీ' ఆమె చిన్నప్పటి పేరు. 'తల్లినగ' అని ఆ పదానికి అర్థం. ఈమె పుట్టగానే ఒక జ్యోతిష్యుడు చూసి ఆమె తల్లిగారితో 'ఈ పిల్ల అశుభ

సూచకంగా ఉంది. రెండు ముక్కలుగా విరిచి, నదిలో పడేయమని సలహా ఇచ్చాడట. ఆ మాతృమూర్తి నిరాకరించింది. ఎన్ని అశుభాలెదురైనా ఎదుర్కుంటానంది. ఆ పాప అశుభం కాకపోగా, ఇంటికే ఒక ఆభరణంగా వెలగసాగింది. అందుకే ఆమె కుటుంబ సభ్యులంతా 'మామోనీ' (తల్లి నగ) అంటూ ప్రేమగా పిలవడం ప్రారంభించారు. తరువాత కొన్నాళ్ళకు ఆ జ్యోతిష్యుడే ఆమె ప్రకాశవంతమైన మోమును చూసి, 'ఈ పిల్ల తలచుకుంటే కొండలు కూడా పిండి చేస్తుంది. ఈమె నిశ్చయంలో దృఢమైన దీక్ష ఉంటుంది' అని కితాబిచ్చాడట.

నిస్సందేహంగానే ఆమె కొండలను పిండిచేసింది. అసాధ్యమనుకున్న అనేక విషయాలను సుసాధ్యం చేసుకుంది. దీన్ని మనం ఆమె రాసుకున్న ఆత్మకథ 'ఆదా లేఖా దస్తావేజ్' (సగం రాసిన దస్తావేజు)లో చూడవచ్చు. ఈ ఆత్మకథ రాసే నాటికి ఆమె వయస్సు కేవలం ఇరవై అయిదేండ్లు. అప్పుడామె జీవితంలో భయంకరమైన సంక్షోభాన్ని,అపారమైన విషాదాన్ని ఎదుర్కొంటుంది. దుర్భరమైన ఒంటరితనంతో కుమిలిపోతూ ఉంది. దానికి కారణం - భర్తృ వియోగం. 1965 అక్టోబరు మాసంలో ఆమె మాధవన్ రాయసం అయ్యంగార్ అనే కన్నడ యువకుడ్ని ప్రేమించి, పెళ్ళి చేసుకుంది. పద్దెనిమిది నెలల వైవాహిక జీవితం పూర్తి కాకుండానే 1967 ఏప్రిల్ మాసంలో ఒక జీపు ప్రమాదంలో ఆమె భర్త మరణించాడు. అంతకు కొన్నిరోజుల ముందే ఆమె తండ్రి హఠాన్మరణం ఆమెను క్రుంగదీస్తూ ఉంది. ఇంతలో పిడుగుపాటు లాంటి భర్త మరణ వార్త. తీవ్రమైన మానసిక ఒత్తిడితో ఆత్మహత్యకు ప్రయత్నించింది. కానీ మరణం ఆమెను జయించలేకపోయింది. ఈ దుఃఖభారంతోనే ఆమె తన ఆత్మకథను రాసుకుంది.

'ఆత్మకథ' రాసేనాటికి అస్సామీ సాహిత్య జగత్తులో ఇందిరకు చెప్పుకోదగ్గ పేరు రానేలేదు. అప్పటికామె రాసిన కొన్ని కథలు మాత్రమే వెలువడ్డాయి. ఆత్మహత్యా ప్రయత్నాల నుండీ, ప్రవృత్తి నుండీ బయటపడడానికే ఆమె తన 'ఆత్మకథ'ను రాయడం ప్రారంభించింది. పాతికేళ్ళ వయసు నాటికే ఆమె జీవితంలో ఎన్నో ఒడిదుడుకులను ఎదుర్కొంది. ఆటుపోట్లను అనుభవించింది. ఒకరకంగా ఆమెను 'అగ్నిస్నాత'గా భావింపవచ్చు. ఒక దుర్భర జీవన విషాదాన్ని ఉద్వేగభరితంగా ఒలికించిన ఇందిరాగోస్వామి 'ఆత్మకథ' ద్వారా భారతీయ సాహిత్యంలో ఆమెకు సముచిత గౌరవం, గుర్తింపు లభించింది. నేపాలీ, మళయాళం, బెంగాలీ తదితర భారతీయ భాషల్లోకి ఆమె ఆత్మకథ అనువదింపబడింది. హిందీలో ఇది 'జిందగీ కోఈ సౌదా నహీఁ' (జీవితం ఒక వ్యాపారం కాదు) అనే పేరుతోనూ ఆంగ్లంలో 'యాన్ అన్‌ఫినిష్డ్ ఆటో బయాగ్రఫీ' అనే పేరుతోనూ వెలువడింది. ప్రకృతి చిత్రణతోబాటు లోతైన జీవిత చిత్రణగల ఆత్మకథలు ప్రపంచ సాహిత్యంలోనే చాలా అరుదుగా కనబడతాయి.

ఇందిర భర్త 'మాధవన్' ఒక మంచి ఇంజనీర్. కన్నడ ప్రాంతంవాడు. నదుల మీద వంతెనలు, ఆనకట్టలు కట్టే ప్రాజెక్టుల్లో పనిచేసే వాడు. పెళ్ళయ్యాక ఇందిర, తన భర్తతో

పాటు దేశంలోని అనేక ప్రాంతాలకు వెళ్ళింది. అక్కడి ప్రజల జీవితాలనూ, ఆచార వ్యవహారాలనూ గమనించింది. 'రన్ ఆఫ్ కచ్ఛ్'లో భర్తతో గడిపిన మధురమైన క్షణాలు ఆమె హృదయంలో చిరస్మరణీయంగా ఉండిపోయాయి.

'రన్ ఆఫ్ కచ్ఛ్' అసైన్‌మెంట్ తరువాత ఇందిర భర్త 'జమ్మూ-కాశ్మీర్'లోని ప్రాజెక్టు పనులు చేపట్టాల్సి వచ్చింది. దంపతులిద్దరూ ఈ కొత్త ప్రాజెక్టు వద్దకు తమ మకాం మార్చారు. కాశ్మీర్‌లోని దుర్గమ ప్రాంతాల్లో జీపులో ఆమె, తన భర్తతోపాటు ప్రయాణం చేస్తున్నప్పుడు ఆమెలో రకరకాల భయాందోళనలు చెలరేగుతూ ఉండేవి. ఆమె భయమే ఒకరోజు నిజమయ్యింది. ప్రాజెక్టు పనులు పర్యవేక్షించడానికి జీపులో వెళ్తున్న మాధవన్ ప్రమాదానికి గురయి, ప్రాణాలు కోల్పోయాడు.

కొంతకాలం పాటు తీవ్రమైన నిర్వేదానికీ, మానసిక క్షోభకూ లోనయిన ఇందిరా గోస్వామి తేరుకుని, రచనా వ్యాసంగం వైపు దృష్టి పెట్టింది. అప్పట్నించీ, తుదిశ్వాస విడిచేదాకా దాదాపు నాలుగు దశాబ్దాలుగా ఆమెకు ఊరట, వ్యాపకం, ప్రాణం, ప్రణవం - సాహిత్యమే. ఆమె పాఠక సముదాయం చాలా పెద్దది.

జననం : 1942 నవంబరు 14న అస్సాంలోని గౌహతీలో సంపన్న ఛాందస వైష్ణవ కుటుంబంలో పుట్టిన బిడ్డ ఇందిరా గోస్వామి. ఆమె తాత ఒక మఠాధికారి, ధర్మ గురువు, విశాలమైన భూ క్షేత్రాలకు అధిపతి. ఇంట్లో అయిదారు ఏనుగులు, వాటిని మేపే పనివారు, శుభ్రం చేసేవారు, మావటి వాళ్ళు, నౌకర్లు, చాకర్లతో ఇల్లంతా సందడిగా ఉండేది. ఒక ఏనుగు చిన్నారి ఇందిరతో స్నేహ పూర్వకంగా ఉండేది. సహజంగానే ఆ పాప ఏనుగులతో ఆడుకోవడానికి ఇష్టపడేది. పన్నెండేళ్ళ ప్రాయంలో ఒకసారి ఏనుగుతో ఆడుతూ పాడుతూ, తనకు ఇష్టమైన ఏనుగు వెంట్రుకలు గట్టిగా పీకింది. ఆ ఏనుగుకు వెర్రెత్తిపోయింది. వీరంగం సృష్టించసాగింది. చివరకు దాన్ని తుపాకీతో కాల్చి చంపాల్సి వచ్చింది. ఇలాంటివే ఎన్నో అనుభవాలు ఇందిరను ప్రభావితం చేశాయి.

ఇందిర తండ్రి అస్సామ్‌లో విద్యా సంచాలకుడిగా (ఎడ్యుకేషన్ డైరెక్టర్‌గా) పనిచేసేవాడు. ఉద్యోగ విరమణకు ముందే అకాల మరణానికి గురయ్యాడు.

రచనా వ్యాసంగం : ఇందిరా గోస్వామి రచనా వ్యాసంగం కథా రచన ద్వారా ప్రారంభమయింది. తన పదమూడవ ఏట ఆమె తొలికథను రచించారు. ఆమెకథల్లో సగటు మనుషుల సంవేదనలు, సామాన్య మానవుల జీవితానుభవాలు సజీవంగా సాక్షాత్కారమవుతాయి. ఆమె ఇంట్లో పెద్దలకు నచ్చకపోయినా, స్నానం చేయకుండా ఇంట్లోకి రానివ్వకుండా కట్టడి చేసినా, ఆమె నిమ్నవర్గాల పిల్లలతో ఆడుకోడానికే ఇష్టపడేది. వాళ్ళ ఇళ్ళకు వెళ్ళేది. వాళ్ళ కుటుంబ స్థితిగతులనూ, ఆర్థిక దుస్థితినీ చాలా సన్నిహితంగా గమనించేది. ఇదంతా ఆమె రచనలకు ముడి సరుకుగా ఉపయోగపడింది.

'ఒక అవిస్మరణీయ యాత్ర' అన్న కథలో కుటుంబానికి ఒకే ఒక ఆధారంగా ఉండే యువకుడు ఆర్థిక కారణాల వల్ల ఉగ్రవాదాన్ని ఆశ్రయిస్తాడు. అతడు తన సోదరి కడుపులో 'భారతీయ' సైనికుడి సంతానం పెరుగుతుందేమో అన్న అనుమానంతో ఆమె కడుపుపై బలంగా తంతాడు. ఫలితంగా గర్భస్రావమై, ఆమె అనారోగ్యానికి గురవుతుంది.

'వంశబేల్' కథలోని బ్రాహ్మణ వితంతువు, తన కుటుంబాన్ని పోషించుకునేందుకు తన శరీరాన్ని పణంగా పెడుతుంది. కడజాతి పురుషుడి బీజం తన గర్భంలో పెరగవద్దని, గర్భస్రావాలకు ఒడిగడుతూ ఉంటుంది.

'పశు' అనే కథలో ఒక మావటివాని మూగ-చెవిటి సహాయకుని చిత్రణ ఉంది. తన కళ్ళముందర జరిగే ఎన్నో దుర్మార్గాలను, అమానుషాలను అతను తనలోనే దిగమింగుకుంటాడు. ఎవరితోనూ చెప్పలేక పడే మానసిక సంఘర్షణలకు లోనవుతూ ఉంటాడు.

ఇందిర భర్త మరణానంతరం, ఆమె అస్సాం ప్రభుత్వ ఫెలోషిప్‌పైన రెండేళ్ళపాటు బృందావన్‌లో ఉండి, 'మాధవకందలీ రామాయణం - తులసీ రామాయణాల' తులనాత్మక అధ్యయనం చేసి, డాక్టరేట్ పట్టా పొందారు. మాధవకందలీ రామాయణం రచన 14వ శతాబ్దంలో జరిగింది. ఇండో-ఆర్యన్ భాషా కుటుంబంలోని భాషల్లో వెలువడిన రామాయణాల్లో ఇది మొట్ట మొదటిది.

బృందావనంలో ఉంటున్న రోజుల్లో ఇందిరాగోస్వామి జీవితపు మరో పార్శ్వాన్ని చాలా సన్నిహితంగా చూసింది. ఆమె అక్కడి ఒక దేవాలయంలో తన ధర్మగురువు ప్రొఫెసర్ లేఖారూతో పాటు నివసించింది. పిహెచ్.డి. పట్టాకోసం రామాయణాన్ని అధ్యయనం చేయడం ఒకవైపు కొనసాగిస్తూనే, మరోవైపు బృందావనంలో బతుకులీడుస్తున్న యువ వితంతువుల దుర్భరమైన జీవితాలను, అనుభవిస్తున్న కష్ట నష్టాలను, లైంగిక దోపిడీని, సమస్యలను చూసి చలించిపోయింది. అందమైన యువ వితంతువుగా తాను కూడా అనేక అవమానాలను ఎదుర్కొంది. 'నీల్ కంఠీ బ్రోజ' అన్న నవలలో ఈ వ్యధాభరితగాథలను ఆమె ప్రతిభావంతంగా చిత్రించింది. భారతీయ రచయితల్లో ఈ సమస్యపై స్పందించిన మొట్టమొదటి రచయిత్రి ఇందిరా గోస్వామి.

బెంగాల్ తదితర ప్రాంతాల నుండి భర్తలను కోల్పోయి, కుటుంబ సభ్యుల అనాదరణకు గురయిన యువ వితంతువులు బృందావనం చేరుకుంటూ ఉంటారు. శిథిలమైపోయిన దేవాలయాల్లోనూ, ఆలయ ప్రాంగణాల్లో ఉన్న గుడిసెల్లోనూ వీళ్ళు తలదాచుకుంటారు. అక్కడి ఆలయాధిపతులు, మఠాధిపతులు ఈ అసహాయ స్త్రీలను అన్ని రకాలుగానూ వేధిస్తారు, హింసిస్తారు. ఈ వితంతు స్త్రీలను 'రాధేశ్యామీ'లంటారు. శ్రీకృష్ణుని మరో పేరు రాధేశ్యాం. అతని భజనలు చేస్తూ, ఆలయాలు శుభ్రం చేస్తూ వీరు పొట్టనింపుకుంటూ ఉంటారు.

దుర్భర దారిద్ర్యం, ఆకలి అలమటింపులతో ఈ వితంతువులు కొందరు తమ శరీరాలను అమ్ముకుని, పొట్టనింపుకుంటారు. మరికొందరు ధనికుల శవాలవద్ద, వారి బంధువులు వచ్చేవరకు కాపలా కాస్తారు. వచ్చిన బంధువులు ఎంతో కొంత వాళ్ళ చేతిలో పడేస్తారని ఎదురు చూస్తుంటారు. ఇంకొందరు దేవాలయాల్లో వారి మనస్సులు లగ్నమయినా, కాకపోయినా భజనలు పాడుకుంటూ గడుపుతారు.

బృందావనంలోని వితంతువుల బాధంతా నడుస్తున్న వర్తమానం గురించే కాదు, రేపు చనిపోయిన తరువాత జరిగే దహన సంస్కారాలపైన కూడా ఉంటుంది. మఠాధిపతుల దయా, దాక్షిణ్యాలపై వీరి దహన సంస్కారాలు ఆధారపడి వుంటాయి. వారు పూనుకోకపోతే, వీరి శవాలను కుక్కలు, నక్కలు తింటున్న అమానుషమైన దృశ్యాలు అక్కడ పరిపాటి. కొన్ని సందర్భాల్లో నడిరోడ్డుపై చనిపోయిన వితంతు శవం గంటల కొద్దీ అలాగే పడి ఉండేది. ఎవడో ఒక మున్సిపల్ ఉద్యోగి వచ్చి, శవాన్ని ఈడ్చుకెళ్ళి యమునా నదిలో విసిరేస్తాడు.

తమక్కూడా ఇలాంటి దుర్గతి పడుతుందేమోనని భయపడే అక్కడి అనాథస్త్రీలు, తమ పొట్టలు మాడ్చుకుంటూ, కొంత డబ్బు ప్రోగుచేసి, అక్కడి మఠాధిపతులైన పాండాల దగ్గర దాచుకునేవారు. నిర్దయులైన పాండాలు అసహాయుల డబ్బును జల్సాగా ఖర్చు పెట్టుకుని, తమను నమ్ముకున్న వారి శవాలను నడిబజారులో వదిలేసేవారు. ఇలాంటి వ్యధాభరిత గాథల సమాహారమే 'నీలకంఠీబ్రజ'.

జమ్మూ-కాశ్మీర్‌లోని చినాబ్‌నది ఒడ్డున రచయిత్రి గడిపిన రోజులు 'చినాబూర్‌స్రోత్' (చినాబ్‌ధార) అనే నవలకు ఆధారం. 'అహిరన్' నవలలో మధ్యప్రదేశ్‌లోని అహిరణ్ నదిపైన నిర్మాణంలో ఉన్న జల మార్గానికి సంబంధించిన కథ ఉంది. ఉత్తరప్రదేశ్‌లోని రాయ్‌బరేలీ దగ్గర సహీ నదిపై నిర్మాణంలో జలమార్గం నేపథ్యంలో రాసిన నవల 'మామరే ధారా తరోవాల్' (తుప్పుపట్టిన కత్తి). ఈ నవలకు సాహిత్య అకాడమీ పురస్కారం లభించింది.

ఇందిరాగోస్వామికి దేశవ్యాప్త కీర్తిని సంతరించి పెట్టిన నవల 'దాతాల్ హాతీర్ ఉనే ఖోవా హావదా'. ఈ నవల ఆంగ్లానువాదం ఎ సాగా ఆఫ్ సౌత్‌కామరూప్ హిందీ అనువాదం 'దక్షిణీ కామరూప్ కీ గాథా.' కేంద్ర సాహిత్య అకాడమీ ఈ నవలను 'ఆధునిక ఇతిహాసం'గా గుర్తించింది. ఈ నవలలోని కథను ఆధారంగా చేసుకుని అస్సామీ భాషలో 'అదాజ్య' పేరుతో రూపొందిన చలన చిత్రానికి జాతీయ, అంతర్జాతీయ పురస్కారాలు లభించాయి. హిందీ అనువాదం దూరదర్శన్ సీరియల్‌గా ప్రసారమయింది.

'దక్షిణీ కామరూప్‌కీ గాథా' ఇతివృత్తం అస్సాంలోని మఠ సంప్రదాయాలకూ, మఠాలకూ సంబంధించింది. 'ఇంద్రనాథ్' ఇందలి ప్రధాన పాత్ర. మఠం, మఠాధిపతి, ఆయన వైభవం, సంకీర్ణ సామాజిక ఆచారాలు, వైభవానికి ప్రతీకలైన ఏనుగులు, మావటివాళ్ళు, మఠంలోని పేద ప్రజలు, వితంతువులైన ఇంద్రనాథ మేనత్త, పిన్నమ్మ, చెల్లెలు ఇందులోని పాత్రలు.

వర్ణనలో ఇంత వైవిధ్యం అరుదుగానే కనిపిస్తుంది. ఇందులోని కథల్లో అన్నిటికంటే విచిత్రమైనది, ఇంద్రనాధుని యవ్వనవతి చెల్లెలు గిరిబాలకు సంబంధించిన కథ. ఆమె అతి చిన్న వయస్సులోనే వితంతువు అయిపోయింది. తరువాత ఒక విదేశీయుని ప్రేమించిన నేరానికి ఆమె కాల్చి చంపబడుతుంది. నిజానికి ఆమెకు బదులుగా ఒక మేకను కాల్చి చంపాల్సింది, కానీ గిరిబాల తానే స్వయంగా అగ్నికి ఆహుతవుతుంది. రచయిత్రి జీవితంలోని నిర్వేద విషాదానికి ప్రతీకగా ఆమె గిరిబాలను సృష్టించి ఉంటుంది. ప్రేమ, వివాహం, వైధవ్యం మొదలైన వాటిపట్ల ఛాందసవాదుల బూజుపట్టిన ఆలోచనల చిత్రణ ఈ నవలలో కనబడుతుంది. ఇప్పటికి వెలువడిన నవలల్లో చివరిది 'ఛిన్నమస్త'. కామాఖ్యలో జరిగే తాంత్రిక కర్మకాండ ఆధారంగా రచింపబడిన నవల ఇది.

పురస్కారాలు : ఇందిరా గోస్వామి ఉత్తమస్థాయి రచయిత్రిగానే కాకుండా 'రామాయణం'పై సాధికారికత గల సాహితీవేత్తగా గుర్తింపు పొందారు. రామాయణం మర్మం తెలిసిన విదుషీమణిగా ఆమెను అనేక దేశాలవారు ఆహ్వానించి, సన్మానించారు. 1976లో ఆమె జపాన్, మలేషియా, సింగపూర్, హాంగ్‌కాంగ్ పర్యటించారు. తమ యాత్రా విశేషాలను గ్రంథస్థం చేశారు. 1986లో ఆమె యూరప్ పర్యటన చేశారు. 1988లో అంతర్జాతీయ రామాయణ సమ్మేళనాల్లో పాల్గొనడానికి బాంకాక్ (థాయిలాండ్), జనక్‌పూర్ (నేపాల్) వెళ్ళారు. 1997లో రోర్నేర్షున్ (చైనా)లో జరిగిన 13వ అంతర్జాతీయ సమ్మేళనంలో ఒక చర్చాగోష్ఠికి సహ అధ్యక్షురాలిగా పాల్గొన్నారు. 1999 సంవత్సరం మియామీ (అమెరికా)లో 'తులసీదాస్ రచనల'పై జరిగిన అంతర్జాతీయ సమ్మేళనంలో పాల్గొన్నారు. ఈ సందర్భంగా అక్కడి విశ్వవిద్యాలయం ఇందిరా గోస్వామికి 'అంతర్జాతీయ తులసీ పురస్కారాన్ని' ప్రదానం చేసి సత్కరించింది. ఆ రోజుల్లోనే ఆమె 'మహాభారతం, రామాయణం' అనే విషయంపైన కౌలాలంపూర్‌లోని మలయ విశ్వవిద్యాలయం నిర్వహించిన అంతర్జాతీయ సమ్మేళనంలో కీలక ప్రసంగం చేశారు.

ఆమె సాహిత్య కృషికి గుర్తింపుగా ఎన్నో సంస్థలు అనేక సన్మానాలు, సత్కారాలతో ఆమెను గౌరవించాయి.

1983లో ఆమె రచించిన 'మమారే ధారా తర్వాల్' నవలకు సాహిత్య అకాడమీ అవార్డు లభించింది.

1988 అస్సాం సాహిత్యసభ వారి పురస్కారం.

1989 భారత్ నిర్మాణ్ అవార్డు.

1992 ఉత్తర ప్రదేశ్‌లోని హిందీ సంస్థాన్ వారిచే సౌహార్ద్ర పురస్కారం.

1993 కథా పురస్కారం.

1996 కమలకుమారీ ఫౌండేషన్ వారి పురస్కారం.

భారతదేశపు అత్యున్నత సాహిత్య పురస్కారం - జ్ఞాన పీఠం. 2000 సంవత్సరానికి ప్రకటించిన 36వ జ్ఞానపీఠ పురస్కారాన్ని ఇందిరాగోస్వామి 2001 జులై మాసంలో అందుకున్నారు. ఇలాంటి చారిత్రాత్మక సందర్భంలో ఆమె చేసిన ప్రసంగ పాఠం భారతీయ సాహిత్యానికి స్ఫూర్తి దాయకం.

జ్ఞానపీఠ పురస్కారాన్ని స్వీకరిస్తూ ఇందిరాగోస్వామి చేసిన ప్రసంగ పాఠం:

"భారతదేశంలోని అత్యంత ప్రతిష్టాత్మకమైన పురస్కారం ఇచ్చి, నన్ను గౌరవించినందుకు భారతీయ జ్ఞానపీఠ పురస్కారకమిటీకి నేనెంతో కృతజ్ఞురాలిని. అస్సాం నివాసులు, ఈశాన్య భారతంలోని ప్రజలు దీన్ని గొప్ప సాహిత్య సంఘటనగా భావిస్తున్నారు.

ప్రాచీన కాలం నుండి నా గ్రామీణ ప్రాంతానికి ప్రాణప్రదంగా, ప్రేరణా స్పదంగా నిలిచిన బ్రహ్మపుత్రనది దక్షిణ తీరప్రాంత నివాసిని నేను. బాణాసురుని అందమైన కూతురు ఉష, శ్రీకృష్ణ భగవానుని మనవడు అనిరుద్ధుడిని పెళ్ళి చేసుకుని, ఇక్కడి నృత్యకళను అస్సాం నుండి గుజరాత్‌కు తీసుకెళ్ళిందని పురాణాలు చెపుతున్నాయి.

చాలాకాలం క్రితం అస్సాం పరిపాలకులు ఎగువ బర్మాకు చెందిన అహోమ్, లేక శోమ్ జనజాతివాళ్ళు. వాళ్ళు ఇర్రాబాడీలోయ నుండి వచ్చి,హిమాలయ పర్వతాల పక్కనున్న కొండల దారిగుండా అస్సాంలోకి ప్రవేశించారు. ఈ ప్రాంతాన్ని ఆరు శతాబ్దాల పాటు పరిపాలించి, ఇక్కడ సాహిత్యాన్నీ, సంస్కృతినీ సుసంపన్నం చేశారు. అహోమ్‌ల పాలనాకాలంలో అస్సాంలో ఇతివృత్త రచన ప్రధానమైన సాహిత్య కృషి కొనసాగింది. అహోమ్ పరిపాలకుల జీవిత చరిత్రలు, వారి పరిపాలనా ప్రశంసలు ఈ రచనల్లో అత్యంత ఉద్వేగంతోనూ, సజీవ చైతన్యంతోనూ వర్ణింపబడుతూ ఉండేవి. ఈ ఇతివృత్తాల్లో మొదట దేవాలయ నర్తకిగా ఉండి, క్రమంగా ఉన్నతి పొంది అహోమ్ రాజ్యానికి శక్తిమంతురాలైన పూలేశ్వరీ రాణి జీవిత చిత్రణ అద్భుతంగా గానం చేయబడుతుంది.

టిబెట్ - బర్మీ సముదాయానికి చెందిన రాజు 'మహామాణిక్య' బరాహీ, వాల్మీకి రామాయణాన్ని అక్కడి ప్రజల భాష అస్సామీలోకి అనువదించమని మాధవ్ కందాలీని కోరాడు. కందాలీ సంస్కృత పండితుడు. అతను ఇలా అన్నాడు . . .

'దైవ బారీ నోహీ ఎతో లౌకిక్ కథా
ఏ తే కే ఏహార్ దోష్ నలైవా సరబ థా'

ఇవి నా మాటలు. దేవతలవి కావు. వీటిలోని పొరపాట్లను ఉపేక్షించండి. ఇందులో శ్రీరాముడ్ని కవి భగవంతుడిగా కాక మానవుడిగా చిత్రించాడు.

మాధవ్ కందాలీ రామాయణ అనువాదం అస్సాం ప్రజల ఆదరాభిమానాలను పొందింది.

అలాగే మరో గొప్ప భక్తుడు - శంకర్‌దేవ్. భాగవతం ఆధారంగా నవవైష్ణవ ధర్మాన్ని రూపొందించి, అహింసా సందేశాన్ని ప్రచారం చేశాడు. కుల వ్యవస్థను తీవ్రంగా నిరసించడమే

కాక, సమూలంగా పెకిలించివేసే ప్రయత్నం చేశాడు. అన్ని జాతులకు, ఉప జాతులకు ఆలయ ద్వారాలు తెరిపించాడు.

పుట్టుకతో మా పూర్వులు బ్రాహ్మణులు. వారి గురువు దామోదర్ దేవ్ కూడా బ్రాహ్మణుడే. అయితే దామోదర్ దేవ్, దీక్ష తీసుకుని కాయస్థకులస్తుడైన శంకర్‌దేవ్‌కు శిష్యుడయ్యాడు. శంకర్‌దేవ్ అస్సాంవాసుల జీవన దృక్పథాన్నే మార్చేశాడు. అస్సామీ సాహిత్యాన్ని సంపద్వంతం గావించాడు.

అస్సామీ భాషా ప్రవాహం నిరంతరం నిర్విఘ్నంగా సాగిపోలేదు. బ్రిటీష్ పరిపాలనా కాలంలో ఈ ప్రవాహానికి ఆటంకాలేర్పడ్డాయి. అయితే అమెరికా నుండి మత ప్రచారానికి వచ్చిన బాప్టిస్టు మిషనరీలు అస్సామీ భాషను పరిరక్షించారు. దాని అందచందాలనూ, సొబగులనూ మళ్ళీ సంతరించి పెట్టారు. 'బ్రహ్మపుత్ర ప్రవాహం ఎంతవరకు సాగుతూ ఉంటుందో, అంతవరకు అస్సామీ భాష కూడా మూడు పూవులు, ఆరు కాయలుగా వర్ధిల్లుతూ ఉంటుంది' – అని క్రైస్తవ మిషనరీలు చెప్పినమాట అక్షర సత్యం.

అస్సాంప్రజలు ఎప్పుడూ ప్రకృతి సాన్నిధ్యంలోనే ఉంటూ పులకించిపోతుంటారు. అస్సాంవాసులు ఖడ్గమృగాలను కూడా పెంచుకునేవారనీ, పొలాలు దున్నడానికి వాటిని ఉపయోగించుకునేవారని చెబితే, ఇప్పుడు అతిశయోక్తిగా అనిపించవచ్చు. బ్రిటిష్ కాలం నాటి అటవీ శాఖాధికారి జాన్‌రావుప్రీ తన స్వీయచరిత్రలో అప్పటి విశేషాలను పొందుపరిచాడు.

అస్సామీ సాహిత్యం ఇప్పుడు పురోగమిస్తూ ఉంది. జ్ఞానపీఠ పురస్కారం పొందిన మొదటి అస్సామీ రచయిత డా॥ వీరేంద్ర కుమార్ భట్టాచార్య 'మృత్యుంజయ' అనే నవలలో భారతదేశ స్వాతంత్ర్యం కోసం అస్సాం ప్రజలు చేసిన త్యాగాలను, చూపిన సాహసాలనూ వర్ణించారు.

నేను పాఠశాల విద్యార్థిగా ఉన్నప్పట్నించే కథలు రాయడం ప్రారంభించాను. నా బాల్యంలో ఎక్కువ భాగం మా పూర్వీకుల విశాలమైన వైష్ణవమఠంలోనే గడిపాను. కొన్ని సంవత్సరాల తరువాత 'దాతార్ హాతిర్ ఉనే ఖోవా హౌవదా' (దంతాల ఏనుగుపైన చెదలు తిన్న అంబారీ) అనే నవల రాశాను. ఒకానొకప్పుడు ఎంతోశక్తి, సంపద కలిగి ఉన్న మఠం ఆధారంగా రాసిన నవల అది. అంబారీని మోస్తూ ఎంతో గౌరవప్రదంగా బ్రతికిన ఏనుగొకటి, తరువాత పిచ్చిపట్టి పరుగెత్తడం, ఒక గ్రామీణుని చంపడం, ఫలితంగా తుపాకి తూటాకు బలయిపోవడాన్ని చిత్రించాను. ఏనుగు క్షీణతను ఒక ప్రతీకగా మలుచుకున్నాను. ఈ నవలలో నల్లమందుకు బానిసలయిన గ్రామీణులను, మఠంలోని బ్రాహ్మణ వితంతువుల దయనీయమైన స్థితిగతులనూ వర్ణించాను. నల్లమందు వ్యాపారం వల్ల క్రమ క్రమంగా నిస్తేజంగా మారిపోయిన మఠం, తన అస్తిత్వాన్ని కోల్పోతున్న సంక్షోభాన్ని చిత్రించాను. అదే సమయంలో మఠం అనుయాయులైన రైతు కూలీలు తమ భూస్వాములకు వ్యతిరేకంగా పోరాటాలను ప్రారంభించారు. నవలలోని కథానాయకుడు ఈ పరిస్థితులు మారాలని

కోరుకుంటాడు. కానీ మార్పు కోసం పాత సంప్రదాయాల్లో ఆచారాల్లో కూరుకుపోయిన తన సమాజాన్ని సంస్కరించడంలోనూ, తిరుగుబాట్ల ద్వారా ప్రతిఘటిస్తున్న రైతులను ఒప్పించడంలోనూ విఫలుడవుతాడు. నవలాంతంలో నాయకుడు ఉద్యమంలో చంపివేయబడతాడు. చాలా కాలంగా ఇతర ప్రాంతాల వారికి ఒక చీకటి రాజ్యంగా కనబడిన దక్షిణ కామరూప ప్రాంతంలోని బహుదూరపు జీవితాన్ని ఈ నవల ద్వారా వెలుగులోకి తెచ్చే ప్రయత్నం చేశాను.

సాహిత్య సృజన నాకు ఓదార్పునిచ్చింది. ఒక ప్రాణాంతక సంక్షోభం నుండి నన్ను కాపాడింది. మృత్యువాంఛ నుండి నన్ను బయటికి లాగింది. తీవ్రమైన నిరాశా, నిస్పృహలకులోనైన నన్ను పరిరక్షించింది. ఆశావాదం వైపు మార్గనిర్దేశం చేసింది. జీవితపు విభిన్న పార్శ్వాలను దర్శించే కొత్తచూపు నిచ్చింది.

రచన ద్వారా నేను తీవ్రమైన సంక్షోభం నుండి, సంతాపం నుండి బయట పడటం ఒక చమత్కారమనే చెప్పాలి. నా కలమే నన్ను కాపాడింది. కొత్త జీవితాన్నిచ్చింది.

ప్రైవేటు రంగంలోని భవన నిర్మాణ కూలీలను గురించి నేను మూడు నవలలు రాశాను. ఆ కూలీలతోబాటు చినాబ్ నదిపై వంతెన నిర్మాణ స్థలంలో నేను నివసించాను. 1974లో మధ్యప్రదేశ్‌లోని 'అహిరాన్ జల ప్రాజెక్టు' నిర్మాణ స్థలంలోనూ, 1983లో ఉత్తర ప్రదేశ్‌లోని 'సయిూజల ప్రాజెక్టు' కట్టడం ప్రాంతంలోనూ నివసించాను. విభిన్న ప్రజా సమూహాల జీవితాలను అధ్యయనం చేయడానికి కొన్ని రోజులు మాంస విక్రేతల దుకాణాల్లోనూ, కసాయి బాడాల్లోనూ, కబేళాల్లోనూ ఉన్నాను. సాధ్యమైనంత వరకు ప్రత్యక్ష జీవితానుభవాలనే నా రచనల్లో పొందుపరిచాను. పుస్తకాల్లో దొరికిన సమాచారంతో నేను కథలు రాయను. ఎవరినీ అనుకరించను. ప్రజలతో నేరుగా సంబంధాలను ఏర్పరుచుకుని వివరాలు సేకరిస్తాను. అందుకే నా శైలి సహజంగానూ, సరళంగానూ, విలక్షణంగానూ ఉంటుందని మిత్రులంటారు. అందులో అహంభావం ఉండదు. వినయం ఉంటుంది. నేను కలుసుకున్న ప్రతి వ్యక్తి నుండి చాలా విషయాలు తెలుసుకున్నాను, నేర్చుకున్నాను. నా అనుభవాల్లాగానే, నా శైలి కూడా నా స్వంతమే. అది బావుందా? లేదా?? అనే విషయం నాకు తెలియదు. కానీ, బ్రహ్మపుత్రలోయలో ఒక విస్తృతమైన పాఠక సముదాయం నాకు లభించినందుకు నాకు సంతోషంగా ఉంది.

భక్తుడైన శంకరదేవ్ ఉపదేశాలు కొన్ని నా హృదయంలో నాటుకు పోయాయి. అతని చింత కేవలం మనుష్యులను గురించేకాదు, నోరులేని అసహాయులైన పశు, పక్ష్యాదులను గురించి కూడా. 'పశువుల్లో కూడా ఆత్మ ఉంది' అనే వాడాయన. నా కొత్త నవల 'ఛిన్నమస్త'లో . . . కామఖ్య దేవాలయంలో చిరకాలంగా కొనసాగుతున్న పశుబలి ఆచారాన్ని నేను వ్యతిరేకించాను. జంతువుల రక్తాన్ని దేవుడికి అర్పించే దురాచారం అక్కడ నేటికీ కొనసాగుతుంది. ఈ విషయమై అస్సామీ పాఠకులు చాలాబలంగా ప్రతిస్పందించారు. దాదాపు డెబ్భై అయిదు

శాతం యువ పాఠకులు జంతుబలిని నిరసిస్తున్నారు. ఇంతవరకూ బయటి ప్రపంచానికి తెలియకుండా చీకట్లో దాగివున్న నా కర్మభూమి పార్శ్వాలను నా రచనల ద్వారా వెలుగులోకి తెచ్చే ప్రయత్నం చేస్తున్నాను. అభివ్యక్తి పొందని నా ప్రాంత ప్రజల కష్టాలకు, కన్నీళ్ళకు, దుఃఖానికి సాహిత్యంలో తగిన స్థానం కల్పించడానికి శ్రమిస్తున్నాను.

సాహిత్యం పట్ల అస్సాం ప్రజల అభిమానం, అభినివేశం చాలా గొప్పది. 'సాహిత్య సభ'కు హాజరు కావడానికి వాళ్ళురాత్రంతా నడిచి వస్తారు. పొంగి పొరలే నదులను ఈదుకుంటూ దాటి వస్తారు. 'సాహిత్య సభ' అనేది అస్సాం ప్రజల స్వంత సంస్థ. అస్సామీ సాహిత్యానికి ఊతమిస్తున్న గొప్ప సాహిత్య సంస్థ.

అస్సాంలోని వర్తమాన స్థితిగతులను వర్ణిస్తూ నేను కథలు రాస్తుంటాను. నవలలు రాస్తుంటాను. గత కొన్ని సంవత్సరాలుగా తీవ్రవాద ఉద్యమాల మూలంగా ఇక్కడి మట్టి రక్తసిక్తమై పోతుంది. ఇలాంటి సమయంలో దృఢమైన నిష్ఠ, వాస్తవికమైన చైతన్యం గల ఏ రచయిత అయినా మౌన ప్రేక్షకునిలాగా ఉండలేడు. అస్సాం తీవ్రవాదుల అంతర్యాన్ని అర్థం చేసుకోవాలనీ, వాళ్ళను గురించి రాయాలనీ ఒక ప్రగాఢమైన కోరిక నాలో ఉంది.

నేనొక అందమైన కలకంటూ ఉంటాను. ఒకరోజు వస్తుంది. అస్సాం పల్లెటూళ్ళలో శాంతి స్థాపితమవుతుంది. తుపాకి మోతలు ఆగిపోతాయి. ఈ నేలమీదే శివభగవానుడు ఆనందంతో, ఆహ్లాదంగా, అనంతంగా నృత్యం చేస్తూ ఉంటాడు. నీలిరంగు పర్వతాల్లో, ఎర్రని నదిలోయలో తుపాకుల ధ్వనుల మాటున మూగవోయిన వేణువు మళ్ళీ ధ్వనిస్తుంది. మధురమైన స్వరలహరులు, నృత్య భంగిమల లయమయ ధ్వని మరోసారి ఇక్కడ మనోహరంగా ప్రతిధ్వనిస్తుందన్న నమ్మకం నాకుంది."

ఇది ఒక మహారచయిత్రి హృదయస్పందన. జ్ఞానపీఠాన్ని అధిరోహించిన విదుషీమణి ఆత్మనివేదన.

అచ్చమైన మానవతావాది:

ఇందిరాగోస్వామి ఒక ప్రతిభావంతురాలైన రచయిత్రి. నిఖార్సయిన మానవతావాది. పీడితుల, దుఃఖితుల, బాధా సర్పదష్టుల జీవితాలను అతి సన్నిహితంగా చూసింది, చలించింది, స్పందించింది. వాటిని కథలుగా, నవలలుగా మలిచింది. ఎన్నో అత్యున్నతమైన పురస్కారాలనూ, సత్కారాలనూ పొందింది. అస్సాం ప్రజల పరిపూర్ణమైన ఆదరాభిమానాలనూ కొల్లగొట్టింది. అయినా నేలమీదే నడిచింది. అట్టడుగు ప్రజల సంవేదనలతో, అనుభవాలతో మమేకమవుతుంది. తానుపుట్టి పెరిగిన నేలతల్లి సుఖశాంతులను త్రికరణ శుద్ధిగా ఆకాంక్షిస్తుంది. అటు రామాయణాన్ని ఎంతగా అభిమానిస్తుందో, ఇటు సామాన్య ప్రజల ఇంటింటి రామాయణాన్నీ అంతగానే ప్రేమిస్తుంది. తనకంటూ ఒక ప్రత్యేకమైన శైలీ, శిల్పం, రచనా సంవిధానాలతో కేవలం అస్సాం సాహిత్యంలోనే కాదు, భారతీయ సాహిత్యంలోనే విశిష్టమైన స్థానం సంపాదించుకున్న మహా రచయిత్రి డా॥ ఇందిరా గోస్వామి.

శాంతిదూతగా మారిన విదుషీమణి :

అస్సాంలోని ఒక మారుమూల గ్రామంలో జరిగిన బహిరంగసభలో పాల్గొనడానికి ఇందిరా గోస్వామి వెళ్ళింది. సభను ఏర్పాటు చేసిన కార్యకర్తల్లో కొందరు ప్రత్యక్షంగానూ, మరికొందరు పరోక్షంగానూ 'ఉల్ఫా' అన్న తీవ్రవాద సంస్థతో సంబంధాలు కలిగి ఉన్నారని తెలుసుకుంది. ఆ పిల్లలతో మాట్లాడాలని నిర్ణయించుకుంది. మాట్లాడింది. వాళ్ళ అభిప్రాయాలనూ, లక్ష్యాలనూ తెలుసుకుంది.

'ప్రభుత్వం ఈ పిల్లలతో మాట్లాడాలి. వీళ్ళు చెప్పేది వినాలి. వీళ్ళెందుకు హింసాయుత మార్గాన్ని చేపట్టవలసి వచ్చిందో తెలుసుకోవాలి. వీళ్ళంతా మన పిల్లలు. చేతుల్లో ఆయుధాలు ధరించి, పాతికేళ్ళకు పైగా వీళ్ళు సాయుధ పోరాటాన్ని కొనసాగిస్తున్నారు. వీళ్ళను ఉపేక్షించడానికి వీలులేదు. నిర్లక్ష్యం చేయడం మంచిది కాదు" అన్న అభిప్రాయానికి వచ్చింది.

"అస్సాం మళ్ళీ సుఖశాంతులతో వికసించాలి. నేను నా జీవన విషాదం నుండి బయటపడినట్లే, నా నేల తల్లి ఈ రక్తపాత సంక్షోభం నుండి బయటపడాలి. దీనికోసం కేవలం కలలు కనడం సరిపోదు, ఏదోఒకటి చేయాలి" అని నిర్ణయించుకుంది.

జైల్లో నిర్బంధింపబడి ఉన్న 'ఉల్ఫా' నాయకులను కలుసుకుంది. వారి వాదనలు విన్నది. ఢిల్లీ విశ్వవిద్యాలయంలో ఒకప్పుడు తనతోపాటు పనిచేసిన సహచరుడు, ప్రస్తుత భారత ప్రధాని డా॥మన్‌మోహన్‌సింగ్‌ను కలిసింది. 'ఉల్ఫా' నాయకులతో భారత ప్రభుత్వం చర్చలు జరపాలని అభ్యర్థించింది.

2004 డిసెంబరు మాసంలో ప్రధానమంత్రి కార్యాలయం చేసిన శాంతి ప్రతిపాదనలను 'ఉల్ఫా' నాయకులు తిరస్కరించారు. అయినా డా॥ ఇందిరా గోస్వామి తన ప్రయత్నాలను విరమించలేదు. ఒకవైపు అస్సాంలో మందుపాతరలు పేలుతూనే ఉన్నాయి. మరోవైపు ఆమె తన ప్రయత్నాలను ముమ్మరం చేసింది. మరోసారి వాళ్ళను చర్చలకు పిలవాల్సిందిగా ప్రధానికి లేఖ రాసింది. 'ప్రధానమంత్రి డా॥ మన్మోహన్ సింగ్ అస్సాం నుండి రాజ్యసభకు ప్రాతినిధ్యం వహిస్తున్నారు. అక్కడి ప్రజల సమస్యలను అర్థం చేసుకుంటున్నారు. వాటిని పరిష్కరించడానికీ, అస్సాంలో శాంతిని నెలకొల్పడానికే అతడు సిద్ధంగా ఉన్నాడ'న్న సందేశాన్ని డా॥ ఇందిరా గోస్వామి అనేక దఫాలుగా 'ఉల్ఫా' నాయకులకు తెలియ చేసింది.

అలాగే ఉల్ఫా నాయకులు కోరుకుంటున్న 'అస్సాం సార్వభౌమాధికారం' అకాంక్ష ఎందుకు సమంజసమైనదో అన్న అంశాన్ని ఆమె భారత ప్రభుత్వానికి వివరించింది.

ఆమె చర్చలు, సంప్రదింపుల ఫలితంగా ఉభయపక్షాలూ ఒక్కొక్క మెట్టు దిగి వస్తున్నాయి. చర్చలకు అనువైన వాతావరణం క్రమంగా ఏర్పడుతున్నది. ఇరుపక్షాలూ ఒకరి వాదనలను మరొకరు సహృదయ పూర్వకంగా వినాలనీ, సామరస్య పూర్వకంగా సమస్యలను పరిష్కరించుకోవాలనీ, అంతిమంగా తన జన్మభూమి 'అస్సాం' శాంతినీ, సౌఖ్యాన్నీ, సుందరతనూ పొందాలనీ స్వప్నించిన ఆశాజీవి డా॥ ఇందిరా గోస్వామి 2011 నవంబర్ 29న తుదిశ్వాస విడిచారు.

పుణ్యమూర్తులైన తన తల్లితండ్రులు

శ్రీ గుండా శ్రీరామ్మూర్తి, శ్రీమతి పరిపూర్ణమ్మ

గార్లను స్మరించుకుంటూ...

శ్రీ గుండా అమ్మిరాజు

(శ్రీనివాసా క్లాత్ ఎంపోరియం, భీమవరం.)

ఈ పుస్తక ప్రచురణకు తమ వంతు సహాయం అందించారు.

వారికి మనస్ఫూర్తిగా కృతజ్ఞతలు.

– రచయిత